ಇಕಿಗಾಯ್

ಅನುವಾದಕರು: ಜೆ. ರಾಮಲಿಂಗೇಗೌಡ

ಅಂತಾರಾಷ್ಟ್ರೀಯ ಮಟ್ಟದಲ್ಲಿ ಅತ್ಯಂತ
ಹೆಚ್ಚು ಮಾರಾಟವಾಗುವ ಕೃತಿ

ಇಕಿಗಾಯ್

生き甲斐

ikigai

ದೀರ್ಘ ಹಾಗು ಸಂತಸಭರಿತ ಜೀವನಕ್ಕೆ ಜಪಾನಿಯರ ಗುಟ್ಟು

ಹೆಕ್ಟರ್ ಗಾರ್ಸಿಯಾ ಮತ್ತು ಫ್ರಾಂಚೆಸ್ಕ್ ಮಿರಾಯೆ.

ಅನುವಾದಕರು: ಜೆ. ರಾಮಲಿಂಗೇಗೌಡ

ಇಕಿಗಾಯ್ – ದೀರ್ಘ ಹಾಗು ಸಂತಸಭರಿತ ಜೀವನಕ್ಕೆ ಜಪಾನಿಯರ ಗುಟ್ಟು

ಲೇಖಕರು: ಹೆಕ್ಟರ್ ಗಾರ್ಸಿಯಾ ಮತ್ತು ಫ್ರಾನ್ಸಿಸ್ಕ್ ಮಿರಾಯೆಸ್

ಅನುವಾದಕರು: ಜೆ. ರಾಮಲಿಂಗೇಗೌಡ

ISBN:978-93-90607-10-5

Frist Edition: May 2021; 6th reprint: July 2026

Publisher: WOW publishings Pvt. Ltd., Pune

Printer: Parksons Graphics Pvt. Ltd.

No. of pages-168; Price: ₹ 240/-

Ikigai: The Japanese secret to a long and happy life

by Héctor García (Author), Francesc Miralles (Author)

Originally published in spanish as Ikigai: Los secretos de Japón para una vida larga y feliz by Ediciones Urano in 2016 First published in the US by Penguin Books in 2017

ಬೇರೆಲ್ಲರಿಗಿಂತ ಹೆಚ್ಚು ಸಲ ನನಗೆ "ನನ್ನ ಈ ಜೀವನದ ಜೊತೆ ಏನು ಮಾಡಬೇಕೆಂದೇ ನನಗೆ ತಿಳಿಯುತ್ತಿಲ್ಲ" ಎಂದು ಪದೇ ಪದೇ ಹೇಳುತ್ತಿದ್ದ ನನ್ನ ಸೋದರ, ಆಯಿಟರ್‌ಗೆ...

– ಹೆಕ್ಟರ್ ಗಾರ್ಸಿಯಾ

ನನ್ನನ್ನು ಅರ್ಥೈಸಿಕೊಂಡು ಬಾಳಿನುದ್ದಕ್ಕೂ ನನ್ನ ಪ್ರೇರಣೆಯಾಗಿರುವ ನನ್ನೆಲ್ಲ ಭೂತ, ಪ್ರಸಕ್ತ ಮತ್ತು ಭವಿಷ್ಯದ ಸ್ನೇಹಿತರಿಗೆ.....

– ಫ್ರಾನ್ಸಿಸ್ಕ್ ಮಿರಾಯೆಸ್

ಕೇವಲ ಕ್ರಿಯಾಶೀಲವಾಗಿರುವುದು ಮಾತ್ರವೇ ನೀವು ಒಂದು ನೂರು ವರ್ಷಗಳ ಕಾಲ ಬದುಕಲು ಬಯಸುವಂತೆ ಮಾಡುವುದು

–ಜಪಾನೀ ಗಾದೆ

ವಿಷಯ ಸೂಚಿ

ಪ್ರಸ್ತಾವನೆ : ಇಕಿಗಾಯ್ – ಒಂದು ನಿಗೂಢ ಪದ ೧೧

೧. ಇಕಿಗಾಯ್ : ವಯಸ್ಸಾಗುತ್ತಿದ್ದರೂ ಯುವಕರಾಗಿ ಉಳಿಯುವ ಕಲೆ ೧೫

೨. ವಯಸ್ಸಾಗದಿರುವುದರ ರಹಸ್ಯಗಳು ೨೩
ದೀರ್ಘ ಹಾಗೂ ಸಂತಸಮಯ ಜೀವನವನ್ನು ವೃದ್ಧಿಗೊಳಿಸುವ ಪುಟ್ಟ ಪುಟ್ಟ ವಿಷಯಗಳು

೩. ಲೋಗೋಥೆರಪಿಯಿಂದ ಇಕಿಗಾಯ್‌ವರೆಗೆ ೩೭
ನಿಮ್ಮ ಉದ್ದೇಶ ಕಂಡುಕೊಂಡು ದೀರ್ಘ ಹಾಗೂ ಉತ್ತಮ ಜೀವನ ನಡೆಸುವುದು ಹೇಗೆ

೪. ನೀವು ಮಾಡುವ ಎಲ್ಲದರಲ್ಲು ಹರಿವನ್ನು ಕಾಣಿರಿ ೫೧
ಕೆಲಸ ಮತ್ತು ಬಿಡುವಿನ ವೇಳೆಯನ್ನು ಬೆಳವಣಿಗೆಯ ಅವಕಾಶವಾಗಿ ಹೇಗೆ ಬದಲಾಯಿಸುವುದು

೫. ದೀರ್ಘಾಯುಷ್ಯದ ಯಜಮಾನರು ೮೧
ಪ್ರಪಂಚದಲ್ಲಿ ಬಹಳ ವರ್ಷಗಳ ಕಾಲ ಬದುಕಿರುವವರಿಂದ ವಿವೇಕದ ಮಾತುಗಳು

೬. ಜಪಾನಿನ ಶತಾಯುಷಿಗಳಿಂದ ಕಲಿತ ಪಾಠಗಳು ೯೧
ಸಂತೋಷಕ್ಕಾಗಿ ಮತ್ತು ದೀರ್ಘಾಯುಷ್ಯಕ್ಕಾಗಿ ಸಂಪ್ರದಾಯಗಳು ಮತ್ತು ಗಾದೆಗಳು

೭. ಇಕಿಗಾಯ್ ಆಹಾರ ಕ್ರಮ ೧೦೫
ಪ್ರಪಂಚದಲ್ಲೇ ಅತಿ ದೀರ್ಘಕಾಲ ಬದುಕುವ ಜನ ತಿನ್ನುವುದೇನು, ಕುಡಿಯುವುದೇನು!

೮. ಸೌಮ್ಯ ಚಲನಗಳು, ದೀರ್ಘ ಜೀವನ ೧೧೭
ಆರೋಗ್ಯ ಮತ್ತು ದೀರ್ಘಾಯುಷ್ಯವನ್ನು ಉತ್ತೇಜಿಸುವ ಪೂರ್ವ ದೇಶಗಳಲ್ಲಿನ ವ್ಯಾಯಾಮಗಳು

೯. ಪುಟಿದೇಳುವುದು ಮತ್ತು ವಬಿ – ಸಬಿ ೧೪೧
ಒತ್ತಡ ಮತ್ತು ಮನಃಕ್ಲೇಶಗಳು ನಿಮಗೆ ವಯಸ್ಸಾಗುವಂತೆ ಮಾಡಲು ಬಿಡದೆ ಜೀವನದ ಸವಾಲುಗಳನ್ನು ಎದುರಿಸುವುದು ಹೇಗೆ

ಉಪಸಂಹಾರ : ಇಕಿಗಾಯ್ – ಬದುಕುವ ಕಲೆ ೧೫೫

ಪರಿಶಿಷ್ಟ ೧೬೧

ಪ್ರಸ್ತಾವನೆ

ಇಕಿಗಾಯ್: ಒಂದು ನಿಗೂಢ ಪದ

ಮಳೆ ಬರುತ್ತಿದ್ದ ಒಂದು ರಾತ್ರಿ ಟೋಕ್ಯೋ ನಗರದ ಪುಟ್ಟ ಪಾನಶಾಲೆಯೊಂದರಲ್ಲಿ ಇದರ ಕರ್ತೃಗಳಿಬ್ಬರೂ ಕುಳಿತಿದ್ದಾಗ ಈ ಪುಸ್ತಕದ ರೂಪರೇಷೆಯು ಮೊದಲ ಸಲ ರೂಪು ತಾಳಿತು.

ನಾವಿಬ್ಬರೂ ರಚಿಸಿರುವ ನಮ್ಮ ನಮ್ಮ ಕೃತಿಗಳನ್ನು ಪರಸ್ಪರವಾಗಿ ಆಗಾಗ ಓದಿಕೊಂಡಿದ್ದರೂ, ನಾವು ಒಬ್ಬರನ್ನೊಬ್ಬರು ಮುಖತಃ ಭೇಟಿಯಾಗಿದ್ದಿಲ್ಲ - ಬಾರ್ಸಿಲೋನ ಮತ್ತು ಜಪಾನಿನ ರಾಜಧಾನಿ (ಟೋಕ್ಯೋ) ಈ ಎರಡರ ನಡುವಣ ಸಾವಿರಾರು ಮೈಲುಗಳ ಅಂತರವೇ ಇದಕ್ಕಿದ್ದ ಅಡ್ಡಿ. ಆಗ ನಮಗಿಬ್ಬರಿಗೂ ಇದ್ದ ಪರಸ್ಪರ ಪರಿಚಯಸ್ಥರೊಬ್ಬರು ನಮ್ಮ ನಡುವೆ ಸಂಪರ್ಕ ಏರ್ಪಡಿಸಿ ಸ್ನೇಹಕ್ಕೆ ಹಚ್ಚಿದರು. ಅದೇ ಈ ಯೋಜನೆಗೆ ದಾರಿಯಾಯಿತು, ಅಂತೆಯೇ ಅದು ಅಂದರೆ ಈ ಸ್ನೇಹ ಜೀವಮಾನ ಪರ್ಯಂತ ಉಳಿಯುವಂತಾಯಿತು.

ಒಂದು ವರ್ಷದ ಬಳಿಕ ನಾವು ಮತ್ತೆ ಜೊತೆಗೂಡಿದಾಗ ಟೋಕ್ಯೋ ನಗರ ಭಾಗದ ಉದ್ಯಾನವೊಂದರಲ್ಲಿ ವಾಯುವಿಹಾರ ಮಾಡುತ್ತಾ ಪಾಶ್ಚಿಮಾತ್ಯ ಮನೋವಿಜ್ಞಾನದಲ್ಲಿ ಆಗಿರುವ ಪ್ರಗತಿ ಮತ್ತು ಅದರ ಇತ್ತೀಚಿನ ಒಲವು, ಆಸಕ್ತಿ ಇವುಗಳ ಕುರಿತು ಮಾತನಾಡಿದೆವು, ಅದರಲ್ಲೂ ವಿಶೇಷವಾಗಿ ಜನಗಳಿಗೆ ತಮ್ಮ ಜೀವನದ ಉದ್ದೇಶವನ್ನು ಕಂಡುಕೊಳ್ಳಲು ಸಹಾಯ ಮಾಡುವ 'ಲೋಗೋಥೆರಪಿ' (Logotherapy) ಎಂಬುದರ ಬಗ್ಗೆ ಮಾತನಾಡಿದೆವು.

ಒಬ್ಬ ವ್ಯಕ್ತಿಯ ಕ್ರಿಯೆಗಳು ಅಥವಾ ನಡವಳಿಕೆಗಳಿಗೆ ಮೂಲ ಕಾರಣ ಶಕ್ತಿಯೇ ತನ್ನ ಜೀವನಕ್ಕೊಂದು ಅರ್ಥ ಕಂಡುಹಿಡಿಯುವುದು, ಇದೇ ಲೋಗೋಥೆರಪಿ ಎಂಬುದು. ಪ್ರಖ್ಯಾತ ನರರೋಗ ತಜ್ಞ ಮತ್ತು ಮನಃಶಾಸ್ತ್ರನಾಗಿದ್ದ

ವಿಕ್ಟರ್ ಫ್ರಾಂಕ್ಲ್ ಎಂಬಾತ ಇದರ ಮೊದಲ ಜನಕ ಮತ್ತು ಈ ಆರೋಗ್ಯ ಕ್ಷೇತ್ರವನ್ನು ನಂತರ ಅಭಿವೃದ್ಧಿಪಡಿಸಿದವನೂ ಅವನೇ. ಆತನ ಬಹು ಪ್ರಖ್ಯಾತಿ ಪಡೆದ ಪುಸ್ತಕದ ಹೆಸರು Man's Search For Meaning.

ವಿಕ್ಟರ್ ಫ್ರಾಂಕ್ಲ್‌ನ (೧೯೦೫-೧೯೯೭: ಆಸ್ಟ್ರಿಯಾ, ವಿಯೆನ್ನಾ) ಲೋಗೋಥೆರಪಿ ವಿಧಾನವನ್ನು ಈಗಿನ ವೃತ್ತಿಪರ ಚಿಕಿತ್ಸಕರು ಬಳಸದಿರುವುದನ್ನು ನಾವು ಗಮನಿಸಿದೆವು. ಬದಲಿಯಾಗಿ ಅವರು ಇತರ ಮನಃಶಾಸ್ತ್ರ ಪದ್ಧತಿಗಳನ್ನು ಇಷ್ಟಪಡುತ್ತಿದ್ದರು - ಆದರೂ ಜನಗಳು ತಾವು ಏನು ಮಾಡುತ್ತಿರುವರೋ, ಹೇಗೆ ಬದುಕುತ್ತಿರುವರೋ ಅದರ ಹಿಂದೆ ಒಂದು ಅರ್ಥವನ್ನು ಇನ್ನೂ ಹುಡುಕುತ್ತಿದ್ದರು. ನಮಗೆ ನಾವೇ ಹೀಗೆಂದುಕೊಂಡೆವು:

ನಮ್ಮ ಜೀವನದ ಅರ್ಥವೇನು?

ಕೇವಲ ಹೆಚ್ಚು ದಿನ ಸುಮ್ಮನೆ ಬದುಕಿರುವುದೇ? ಅಥವಾ ಅದಕ್ಕಿಂತ ಹೆಚ್ಚಿನದನ್ನು ನಾನು ಅರಸಬೇಕೆ?

ಕೆಲವು ಮಂದಿಗೆ ಮಾತ್ರ ಅವರಿಗೇನು ಬೇಕೆಂದು ಗೊತ್ತು ಮತ್ತು ಅವರು ತಮ್ಮ ಜೀವನದಲ್ಲಿ ಯಾವುದಾದರೊಂದು ಗೀಳು ಹೊಂದಿರುವರು ಆದರೆ ಕೆಲವರೇಕೆ ಗೊಂದಲದಲ್ಲೇ ಮುಳುಗಿ ಕೊರಗುವರು?

ನಮ್ಮ ಸಂಭಾಷಣೆಯ ಒಂದು ಹಂತದಲ್ಲಿ ಈ ನಿಗೂಢ ಶಬ್ದ **'ಇಕಿಗಾಯ್' (IKIGAI)** ಪ್ರಸ್ತಾಪಕ್ಕೆ ಬಂತು.

ಹೆಚ್ಚು ಕಡಿಮೆ **"ಸತತವೂ ಕಾರ್ಯನಿರತವಾಗಿರುವುದರ ಸಂತೋಷ"** ಎಂದು ಭಾಷಾಂತರಗೊಳ್ಳುವ ಈ ಜಪಾನೀ ಪರಿಕಲ್ಪನೆಯು 'ಲೋಗೋಥೆರಪಿ' ಇದ್ದಂತೆಯೇ, ಆದರೆ ಇದು ಇನ್ನೂ ಒಂದು ಹೆಜ್ಜೆ ಮುಂದೆ ಹೋಗುತ್ತದೆ. ಇದು ಜಾಪಾನೀಯರ ಅಸಾಮಾನ್ಯ ಸುದೀರ್ಘ ಜೀವನವನ್ನು ವಿವರಿಸುವ ಒಂದು ದಾರಿ ಎಂದು ಕಾಣುತ್ತದೆ, ಅದರಲ್ಲೂ ವಿಶೇಷವಾಗಿ ಒಕಿನಾವಾ ದ್ವೀಪದಲ್ಲಿ ಪ್ರತಿ ಒಂದು ಲಕ್ಷ ನಿವಾಸಿಗಳಿಗೆ ೨೪.೫೫ ಮಂದಿ ಶತಾಯುಷಿಗಳು ಇದ್ದಾರೆ - ಇದು ವಿಶ್ವದ ಸರಾಸರಿಗಿಂತಲೂ ಸಾಕಷ್ಟು ಹೆಚ್ಚಿದೆ.

ಪ್ರಪಂಚದಲ್ಲಿನ ಬೇರೆಲ್ಲರಿಗಿಂತ ದಕ್ಷಿಣ ಜಾಪಾನಿನ ಈ ದ್ವೀಪ ನಿವಾಸಿಗಳು ಹೆಚ್ಚು ದೀರ್ಘಕಾಲ ಬದುಕುತ್ತಾರೆ ಏಕೆ ಎಂಬುದರ ಒಂದು ಮುಖ್ಯ ಕೀಲಿಕೈ ಎಂದರೆ - ಆರೋಗ್ಯ ಪೂರ್ಣ ಆಹಾರ ಪದ್ಧತಿ, ಸರಳವಾದ ಹೊರಾಂಗಣ ಜೀವನ, ಹಸಿರು ಚಹಾ ಮತ್ತು ಉಷ್ಣವಲಯದ ಹವಾಮಾನ (ಅದರ ಸರಾಸರಿ ಹವಾಮಾನವು ಹವಾಯಿ ದ್ವೀಪದ್ದರಂತಿರುತ್ತದೆ) ಇವುಗಳಿಗಿಂತ ಹೆಚ್ಚಾಗಿ ಅವರ ಬದುಕನ್ನು ರೂಪುಗೊಳಿಸುವುದು ಇಕಿಗಾಯ್ ಎಂದು ಅವರನ್ನು ಅಧ್ಯಯನ ನಡೆಸಿದವರು ನಂಬುತ್ತಾರೆ.

ಈ ಪರಿಕಲ್ಪನೆಯನ್ನು ಕುರಿತು ಸಂಶೋಧಿಸುತ್ತಿರುವಾಗ, ಮನಃಶಾಸ್ತ್ರ ಅಥವಾ ವ್ಯಕ್ತಿಗತ ಅಭಿವೃದ್ಧಿಕ್ಷೇತ್ರಗಳಲ್ಲಿ ಈ ದರ್ಶನಗಳಿಗೆ ಮುಡಿಪಾಗಿರಿಸಿದ ಒಂದೇ ಒಂದು ಪುಸ್ತಕವೂ - ಇದನ್ನು ಪಾಶ್ಚಿಮಾತ್ಯರ ಹತ್ತಿರ ಕೊಂಡೊಯ್ಯಲು - ಲಭ್ಯವಿರದಿರುವುದು ಗೋಚರವಾಯಿತು.

ಬೇರೆಲ್ಲ ಕಡೆಗಳಿಗಿಂತ ಒಕಿನಾವಾ ದ್ವೀಪದಲ್ಲೇ ಹೆಚ್ಚು ಶತಾಯುಷಿಗಳಿರುವುದಕ್ಕೆ ಇಕಿಗಾಯ್ ಕಾರಣವೇ? ಅಲ್ಲಿನ ಜನರು ತಮ್ಮ ಅಂತಿಮ ದಿನಗಳವರೆಗೂ ಚಟುವಟಿಕೆ

ಭರಿತವಾಗಿ ಉಳಿಯಲು ಅದು – ಅಂದರೆ ಇಕಿಗಾಯ್ – ಅವರನ್ನು ಹೇಗೆ ಪ್ರೇರೇಪಿಸುತ್ತದೆ? ಅದರ ದೀರ್ಘ ಮತ್ತು ಸಂತಸ ಜೀವನದ ರಹಸ್ಯವೇನು?

ಈ ವಿಷಯ ಕುರಿತು ಮತ್ತಷ್ಟು ಪರಿಶೋಧಿಸಿದಂತೆ, ನಾವು ಕಂಡುಕೊಂಡಿದ್ದೆಂದರೆ, ಈ ದ್ವೀಪದ ಉತ್ತರದ ತುದಿಗಿರುವ ಮೂರು ಸಾವಿರ ಜನಸಂಖ್ಯೆಯುಳ್ಳ 'ಒಗಿಮಿ' ಎಂಬ ಒಂದು ಗ್ರಾಮಾಂತರ ಪಟ್ಟಣವು ಪ್ರಪಂಚದಲ್ಲೇ ಅತಿ ಹೆಚ್ಚಿನ ವಯೋನಿರೀಕ್ಷಣೆ (life expectancy : ಒಬ್ಬ ವ್ಯಕ್ತಿಯು ಬದುಕಬಹುದಾದ ಸರಾಸರಿ ಕಾಲಾವಧಿ) ಹೊಂದಿದೆಯೆಂದು ಹೆಮ್ಮೆಪಡುತ್ತದೆ – ಈ ಸಂಗತಿಯೇ ಈ ಗ್ರಾಮಾಂತರ ಪಟ್ಟಣಕ್ಕೆ 'ದೀರ್ಘಾಯು ಗ್ರಾಮ' ಎಂಬ ಅಡ್ಡ ಹೆಸರನ್ನೂ ಗಳಿಸಿಕೊಟ್ಟಿದೆ.

ಒಕಿನಾವಾ ಎಂಬ ಈ ದ್ವೀಪದಿಂದಲೇ ಜಾಪಾನಿನ ಶಿಕುವಾಸಾ (Shikuwasa) – ಅಸಾಮಾನ್ಯ ಉತ್ಕರ್ಷಕ ವಿರೋಧಿ(antioxidant) ರಸಭರಿತ ನಿಂಬೆಹಣ್ಣಿನ ಜಾತಿಯ ಹಣ್ಣು – ಹಣ್ಣು ಬರುವುದು. ಒಗಿಮಿಯ ಜನರ ದೀರ್ಘಾಯುಷ್ಯದ ರಹಸ್ಯ ಅದಿರಬಹುದೇ? ಅಥವಾ ಕಷಾಯ ತಯಾರಿಸುವ 'ಮೊರಿಂಗ ಚಹಾ'ಕ್ಕೆ (Moringa Tea) ಬಳಸುವ ಅಲ್ಲಿನ ಪರಿಶುದ್ಧ ನೀರಿರಬಹುದೆ?

ಜಪಾನಿನ ಶತಾಯುಷಿ ವ್ಯಕ್ತಿಗಳ ರಹಸ್ಯವನ್ನು ಅಲ್ಲಿಯೇ ಹೋಗಿ ಅಭ್ಯಸಿಸಲು ನಾವು ತೀರ್ಮಾನಿಸಿದೆವು. ಒಂದು ವರ್ಷ ಕಾಲದ ಆರಂಭಿಕ ಸಂಶೋಧನೆಯ ಬಳಿಕ ನಾವು ಆ ಹಳ್ಳಿಗೆ ಕಾಲಿಟ್ಟೆವು – ಅಲ್ಲಿಯ ನಿವಾಸಿಗಳು ಬಹುಪುರಾತನವಾದ ಪ್ರಾಂತೀಯ ಭಾಷೆ ಒಂದನ್ನು (ancient dialect) ಮಾತನಾಡುತ್ತಾರೆ ಮತ್ತು ಸರ್ವಚೇತನವಾದವನ್ನುಳ್ಳ ಧರ್ಮವನ್ನು (animist religion) ಅನುಸರಿಸುವರು; ಅದರ ಲಕ್ಷಣವೆಂದರೆ, 'ಬುನಗಾಯಾ' ಎಂದು ಕರೆಯುವ ಉದ್ದ ಕೂದಲಿನ ಒಂದು ಕಾಡು ಯಕ್ಷಿಣಿಯಂತಿರುತ್ತದೆ. ನಮ್ಮ ಕೆಮಿರಾಗಳು ಮತ್ತು ಧ್ವನಿ ಮುದ್ರಿಕಾ ಸಾಮಾಗ್ರಿಗಳ ಸಹಿತ ನಾವಲ್ಲಿ ತಲುಪಿದ ಸ್ವಲ್ಪ ಸಮಯಕ್ಕೆ ನಾವು ಪರಿಭಾವಿಸಿದ್ದೆಂದರೆ, ಹಸಿರು ತುಂಬಿದ ಗಿರಿಗಳ ನಡುವೆ, ಸ್ಫಟಿಕ ಮಣಿಯಂಥ ನೀರನಿಂದಾವೃತವಾದ ಆ ಪ್ರದೇಶದಲ್ಲಿ ಅಲ್ಲಿನ ನಿವಾಸಿಗಳ ನಂಬಲಸಾಧ್ಯವಾದ ಸ್ನೇಹಮಯೀ ಗುಣ, ಸದಾ ನಗುತ್ತಾ ಹಾಸ್ಯ ಚಟಾಕಿ ಹಾರಿಸುತ್ತಾ ಇರುವ ಲವಲವಿಕೆ ಸ್ವಭಾವ.

ನಾವು ಆ ಪಟ್ಟಣದ ಅತಿ ಹಿರಿಯ ನಿವಾಸಿಗಳ ಜತೆ ಸಂದರ್ಶನ ನಡೆಸುತ್ತಿರುವಂತೆಯೇ, ಅಲ್ಲಿನ ನೈಸರ್ಗಿಕ ಸಂಪತ್ತನ್ನು ಮೀರಿದ ಮತ್ತಾವುದೋ ಬಲಯುತವಾದ ಇನ್ನೊಂದು ಇಲ್ಲಿ ಕೆಲಸ ಮಾಡುತ್ತಿದೆ ಎಂದು ನಮಗೆ ಸ್ಪಷ್ಟವಾಗತೊಡಗಿತು: ಅಸಾಮಾನ್ಯ ಉಲ್ಲಾಸವೊಂದು ಅದರ ನಿವಾಸಿಗಳಿಂದ ಉಕ್ಕೇರುತ್ತಿದೆ ಮತ್ತದು ಅವರ ದೀರ್ಘ ಹಾಗೂ ಸಂತಸಕರ ಜೀವನಯಾತ್ರೆಯ ಉದ್ದಕ್ಕೂ ಅವರಿಗೆ ದಾರಿದೀಪವಾಗಿದೆ ಎನಿಸಿತು.

ಮತ್ತದೇ, ಆ ನಿಗೂಢ ಇಕಿಗಾಯ್.

ಆದರೆ ನಿಖರವಾಗಿ ಅದೇನದು? ಅದನ್ನು ಪಡೆಯುವುದು ಹೇಗೆ?

ಹತ್ತಿರ ಹತ್ತಿರ ಶಾಶ್ವತ ಜೀವನದ ಆಶ್ರಯತಾಣ ನಿರ್ದಿಷ್ಟವಾಗಿ ಇರುವುದು ಎಲ್ಲಿ ಎರಡನೆಯ ವಿಶ್ವಸಮರದಲ್ಲಿ ಎರಡು ಲಕ್ಷ ಜನ ಅಮಾಯಕರ ಜೀವಹಾನಿಯಾಯಿತೋ ಅದೇ ಒಕಿನಾವಾದಲ್ಲಿ ಎಂಬುದು ನಮಗೆ ಪರಮಾಶ್ಚರ್ಯ ತಂದಿತು. ಹೊರ ಪ್ರಪಂಚದ

ಕುರಿತು ಬದ್ಧ ವೈರವನ್ನಿರಿಸಿಕೊಳ್ಳುವ ಬದಲಾಗಿ, ಒಕಿನಾವಿಗಳು "ಇಚರಿಬ ಚೊಡೆ" ಎಂಬ ತತ್ವಕ್ಕೆ ಬದ್ಧರಾಗಿ ಬದುಕುತ್ತಿರುವರು, ಅದೊಂದು ಸ್ಥಳೀಯವಾಗಿ ಬಳಕೆಯಲ್ಲಿರುವ ಶಬ್ದಗುಚ್ಛ; ಹಾಗೆಂದರೆ, "ಅವನನ್ನು ನೀನು ಮೊದಲು ಒಮ್ಮೆಯೂ ಸಂಧಿಸಿಲ್ಲದಿದ್ದರೂ ಕೂಡ, ಪ್ರತಿಯೊಬ್ಬನನ್ನು ನಿನ್ನ ಸೋದರನಂತೆ ಸತ್ಕರಿಸು" ಎಂದು.

ಇದರ ಫಲಿತವಾಗಿ ನಮಗೆ ತಿಳಿದುದ್ದು 'ಒಗಿಮಿ'ಯ ನಿವಾಸಿಗಳ ಸಂತಸದ ಹಲವು ರಹಸ್ಯಗಳಲ್ಲಿ ಒಂದೆಂದರೆ ಎಲ್ಲರನ್ನೂ ಸಮುದಾಯದೊಂದು ಭಾಗ ಎಂದು ಭಾವಿಸುವುದೇ ಎಂದಾಯ್ತು. ಬಹು ಹಿಂದಿನಿಂದಲೂ ಅವರು 'ಯುಯಿಮಾರು' (Yuimaaru) ಅಂದರೆ ತಂಡದ ಕಾರ್ಯ (team work) ಎಂಬುದನ್ನು, ಅಂದರೆ ಒಬ್ಬರಿಗೊಬ್ಬರು ಪರಸ್ಪರ ಸಹಾಯ ಮಾಡುವುದು – ಇದನ್ನು ಅವರು ಅನುಸರಿಸುತ್ತಾರೆ.

ಸ್ನೇಹವನ್ನು – ಗೆಳೆತನವನ್ನು ಪೋಷಿಸುವುದು, ಹಿತಮಿತವಾದ ಆಹಾರ, ಅಗತ್ಯ ವಿಶ್ರಾಂತಿ ಪಡೆಯುವುದು, ಮಿತವಾದ ಸಾಧಾರಣ ದೈಹಿಕ ವ್ಯಾಯಾಮ ಮಾಡುವುದು, ಇವೆಲ್ಲ ಅವರ ಒಳ್ಳೆಯ ಆರೋಗ್ಯದ ಸಮೀಕರಣದ ಭಾಗಗಳು, ಆದರೆ ಈ ಜ್ವಾ-ಡೆ-ವಿವ್ರ್ (Joie de vivre: exuberant enjoyment of life ಅಂದರೆ ಜೀವನದ ಉಕ್ಕಿ ಹರಿವ ಸುಖಾನುಭವ ಪಡೆಯುವುದು) ಎಂಬುದರ ಮೂಲದಲ್ಲಿ ಈ ಶತಾಯುಷಿಗಳನ್ನು ಅವರ ಹುಟ್ಟುಹಬ್ಬಗಳನ್ನು ಆಚರಿಸಿಕೊಳ್ಳುತ್ತಿರಲು ಮತ್ತು ಪ್ರತಿ ಹೊಸದಿನವನ್ನೂ ಆಸ್ವಾದಿಸಲು ಪ್ರೇರೇಪಿಸುವ ಸಂಗತಿ ಎಂದರೆ ಅವರ ಆ ಇಕಿಗಾಯ್.

ಜಾಪಾನಿನ ಶತಾಯುಷಿಗಳ ಈ ರಹಸ್ಯಗಳನ್ನು ನಿಮ್ಮಲ್ಲಿಗೆ ತರುವುದು ಮತ್ತು ಅದಕ್ಕಗತ್ಯವಿರುವ ನಿಮ್ಮದೇ ಆದ ಇಕಿಗಾಯ್‌ನ್ನು ಕಂಡುಕೊಳ್ಳಲು ಸೂಕ್ತವಾದ ಸಾಧನಗಳನ್ನು ನಿಮಗೆ ನೀಡುವುದೇ ಈ ಪುಸ್ತಕದ ಉದ್ದೇಶ.

ಏಕೆಂದರೆ ಯಾರು ತಮ್ಮ ಇಕಿಗಾಯ್‌ನ್ನು ತಾವೇ ಪತ್ತೆ ಮಾಡಿಕೊಳ್ಳುತ್ತಾರೋ ಅವರು ಜೀವನದಲ್ಲಿನ ಒಂದು ಸುದೀರ್ಘ ಸಂತಸಭರಿತ ಯಾನಕ್ಕೆ ಬೇಕಾದ್ದನ್ನೆಲ್ಲ ಹೊಂದಿರುವರು.

ಪ್ರಯಾಣ ಸುಖಕರವಾಗಿರಲಿ!

ಹೆಕ್ಟರ್ ಗಾರ್ಸಿಯಾ ಮತ್ತು
ಫ್ರಾನ್ಸಿಸ್ಕ್ ಮಿರಾಯೆಸ್.

* * *

೧

ಇಕಿಗಾಯ್

ವಯಸ್ಸಾಗುತ್ತಿದ್ದರೂ ಯುವಕರಾಗಿ ಉಳಿಯುವ ಕಲೆ

ನಿನ್ನ ಅಸ್ತಿತ್ವಕ್ಕೆ ಕಾರಣವೇನು?

ಜಾಪಾನಿಯರ ಪ್ರಕಾರ, ಪ್ರತಿಯೊಬ್ಬನಲ್ಲೂ ಇಕಿಗಾಯ್ ಇರುತ್ತದೆ- ಇದನ್ನೇ ಫ್ರೆಂಚ್ ತತ್ವಜ್ಞಾನಿಯೊಬ್ಬ ಒಂದರ ಅಸ್ತಿತ್ವಕ್ಕೆ ಮೂಲ ಉದ್ದೇಶ (ರೇಸಾನ್ ಡೇಟರ್ - raison d etre) ಎಂದು ಕರೆಯಬಹುದು. ಕೆಲವು ಮಂದಿ ಅವರ ಇಕಿಗಾಯ್‌ನ್ನು ಕಂಡುಕೊಂಡಿದ್ದರೆ, ಇನ್ನು ಕೆಲವರು ಹುಡುಕುತ್ತಿದ್ದಾರೆ, ಅದನ್ನವರು ತಮ್ಮೊಳಗೇ ಕೊಂಡೊಯ್ಯುತ್ತಿದ್ದರೂ ಸಹ.

ನಮ್ಮ ನಮ್ಮ ಇಕಿಗಾಯ್ ನಾವು ಪ್ರತಿಯೊಬ್ಬರಲ್ಲೂ ತುಂಬಾ ಆಳದಲ್ಲಿ ಹುದುಗಿದೆ ಮತ್ತು ಅದನ್ನು ಪತ್ತೆ ಮಾಡಲು ತಾಳ್ಮೆಯ ಹುಡುಕಾಟಬೇಕಾಗುತ್ತದೆ, ವಿಶ್ವದಲ್ಲೇ ಅತಿ ಹೆಚ್ಚು ಶತಾಯುಷಿಗಳನ್ನು ಹೊಂದಿರುವ ಒಕಿನಾವಾ ದ್ವೀಪದಲ್ಲಿ ಜನ್ಮಿಸಿದವರನುಸಾರ, ನಾವು ಬೆಳಗ್ಗೆ ಎದ್ದೇಳುವುದಕ್ಕೆ ನಮ್ಮ ಇಕಿಗಾಯ್ ಕಾರಣ.

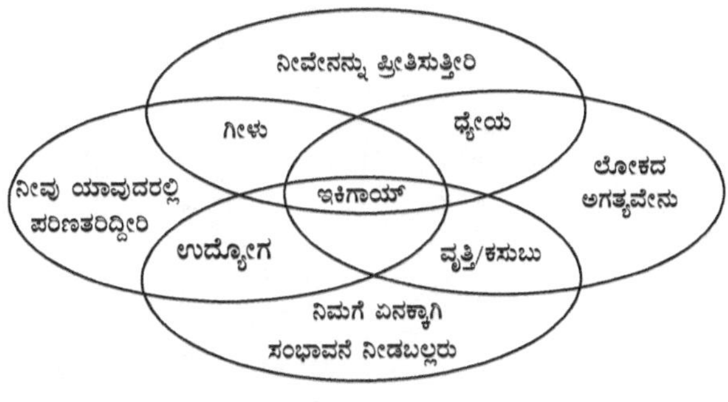

ಮಾರ್ಕ್‌ವಿನ್ಸ್‌ರವರ ಒಂದು ರೇಖಾಚಿತ್ರದ ಆಧಾರದ ಮೇಲೆ

ನೀನೇನಾದರೂ ಮಾಡು, ಆದರೆ ನಿವೃತ್ತಿ ಹೊಂದದಿರು!

ಸ್ಪಷ್ಟವಾಗಿ ಅರ್ಥೈಸಿಕೊಂಡ ಇಕಿಗಾಯ್‌ನ್ನು ನಾವು ಹೊಂದಿದ್ದೇ ಆದರೆ, ಅದು ನಮ್ಮ ಬದುಕಿನಲ್ಲಿ ತೃಪ್ತಿ, ಸಂತೋಷ ಮತ್ತು ಬದುಕಿಗೆ ಅರ್ಥ ತರುತ್ತದೆ, ನೀವು ನಿಮ್ಮ ಬದುಕಿನಲ್ಲೂ ಇಕಿಗಾಯ್‌ನ್ನು ಕಂಡುಕೊಳ್ಳಲಿ ಎಂಬುದೇ ಈ ಪುಸ್ತಕದ ಉದ್ದೇಶ, ಜತೆಗೆ ಶಾಶ್ವತವಾದ ದೈಹಿಕ ಮತ್ತು ಮಾನಸಿಕ ಆರೋಗ್ಯ ಹಾಗೂ ಚೈತನ್ಯದ ಕುರಿತಂತೆ ಜಾಪಾನೀ ತತ್ವಶಾಸ್ತ್ರದಲ್ಲಿನ ಒಳನೋಟಗಳನ್ನು ಹಂಚಿಕೊಳ್ಳುವುದೂ ಆಗಿದೆ.

ಜಾಪಾನಿನಲ್ಲಿರುವಷ್ಟು ಕಾಲ, ನೀವು ಗಮನಿಸುವ ಒಂದು ಅಚ್ಚರಿಯ ಸಂಗತಿಯೆಂದರೆ, ಅಲ್ಲಿನ ಜನ ನಿವೃತ್ತರಾದ ನಂತರವೂ ಹೇಗೆ ಕ್ರಿಯಾಶೀಲರಾಗಿರುತ್ತಾರೆಂಬುದು. ವಸ್ತುಸ್ಥಿತಿ ಎಂದರೆ ಹಲವಾರು ಜಾಪಾನೀಯರು ವಾಸ್ತವವಾಗಿ ನಿವೃತ್ತರಾಗುವುದೇ ಇಲ್ಲ – ಅವರ ಆರೋಗ್ಯ, ದೇಹಸ್ಥಿತಿ ಅವರಿಗೆ ಅವಕಾಶ ನೀಡುವವರೆಗೂ ತಾವು ಇಷ್ಟಪಡುವ ಕೆಲಸವಾವುದನ್ನಾದರೂ ಅವರು ಮಾಡುತ್ತಲೇ ಇರುತ್ತಾರೆ.

ವಾಸ್ತವವಾಗಿ, ಆಂಗ್ಲ ಭಾಷೆಯಲ್ಲಿ ನಿವೃತ್ತನಾಗು (retire) ಎಂಬುದಕ್ಕೆ ಸಂವಾದಿಯಾಗಿರುವ 'ಕೆಲಸದ ತಂಡ(workforce)ವನ್ನು ಶಾಶ್ವತವಾಗಿ ಬಿಡುವುದು' ಎಂಬ ಅರ್ಥದಲ್ಲಿರುವಂತೆ, ಜಾಪಾನೀ ಭಾಷೆಯಲ್ಲಿ ಅಂತಹ ಶಬ್ದವೇ ಇಲ್ಲ, ಈ ದೇಶವನ್ನು ಚೆನ್ನಾಗಿ ಬಲ್ಲ, ನ್ಯಾಷನಲ್ ಜಿಯೋಗ್ರಾಫಿಕ್‌ನ ವರದಿಗಾರರಾದ ಡ್ಯಾನ್ ಬ್ಯುಟ್‌ನರ್‌ರ ಅನುಸಾರ, ಜಾಪಾನೀ ಸಂಸ್ಕೃತಿಯಲ್ಲಿ ಜೀವನಕ್ಕೆ ಒಂದು ಗುರಿ/ಗಮ್ಯ/ಉದ್ದೇಶ ಹೊಂದಿರುವುದು ಎಷ್ಟು ಮುಖ್ಯ ಎಂದರೆ 'ನಿವೃತ್ತಿ' ಎಂಬ ನಮ್ಮ ಪರಿಕಲ್ಪನೆ ಅಲ್ಲಿ ಹೆಸರಿಗೂ ಸಹ ಅಸ್ತಿತ್ವದಲ್ಲಿಲ್ಲ.

ಬಹುಮಟ್ಟಿಗೆ ಶಾಶ್ವತ ಯುವಕರ ದ್ವೀಪ

ದೀರ್ಘಾಯುಷ್ಯ ಕುರಿತಂತೆ ಕೆಲವು ನಿರ್ದಿಷ್ಟ ಅಧ್ಯಯನಗಳು ಸೂಚಿಸುವಂತೆ, ಬಲಯುತವಾದ ಸಮುದಾಯ ಪ್ರಜ್ಞೆ ಮತ್ತು ಸ್ಪಷ್ಟವಾಗಿ ನಿರೂಪಿಸಲಾದ ಇಕಿಗಾಯ್, ಇವೆರಡೂ ಪ್ರಸಿದ್ಧಿ ಪಡೆದಿರುವ ಆರೋಗ್ಯ ಪೂರ್ಣ ಜಾಪಾನೀ ಆಹಾರ ಪದ್ಧತಿಯಷ್ಟೇ ಪ್ರಾಮುಖ್ಯವಾದವು – ಬಹುಶಃ ಅದಕ್ಕಿಂತಲೂ ಒಂದು ಪಟ್ಟು ಹೆಚ್ಚೇ ಎನಿಸುವಷ್ಟು, ಒಕಿನಾವಾದ ಶತಾಯುಷಿಗಳು ಮತ್ತು ನೀಲಿವಲಯದವರೆನ್ನಲಾದವರ (Blue Zones) ಕುರಿತ ಇತ್ತೀಚಿನ ವೈದ್ಯಕೀಯ ಅಧ್ಯಯನಗಳು – ನೀಲಿವಲಯದ ಭೌಗೋಳಿಕ ಪ್ರದೇಶಗಳೆಂದರೆ ಎಲ್ಲಿ ಮನುಷ್ಯರು ದೀರ್ಘಕಾಲ ಬದುಕುವರೋ ಅದು – ಈ ಅಸಾಮಾನ್ಯ ಜೀವಿಗಳ ಕುರಿತು ಹಲವು ಆಸಕ್ತಿಕರ ಮಾಹಿತಿಗಳನ್ನು ಒದಗಿಸಿವೆ.

* ಪ್ರಪಂಚದ ಇತರೆ ಜನರಿಗಿಂತ ಇವರು ಹೆಚ್ಚು ದೀರ್ಘಕಾಲ ಬದುಕುವುದಷ್ಟೇ ಅಲ್ಲ, ಬಹಳ ಕಾಲದಿಂದ ಬೇರೂರಿರುವ ಕಾಯಿಲೆಗಳಾದಂತಹ ಅರ್ಬುದ ರೋಗ (Cancer) ಮತ್ತು ಹೃದಯರೋಗ ಇಂತಹವುಗಳಿಂದ ಅವರು ನರಳುವುದು ಅತಿ ಕಡಿಮೆ, ಉರಿಯೂತದ ಸಮಸ್ಯೆಗಳೂ ಅವರಲ್ಲಿ ಬಹಳ ಅಪರೂಪ.

* ಈ ಶತಾಯುಷಿಗಳಲ್ಲಿ ಹಲವು ಮಂದಿ, ಅಸೂಯೆಪಡುವ ಮಟ್ಟಿನ ಚೈತನ್ಯ ಮತ್ತು ಆರೋಗ್ಯವನ್ನು ಅನುಭವಿಸುತ್ತಾರೆ, ಎಷ್ಟೆಂದರೆ ಬೇರೆಡೆಗಳಲ್ಲಿ ಹೀಗೆ ವಯಸ್ಸಾದವರಲ್ಲಿ ಆ ರೀತಿಯದನ್ನು ಊಹಿಸಲೂ ಆಗದಷ್ಟು,

* ಅವರು ಹೆಚ್ಚು ಚಹಾ ಸೇವಿಸುವುದರ ಮತ್ತು ಶೇಕಡಾ ೮೦ ಭಾಗ ಮಾತ್ರ ತಮ್ಮ ಉದರ ತುಂಬುವಂತೆ ತಿನ್ನುವುದರ ಪರಿಣಾಮವಾಗಿ, ಅವರ ರಕ್ತಪರೀಕ್ಷೆ ನಡೆಸಿದಾಗ ಅವರಲ್ಲಿ ಅತಿ ಕಡಿಮೆ ಸಂಖ್ಯೆಯ ಮುಕ್ತ ಮೂಲಧಾತುಗಳು (Free Radicals) ಇರುವುದು ಪತ್ತೆಯಾಯಿತು. (ಜೀವಕೋಶಗಳು ವಯಸ್ಸಾಗುವುದಕ್ಕೆ ಈ ಮುಕ್ತ ಧಾತುಗಳೇ ಹೊಣೆ).

* ಮುಟ್ಟು ನಿಲ್ಲುವ ಸಮಯದಲ್ಲಿ ಹೆಂಗಸರು ಅದರ ಬಹು ಮಿತವಾದ, ಸಾಧಾರಣ (ಹಾಳತ) ಗುಣಲಕ್ಷಣಗಳನ್ನು ಮಾತ್ರ ಅನುಭವಿಸುತ್ತಾರೆ, ಜತೆಗೆ ಹೆಣ್ಣು ಗಂಡು ಇಬ್ಬರೂ ಉನ್ನತ ಮಟ್ಟದ ಲೈಂಗಿಕ ಚೋದಕ ಸ್ರಾವಗಳನ್ನು ಆದಷ್ಟು ದೀರ್ಘಕಾಲದವರೆಗೂ ನಿರ್ವಹಿಸಬಲ್ಲವರಾಗಿರುತ್ತಾರೆ.

* ಇವರಲ್ಲಿ ಮರೆಗುಳಿ ರೋಗದ (dementia) ಪ್ರಮಾಣವು ವಿಶ್ವದ ಸರಾಸರಿಗಿಂತ ಬಹಳ ಕೆಳಮಟ್ಟದಲ್ಲಿರುತ್ತದೆ.

ಇಕಿಗಾಯ್ ಹಿಂದಿರುವ ಲಿಪಿಗಳು (ಕುರುಹುಗಳು) 生き甲斐

ಜಾಪಾನೀ ಭಾಷೆಯಲ್ಲಿ ಇಕಿಗಾಯ್‌ನ್ನು 生き ಎಂದರೆ 'ಜೀವನವನ್ನು, 甲斐 ಎಂದರೆ "ಯೋಗ್ಯವಾಗುವುದು" ಎಂಬ ಎರಡರ ಸಂಯೋಗವಾಗಿ ಎಂದು 生き甲斐 ಬರೆಯಲಾಗುತ್ತದೆ. 甲斐 ಎಂಬುದನ್ನು ಬಿಡಿಲಿಪಿಗಳಾಗಿ 甲 ಅಂದರೆ 'ಕವಚ', 'ಒಂದನೆಯದು' ಮತ್ತು 'ಮೊದಲನೆಯದಾಗಿ' (ಸೆಣಸಾಟಕ್ಕೆ ಮುಂದಾಗು, ನಾಯಕನಾಗಿ ಮೊದಲ ಹೆಜ್ಜೆ ಇಡು), ಮತ್ತು, 斐 ಎಂದರೆ 'ಸುಂದರ' ಅಥವಾ 'ಲಾವಣ್ಯಭರಿತ' ಎಂದು ಓದಬಹುದು.

ಈ ರೀತಿಯ ಸಂಶೋಧನೆಯ ಫಲಶೃತಿಗಳನ್ನು ಈ ಪುಸ್ತಕದುದ್ದಕ್ಕೂ ನಾವು ಪರಿಶೀಲಿಸುವೆವಾದರೂ, ಸಂಶೋಧನೆಯು ಸ್ಪಷ್ಟವಾಗಿ ಸೂಚಿಸುವುದೇನೆಂದರೆ ಇಕಿಗಾಯ್‌ನ ಮೇಲೆ ಓಕಿಗಾವನ್ನರ ಕೇಂದ್ರೀಕರಣವು ಒಂದು ಉದ್ದೇಶದ ಸಂವೇದನೆಯನ್ನು ಪ್ರತಿನಿತ್ಯವೂ ನೀಡುತ್ತದೆ ಮತ್ತು ಅವರ ಆರೋಗ್ಯ ಹಾಗೂ ದೀರ್ಘಾಯುಷ್ಯತನದಲ್ಲೂ ಪ್ರಮುಖ ಪಾತ್ರವಹಿಸುತ್ತದೆ.

ಐದು ನೀಲಿ ವಲಯಗಳು:

ಪ್ರಪಂಚದ ನೀಲಿವಲಯಗಳ ನಡುವೆ ಓಕಿನಾವಾವು ಪ್ರಥಮ ಸ್ಥಾನ ಹೊಂದಿದೆ. ಅದರಲ್ಲೂ ನಿರ್ದಿಷ್ಟವಾಗಿ ಓಕಿನಾವಾದ ಹೆಂಗಸರು ಪ್ರಪಂಚದ ಇತರೆಡೆಗಳಿಗಿಂತ ದೀರ್ಘಕಾಲ ಬಾಳುತ್ತಾರೆ ಮತ್ತು ಅತಿ ಕಡಿಮೆ ರೋಗಗಳನ್ನು ಹೊಂದಿರುತ್ತಾರೆ. 'ನೀಲಿ ವಲಯಗಳು' (The Blue Zones) ಎಂಬ ತಮ್ಮ ಪುಸ್ತಕದಲ್ಲಿ ಡ್ಯಾನ್‌ಬ್ಯುಟ್ಟನರ್ (b. 1960: St. Paul, Minnesota, USA) ರವರು ಗುರುತಿಸಿ ವಿಶ್ಲೇಷಿಸಿರುವ ಐದು ವಲಯಗಳೆಂದರೆ:

೧. ಓಕಿನಾವಾ, ಜಪಾನ್ (ವಿಶೇಷವಾಗಿ ಆ ದ್ವೀಪದ ಉತ್ತರ ಭಾಗ). ಅಲ್ಲಿನ ಸ್ಥಳೀಯ ನಿವಾಸಿಗಳು ಹೆಚ್ಚು ತರಕಾರಿಗಳು ಒಳಗೊಂಡಿರುವ ಆಹಾರವನ್ನು ಮತ್ತು ಒಂದು

ನಮೂನೆಯ ಚಿಕ್ಕ ಚಿಕ್ಕ ತಟ್ಟೆಗಳಲ್ಲಿ ಬಡಿಸಲಾಗುವ 'ಟೋಪು'ಇವುಗಳಿಂದ ಸಮೃದ್ಧವಾದ ಊಟ ತಿನ್ನುವರು. ಅವರ ಇಕಿಗಾಯ್ ಎಂಬ ತತ್ವದ ಜೊತೆಗೆ, 'ಮೊಆಯಿ' *(moai)* ಅಂದರೆ ತುಂಬಾ ಸಮೀಪವರ್ತಿ ಸಂಗಾತಿಗಳ ಗುಂಪು (ಪು.೧೫ ನೋಡಿ) ಕೂಡ ಅವರ ದೀರ್ಘಾಯುಷ್ಯದ ಜೀವನದಲ್ಲಿ ಪ್ರಮುಖ ಪಾತ್ರ ವಹಿಸುತ್ತದೆ.

೨. ಇಟಲಿಯ ಸಾರ್ಡಿನಿಯಾ (ಅದರಲ್ಲೂ ನಿರ್ದಿಷ್ಟವಾಗಿ ನೂಆರೊ ಮತ್ತು ಒಗ್ಲಿಯಾಸ್ತ್ರ ಎಂಬ ಪ್ರಾಂತಗಳು) ದ್ವೀಪದಲ್ಲಿರುವ ಸ್ಥಳೀಯ ವಾಸಿಗರು ಸಾಕಷ್ಟು ತರಕಾರಿ ಮೆಲ್ಲುತ್ತಾರೆ, ಜತೆಗೆ ದಿನಕ್ಕೆ ಒಂದು ಅಥವಾ ಎರಡು ಬಟ್ಟಲು ದ್ರಾಕ್ಷಾರಸವನ್ನು *(wine)* ಹೀರುತ್ತಾರೆ. ಓಕಿನಾವಾದ ಜನರಂತೆ ಇವರೂ ಸಹ ಒಂದು ಸಮುದಾಯವಾಗಿ ನಿಕಟ ಸಂಪರ್ಕವಿರಿಸಿಕೊಂಡು ಬಾಳುವ ಸ್ವಭಾವ ಇರುವವರಾದ್ದರಿಂದ ಇವರ ದೀರ್ಘಾಯುಷ್ಯಕ್ಕೆ ಇದೂ ಕೂಡ ಇನ್ನೊಂದು ನೇರವಾಗಿ ಸಂಬಂಧಿಸಿದ ಅಂಶವಾಗಿದೆ.

೩. ಲೋಮಾ ಲಿಂಡಾ, ಕ್ಯಾಲಿಫೋರ್ನಿಯಾ, ಸೆವೆನ್ತ್ ಡೆ ಅಡ್ವೆಂಟಿಸ್ಟ್ (ಪ್ರಾಟೆಸ್ಟಂಟ್ ಕ್ರಿಶ್ಚಿಯನ್ನರು ಮೇಲುಗೈ ಸಾಧಿಸಿರುವ ಒಂದು ಕ್ರಿಸ್ತ ಪಂಗಡ, ಇದನ್ನು ೨೧ನೇ ಮೇ, ೧೮೬೩ ರಂದು ಅಮೆರಿಕಾದ ಮಿಶಿಗನ್‌ನ ಬ್ಯಾಟ್ಲ್‌ಕ್ರೀಕ್ ಎಂಬಲ್ಲಿ ಸ್ಥಾಪಿಸಲಾಯಿತು. ಸಿಲ್ವರ್ ಸ್ಪ್ರಿಂಗ್, ಮೇರಿ ಲ್ಯಾಂಡ್‌ನಲ್ಲಿ ಇದರ ಕೇಂದ್ರ ಕಛೇರಿ ಇದೆ, ಎಲ್ಲೆನ್ ಜಿ. ವೈಟ್, ಜೇಮ್ಸ್ ಸ್ಪ್ರಿಂಗರ್ ವೈಟ್, ಜೋಸೆಫ್ ಬೇಟ್ಸ್ ಮತ್ತು ಜೆ.ಎನ್. ಆ್ಯಂಡ್ರ್ಯೂಸ್ ಇದರ ಮುಖ್ಯಸ್ಥಾಪಕರು. ಕ್ರಿಸ್ತನ ಸಹಸ್ರ ವರ್ಷದ ಐಹಿಕ ರಾಜ್ಯಭಾರದಲ್ಲಿ ನಂಬಿಕೆಯುಳ್ಳ, ಶನಿವಾರವನ್ನು ಸಬ್ಬತ್ತು – *(Sabbath)* – ಸ್ಯಾಬತ್ ಅಂದರೆ ವಿಶ್ರಾಂತಿ ದಿನವಾಗಿ ಆಚರಿಸುವ ಒಂದು ಕ್ರಿಸ್ತಪಂಗಡ)ದವರ ಒಂದು ಗುಂಪನ್ನು ಸಂಶೋಧಕರು ಅಮೆರಿಕಾ ಸಂಯುಕ್ತ ಸಂಸ್ಥಾನಗಳಲ್ಲಿ *(US of A)* ದೀರ್ಘಕಾಲ ಬದುಕುವವರಲ್ಲಿ ಒಂದು ಗುಂಪೆಂದು ಅಧ್ಯಯನ ನಡೆಸಿದರು.

೪. ನಿಕೊಯಾ ಪರ್ಯಾಯ ದ್ವೀಪ, ಕೋಸ್ಟಾರಿಕಾ (ಮಧ್ಯ ಅಮೆರಿಕಾ ಖಂಡ, ರಾಜಧಾನಿ ಸ್ಯಾನ್ ಹೊಸೆ) ಇಲ್ಲಿನ ಸ್ಥಳೀಯರು ತೊಂಬತ್ತು ವರ್ಷಗಳ ನಂತರವೂ ಎದ್ದು ಕಾಣುವ ರೀತಿ ಕಾರ್ಯಶೀಲರಾಗಿರುತ್ತಾರೆ; ತಮ್ಮ ಹೊಲಗದ್ದೆಗಳಲ್ಲಿ ಕೆಲಸದಲ್ಲಿ ತೊಡಗಲು ಈ ವಲಯದ ವಯಸ್ಸಾದ ಹಲವು ನಿವಾಸಿಗಳು ಬೆಳಗ್ಗೆ ಐದೂವರೆ ಗಂಟೆಗೆ ಎಚ್ಚರಗೊಳ್ಳಲು ಕೂಡ ಅವರಿಗೆ ಯಾವ ಸಮಸ್ಯೆಯೂ ಇಲ್ಲ.

೫. ಇಕರಿಯಾ, ಗ್ರೀಸ್. ಟರ್ಕಿಯ ಕರಾವಳಿ ತೀರದ ಹತ್ತಿರವಿರುವ ಈ ದ್ವೀಪದಲ್ಲಿನ ಪ್ರತಿ ಮೂವರಲ್ಲಿ ಒಬ್ಬ ನಿವಾಸಿಯು ತೊಂಬತ್ತಕ್ಕಿಂತ ಹೆಚ್ಚು ವಯೋಮಾನದವರು (ಅಮೆರಿಕಾ ಸಂಯುಕ್ತ ಸಂಸ್ಥಾನದ ಒಟ್ಟು ಜನಸಂಖ್ಯೆಗೆ ಹೋಲಿಸಿದರೆ, ಅದರ ಶೇಕಡಾ ಒಂದಕ್ಕಿಂತಲೂ ಕಡಿಮೆಯಾಗುತ್ತದೆ). ಈ ಸಂಗತಿಯು ಆ ದ್ವೀಪಕ್ಕೆ 'ಸುದೀರ್ಘ ಜೀವನ ದ್ವೀಪ' *(Island of Long Life)* ಎಂಬ ಅಡ್ಡ ಹೆಸರನ್ನು ಸಹ ಗಳಿಸಿಕೊಟ್ಟಿದೆ. ಈ ಸ್ಥಳೀಯ ರಹಸ್ಯವು ಕ್ರಿಪೂ. ೫೦೦ರ ಹಿಂದಿನಿಂದ ಬಂದ ಜೀವನ ಶೈಲಿ ಎಂದು ಕಾಣಬರುತ್ತದೆ.

ಓಕಿನಾವಾ ದ್ವೀಪಕ್ಕೆ ಮತ್ತದು ದೀರ್ಘಾಯುಷ್ಯದ ಗ್ರಾಮ ಎಂದು ಕರೆಸಿಕೊಳ್ಳುವುದಕ್ಕೆ ವಿಶೇಷ ಗಮನವಿತ್ತು, ಈ ಮುಂದಿನ ಅಧ್ಯಾಯಗಳಲ್ಲಿ ವಿವಿಧ ನೀಲಿವಲಯಗಳಲ್ಲಿ ಕಂಡ

ದೀರ್ಘಾಯುಷ್ಯ ಸಂಬಂಧಿತ ಕೀಲಿಕೈಗಳಂತೆ ಕಾಣುವ ವಿವಿಧ ಅಂಶಗಳ ಕುರಿತು ನಾವು ಪರಿಶೀಲಿಸೋಣ. ಆದಾಗ್ಯೂ, ನಾವು ಮೊದಲಿಗೆ ಗಮನಿಸಲೇಬೇಕಾದ ಮುಖ್ಯಾಂಶವೆಂದರೆ, ಈ ಐದು ವಲಯಗಳಲ್ಲಿ ಮೂರು ವಲಯಗಳು ದ್ವೀಪಗಳಾಗಿರುವುದು ವಿಶೇಷ, ಏಕೆಂದರೆ ಅಲ್ಲಿ ಸಂಪನ್ಮೂಲವು ಬಹಳ ದುರ್ಲಭವಿರುತ್ತದೆ ಮತ್ತು ಸಮುದಾಯಗಳು ಒಂದಕ್ಕೊಂದು ಪರಸ್ಪರ ಸಹಾಯ ಮಾಡಬೇಕಾಗುತ್ತದೆ. ಅನೇಕರಿಗೆ, ಇತರರಿಗೆ ಸಹಾಯ ಮಾಡುವುದೆಂದರೆ ಬಹುಶಃ ಅದೇ ಒಂದು ಇಕಿಗಾಯ್ ಎಂಬುದೇ ಅವರನ್ನು ಜೀವಂತವಿರಿಸಲು ಸಾಕೆನ್ನಿಸುವಷ್ಟು ಬಲವಾಗಿದೆ, ಶಕ್ತಿಶಾಲಿಯಾಗಿದೆ.

ಐದೂ ನೀಲಿ ವಲಯಗಳನ್ನು ಅಧ್ಯಯನ ಮಾಡಿದ ವಿಜ್ಞಾನಿಗಳನುಸಾರ ಅಲ್ಲಿನವರ ದೀರ್ಘಾಯುಷ್ಯದ ಕೀಲಿಕೈ ಎಂದರೆ ಆಹಾರ ಪದ್ಧತಿ, ವ್ಯಾಯಾಮ, ಜೀವನಕ್ಕೊಂದು ಉದ್ದೇಶ ಪತ್ತೆಮಾಡಿಕೊಳ್ಳುವುದು (ಅಂದರೆ ಒಂದು ಇಕಿಗಾಯ್) ಮತ್ತು ಬಲಯುತವಾದ ಸಾಮಾಜಿಕ ಬಂಧಗಳನ್ನು ಕಟ್ಟಿಕೊಳ್ಳುವುದು ಅಂದರೆ ವಿಸ್ತಾರವಾದ ಸ್ನೇಹಬಳಗ ಮತ್ತು ಒಳ್ಳೆಯ ಕುಟುಂಬ ಸಂಬಂಧಗಳನ್ನಿರಿಸಿಕೊಳ್ಳುವುದು.

ಒತ್ತಡವನ್ನು ಕಡಿಮೆಗೊಳಿಸಿಕೊಳ್ಳಲು ಈ ಸಮುದಾಯಗಳ ಸದಸ್ಯರು ತಮ್ಮ ಸಮಯ ನಿರ್ವಹಣೆಯನ್ನು ಚೆನ್ನಾಗಿ ಮಾಡುತ್ತಾರೆ, ಆದಷ್ಟೂ ಕಡಿಮೆ ಮಾಂಸಾಹಾರ ಅಥವಾ ಸಂಸ್ಕರಿತ ಆಹಾರ ಸೇವಿಸುತ್ತಾರೆ ಮತ್ತು ಮದ್ಯಪಾನವನ್ನು ಹಿತ-ಮಿತವಾಗಿ (in moderation) ಮಾಡುತ್ತಾರೆ.

ಅವರು ಅತಿಯಾದ ದೈಹಿಕ ಶ್ರಮ ಒಳಗೊಂಡ ವ್ಯಾಯಾಮ ಮಾಡುವುದಿಲ್ಲ, ಆದರೆ ಅವರು ದಿನವೂ ಚಲನಶೀಲರಿರುತ್ತಾರೆ, ಆದಷ್ಟೂ ನಡೆಯುತ್ತಾರೆ ಮತ್ತು ತಮ್ಮ ತರಕಾರಿ ತೋಟಗಳಲ್ಲಿ ಕೆಲಸ ಮಾಡುತ್ತಾರೆ. ಈ ನೀಲಿವಲಯದ ಜನರು ಮೋಟಾರು ವಾಹನಗಳಲ್ಲಿ ಓಡಾಡುವ ಬದಲಿ ನಡೆದಾಡಲೇ ಇಚ್ಛೆಪಡುತ್ತಾರೆ. ಪ್ರತಿದಿನವೂ ಕನಿಷ್ಠ ಮಟ್ಟದ ಚಲನೆಯನ್ನೊಳಗೊಂಡ ತೋಟಗಾರಿಕೆಯ ಕೆಲಸವೆಂಬುದು ಅವರಲ್ಲಿ ಎಲ್ಲರೂ ಸರ್ವೇ ಸಾಮಾನ್ಯವಾಗಿ ತೊಡಗಿಸಿಕೊಂಡಿರುವಂಥ ಒಂದು ಅಭ್ಯಾಸವಾಗಿದೆ.

ಏನಿದು ಶೇಕಡಾ ೮೦ರ ರಹಸ್ಯ!

ಜಾಪಾನಿನಲ್ಲಿನ ಒಂದು ಸಾಮಾನ್ಯ ಉಕ್ತಿ ಎಂದರೆ "ಹರ ಹಚಿ ಬು" (Hara Hachi bu) ಎಂಬುದು. ಇದನ್ನ ಅವರು ಊಟಕ್ಕೆ ಕೂರುವ ಮೊದಲು ಅಥವಾ ಊಟವಾದ ನಂತರ ಮರುನುಡಿಯುತ್ತಾರೆ, ಸ್ವಲ್ಪ ಹೆಚ್ಚು ಕಡಿಮೆ, ಅದರ ಅರ್ಥವೆಂದರೆ "ನಿಮ್ಮ ಉದರವನ್ನು ಶೇಕಡಾ ೮೦ ಭಾಗ ಮಾತ್ರ ತುಂಬು" ಎಂದು. ನಮ್ಮ ಹೊಟ್ಟೆ ಬಿರಿಯುವಷ್ಟು ತಿನ್ನಬಾರದೆಂದು ಪುರಾತನ ವಿವೇಕ ಹೇಳುತ್ತದೆ, ಮಿತಿ ಮೀರಿ ತಿಂದು ತಮ್ಮ ಶರೀರವನ್ನು ಕೋಶೀಯ ಉತ್ಕರ್ಷಣಕ್ರಿಯೆಯ (Cellular Oxidation) ವೇಗೋತ್ಕರ್ಷಕ್ಕೆ ಬೇಕಾದ ದೀರ್ಘ ಪಚನಕ್ರಿಯೆಗೆ ಒಳಪಡಿಸಿ ದಣಿಸುವ ಬದಲು, ಅವರು ತಮ್ಮ ಹೊಟ್ಟೆಯ ಶೇಕಡಾ ೮೦ ಭಾಗ ತುಂಬುತ್ತಿದೆ ಎನಿಸುತ್ತಿರುವಾಗಲೇ (ಕಣ್ಣಂದಾಜು) ಓಕಿನಾವಾದವರು ತಿನ್ನುವುದನ್ನು ನಿಲ್ಲಿಸಿಬಿಡುತ್ತಾರೆ.

ನಿಮ್ಮ ಹೊಟ್ಟೆಯು ಶೇಕಡಾ ೮೦ರ ಸಾಮರ್ಥ್ಯಕ್ಕೆ ತುಂಬಿದೆ ಎಂದು ವಸ್ತುನಿಷ್ಠವಾಗಿ ತಿಳಿಯುವ ಮಾರ್ಗವಿಲ್ಲವೆಂದಂತೂ ನಿಜ. ಈ ಉಕ್ತಿಯಿಂದ ನಾವು ಕಲಿಯಬೇಕಾದ ಪಾಠವೆಂದರೆ ಹೊಟ್ಟೆ ತುಂಬಿತೆಂಬ ಭಾವ ನಮ್ಮನ್ನು ಆವರಿಸಿದಾಗಲೇ ನಾವು ತಿನ್ನುವುದನ್ನು

ನಿಲ್ಲಿಸಬೇಕು. ಊಟದ ಜತೆ ಪಕ್ಕದಲ್ಲಿರಿಸಿದ ವಿಶೇಷ ತಿನಿಸು, ನಮಗದು ನಿಜಕ್ಕೂ ಅಗತ್ಯವಿಲ್ಲೆಂದು ನಮ್ಮ ಮನಸ್ಸಿಗೆ ಅನ್ನಿಸುತ್ತಿದ್ದರೂ ನಾವು ತಿನ್ನುವ ಒಂದು ಕುರುಕು ತಿಂಡಿ, ಮಧ್ಯಾಹ್ನದ ಭೋಜನಾ ನಂತರದ ಸಿಹಿಭಕ್ಷ್ಯ, ಹಣ್ಣು, ಇತ್ಯಾದಿ (desserts) – ಇವೆಲ್ಲ ಆ ಗಳಿಗೆಗೆ ನಮಗೆ ಹಿಗ್ಗು ನೀಡಬಹುದಾದರೂ ಅವುಗಳನ್ನು ಸೇವಿಸದಿದ್ದರೇನೆ ದೀರ್ಘಾವಧಿಯಲ್ಲಿ ಅವು ನಮ್ಮನ್ನು ಹೆಚ್ಚು ಸಂತಸದಲ್ಲಿಡುತ್ತವೆ.

ಊಟ ಬಡಿಸುವ ರೀತಿಯೂ ಸಹ ಮುಖ್ಯವಾಗುತ್ತದೆ, ಜಾಪಾನೀಯರು ಊಟವನ್ನು ಸಣ್ಣ ಸಣ್ಣ ತಟ್ಟೆಗಳಲ್ಲಿ ನಿಮ್ಮ ಮುಂದೆ ತಂದಿಡುವ ರೀತಿಯಲ್ಲೇ ಅವರ ಒಲವು ಕಡಿಮೆ ತಿನ್ನುವುದರತ್ತ ಇದೆ ಎನಿಸುತ್ತೆ. ಜಾಪಾನಿನ ಹೋಟೆಲ್ ಒಂದರಲ್ಲಿನ ಒಂದು ಪ್ರಾತಿನಿಧಿಕ ಯಾ ಮಾದರಿ ಊಟವನ್ನು ಐದು ಸಣ್ಣ ಸಣ್ಣ ತಟ್ಟೆಗಳಲ್ಲಿರಿಸಿ ಅವೆಲ್ಲವನ್ನು ಒಂದು ಹರಿವಾಣದಲ್ಲಿಟ್ಟು ಬಡಿಸಲಾಗುವುದು, ಅವುಗಳಲ್ಲಿ ನಾಲ್ಕು ತಟ್ಟೆಗಳು ಪುಟ್ಟವಾಗಿದ್ದು, ಮುಖ್ಯ ಭಕ್ಷ್ಯವಿರುವುದು ಮಾತ್ರ ಸ್ವಲ್ಪ ದೊಡ್ಡದಿರುತ್ತದೆ. ನಿಮ್ಮ ಮುಂದೆ ಒಮ್ಮೆಲೆ ಐದು ತಟ್ಟೆಗಳನ್ನಿರಿಸಿಕೊಳ್ಳುವುದೆಂದರೆ ನೀವು ತುಂಬಾ ತಿಂದುಬಿಡುತ್ತೀರಿ ಎಂದು ನಿಮಗೆ ತೋರುತ್ತದೆ, ಆದರೆ ಹೆಚ್ಚಿನ ಸಲ ನಿಮಗಾಗುವ ಅನುಭವವೆಂದರೆ ನಿಮ್ಮ ಊಟ ಮುಗಿಯುವ ವೇಳೆಗೆ ಇದೇನಿದು ಹೊಟ್ಟೆಯೇ ತುಂಬಿಲ್ಲವಲ್ಲ ಎಂಬ ಭಾವದಿಂದಿರುತ್ತೀರಿ. ಜಾಪಾನಿನಲ್ಲಿರುವ ಪಾಶ್ಚಿಮಾತ್ಯರು ಸಾಮಾನ್ಯವಾಗಿ ತೂಕ ಕಳೆದುಕೊಂಡು ಬಹಳ ಒಪ್ಪ ಹಾಗೂ ಸಪೂರವಾಗುಳಿಯುವ ಕಾರಣ ಇದೇ ಆಗಿರುತ್ತದೆ.

ಪೌಷ್ಟಿಕಾಂಶ ತಜ್ಞರು ನಡೆಸಿದ ಇತ್ತೀಚಿನ ಅಧ್ಯಯನಗಳು ಹೇಳುವುದೆಂದರೆ, ಸಂಯುಕ್ತ ಸಂಸ್ಥಾನದ ಜನರ ದೈನಂದಿನ ಸರಾಸರಿಯಾದ ೨೨೦೦ರಿಂದ ೩೩೦೦ ಕ್ಯಾಲೋರಿಗಳಷ್ಟು ಆಹಾರ ಸೇವಿಸುವರು (೪ಡಿಗ್ರಿ ಸೆಂಟಿಗ್ರೇಡ್ ಶಾಖದಲ್ಲಿರುವ ಒಂದು ಗ್ರ್ಯಾಂ ತೂಕದ ನೀರನ್ನು ೧ಡಿಗ್ರಿ ಸೆಂ. ಶಾಖವೇರುವಂತೆ ಎಂದರೆ ಒಟ್ಟು ೫ಡಿಗ್ರಿ ಸೆಂ ಶಾಖಕ್ಕೇರುವಂತೆ ಕಾಯಿಸುವುದಕ್ಕೆ ಬೇಕಾಗುವ ಉಷ್ಣಕ್ಕೆ ಒಂದು ಕ್ಯಾಲೋರಿ ಎನ್ನುವರು) ಇದಕ್ಕೆ ವಿರುದ್ಧವಾಗಿ ಓಕಿನಾವಾನ್ನರು ಕೇವಲ ೧೮೦೦ ರಿಂದ ೧೯೦೦ ಕ್ಯಾಲೋರಿಯಷ್ಟೇ ಆಹಾರ ಸೇವಿಸುತ್ತಾರೆ. ಹಾಗಾಗಿ ಅವರ ಶರೀರ ದ್ರವ್ಯರಾಶಿ ಸೂಚಿಯು (body mass index) ಅಮೆರಿಕನ್ನರ ೨೬ರಿಂದ ೨೭ರ ಬದಲಾಗಿ ೧೮ರಿಂದ ೨೨ರ ನಡುವೆ ಇರುತ್ತದೆ.

ಓಕಿನಾವಾನ್ನರ ಆಹಾರವು ಹೆಚ್ಚಾಗಿ ಟೋಫು (tofu), ಗೆಣಸು, ಮೀನು (ವಾರಕ್ಕೆ ಮೂರು ಸಲ) ಮತ್ತು ತರಕಾರಿಗಳಿಂದ (ಅಂದಾಜು ದಿನಕ್ಕೆ ೨೦.೨೦ ಗ್ರಾಂ ಅಥವಾ ೧೧ ಔನ್ಸ್‌ಗಳು) ಕೂಡಿರುತ್ತದೆ. ಪೌಷ್ಟಿಕತೆಗಾಗಿಯೇ ಮೀಸಲಿಟ್ಟ ಅಧ್ಯಾಯದಲ್ಲಿ ಈ ಶೇಕಡ ೮೦ರ ಊಟದಲ್ಲಿ ಆರೋಗ್ಯಕರವಾದ ಉತ್ಕರ್ಷಣ ವಿರೋಧಿ ಗುಣ (anti-oxidant) ಹೆಚ್ಚಿರುವ ಆಹಾರ ಯಾವುದು ಸೇರಿದೆ ಎಂದು ನೋಡೋಣ.

ಮೊಆಯಿ: ಜೀವನದ ಸಂಗಾತಿ

ಒಕಿನಾವಾರದಲ್ಲಿ ಪ್ರತಿಯೊಂದು ಸ್ಥಳೀಯ ಸಮುದಾಯದೊಳಗೆ ಪರಿಮಿತವಾದ ಬಂಧದ ಗುಂಪುಗಳನ್ನು ರಚಿಸಿಕೊಳ್ಳುವುದು ವಾಡಿಕೆ. ಮೊಆಯಿ (MOAI) ಎಂಬುದೂ ಕೂಡ ಒಬ್ಬರಿಗೊಬ್ಬರು ಪರಸ್ಪರ ಹಿತಬಯಸುವ ಸಮಾನ ಆಸಕ್ತಿಯುಳ್ಳವರ ಒಂದು ಅನಿರ್ಬಂಧಿತ ಗುಂಪು (informal group). ಸಮುದಾಯಕ್ಕೆ ಸೇವೆ ಮಾಡುವುದೆಂದರೆ ಹಲವರಿಗೆ ಅದು ತಮ್ಮ ಇಕಿಗಾಯ್‌ನ ಒಂದು ಭಾಗವೇ ಆದಂತಿರುತ್ತದೆ.

'ಮೊಆಯಿ' ಉದಯಿಸಿದ್ದು ಕಠಿಣ ಸಮಯದಲ್ಲಿ ಅಂದರೆ ರೈತರೆಲ್ಲರು ಒಟ್ಟಾಗಿ ಸೇರಿ ಒಳ್ಳೆಯ ಕೃಷಿ ಪದ್ಧತಿಗಳನ್ನು ಪರಸ್ಪರ ವಿನಿಮಯ ಮಾಡಿಕೊಳ್ಳುವುದಲ್ಲದೆ, ಬಹಳ ಕಡಿಮೆ ಫಸಲು ಕಟಾವು ಆದ ಋತುಮಾನಗಳಲ್ಲಿ ಆ ರೀತಿ ಕಡಿಮೆ ಫಸಲು ಬಿದ್ದವರಿಗೆ ಉಳಿದೆಲ್ಲರು ಸಹಾಯ ಮಾಡುವುದರ ಮೂಲಕ ಅಂತಹ ಸಂದರ್ಭಗಳನ್ನು ನಿಭಾಯಿದ್ದ ಸಮಯದಲ್ಲಿ.

'ಮೊಆಯಿ' ಯ ಸದಸ್ಯರು ಪ್ರತಿ ತಿಂಗಳೂ ನಿಗದಿಯಾದ ಮೊತ್ತದ ವಂತಿಗೆಯನ್ನು ಈ ಗುಂಪಿಗೆ ನೀಡುತ್ತಾರೆ. ಈ ಪಾವತಿಯು ಅವರನ್ನು ಸಭೆಗಳಲ್ಲಿ ಮೇಜವಾನಿಗಳಲ್ಲಿ, ಆಟಪಾಟಗಳಲ್ಲಿ ಮತ್ತು 'ಶೋಗಿ' ಎಂಬ ಜಾಪಾನೀಯ ಚದುರಂಗದಾಟ (Shogi-Japanese chess)ದಲ್ಲಿ, ಇನ್ನಾವುದೇ ಎಲ್ಲರಲ್ಲೂ ಸಮಾನ ಹವ್ಯಾಸವಾಗುಳ್ಳ ಕ್ರೀಡೆಗಳಲ್ಲಿ ಭಾಗವಹಿಸಲು ಅವಕಾಶ ನೀಡುತ್ತದೆ.

ಈ ರೀತಿ ಸಂಗ್ರಹಿಸಿದ ವಂತಿಗೆಯನ್ನು ಈ ಗುಂಪು ನಿಧಿಯಾಗಿರಿಸಿ ಇಂತಹ ಚಟುವಟಿಕೆಗಳಿಗೇ ವಿನಿಯೋಗಿಸುತ್ತದೆ. ಆದರೆ ಅದರಲ್ಲಿ ಇನ್ನೂ ಮಿಕ್ಕುಳಿದರೆ ಒಬ್ಬ ಸದಸ್ಯ (ಇದನ್ನು ಸರತಿಯ ಮೇಲೆ ತೀರ್ಮಾನಿಸಲಾಗುವುದು) ಒಂದು ನಿರ್ದಿಷ್ಟ ಮೊತ್ತವನ್ನು ಈ ಹೆಚ್ಚುವರಿ ಹಣದಿಂದ ಪಡೆಯುತ್ತಾನೆ. ಈ ರೀತಿ ಆ ವ್ಯಕ್ತಿಯು ಮೊಆಯಿಯ ಒಂದು ಭಾಗವೇ ಆಗಿರುವುದರಿಂದ ಆತನ ಭಾವನಾತ್ಮಕ ಮತ್ತು ಆರ್ಥಿಕ ಸ್ಥಿರತೆಯನ್ನು ನಿರ್ವಹಿಸಲು ಅನುಕೂಲವಾಗುತ್ತದೆ. ಈ 'ಮೊಆಯಿ' ಗುಂಪಿನ ಯಾರಾದರೊಬ್ಬ ಸದಸ್ಯ ಹಣಕಾಸಿನ ಮುಗ್ಗಟ್ಟಿನಲ್ಲಿದ್ದರೆ, ಆತ/ಆಕೆ ಈ ಗುಂಪಿನಿಂದ ಉಳಿತಾಯ ಹಣದ ಬಾಬ್ತು ಒಂದಿಷ್ಟು ಮುಂಗಡ ಪಡೆಯಬಹುದು. ಪ್ರತಿಯೊಂದು ಮೊಆಯಿ ಗುಂಪಿನ ಹಣಕಾಸು ಲೆಕ್ಕಾಚಾರ ಇತರ ವಿಧಾನದ ವಿವರಗಳು ಆಯಾಯ ಗುಂಪಿನನುಸಾರ ಮತ್ತು ಅದರದರ ಆರ್ಥಿಕ ಸ್ಥಿತಿಗತಿಗಳ ಮೇಲೆ ಅವಲಂಬಿತವಾಗಿದ್ದಾಗ್ಯೂ, ಆ ಗುಂಪಿಗೆ ತಾನು ಸೇರಿದ್ದೇನೆ ಎಂಬ ಭಾವ ಮತ್ತು ಆ ವ್ಯಕ್ತಿಗೆ ಆ ಗುಂಪು ನೀಡುವ ಬೆಂಬಲವು ಅವನಿಗೆ ಒಂದು ಸುರಕ್ಷತಾ ಪ್ರಜ್ಞೆಯನ್ನು ನೀಡುವುದಲ್ಲದೆ ಜೀವಮಾನದ ಆಯುಷ್ಯವೃದ್ಧಿಗೂ ಅದು ಸಹಾಯ ಮಾಡುತ್ತದೆ.

ಈ ಪುಸ್ತಕದಲ್ಲಿ ಅಡಕವಾಗಿರುವ ವಿಷಯಗಳಿಗೆ ಈ ಸಂಕ್ಷಿಪ್ತ ಪೀಠಿಕೆಯನ್ನು ಅನುಸರಿಸುತ್ತಾ, ಆಧುನಿಕ ಬದುಕಿನಲ್ಲಿ ವಯಸ್ಸಿಗೆ ಮೊದಲೇ ಮುಪ್ಪಾದವರಂತೆ ಕಾಣುವ ಕುರಿತು ಇರಬಹುದಾದ ಕೆಲವು ಕಾರಣಗಳನ್ನು ನೋಡೋಣ ಮತ್ತು ಆ ನಂತರ ಇಕಿಗಾಯ್‌ಗೆ ಸಂಬಂಧಿಸಿದ ವಿವಿಧ ಅಂಶಗಳನ್ನು ಅನ್ವೇಷಿಸೋಣ.

೨

ವಯಸ್ಸಾಗದಿರುವುದರ ರಹಸ್ಯಗಳು

ದೀರ್ಘ ಹಾಗೂ ಸಂತಸಮಯ ಜೀವನವನ್ನು ವೃದ್ಧಿಗೊಳಿಸುವ ಪುಟ್ಟ ಪುಟ್ಟ ವಿಷಯಗಳು.

ವಯಸ್ಸಾಗುವ ಪ್ರಕ್ರಿಯೆಯ ಪಲಾಯನ ವೇಗ

ಒಂದು ಶತಮಾನಕ್ಕೂ ಹೆಚ್ಚು ಕಾಲ, ಪ್ರತಿವರ್ಷವೂ ನಮ್ಮ ಆಯುನಿರೀಕ್ಷಣೆಗೆ (ನಾವು ಬದುಕುವ ಸರಾಸರಿ ವಯಸ್ಸು) ಸರಾಸರಿ ೦.೩೦ರಷ್ಟು ವಯಸ್ಸನ್ನು ಸೇರಿಸುವುದರಲ್ಲಿ ನಾವು ಸಫಲರಾಗಿದ್ದೇವೆ. ಆದರೆ ಪ್ರತಿವರ್ಷವೂ ಈ ಆಯುನಿರೀಕ್ಷಣೆಗೆ ಒಂದು ವರ್ಷದಷ್ಟು ಸೇರಿಸುವ (೦.೩೦ರ ಬದಲಿ) ತಂತ್ರಜ್ಞಾನವನ್ನು ನಾವು ಹೊಂದಿದ್ದೇ ಆಗಿದ್ದ ಪಕ್ಷದಲ್ಲಿ ಆಗ ಏನಾಗುತ್ತಿತ್ತು? ವಾದಸರಣಿ ಅಥವಾ ಸಿದ್ಧಾಂತದ ಆಧಾರದ ಮೇಲೆ ಹೇಳುವುದಾದರೆ ವಯಸ್ಸಾಗುವುದರ 'ಪಲಾಯನ ವೇಗ'ವನ್ನು ತಲುಪಿ, ಆಗ ನಾವು ಜೈವಿಕ ಕ್ರಿಯೆ ಸಂಬಂಧಿತ ಶಾಶ್ವತತೆಯನ್ನೇ ಪಡೆದುಬಿಡುತ್ತೇವೆ.

ವಯಸ್ಸಾಗುವುದರ ಪಲಾಯನ ವೇಗ ಮತ್ತು ಮೂಲ

ಭವಿಷ್ಯತ್‌ನಲ್ಲಿ ದೂರದಲ್ಲೆಲ್ಲೋ ಒಂದು ಚಿಹ್ನೆ/ಸಂಕೇತವನ್ನು ಊಹಿಸಿಕೊಳ್ಳಿ. ಅದರ ಮೇಲೆ ಒಂದು ಅಂಕಿ; ಆ ಅಂಕಿಯು ನಿಮ್ಮ ಸಾಯುವ ವಯಸ್ಸನ್ನು ಸೂಚಿಸುತ್ತದೆ/ಪ್ರತಿನಿಧಿಸುತ್ತದೆ ಎಂದಿಟ್ಟುಕೊಳ್ಳಿ: ನೀವು ಬದುಕಿರುವ ಪ್ರತಿ ವರ್ಷವೂ, ನೀವು ಆ ಸಂಕೇತದ ಹತ್ತಿರಕ್ಕೆ ಹೋಗುತ್ತಿರುತ್ತೀರಿ, ಆ ಸಂಕೇತವನ್ನು ತಲುಪಿದ ದಿನ ನೀವು ಸಾಯುವಿರಿ.

ಈಗ ಕಲ್ಪಿಸಿಕೊಳ್ಳಿ, ಒಂದು ಮೊಲ ಆ ಸಂಕೇತವನ್ನು ಹೊತ್ತುಕೊಂಡು ಭವಿಷ್ಯದತ್ತ ನಡೆದು ಹೋಗುತ್ತಿದೆಯೆಂದು. ನೀವು ಬದುಕಿರುವ ಪ್ರತಿ ವರ್ಷಕ್ಕೂ, ಆ ಮೊಲವು ಅರ್ಧ ವರ್ಷದಷ್ಟು ದೂರವಿದೆ. ಸ್ವಲ್ಪ ಕಾಲಾನಂತರ, ನೀವು ಮೊಲವನ್ನು ಮುಟ್ಟುತ್ತೀರಿ, ಆಗ ನೀವು ಸಾಯುವಿರಿ.

ಆದರೆ ಮೊಲವು ನಿಮ್ಮ ಪ್ರತಿ ಒಂದು ವರ್ಷಕ್ಕೆ ಸರಿಸಮವಾಗಿಯೇ ನಿಮ್ಮ ಬದುಕಿನ ಪ್ರತಿ ವರ್ಷವೂ ಹೆಜ್ಜೆ ಹಾಕುವುದಾದರೆ ಆಗ ಏನಾಗಬಹುದು? ಆಗ ನೀವು ಮೊಲವನ್ನು ಹಿಡಿಯಲು / ಮುಟ್ಟಲು ಎಂದೆಂದಿಗೂ ಸಾಧ್ಯವಾಗದು, ಅದುದರಿಂದ ನೀವು ಯಾವತ್ತಿಗೂ ಸಾಯುವುದೇ ಇಲ್ಲ.

ಮೊಲವು ಯಾವ ವೇಗದಲ್ಲಿ ಭವಿಷ್ಯದತ್ತ ನಡೆಯುತ್ತದೆ ಎಂಬುದೇ ನಮ್ಮ ತಂತ್ರಜ್ಞಾನ. ನಮ್ಮ ಶರೀರಗಳ ತಂತ್ರಜ್ಞಾನ ಮತ್ತು ಜ್ಞಾನವನ್ನು ಹೆಚ್ಚು ಮಾಡಿಕೊಂಡಂತೆಲ್ಲ ನಾವು ಮೊಲವನ್ನು ಇನ್ನೂ ಹೆಚ್ಚು ವೇಗವಾಗಿ ನಡೆಯುವಂತೆ ಮಾಡಬಲ್ಲೆವು.

ವಯಸ್ಸಾಗುವುದರ ಪಲಾಯನ ವೇಗ *(escape velociy)* ವೆಂದರೆ ಯಾವ ಕ್ಷಣದಲ್ಲಿ ಮೊಲವು ಪ್ರತಿವರ್ಷಕ್ಕೂ ಒಂದು ವರ್ಷದ ಲೆಕ್ಕದಲ್ಲಿ ಅಥವಾ ಅದಕ್ಕೂ ಹೆಚ್ಚಿನ ವೇಗದಲ್ಲಿ ಹೆಜ್ಜೆ ಹಾಕಬಲ್ಲುದೋ ಆ ಕ್ಷಣ, ಮತ್ತು ಆಗ ನಾವು ಅಮರರಾಗಿಬಿಡುತ್ತೇವೆ.

ಭವಿಷ್ಯದ ಮೇಲೆ ಕಣ್ಣಿಟ್ಟು, ಸಂಶೋಧಕರಾದಂತಹ ರೇ ಕರ್ಜ್‌ವೀಲ್ (b.೧೯೪೮, ನ್ಯೂಯಾರ್ಕ್, USA-72years : ಅನ್ವೇಷಕ, ಭವಿಷ್ಯತಜ್ಞ ಮತ್ತು ವಕೀಲರು, ಆಪ್ಟಿಕಲ್ ಕ್ಯಾರೆಕ್ಟರ್ ರೀಡಿಂಗ್ ಮತ್ತು ಕೃತಕ ಬುದ್ಧಿಮತ್ತೆ ಕುರಿತು ಪುಸ್ತಕಗಳನ್ನು ಬರೆದಿದ್ದಾರೆ) ಮತ್ತು ಆಬ್ರೆ ಡಿ ಗ್ರೇ (b.೧೯೬೩-೫೭ವ. ಲಂಡನ್, ಯು.ಕೆ., ಇಂಗ್ಲಿಷ್ ಲೇಖಕರು, ಜೈವಿಕ ವೈದ್ಯಕೀಯದಲ್ಲಿ ವೃದ್ಧಾಪ್ಯದ ಸಮಸ್ಯೆಗಳ ಅಧ್ಯಯನ ತಜ್ಞ) ರವರುಗಳು, ನಾವು ಪಲಾಯನ ವೇಗ ತಲುಪುವುದು ಇನ್ನು ಕೆಲವೇ ದಶಕಗಳ ಮಾತಷ್ಟೇ ಎಂದು ಸಾಧಿಸುತ್ತಾರೆ. ಉಳಿದ ವಿಜ್ಞಾನಿಗಳು ಈ ವಿಷಯದಲ್ಲಿ ಕಡಿಮೆ ಆಶಾವಾದಿಗಳಾಗಿದ್ದಾರೆ, ಏಕೆಂದರೆ ಎಂತಹುದೇ ತಂತ್ರಜ್ಞಾನವನ್ನು ನಾವು ಹೊಂದಿದ್ದರೂ, ಒಂದು ಅಂತಿಮ ವಯೋಮಿತಿಯನ್ನು ದಾಟಲು, ಅಥವಾ ಮೀರಲು ನಮ್ಮಿಂದಾಗದು, ಆದರೆ ನಾವು ಒಂದು ಗರಿಷ್ಠ ಮಿತಿಯನ್ನು ತಲುಪುವೆವು ಎಂದು ಅವರು ಅಭಿಪ್ರಾಯ ಹೊಂದಿ, ಭವಿಷ್ಯ ನುಡಿಯುತ್ತಾರೆ. ಉದಾಹರಣೆಗೆ ಕೆಲವು ಜೀವಶಾಸ್ತ್ರಜ್ಞರು ಪ್ರತಿಪಾದಿಸುವುದೇನೆಂದರೆ, ೧೨೦ ವರ್ಷಗಳ ನಂತರ ನಮ್ಮ ಜೀವಕೋಶಗಳು ಮರುಸೃಷ್ಟಿ (regeneration) ಮಾಡುವುದನ್ನೇ ನಿಲ್ಲಿಸಿಬಿಡುತ್ತವೆ ಎಂದು.

ಕಾರ್ಯಶೀಲ ಮನಸ್ಸು ಮತ್ತು ಯೌವ್ವನಭರಿತ ಶರೀರ

"ಆರೋಗ್ಯವಂತ ಶರೀರದಲ್ಲಿ ಆರೋಗ್ಯವಂತ ಮನಸ್ಸು" (a sound mind in a sound body) ಎಂಬ ನಾಣ್ನುಡಿಯಲ್ಲಿ ಬಹಳಷ್ಟು ವಿವೇಕ ತುಂಬಿದೆ. ಇದು ಏನನ್ನು ನೆನಪಿಸುತ್ತದೆಂದರೆ ಮನಸ್ಸು ಮತ್ತು ಶರೀರ ಎರಡೂ ಮುಖ್ಯ ಎಂದು, ಮತ್ತು ಒಂದರ ಆರೋಗ್ಯ ಮತ್ತೊಂದರ ಜೊತೆ ತಳಕು ಹಾಕಿಕೊಂಡಿದೆ ಎಂದು. ತರುಣರಾಗಿ ಉಳಿದುಕೊಳ್ಳಲು ಇರುವ ಒಂದು ಮುಖ್ಯಾಂಶವೆಂದರೆ ಚುರುಕಾದ, ತಕ್ಕಂತೆ ಮಾರ್ಪಡಿಸಿಕೊಳ್ಳ ಬಹುದಾದ ಮನಸ್ಸೊಂದನ್ನು ಉಳಿಸಿಕೊಂಡು ಬರುವುದರ ಅಗತ್ಯ, ಈ ಸಂಗತಿಯು ಸಂಶೋಧನೆಗಳಿಂದ ಈಗಾಗಲೇ ತೋರಲ್ಪಟ್ಟಿದೆ.

ತಾರುಣ್ಯದಿಂದ ಕೂಡಿದ ಮನಸ್ಸೊಂದನ್ನು ಹೊಂದಿರುವುದು ಎಂದರೆ ವಯಸ್ಸಾಗುವ

ಪ್ರಕ್ರಿಯೆಯನ್ನು ನಿಧಾನಗೊಳಿಸುವ ಆರೋಗ್ಯಕರವಾದ ಜೀವನ ಶೈಲಿಯತ್ತ ಕೂಡ ನಿಮ್ಮನ್ನು ಅದು ಒಯ್ಯುತ್ತದೆ ಎಂದರ್ಥ.

ಶಾರೀರಿಕ ವ್ಯಾಯಾಮದ ಅಭಾವವು ಹೇಗೆ ನಮ್ಮ ಶರೀರಗಳು ಮತ್ತು ಭಾವನೆಗಳ ಮೇಲೆ ಋಣಾತ್ಮಕ ಪರಿಣಾಮ ಬೀರುತ್ತವೋ, ಹಾಗೆಯೇ ಮಾನಸಿಕ ವ್ಯಾಯಾಮದ ಕೊರತೆಯೂ ಸಹ ನಮಗೆ ಕೆಟ್ಟದ್ದಾಗಿ ಪರಿಣಮಿಸುತ್ತದೆ, ಏಕೆಂದರೆ ಅದು ನಮ್ಮ ನ್ಯೂರಾನುಗಳು (ಅಂದರೆ ನರಕೋಶಗಳು) ಮತ್ತು ನರವ್ಯೂಹ ಸೇರುವೆಗಳ (neural connections) ಕ್ಷಯಿಸುವಿಕೆಯನ್ನುಂಟು ಮಾಡುತ್ತದೆ – ಮತ್ತು ತತ್ಪರಿಣಾಮವಾಗಿ, ನಮ್ಮ ಸುತ್ತಮುತ್ತಲಿನವರೊಂದಿಗೆ ನಮ್ಮ ಪ್ರತಿಕ್ರಿಯಾ ಸಾಮರ್ಥ್ಯವನ್ನೂ ಅದು ಕುಗ್ಗಿಸುತ್ತದೆ.

ಈ ಕಾರಣದಿಂದಾಗಿ ನಿಮ್ಮ ಮಿದುಳಿಗೊಂದು ಕಸರತ್ತು ನೀಡುವುದು ಬಹಳ ಮುಖ್ಯ. ಮಾನಸಿಕ ಕಸರತ್ತುಗಳ ಅಗತ್ಯತೆಯನ್ನು ಒತ್ತಿ ಹೇಳುವವರಲ್ಲಿ ಮುಂಚೂಣಿಯಲ್ಲಿರುವ ಶ್ಲೋಮೊ ಬ್ರೆಝ್‌ನಿಝ್ (b. ೧೯೩೬, ೮೩ ವ, ಜನನ, ಜೆಕೊಸ್ಲೊವೆಕಿಯಾ: ಮನಃಶಾಸ್ತ್ರಜ್ಞ) ಎಂಬ ಇಸ್ರೇಲಿ ನರಶಾಸ್ತ್ರಜ್ಞರು ವಾದಿಸುವುದೆಂದರೆ, ಮಿದುಳು ಒಂದು ಆಕಾರದಲ್ಲುಳಿಯುವಂತಾಗಲು ಅದಕ್ಕೆ ಬಹಳಷ್ಟು ಉದ್ದೀಪನದ ಅಗತ್ಯವಿದೆ. ಸ್ಪೇನ್ ದೇಶದ 'ರೆಡೆಸ್' ಎಂಬ ದೂರದರ್ಶನ ಕಾರ್ಯಕ್ರಮವೊಂದಕ್ಕೆ ಎಡುವರ್ಡ್ ಪನ್‌ಸೆಟ್ (೧೯೩೬–೨೦೧೯ : ಸ್ಪೇನ್, ಆ ದೇಶದ ರಾಜಕಾರಣಿ, ವಕೀಲರು, ಅರ್ಥಶಾಸ್ತ್ರಜ್ಞ ಮತ್ತು ವಿಜ್ಞಾನ ಪ್ರಚಾರಕರು, ಟಿ.ವಿ. ಷೋ ನಡೆಸುವವರು) ಎಂಬುವವರ ಜೊತೆ ನಡೆಸಿದ ಸಂದರ್ಶನವೊಂದರಲ್ಲಿ ಈ ಕೆಳಗಿನಂತೆ ಹೇಳುತ್ತಾರೆ :

> "ಯಾರೋ ಒಬ್ಬರಿಗೆ ಯಾವುದು ಒಳ್ಳೆಯದು ಮತ್ತು ಅವರು ಏನು ಮಾಡಲು ಬಯಸುತ್ತಾರೆ ಎಂಬುದರ ನಡುವೆ ತುಯ್ತ ಇರುತ್ತದೆ. ಇದೇಕೆಂದರೆ, ಮಂದಿ ಅದರಲ್ಲೂ ವಿಶೇಷವಾಗಿ ವಯಸ್ಸಾದವರು ಒಂದು ಕೆಲಸವನ್ನು ಲಾಗಾಯ್ತನಿಂದ ಹೇಗೆ ಮಾಡಿಕೊಂಡು ಬಂದಿರುತ್ತಾರೋ ಅವರು ಅದನ್ನು ಹಾಗೇ ಮಾಡಲಿಚ್ಚಿಸುತ್ತಾರೆ. ಸಮಸ್ಯೆಯೆಂದರೆ ಮಿದುಳು ಯಾವಾಗ ತನ್ನಲ್ಲಿ ಈಗಾಗಲೇ ದೃಢವಾಗಿ ಬೇರುಬಿಟ್ಟಿರುವ ಅಭ್ಯಾಸಗಳನ್ನೇ ಅಭಿವೃದ್ಧಿ ಪಡಿಸಿಕೊಳ್ಳುತ್ತದೊ, ಆಗದಕ್ಕೆ ಬೇರೇನು ಹೆಚ್ಚು ಯೋಚಿಸುವ ಅಗತ್ಯ ಬೀಳದು. ಆಗ ಕೆಲಸಗಳು ತ್ವರಿತವಾಗಿ ಮತ್ತು ಸಮರ್ಥವಾಗಿ ತಂತಾನೆ ನಿರ್ದಿಷ್ಟ ಪಥದಲ್ಲಿ ಸಾಗುತ್ತಿರುತ್ತವೆ, ಹಲವು ಸಲ ಬಹಳ ಲಾಭದಾಯಕ ಮಾರ್ಗದಲ್ಲಿಯೂ ಕೂಡ. ಇದು ಒಂದು ನಿತ್ಯಕಟ್ಟಳೆಗೆ ಅಂಟಿಕೊಳ್ಳುವಂತೆ ಒಲವು ಹುಟ್ಟುಹಾಕುತ್ತದೆ. ಮತ್ತಾಗ ಇವುಗಳಿಂದ ಬಿಡಿಸಿಕೊಂಡು ಹೊರಬರುವ ಏಕೈಕ ಮಾರ್ಗವೆಂದರೆ ಮಿದುಳನ್ನು ಹೊಸ ಹೊಸ ಮಾಹಿತಿಯ ಎದುರು ಮುಖಾಮುಖಿಯಾಗಿಸುವುದು ಮಾತ್ರ."

ಹೊಸ ಮಾಹಿತಿಯ ಜೊತೆ ಇರಿಸಿದಾಗ, ಮಿದುಳು ಹೊಸ ಸಂಬಂಧಗಳನ್ನು ಹೊಸ ಕೂಡುವಿಕೆಗಳನ್ನು ಹುಟ್ಟುಹಾಕುತ್ತದೆ ಮತ್ತು ಅದು ಪುನರ್‌ಚೈತನ್ಯಗೊಳ್ಳುತ್ತದೆ. ಈ ಕಾರಣದಿಂದಾಗಿಯೇ ನಿಮ್ಮ ನೆಮ್ಮದಿ ವಲಯ (Comfort zone) ದಿಂದಾಚೆಗೆ ನೀವು ನಿಮ್ಮ ಹೆಜ್ಜೆ ಇರಿಸುವುದಕ್ಕೆ ನೀವು ಕೊಂಚ ಆತಂಕದ ಭಾವ ಹೊಂದಿದಂತೆನಿಸಿದರೂ ಕೂಡ ನಿಮ್ಮನ್ನು ನೀವು ಬದಲಾವಣೆಗೆ ಒಡ್ಡಿಕೊಳ್ಳುವುದು ಬಹಳ ಮುಖ್ಯವಾಗುತ್ತದೆ.

ಮಾನಸಿಕ ತರಬೇತಿಯ ಪರಿಣಾಮಗಳನ್ನು ವೈಜ್ಞಾನಿಕವಾಗಿ ಪ್ರಾತ್ಯಕ್ಷಿಕೆ ಮಾಡಲಾಗಿದೆ :

> "ಮ್ಯಾಗ್ಸಿಮಮ್ ಬ್ರೇನ್‌ಪವರ್: ಚಾಲೆಂಜಿಂಗ್ ದ ಬ್ರೇನ್ ಫಾರ್ ಹೆಲ್ತ್ ಅಂಡ್ ವಿಸ್ಡಮ್" ಎಂಬ ತಮ್ಮ ಕೃತಿಯಲ್ಲಿ ಕಾಲಿನ್ಸ್ ಹಮಿಂಗ್‌ವೆ ಮತ್ತು ಶ್ಲೋಮೊ ಬ್ರೆಜ್‌ನಿಝ್ ಎಂಬ ಜಂಟಿ ಕೃತಿಕಾರರು ಮಾನಸಿಕ ತರಬೇತಿಯು ಹಲವು ಮಟ್ಟಗಳಲ್ಲಿ ಲಾಭದಾಯಕ ಎಂದಿದ್ದಾರೆ: ಅವರು ಬರೆಯುತ್ತಾರೆ, "ಪ್ರಥಮ ಬಾರಿಗೆ ಒಂದು ನಿರ್ದಿಷ್ಟ ಕೆಲಸ ಮಾಡುವುದರೊಂದಿಗೆ ನಿಮ್ಮ ಮಿದುಳಿನ ವ್ಯಾಯಾಮವನ್ನು ಪ್ರಾರಂಭಿಸಿ" ಎಂದು. ಮತ್ತು ಮೊದಮೊದಲು ಅದು ಬಹಳ ಕಷ್ಟಕರವಾಗಿ ಕಾಣುತ್ತದೆ, ಆದರೆ ಹೇಗೆ ಮಾಡಬೇಕೆಂದು ನೀವು ಕಲಿಯುತ್ತಾ ಹೋದಂತೆ, ತರಬೇತಿಯೂ ಆಗಲೇ ಜತೆಜತೆಗೆ ಕೆಲಸ ಮಾಡುತ್ತಿರುತ್ತದೆ. ಎರಡನೆಯ ಸಲಕ್ಕಾಗಲೇ, ಅದು ಬಹಳ ಸುಲಭ ಎಂದು ನಿಮಗನ್ನಿಸುತ್ತದೆ, ಮಾಡಲು ಕಠಿಣವಲ್ಲ, ಏಕೆಂದರೆ ನೀವು ಅದರಲ್ಲಾಗಲೇ ಪಳಗಿರುತ್ತೀರಿ. ಇದು ವ್ಯಕ್ತಿಯ ಭಾವದ ಮೇಲೆ ಭ್ರಾಮಕ ಪರಿಣಾಮ ಬೀರಿರುತ್ತದೆ. ಅದರಿಂದ ಮತ್ತು ಅದರೊಳಗೆಯೇ ಆಗುವ ಪರಿಣಾಮಗಳ ಒಂದು ರೂಪಾಂತರವನ್ನು ಮಾತ್ರ ಅದು ಕಲಕುತ್ತದೆ ಮಾತ್ರವಲ್ಲ ಅವನ/ಅವಳ ಸ್ವ-ಪ್ರತಿಬಿಂಬವನ್ನೂ ಸಹ ಕಲಕುತ್ತದೆ.

ಒಂದು "ಮಾನಸಿಕ ವ್ಯಾಯಾಮದ" ಈ ವರ್ಣನೆ ಬಹಳ ಔಪಚಾರಿಕ ವಲ್ಲವೇ ಎಂದು ಧ್ವನಿಸಬಹುದು, ಆದರೆ ಸುಮ್ಮನೆ ಇತರರ ಜತೆ ಪರಸ್ಪರ ಪ್ರತಿಸ್ಪಂದಿಸಿದರೆ – ಉದಾಹರಣೆಗೆ ಒಂದು ಆಟವಾಡುವುದೆನ್ನಿ – ಹೊಸ ಉದ್ದೀಪನಗಳನ್ನು ನೀಡಿದಂತೆ ಮತ್ತು ಅದು ಏಕಾಂಗಿತನದ ಜೊತೆಗೂಡಿಯೇ ಬರಬಲ್ಲುದಾದ ಖಿನ್ನತೆಯನ್ನು ತಪ್ಪಿಸಲು / ನಿವಾರಿಸಲು ಸಹಾಯ ಮಾಡುತ್ತದೆ.

ನಾವು ಇನ್ನೂ ಇಪ್ಪತ್ತು-ಮೂವತ್ತು ವಯಸ್ಸಿನ ಆಸುಪಾಸಿನಲ್ಲಿರುವಾಗಲೇ ನಮ್ಮಲ್ಲಿನ ನ್ಯೂರಾನುಗಳು (ನರಕೋಶಗಳು) ವಯಸ್ಸಾಗಲು ಆರಂಭಿಸುತ್ತವೆ. ಆದಾಗ್ಯೂ ಬೌದ್ಧಿಕ ಚಟುವಟಿಕೆಗಳಿಂದ, ಕುತೂಹಲಭರಿತ ಜೀವನ ನಡೆಸುವುದರಿಂದ ಮತ್ತು ಕಲಿಯುವ ಇಚ್ಛೆ ಉಳಿಸಿಕೊಳ್ಳುವುದರಿಂದ ಈ ಪ್ರಕ್ರಿಯೆಯನ್ನು ನಿಧಾನಗೊಳಿಸಬಹುದು. ಹೊಸ ಹೊಸ ಸನ್ನಿವೇಶಗಳ ನಿರ್ವಹಣೆ, ಪ್ರತಿ ದಿನವೂ ಹೊಸ ವಿಷಯವನ್ನೇನಾದರೂ ಕಲಿಯುವುದು, ಆಟಗಳನ್ನಾಡುವುದು, ಇತರರ ಜತೆ ಪ್ರತಿಸ್ಪಂದನ ಇರಿಸಿಕೊಳ್ಳುವುದು, ಇವೆಲ್ಲವುಗಳೂ ಮನಸ್ಸಿಗೆ ವಯಸ್ಸಾಗುವುದರ ವಿರುದ್ಧದ ಅತ್ಯಾವಶ್ಯಕ ರಣತಂತ್ರವೆಂಬಂತೆ ಕಾಣುತ್ತವೆ. ಅದಕ್ಕಿಂತ ಮಿಗಿಲಾಗಿ, ಈ ಕುರಿತು ಹೆಚ್ಚು ಹೆಚ್ಚು ಧನಾತ್ಮಕ ಹೊರನೋಟವಿರಿಸಿ ಕೊಳ್ಳುವುದು ಮಹತ್ತಾದ ಮಾನಸಿಕ ಪ್ರಯೋಜನ ನೀಡುತ್ತದೆ.

ಒತ್ತಡ: ದೀರ್ಘಾಯುಷ್ಯವನ್ನು ಕೊಲ್ಲುವ ಆರೋಪಿ:

ಅನೇಕ ಜನರು ಅವರ ಸಹಜ ವಯಸ್ಸಿಗಿಂತ ಹೆಚ್ಚು ಮುಪ್ಪಾದವರಂತೆ ಕಾಣುತ್ತಾರೆ. ಅಕಾಲ ಮುಪ್ಪಿಗೆ ಕಾರಣ ಕುರಿತು ಮಾಡಿದ ಸಂಶೋಧನೆಯು ಒತ್ತಡ ಈ ವಿಚಾರದಲ್ಲಿ ಬಹಳ ಪಾತ್ರ ವಹಿಸುತ್ತದೆಂದು ಹೇಳುತ್ತದೆ. ಏಕೆಂದರೆ ಬಿಕ್ಕಟ್ಟಿನ ಕಾಲಮಾನಗಳಲ್ಲಿ ಶರೀರವು ವೇಗವಾಗಿ ದಣಿದು ಹೋಗುತ್ತದೆ – ಸುಸ್ತಾಗಿಬಿಡುತ್ತದೆ. ದಿ ಅಮೆರಿಕನ್ ಇನ್‌ಸ್ಟಿಟ್ಯೂಟ್ ಆಫ್ ಸ್ಟ್ರೆಸ್ ಎಂಬ ಸಂಸ್ಥೆಯು ಈ ಅವನತ ಪ್ರಕ್ರಿಯೆಯ (degenerative process) ಕುರಿತು

ತನಿಖೆ ನಡೆಸಿ, ಹೆಚ್ಚಿನ ಆರೋಗ್ಯ ಸಮಸ್ಯೆಗಳಿಗೆ ಒತ್ತಡವೇ ಕಾರಣವೆಂದು ನಿರ್ಣಯಿಸಿದೆ. ಹೈಡೆಲ್‌ಬರ್ಗ್ ವಿಶ್ವವಿದ್ಯಾನಿಲಯದ ಆಸ್ಪತ್ರೆಯಲ್ಲಿನ ಸಂಶೋಧಕರು ಒಂದು ಅಧ್ಯಯನ ನಡೆಸಿದರು. ಅದರಲ್ಲಿ ಅವರು ಒಬ್ಬ ಯುವ ವೈದ್ಯನನ್ನು ಕೆಲಸವೊಂದರ ಸಂದರ್ಶನಕ್ಕೆ ಒಳಪಡಿಸಿದರು. ಕ್ಲಿಷ್ಟವಾದ ಗಣಿತದ ಒಂದು ಸಮಸ್ಯೆಯನ್ನು ಬಿಡಿಸುವಂತೆ ಹೇಳಿ ಮುವ್ವತ್ತು ನಿಮಿಷಗಳ ಕಾಲ ಅವನನ್ನು ಬಲವಂತಕೊಳ್ಳಪಡಿಸಿ ಅವರು ಅವನ ಮೇಲೆ ಇನ್ನಷ್ಟು ಒತ್ತಡ ಹಾಕಿದರು. ಆ ನಂತರ ಅವರು ಅವನ ರಕ್ತದ ಮಾದರಿ ತೆಗೆದು ಪರೀಕ್ಷಿಸಿದರು. ಅವರು ಈ ಪರೀಕ್ಷೆಯಿಂದ ಪತ್ತೆಹಚ್ಚಿದ್ದೇನೆಂದರೆ, ಅವನ ದೇಹದಲ್ಲಿನ ಪ್ರತಿಕಾಯಗಳು (antibodies) ರೋಗಕಾರಗಳಿಗೆ (pathogens) ಹೇಗೆ ಪ್ರತಿವರ್ತಿಸುತ್ತಿದ್ದವೋ ಅದೇ ರೀತಿ ಆ ಒತ್ತಡಕ್ಕೂ ಅವು ಪ್ರತಿವರ್ತಿಸಿದ್ದುವು; ಏಕೆಂದರೆ ರೋಗ ನಿರೋಧಕ ಯಾ ಸೋಂಕು ರಕ್ಷಣಾ ಪ್ರತಿಕ್ರಿಯೆಯನ್ನು ಸಜ್ಜುಗೊಳಿಸಲು (ಮೋಚಕ/ವಿಯೋಜಕ/ ಸನ್ನೆ ಕೀಲು ಸರಿಸುವಂತಹದು: Trigger) ಬೇಕಾಗುವ ಸಸಾರಜನಕಗಳನ್ನು (proteins) ಕ್ರಿಯಾಶೀಲಗೊಳಿಸುವ ಸಲುವಾಗಿ. ಸಮಸ್ಯೆ ಏನೆಂದರೆ ಈ ಪ್ರತಿವರ್ತನೆಯು ಹಾನಿಕಾರಕಗಳನ್ನು ನಿಷ್ಕ್ರಿಯಗೊಳಿಸುವುದು ಮಾತ್ರವಲ್ಲ, ಅದೇ ಕಾಲಕ್ಕೆ ಅದು ಆರೋಗ್ಯಕರ ಕೋಶಗಳನ್ನು ನಷ್ಟಗೊಳಿಸಿ ಅಕಾಲ ಮುಪ್ಪಿಗೆ ದಾರಿ ಮಾಡಿಕೊಡುತ್ತದೆ.

ಕ್ಯಾಲಿಫೋರ್ನಿಯಾ ವಿಶ್ವವಿದ್ಯಾನಿಲಯವೂ ಸಹ ಇಂತಹುದೇ ಒಂದು ಅಧ್ಯಯನ ನಡೆಸಿತು. ಅದರಲ್ಲಿ ತಮ್ಮ ತಮ್ಮ ಮಕ್ಕಳುಗಳ ಕಾಯಿಲೆಯಿಂದಾಗಿ ಹೆಚ್ಚಿನ ಮಟ್ಟದ ಒತ್ತಡಕ್ಕೊಳಗಾಗಿದ್ದ ೩೭ ಮಂದಿ ಹೆಂಗಸರ ದತ್ತಾಂಶ ಮತ್ತು ರಕ್ತ ಮಾದರಿಗಳನ್ನು ಪಡೆದು ಅದನ್ನು, ಆರೋಗ್ಯವಂತ ಮಕ್ಕಳನ್ನು ಹೊಂದಿದ್ದ ಮತ್ತು ಕಡಿಮೆ ಮಟ್ಟದ ಒತ್ತಡದಲ್ಲಿದ್ದ ಹೆಂಗಸರುಗಳ ರಕ್ತ ಮಾದರಿ ಮತ್ತು ದತ್ತಾಂಶದ ಜತೆ ಹೋಲಿಕೆ ಮಾಡಲಾಗಿತ್ತು. ಇದರಿಂದ, 'ಟೆಲೊಮಿಯರ್' (Telomeres) ಗಳೆಂದು ಹೆಸರಾದ ಕೋಶ ರಚನೆಗಳನ್ನು ದುರ್ಬಲಗೊಳಿಸಿ ಕೋಶಗಳ ವಯಸ್ಸಾಗುವಿಕೆಯನ್ನು ಒತ್ತಡವು ಉತ್ತೇಜಿಸುತ್ತದೆ ಎಂದು ಪತ್ತೆ ಮಾಡಿದರು. ಇದು ಕೋಶೀಯ ಪುನರುತ್ಥಾನದ ಮೇಲೆ ಹಾಗೂ ನಮ್ಮ ಕೋಶಗಳಿಗೆ ಹೇಗೆ ವಯಸ್ಸಾಗುತ್ತದೆ ಎಂಬುದರ ಬಗ್ಗೆ ಪರಿಣಾಮ ಬೀರುತ್ತದೆ ಎಂದು ತೋರುತ್ತದೆ. ಈ ಅಧ್ಯಯನ ತೆರೆದಿಟ್ಟಂತೆ ಹೆಚ್ಚಿನ ಒತ್ತಡ ಎಂದರೆ ಕೋಶಗಳ ಮೇಲೆ ಹೆಚ್ಚಿನ ಮಟ್ಟದ ಅವನತಿಯ ಪರಿಣಾಮ ಎಂದು ವಿದಿತವಾಗುತ್ತದೆ.

ಒತ್ತಡ ಹೇಗೆ ಕೆಲಸ ಮಾಡುತ್ತದೆ?

ಈ ದಿನಗಳಲ್ಲಿ ಜನರು ಹತೋಟಿ ಮೀರಿದ ವೇಗದ ಮತ್ತು ಹೆಚ್ಚು ಕಡಿಮೆ ಸದಾ ಸ್ಪರ್ಧಾತ್ಮಕವಾದ ಜೀವನವನ್ನೇ ನಡೆಸುತ್ತಾರೆ. ಈ ರೀತಿಯ ಉದ್ರಿಕ್ತ ಶೃತಿಯಲ್ಲಿ ಒತ್ತಡವೆಂಬುದು ಶರೀರ ಪಡೆದುಕೊಳ್ಳುವ ಮಾಹಿತಿಗೆ ಪ್ರಚ್ಛನ್ನವಾದ ಅಥವಾ ಗುಪ್ತವಾಗಿರುವ ಅಪಾಯಕಾರಿ ಯಾ ಸಮಸ್ಯೆ ಹುಟ್ಟಿ ಹಾಕುವ ಸ್ವಾಭಾವಿಕ ಪ್ರತಿವರ್ತನವಾಗಿರುತ್ತದೆ.

ತಾತ್ವಿಕವಾಗಿ ಇದೊಂದು ಉಪಯುಕ್ತ ಪ್ರತಿಕ್ರಿಯೆಯೆ, ಏಕೆಂದರೆ ಅದು ಪ್ರತಿಕೂಲ ಪರಿಸರದಲ್ಲೂ ನಾವು ಬದುಕುಳಿಯಲು ನಮಗೆ ಸಹಾಯ ಮಾಡುತ್ತದೆ. ನಮ್ಮ ವಿಕಾಸದ ಹಾದಿಯಲ್ಲಿ, ಈ ಪ್ರತಿವರ್ತನೆಯನ್ನು ನಾವು ಕಷ್ಟಕರ ಪರಿಸ್ಥಿತಿಗಳನ್ನು ನಿಭಾಯಿಸಲು ಮತ್ತು ಕೊಂದು ತಿನ್ನುವ ಪ್ರಾಣಿಗಳ ಮುಖಾಮುಖಿಯಾದಾಗ ತಪ್ಪಿಸಿಕೊಳ್ಳಲು ಉಪಯೋಗಿಸಿರುತ್ತೇವೆ.

ನಮ್ಮ ಶಿರೋಭಾಗದಲ್ಲಿನ ಮುನ್ನೆಚ್ಚರಿಕಾ ಗಂಟೆಯು ತಾನು ಬಡಿಯುವುದನ್ನು ನಿಲ್ಲಿಸಿದಾಗ ನಮ್ಮ ನರಕೋಶಗಳು (neurons) ನಮ್ಮ ಮಿದುಳ ಬುಡದಲ್ಲಿರುವ ಪಿಟ್ಯೂಟರಿ ಎಂಬ (ಶ್ಲೇಷ್ಮ ಸ್ರಾವಕ) ನಿರ್ನಾಳಗ್ರಂಥಿಯನ್ನು ಚುರುಕಾಗಿಸುತ್ತದೆ, ಆಗ ಅವುಗಳು ಕಾರ್ಟಿಕೋಟ್ರೋಪಿನ್ (adrenocorticotropic hormone = ACTH) ಎಂಬ ರಾಸಾಯನಿಕವನ್ನು ಬಿಡುಗಡೆಗೊಳಿಸುವ ಎಲ್ಲ ಚೋದಕಗಳನ್ನು ಉತ್ಪತ್ತಿ ಮಾಡುತ್ತವೆ. ತದನಂತರ ಆ ಚೋದಕ / ರಾಸಾಯನಿಕವು ಅನುಕ್ರಮವಾಗಿ ಅನುವೇದನಾ ನರವ್ಯೂಹ ಮಂಡಲದ ಮುಖಾಂತರ ಇಡೀ ಶರೀರದಲ್ಲಿ ಸುತ್ತಾಡುತ್ತದೆ. ಆ ನಂತರ ಅಡ್ರೆನಲಿನ್ (ಮೂತ್ರಜನಕಾಂಗಗಳಮೇಲೆ ಅಂಟಿಕೊಂಡಿರುವ) ನಿರ್ನಾಳ ಗ್ರಂಥಿಯು ಕೆಣಕಲ್ಪಟ್ಟು ಅದು ಅಡ್ರೆನಲೈನ್ ಮತ್ತು ಕಾರ್ಟಿಸೋಲ್ ಎಂಬ ಎರಡು ಚೋದಕಗಳನ್ನು (ವಿಪತ್ತು ಒದಗಿದಾಗ ಮನುಷ್ಯನಿಗೆ fright, flight, fight, ಅಂದರೆ ಹೆದರು, ಓಡು, ಗುದ್ದಾಡು, ಎಂಬ ಸಂಕೇತಗಳನ್ನು ನೀಡುವಂಥವು) ಬಿಡುಗಡೆ ಮಾಡುತ್ತದೆ. ಅಡ್ರೆನಲೈನ್ ನಮ್ಮ ಉಸಿರಾಟದ ವೇಗ ಮತ್ತು ನಾಡಿಬಡಿತ ಇವೆರನ್ನು ಹೆಚ್ಚಿಸುತ್ತದೆ ಹಾಗೂ ನಮ್ಮ ಸ್ನಾಯುಗಳನ್ನು ಮುಂದಾಗುವ ಕೃತ್ಯಕ್ಕೆ ಸಿದ್ಧಗೊಳಿಸುತ್ತದೆ, ಗ್ರಹಿಸಿದ ಅಪಾಯವನ್ನೆದುರಿಸಲು ದೇಹವನ್ನು ಸಜ್ಜುಗೊಳಿಸುತ್ತದೆ, ಅದೇ ಸಮಯಕ್ಕೆ ಕಾರ್ಟಿಸೋಲ್ ಎಂಬುದು ಡೊಪಮೈನ್ ಮತ್ತು ರಕ್ತದಲ್ಲಿ ಸಕ್ಕರೆ ಅಂಶ ಇವೆರಡರ ಬಿಡುಗಡೆಯನ್ನು ಅಧಿಕಗೊಳಿಸುತ್ತದೆ. ಈ ಕ್ರಿಯೆಯೇ ನಮ್ಮನ್ನು ಪರಿಪೂರಣ (charged up)ಗೊಳಿಸಿ ಮುಂದಿರುವ ಸವಾಲುಗಳನ್ನು ಎದುರಿಸಲು ಅಣಿಮಾಡುತ್ತದೆ.

ಗುಹಾವಾಸಿಗಳು	ಆಧುನಿಕ ಮಾನವರು
ಹೆಚ್ಚುವೇಳೆ ಆರಾಮವಾಗೇ ಇದ್ದರು.	ಹೆಚ್ಚುಕಾಲ ಕೆಲಸ ಮಾಡುತ್ತಾರೆ ಮತ್ತು ಯಾವ ಹಾಗೂ ಎಲ್ಲ ಬೆದರಿಕೆಗಳಿಗೂ ಬೆಚ್ಚುತ್ತಾರೆ.
ನಿರ್ದಿಷ್ಟ ಸನ್ನಿವೇಶಗಳಲ್ಲಿ ಮಾತ್ರ ಒತ್ತಡ ಅನುಭವಿಸಿದ್ದಾರೆ.	ಸದಾ ಆನ್‌ಲೈನ್ ಮೇಲಿರುತ್ತಾರೆ, ತಮ್ಮ ಸೆಲ್-ಫೋನ್‌ನಿಂದ ಇಂತಹ ಎಚ್ಚರಿಕೆಗಳಿಗಾಗಿ ೨೪ ಗಂಟೆಯೂ ಕಾಯುತ್ತಿರುತ್ತಾರೆ.
ಬೆದರಿಕೆಗಳು ಆಗ ವಾಸ್ತವವಿದ್ದುವು, ಕೊಂದು ತಿನ್ನುವ ಪ್ರಾಣಿ ಅವರ ಜೀವವನ್ನು ಯಾವ ಗಳಿಗೆಯಾದರೂ ತೆಗೆಯಬಹುದಿತ್ತು.	ಸೆಲ್‌ಫೋನ್ ಯಾ ಇ-ಮೇಲ್‌ನ ಅದಿಸೂಚನೆ ಅಥವಾ ಸಂಜ್ಞೆಯನ್ನು ಮಿದುಳು ಕೊಂದು ತಿನ್ನುವ ಪ್ರಾಣಿಯ ಬೆದರಿಕೆಯೊಂದಿಗೆ ಜೋಡಿಸುತ್ತದೆ.
ಅಪಾಯದ ಕ್ಷಣಗಳಲ್ಲಿ ಹೆಚ್ಚು ಪ್ರಮಾಣದ ಕಾರ್ಟಿಸೋಲ್ ಮತ್ತು ಅಡ್ರೆಸಲೈನ್‌ಗಳು ಶರೀರವನ್ನು ಆರೋಗ್ಯದಿಂದಿಟ್ಟಿದ್ದುವು.	ಕಡಿಮೆ ಪ್ರಮಾಣದ ಕಾರ್ಟಿಸೊಲ್ ಶರೀರದಲ್ಲಿ ಸದಾ-ಕಾಲ ಹರಿಯುತ್ತದೆ, ಇದರ ಪರಿಣಾಮವಾಗಿ ಒಂದಷ್ಟು ಆರೋಗ್ಯ ಸಮಸ್ಯೆಗಳು- ಅಡ್ರೆನಲೈನ್ ಸುಸ್ತು ಮತ್ತು ಸದಾ ಕಾಡುವ ಸುಸ್ತು ಚಿಹ್ನೆಗಳು ಕಾಣಿಸಿಕೊಳ್ಳುತ್ತವೆ.

ಈ ಕಾರ್ಯವಿಧಾನಗಳು ಹಿತಮಿತವಾಗಿದ್ದಷ್ಟೂ ಲಾಭದಾಯಕ – ನಮ್ಮ ದೈನಂದಿನ ಜೀವನದಲ್ಲಿ ಸವಾಲುಗಳನ್ನು ಎದುರಿಸಿ ಗೆಲ್ಲಲು ಅವು ನಮಗೆ ಸಹಾಯ ಮಾಡುತ್ತವೆ. ಆದಾಗ್ಯೂ ಇಂದಿನ ದಿನಮಾನಗಳಲ್ಲಿ ಮಾನವ ಜನಾಂಗ ಒಳಗಾಗುತ್ತಿರುವ ಒತ್ತಡ ಸ್ಪಷ್ಟವಾಗಿ ಹಾನಿಕಾರಕ.

ಕಾಲಾನುಕ್ರಮದಲ್ಲಿ ಒತ್ತಡವೆಂಬುದು ಅವನತಿಕಾರಕ ಪರಿಣಾಮವುಳ್ಳದ್ದಾಗಿದೆ. ಸುಸ್ಥಿರವಾದೊಂದು ತುರ್ತುಸ್ಥಿತಿಯ ನೆನಪಿನ ಶಕ್ತಿಯೊಂದಿಗೆ ಕೈಜೋಡಿಸುವ ನ್ಯೂರಾನ್‌ಗಳನ್ನು (ನರಕೋಶಗಳನ್ನು) ಬಾಧಿಸುತ್ತವೆ, ಜತೆಜತೆಗೆ ಯಾವುದರ ಇಲ್ಲದಿರುವಿಕೆಯು ಖಿನ್ನತೆಯನ್ನುಂಟು ಮಾಡಬಲ್ಲುದೋ ಅಂತಹ ಕೆಲವು ನಿರ್ದಿಷ್ಟ ಚೋದಕಗಳ ಬಿಡುಗಡೆಯನ್ನು ಪ್ರತಿಬಂಧಿಸುತ್ತದೆ. ಅದರ ಅನುಷಂಗಿಕ ಪರಿಣಾಮಗಳಲ್ಲಿ ಸಿಡುಕುತನ, ನಿದ್ರಾಹೀನತೆ, ಆತಂಕ, ಮತ್ತು ರಕ್ತದ ಏರೊತ್ತಡ ಸೇರುತ್ತವೆ.

ಒತ್ತಡ ಇಳಿಸುವತ್ತ ಗಮನವಿರಿಸಿ

ಒತ್ತಡ ಕುರಿತಂತೆ ನಮ್ಮ ಗ್ರಹಿಕೆ ವಾಸ್ತವವೋ ಅಲ್ಲವೋ, ಅಂತೂ ಒತ್ತಡವು ಬಹು ಸುಲಭದಲ್ಲಿ ಗೊತ್ತುಪಡಿಸಬಹುದಾದ ಒಂದು ಸ್ಥಿತಿ. ಅದು ಕೇವಲ ಆತಂಕವನ್ನಷ್ಟೇ ಉಂಟುಮಾಡದು, ಜತೆಗೆ ಅದು ಬಹಳ ಮಟ್ಟಿಗೆ ಮನೋದೈಹಿಕವಾಗಿದ್ದು, ನಮ್ಮ ಚರ್ಮದಿಂದಿಡಿದು ನಮ್ಮ ಪಚನಕ್ರಿಯಾ ವ್ಯವಸ್ಥೆಯವರೆಗೆ ಎಲ್ಲವನ್ನೂ ಮುಟ್ಟಿ ಬಾಧಿಸುತ್ತದೆ.

ಈ ಕಾರಣದಿಂದಾಗಿ, ನಮ್ಮಿಂದ ಅದು ಕೇಳುವ ದುಬಾರಿ ಸುಂಕವನ್ನು ತಪ್ಪಿಸಿಕೊಳ್ಳಲು ಅದನ್ನು ತಡೆಗಟ್ಟುವುದು ಅತಿಮುಖ್ಯ – ಮತ್ತು ಅದರಿಂದಾಗಿಯೇ ಹಲವು ಪರಿಣತರು ಮನಃಪೂರ್ವಕತೆಯನ್ನು (mindfulness) ಅಭ್ಯಾಸ ಮಾಡಲು ಶಿಫಾರಸ್ಸು ಮಾಡುತ್ತಾರೆ. ಈ ಒತ್ತಡ ಕಡಿಮೆಗೊಳಿಸುವಿಕಾ ವಿಧಾನದ ಪ್ರಮುಖ ಪೂರ್ವೋಕ್ತಿ ಎಂದರೆ ಸ್ವಯಂ ತನ್ನಲ್ಲೇ ತಾನು ಕೇಂದ್ರೀಕೃತನಾಗುವುದು: ಅವುಗಳ ಅಭ್ಯಾಸದಿಂದಾಗಿ ಕಟ್ಟುಪಾಡಿಗೊಳಪಟ್ಟಿದ್ದಾಗಲೂ ಸಹ ಅವುಗಳ ಬಗ್ಗೆ ಪೂರ್ಣ ಅರಿವುಳ್ಳವರಾಗುವ ಸಲುವಾಗಿ, ನಮ್ಮ ಪ್ರತಿವರ್ತನೆಗಳನ್ನು ಗಮನಿಸಿ ಕೇಂದ್ರೀಕೃತವಾಗುವುದು. ಈ ರೀತಿಯಾಗಿ ನಾವು 'ಇಲ್ಲಿ'ನದಕ್ಕೇ ಮತ್ತು 'ಈಗಿ'ನದ್ದಕ್ಕೆ ಸಂಬಂಧ ಕಲ್ಪಿಸಿಕೊಳ್ಳಬಹುದು, ಮತ್ತು ನಿಯಂತ್ರಣ ಮೀರಿ ಸುರುಳಿ ಸುತ್ತಿಕೊಂಡು ಆಚೆ ಜಾರಿ ಹೋಗಬಹುದಾದ ವಿಚಾರಗಳನ್ನು ಮಿತಿಗೊಳಸಿಬಹುದು.

ಖಾಯಿಲೆಯೊಂದು ಅವರನ್ನು ತೀವ್ರ ಒತ್ತಡದ ಅವಸ್ಥೆಯ ಕಾಲಮಾನಕ್ಕೆ ದೂಡಿದಾಗ ತನ್ನ ವೇಗಭರಿತ ಜೀವನಕ್ರಮವನ್ನು ತ್ಯಜಿಸಿ, ಮನಃಪೂರ್ವಕತೆ ಕುರಿತಂತೆ ಬೋಧಿಸುವ ಪ್ರಮಾಣೀಕೃತ ಬೋಧಕರಾಗಿರುವ ರಾಬರ್ಟೋ ಅಲ್ಸಿಬರ್ ಹೀಗೆನ್ನುತ್ತಾರೆ : "ಕೊನೆಯಿಲ್ಲದ ಕುಣಿಕೆ ಮಾರ್ಗದಲ್ಲೇ (loop) ಸುತ್ತುತ್ತಿರುವ ಸ್ವಯಂ ಚಾಲಕನನ್ನು ತಡೆದು ನಿಲ್ಲಿಸುವುದನ್ನು ನಾವು ಕಲಿಯಬೇಕು. ಫೋನಿನಲ್ಲಿ ಮಾತಾಡುತ್ತಲೇ, ಅಥವಾ ದೂರದರ್ಶನದಲ್ಲಿ ಸುದ್ದಿ ನೋಡುತ್ತಲೇ/ಕೇಳುತ್ತಲೇ ಊಟ/ತಿಂಡಿ ತಿನ್ನುವ ಮಂದಿಯನ್ನು ನೋಡಿದ್ದೇವೆ. ನೀವು ಅವರನ್ನು ಕೇಳಿ, ಅವರಿಗೆ ಆಗಷ್ಟೇ ತಿಂದ ಮೊಟ್ಟೆದೋಸೆಯಲ್ಲಿ ಈರುಳ್ಳಿ ಇತ್ತೇ ಎಂದು, ಅವರು ಖಂಡಿತ ನಿಮಗೆ ಹೇಳಲಾರರು".

ಧ್ಯಾನದ ಮುಖಾಂತರ ಮನಃಪೂರ್ವಕತೆಯನ್ನು ತಲುಪುವುದು ಒಂದು ದಾರಿ, ಹೊರ ಪ್ರಪಂಚದಿಂದ ನಮ್ಮನ್ನು ತಲುಪುವ ಮಾಹಿತಿಯನ್ನು ಸೋಸಲು ಅದು ಸಹಾಯ ಮಾಡುತ್ತದೆ. ಉಸಿರಾಟದ ವ್ಯಾಯಾಮಗಳು, ಯೋಗ ಮತ್ತು ನಮ್ಮ ಇಡೀ ಶರೀರದ

ಅಂತರ್‌ವೀಕ್ಷಣೆಯಿಂದಲೂ ಅದನ್ನು ನಾವು ಸಾಧಿಸಬಲ್ಲೆವು.

ಮನಃಪೂರ್ವಕತೆಯನ್ನು ಸಾಧಿಸುವುದು ಒಂದು ನಿಧಾನಗತಿಯ ತರಬೇತಿ ಪ್ರಕ್ರಿಯೆಯನ್ನು ಒಳಗೊಂಡಿದೆ. ಆದರೆ ಒಂದು ಚೂರು ಅಭ್ಯಾಸದ ಜತೆಗೆ ನಮ್ಮ ಮನಸ್ಸನ್ನು ಪೂರ್ಣವಾಗಿ ಕೇಂದ್ರೀಕರಿಸುವುದನ್ನು ಕಲಿಯಬಲ್ಲೆವು – ಅದೆಂದರೆ ಒತ್ತಡಕ್ಕೆ ಒತ್ತಡದ ನಿವಾರಣೆಯೂ ಆಯಿತು ಮತ್ತು ನಾವು ದೀರ್ಘಕಾಲ ಬದುಕಲು ಸಹಾಯವೂ ಆಯಿತೆಂದರ್ಥ.

ಕೊಂಚಮಟ್ಟಿನ ಒತ್ತಡ ನಿಮಗೆ ಒಳ್ಳೆಯದೆ!

ಸುಸ್ಥಿರವಾಗಿರುವಂಥಹ, ತೀವ್ರ ಒತ್ತಡವು ದೀರ್ಘಾಯುಷ್ಯದ ಮತ್ತು ಮಾನಸಿಕ ಹಾಗೂ ದೈಹಿಕ ಆರೋಗ್ಯದ ಶತ್ರುವಾಗಿದ್ದರೂ, ಕಡಿಮೆ ಮಟ್ಟದ ಒತ್ತಡವು ಪ್ರಯೋಜನಕಾರಿ ಎಂದೂ ಕಂಡುಬಂದಿದೆ.

ರಿವರ್ ಸೈಡ್‌ನ ಕ್ಯಾಲಿಫೋರ್ನಿಯಾ ವಿಶ್ವವಿದ್ಯಾನಿಲಯದ ಮನಃಶಾಸ್ತ್ರದ ಪ್ರಾಧ್ಯಾಪಕರಾದ ಡಾ॥ ಹೊವರ್ಡ್ ಎಸ್. ಫ್ರೀಡ್‌ಮನ್‌ರವರು ಇಪ್ಪತ್ತು ವರ್ಷಗಳಿಗೂ ಹೆಚ್ಚು ಕಾಲ ಪರೀಕ್ಷೆಗೊಳಪಡಿಸಿದ ಇಂತಹ ತಂಡವೊಂದನ್ನು ಗಮನಿಸಿದ ನಂತರ ಕಂಡುಹಿಡಿದುದೇನೆಂದರೆ, ಯಾರು ಕಡಿಮೆ ಮಟ್ಟದ ಒತ್ತಡ ಉಳಿಸಿಕೊಂಡು, ಸವಾಲುಗಳನ್ನೆದುರಿಸಿ ಯಶಸ್ಸು ಸಾಧಿಸುವುದಕ್ಕಾಗಿ ತಮ್ಮ ತನುಮನಗಳನ್ನು ಕೆಲಸಗಳಲ್ಲಿ ತೊಡಗಿಸಿಕೊಂಡಿದ್ದರೊ, ಅವರು, ಯಾರು ಹೆಚ್ಚು ಆರಾಮವಾಗಿರಲು ಬಯಸಿ ಬೇಗ ನಿವೃತ್ತರಾಗಿ, ಅಂತಹ ಅನಾಯಾಸದ ಬದುಕು ಆಯ್ಕೆ ಮಾಡಿಕೊಂಡಿದ್ದರೊ ಅವರಿಗಿಂತ ಹೆಚ್ಚುಕಾಲ ಬದುಕಿದ್ದರು. ಇದರಿಂದ ಅವರು ನಿರ್ಣಯಿಸಿದ್ದೇನೆಂದರೆ ಸ್ವಲ್ಪ ಪ್ರಮಾಣದ ಒತ್ತಡವೆಂಬುದು ಧನಾತ್ಮಕವಾಗಿರುತ್ತದೆ, ಏಕೆಂದರೆ ಯಾರು ಹೀಗೆ ಸ್ವಲ್ಪ ಪ್ರಮಾಣದ ಒತ್ತಡದೊಂದಿಗೆ ಜೀವಿಸುತ್ತಾರೊ ಅವರು ಆರೋಗ್ಯಕರ ಅಭ್ಯಾಸಗಳನ್ನು ರೂಢಿಸಿಕೊಳ್ಳಲು ಮನಸ್ಸು ಮಾಡುವರು, ಅಂತೆಯೇ ಅವರು ಕಡಿಮೆ ಧೂಮಪಾನ ಮಾಡುತ್ತಾರೆ ಹಾಗೂ ಕಡಿಮೆ ಮದ್ಯಪಾನ ಮಾಡುತ್ತಾರೆ.

ಇಷ್ಟಾದ ಮೇಲೂ ಈ ಪುಸ್ತಕದಲ್ಲಿ ಕಾಣಿಸಿದ ನಾವು ಭೇಟಿಯಾಗುವಂತಹ ಹಲವಾರು ಶತಾಯುಷ್ಯ ಮೀರಿದವರು – ಯಾರು ೧೧೦ ಅಥವಾ ಅದಕ್ಕೂ ಅಧಿಕ ವರ್ಷಗಳ ಕಾಲ ಬದುಕುವರೋ ಅವರು – ಅಂತಹವರು ತಮ್ಮ ಜೀವನವನ್ನು ತೀವ್ರತಮವಾಗಿ ಬದುಕಿದ ರೀತಿ ಮತ್ತು ಅವರು ಮುಪ್ಪಾಗುವವರೆಗೂ ಕೆಲಸ ಮಾಡುತ್ತಲೇ ಇರುವ ರೀತಿಯ ಕುರಿತು ಮಾತನಾಡುತ್ತಾರೆ.

ಒಂದೇ ಕಡೆ ಅಥವ ಸುಮ್ಮನೆ ಬಹಳ ಕಾಲ ಕೂರುವುದು ನಿಮ್ಮನ್ನು ವಯಸ್ಸಾಗಿಸುವುದು.

ನಿರ್ದಿಷ್ಟವಾಗಿ ಪಾಶ್ಚಿಮಾತ್ಯಲೋಕದ ಜನರಲ್ಲಿ ಏರುತ್ತಿರುವ ಜಡಭರತ ವರ್ತನೆಯು ಮುಂದೆ ದೀರ್ಘಾಯುಷ್ಯದ ಮೇಲೆ ದುಷ್ಪರಿಣಾಮ ಬೀರುವ ಅನೇಕ ಕಾಯಿಲೆಗಳಿಗೆ, ಅದರಲ್ಲೂ ಮುಖ್ಯವಾಗಿ ರಕ್ತದ ಏರೊತ್ತಡ ಮತ್ತು ಬೊಜ್ಜುತನಕ್ಕೆ ದಾರಿಮಾಡಿಕೊಡುತ್ತದೆ.

ಮನೆಯಲ್ಲಾಗಲಿ, ಕೆಲಸದ ಸ್ಥಳದಲ್ಲಾಗಲಿ ಹೆಚ್ಚುವೇಳೆಯನ್ನು ಕುರ್ಚಿಗಂಟಿಕೊಂಡೇ ಕಳೆದರೆ ಅದು ಸ್ನಾಯುಗಳ ಮತ್ತು ಉಸಿರಾಟಾಂಗಗಳ ಯುಕ್ತತೆಯನ್ನು ಕಡಿತಗೊಳಿಸುವುದರ ಜತೆಗೆ ಹಸಿವನ್ನು ಉದ್ದೀಪನಗೊಳಿಸಿ ಇತರೆ ಚಟುವಟಿಕೆಗಳಲ್ಲಿ ಭಾಗವಹಿಸುವ ಇಚ್ಛೆಗೆ

ಕಡಿವಾಣ ಹಾಕುತ್ತದೆ. ಜಡ ಭರತತನವು (ಕುಳಿತೇ ಇರುವುದು, ಟಿ.ವಿಗೆ ಅಂಟಿಕೊಂಡಿರುವುದು, – couch potato) ರಕ್ತದ ಏರೊತ್ತಡ, ಅಸಮತೂಕದ ಆಹಾರ ಸೇವನೆ, ಹೃದಯ ಸಂಬಂಧೀ ಕಾಯಿಲೆಗಳು, ಮೂಳೆ ಶಿಥಿಲತೆ ಮತ್ತು ಮೂಳೆ ಟೊಳ್ಳುರೋಗ ಮತ್ತು ಕೆಲವು ವಿಧದ ಅರ್ಬುದ ರೋಗಗಳಿಗೂ (Cancer - ಏಡಿಗಂಥಿ) ದಾರಿ ಮಾಡಬಲ್ಲುದು. ರೋಗ ನಿರೋಧಕ ಶಕ್ತಿ ವ್ಯವಸ್ಥೆಯಲ್ಲಿರುವ ಟೆಲೊಮಿಯರ್‌ಗಳು ದಿನದಿಂದ ದಿನಕ್ಕೆ ರೂಪವಿಕಾರ ಅಥವಾ ವೈಕಲ್ಯ ಹೆಚ್ಚು ಮಾಡುತ್ತಾ ಹೋಗುವುದು, ಮತ್ತು ದೈಹಿಕ ಚಟುವಟಿಕೆಯ ಕೊರತೆ ಇವೆರಡರ ನಡುವೆ ನೇರ ಸಂಬಂಧ ಇದೆ ಎಂದು ಇತ್ತೀಚಿನ ಅಧ್ಯಯನಗಳು ತೋರಿಸಿವೆ. ಈ ರೀತಿಯ ವೈಕಲ್ಯವು ಆ ಜೀವಕೋಶಗಳು ವಯಸ್ಸಾಗುವಂತೆ ಮಾಡಿ ಮತ್ತದರಿಂದಾಗಿ ಇಡೀ ವ್ಯವಸ್ಥಿತ ದೇಹವೇ (organism) ಮುಪ್ಪಾಗುವಂತೆ ಮಾಡುತ್ತದೆ.

ಇದು ಕೇವಲ ವಯಸ್ಕರಿಗೇ ಸಂಬಂಧಿಸಿದ ಸಮಸ್ಯೆಯಲ್ಲ, ಬದಲಿಗೆ, ಜೀವನದ ಎಲ್ಲ ಹಂತಗಳ ಸಮಸ್ಯೆ. ಒಂದೇ ಕಡೆ ಜಡಭರಿತವರಾಗಿ ಕೂರುವ ಮಕ್ಕಳು ಹೆಚ್ಚಿನ ಪ್ರಮಾಣದ ಬೊಜ್ಜುತನ ಮತ್ತು ಅನುಷಂಗಿಕ ಆರೋಗ್ಯ ಪರಿಣಾಮಗಳು ಮತ್ತು ಗಂಡಾಂತರಗಳಿಂದ ನರಳುವರು. ಆದಕಾರಣ ಅತಿ ಸಣ್ಣ ವಯಸ್ಸಿನಲ್ಲೇ ಆರೋಗ್ಯಕರ ಮತ್ತು ಚಟುವಟಿಕೆಪೂರ್ಣ ಜೀವನಶೈಲಿ ರೂಢಿಸಿಕೊಳ್ಳುವುದು ಅತಿ ಮುಖ್ಯ.

ಕಡಿಮೆ ಜಡಭರಿತರಾಗಿರುವುದು ಸುಲಭದ ಕೆಲಸ; ಅದಕ್ಕಾಗಿ ಕೊಂಚ ಪ್ರಯತ್ನ ಮತ್ತು ನಿಮ್ಮ ನಿತ್ಯಗಟ್ಟಲೆಯ ದಿನಚರಿಯಲ್ಲಿ ಕೆಲವು ಬದಲಾವಣೆಗಳು ಬೇಕಷ್ಟೆ. ಆಂತರಿಕವಾಗಿ ಮತ್ತು ಬಹಿರ್ಮುಖವಾಗಿ ಹೀಗೆ ಎರಡೂ ಕಡೆ ಚೆನ್ನಾಗಿರುವ ಭಾವನೆಗಳುಳ್ಳ ಜೀವನ ಶೈಲಿ ಹೊಂದುವ ಹಾದಿಯನ್ನು ನಾವು ಹೊಕ್ಕ ಬಲ್ಲೆವು – ಅದಕ್ಕಾಗಿ ನಾವು ನಮ್ಮ ದಿನನಿತ್ಯದ ಅಭ್ಯಾಸಗಳಿಗೆ ಕೆಲವೊಂದು ಅಂಶಗಳನ್ನು ಸೇರಿಸಿಕೊಳ್ಳಬೇಕಷ್ಟೆ :

* ಉದ್ಯೋಗ ಮಾಡುವ ಜಾಗಕ್ಕೆ ನಡೆದೇ ಹೋಗಿ, ಅಥವಾ ಕನಿಷ್ಠ ಇಪ್ಪತ್ತು ನಿಮಿಷಗಳ ಕಾಲ ಹಾಗೆ ನಡೆದಾಡಿ.
* ಚರ ಸೋಪಾನ (elevator) ಅಥವಾ ಮೇಲೆತ್ತಿಗೆಯನ್ನು (escalator) ಬಳಸುವ ಬದಲು ನಿಮ್ಮ ಪಾದಗಳನ್ನು ಉಪಯೋಗಿಸಿ. ಇದು ಬೇರೆಲ್ಲದರ ಜೊತೆಗೆ ನಿಮ್ಮ ಭಂಗಿಗೆ, ನಿಮ್ಮ ಸ್ನಾಯುಗಳಿಗೆ ಮತ್ತು ನಿಮ್ಮ ಉಸಿರಾಟದ ವ್ಯವಸ್ಥೆಗೆ ಒಳ್ಳೆಯದು ಮಾಡುತ್ತದೆ.
* ಸಾಮಾಜಿಕ ಅಥವಾ ವಿಶ್ರಾಂತಕಾಲದ ಚಟುವಟಿಕೆಗಳಲ್ಲಿ ಭಾಗವಹಿಸಿ, ಅದರಿಂದ ನೀವು ಹೆಚ್ಚು ಕಾಲ ದೂರದರ್ಶನ ಪೆಟ್ಟಿಗೆಯ ಮುಂದೆ ಕಳೆಯುವುದು ತಪ್ಪುತ್ತದೆ.
* ಅಷ್ಟೊಂದು ಆರೋಗ್ಯಕರವಲ್ಲದ ದಿಢೀರ್ ಆಹಾರ (Junk food)ದ ಬದಲು ಹಣ್ಣುಗಳನ್ನು ಉಪಯೋಗಿಸಿ. ಅದರಿಂದಾಗಿ ಕುರುಕಲು ತಿಂಡಿಗಳ ಮೇಲಿನ ನಿಮ್ಮ ವ್ಯಾಮೋಹ ಕಡಿಮೆಯಾಗುತ್ತದಲ್ಲದೆ ನಿಮ್ಮ ದೇಹಕ್ಕೆ ಅದು ಹೆಚ್ಚು ಪುಷ್ಟಿ ಆಹಾರ ಒದಗಿಸುತ್ತದೆ.
* ಸರಿ ಪ್ರಮಾಣದ ನಿದ್ರೆ ಪಡೆಯಿರಿ, ಏಳರಿಂದ ಒಂಭತ್ತು ಗಂಟೆಯಷ್ಟು ಕಾಲದ ನಿದ್ರೆ ಒಳ್ಳೆಯದು. ಆದರೆ ಅದಕ್ಕಿಂತ ಹೆಚ್ಚಿನದು ನಮ್ಮನ್ನು ಆಲಸ್ಯಭರಿತರನ್ನಾಗಿ ಮಾಡುತ್ತದೆ.

* ಮಕ್ಕಳ ಜತೆ ಅಥವಾ ಸಾಕುಪ್ರಾಣಿಗಳಜತೆ ಆಟವಾಡಿ ಅಥವಾ ಒಂದು ಕ್ರೀಡಾ ತಂಡದ ಜತೆ ಸೇರಿ. ಇದು ದೇಹವನ್ನು ಶಕ್ತಿಯುತಗೊಳಿಸುವುದಷ್ಟೇ ಅಲ್ಲದೇ ಮನಸ್ಸನ್ನು ಹುರಿದುಂಬಿಸುತ್ತದೆ, ಹಾಗೂ ಸ್ವಾಭಿಮಾನವನ್ನು ಹೆಚ್ಚು ಮಾಡುತ್ತದೆ.

* ಹಾನಿಕಾರಕ ಅಭ್ಯಾಸಗಳನ್ನು ಪತ್ತೆ ಹಚ್ಚಿ. ಅವುಗಳ ಬದಲಿ, ಹೆಚ್ಚು ಧನಾತ್ಮಕವಾದವುಗಳನ್ನು ರೂಢಿಸಿಕೊಳ್ಳಲು ನಿಮ್ಮ ನಿತ್ಯಗಟ್ಟಳೆಯ ದಿನಚರಿಯ ಬಗ್ಗೆ ಜಾಗ್ರತರಾಗಿರಿ.

ಈ ಸಣ್ಣ ಸಣ್ಣ ಬದಲಾವಣೆಗಳನ್ನು ಮಾಡಿಕೊಳ್ಳುವುದರಿಂದ ನಾವು ನಮ್ಮ ಶರೀರ ಮತ್ತು ಜೀವಮಾನ ನಿರೀಕ್ಷಣೆಯನ್ನು (life expectancy) ಹೆಚ್ಚು ಮಾಡಿಕೊಳ್ಳಲು ಅನುಕೂಲವಾಗುತ್ತದೆ.

ರೂಪದರ್ಶಿಯೊಬ್ಬರು ಹುದುಗಿಸಿಟ್ಟ ರಹಸ್ಯ

ನಮಗೆ ದೈಹಿಕವಾಗಿ ಹಾಗೂ ಮಾನಸಿಕವಾಗಿ ಹೀಗೆ ಎರಡೂ ರೀತಿ ಅಂದರೆ ಬಾಹ್ಯವಾಗಿ ಹಾಗೂ ಆಂತರಿಕವಾಗಿ ವಯಸ್ಸಾಗುತ್ತಿದ್ದರೂ ಜನರಿಗೆ ವಯಸ್ಸಾಗುವುದರ ಬಗ್ಗೆ ಹೆಚ್ಚು ಮಾಹಿತಿ ಕೊಡುವ ಹಲವುಗಳಲ್ಲಿ ಒಂದೆಂದರೆ ಅದು ನಮ್ಮ ಚರ್ಮ/ತ್ವಚೆ. ಅದು ತನ್ನ ತಳಭಾಗದಲ್ಲಿ ನಡೆಯುವ ಪ್ರಕ್ರಿಯೆಗಳಿಗನುಸಾರವಾಗಿ ವಿವಿಧ ರಚನಾವಿನ್ಯಾಸ ಮತ್ತು ಬಣ್ಣವನ್ನು ಪಡೆಯುತ್ತದೆ. ಜೀವನೋಪಾಯದ ಮಾರ್ಗವಾಗಿ ರೂಪದರ್ಶಿಗಳಾಗಿಯೇ ಕಾರ್ಯನಿರ್ವಹಿಸುವ ಹೆಚ್ಚಿನವರು ಒಂದು ಫ್ಯಾಷನ್ ಷೋ (ಉಡುಪುಗಳನ್ನು ರೂಪದರ್ಶಿಗಳ ಮುಖಾಂತರ ಪ್ರದರ್ಶಿಸುವುದು) ನಡೆಯುವ ಹಿಂದಿನ ದಿನದ ರಾತ್ರಿ ಒಂಭತ್ತರಿಂದ ಹತ್ತುಗಂಟೆಗಳ ಕಾಲ ನಿದ್ರಿಸುವುದಾಗಿ ಹೇಳಿಕೊಂಡಿದ್ದಾರೆ. ಇದು ಅವರ ಚರ್ಮಕ್ಕೆ ಅಗತ್ಯ ಬಿಗುವು, ಸುಕ್ಕಿಲ್ಲದ ಚರ್ಯೆ ಮತ್ತು ಆರೋಗ್ಯಕರವಾದ ಹೊಳೆಯುವ ಕಾಂತಿಯನ್ನು ನೀಡುತ್ತದೆ.

ವಯಸ್ಸಾಗುವುದರ ವಿರುದ್ಧದ ಹೋರಾಟದ ಪ್ರಮುಖ ಸಾಧನವೆಂದರೆ ನಿದ್ರೆ ಎಂದು ವಿಜ್ಞಾನ ತೋರಿಸಿದೆ, ಏಕೆಂದರೆ ನಾವು ನಿದ್ರಿಸುವಾಗ ನಮ್ಮ ಶರೀರದಲ್ಲಿ ಸ್ವಾಭಾವಿಕವಾಗಿ ಉತ್ಪತ್ತಿಯಾಗುವ ಒಂದು ಚೋದಕಸ್ರಾವವಾದ ಮೆಲಟೋನಿನ್‌ನ್ನು ಉತ್ಪಾದಿಸುತ್ತೇವೆ. ಈ ಮೆಲಟೋನಿನ್‌ನ್ನು ಪಿನಿಯಲ್ ಅಥವಾ ಪೈನಿಯಲ್ ರಸಗ್ರಂಥಿ (Pineal gland: ಪೈನ್ ಶಂಖುವಿನಾಕಾರದ ಮಿದುಳಿನ ಮೂರನೇ ಕುಕ್ಷಿಯ ಹಿಂದುಗಡೆ ಇರುವ ಒಂದು ರಸಗ್ರಂಥಿ) ಯು ನಮ್ಮ ಹಗಲಿನ ಮತ್ತು ರಾತ್ರಿಯ ಸಾಮರಸ್ಯಕ್ಕನುಗುಣವಾಗಿ ನರವಾಹಕ (ನ್ಯೂರೋಟ್ರಾನ್ಸ್‌ಮಿಟ್ಟರ್) ಸೆರೊಟೊನಿನ್‌ನಿಂದ ಉತ್ಪಾದಿಸುತ್ತದೆ, ಮತ್ತು ಅದು ನಮ್ಮ ನಿದ್ರೆ ಮಾಡುವ ಮತ್ತು ಎಚ್ಚರಿಸುವ ಚಕ್ರಗಳನ್ನು ನಿರ್ಧರಿಸುವಲ್ಲಿ ಪಾತ್ರ ವಹಿಸುತ್ತದೆ.

ಮೆಲಟೊನಿನ್ ಒಂದು ಬಲಯುತವಾದ ಉತ್ಕರ್ಷ ವಿರೋಧಿ (anti-oxidant) ಯಾಗಿದ್ದು ದೀರ್ಘಕಾಲ ಬದುಕಲು ನಮಗೆ ಸಹಾಯ ಮಾಡುತ್ತದೆ, ಮತ್ತು ಈ ಕೆಳಗಿನ ಪ್ರಯೋಜನಗಳನ್ನು ನೀಡುತ್ತದೆ :

* ರೋಗ ನಿರೋಧಕ ವ್ಯವಸ್ಥೆಯನ್ನು ಸದೃಢಗೊಳಿಸುತ್ತದೆ.

* ಅರ್ಬುದ ರೋಗದ (Cancer – ಏಡಿಗಂಥಿ) ವಿರುದ್ಧ ನಮ್ಮನ್ನು ರಕ್ಷಿಸುವ ಒಂದು ಮೂಲವಸ್ತುವನ್ನು ಹೊಂದಿರುತ್ತದೆ.

* ಇನ್ಸುಲಿನ್‌ನ (ಮೇದೋಜೀರಕ ಗ್ರಂಥಿಯಲ್ಲಿ (Pancreas) ಉತ್ಪತ್ತಿಯಾಗುವ ಈ ಚೋದಕವು (Hormone) ರಕ್ತದಲ್ಲಿನ ಸಕ್ಕರೆ ಮಟ್ಟವನ್ನು ನಿಯಂತ್ರಿಸುತ್ತದೆ ಮತ್ತು ಇದರ ಕೊರತೆಯಾದಾಗಲೇ ಸಕ್ಕರೆ ಕಾಯಿಲೆ / ಮಧುಮೇಹ/ ಸಿಹಿಮೂತ್ರ ರೋಗ ಬಂತು ಎನ್ನುವುದು) ಸಹಜ ಉತ್ಪತ್ತಿಯನ್ನು ಉತ್ತೇಜಿಸುತ್ತದೆ.

* ಆಲ್ಜಿಮರ್ ಕಾಯಿಲೆಯ ಕಾಲೂರುವುದನ್ನು ಮುಂದೆ ತಳ್ಳುತ್ತದೆ.

* ಮೂಳೆಗಳ ಸವೆತ, ಜಾಳುತನ ಮತ್ತು ಟೊಳ್ಳಾಗುವಿಕೆ ಹಾಗೂ ಹೃದಯ ರೋಗದ ವಿರುದ್ಧ ಹೋರಾಡುತ್ತದೆ.

ಈ ಎಲ್ಲಾ ಕಾರಣಗಳಿಂದಾಗಿ ಮೆಲಟೋನಿನ್ ಎಂಬುದು ನಮ್ಮ ಯೌವ್ವನವನ್ನು ಕಾಪಾಡಿಕೊಳ್ಳುವ ಒಬ್ಬ ದೊಡ್ಡ ಸ್ನೇಹಿತ. ಆದಾಗ್ಯೂ ನಾವು ಗಮನಿಸಬೇಕಾದ ಅಂಶವೆಂದರೆ, ಮೂವತ್ತು ವರ್ಷಗಳಾದ ನಂತರ ಈ ಮೆಲಟೋನಿನ್‌ನ ಉತ್ಪಾದನೆ ಕುಂಠಿತವಾಗುತ್ತದೆ. ಈ ಕೆಳಗಿನ ವಿಧಾನಗಳಿಂದ ಇದನ್ನು ನಾವು ಸರಿದೂಗಿಸಬಹುದು :

* ಸಮತೂಕದ ಆಹಾರ ಸೇವಿಸುವುದರಿಂದ ಮತ್ತು ಹೆಚ್ಚು ಹೆಚ್ಚು ಕ್ಯಾಲ್ಸಿಯಂ (ಸುಣ್ಣಕ್ಕೆ ಮೂಲಾಧಾರ ವಸ್ತುವಾದ ಹಳದಿಬಣ್ಣದ ಮೂಲಧಾತು) ಅಂಶ ಪಡೆಯುವುದರಿಂದ.

* ಮಿತಪ್ರಮಾಣದಲ್ಲಿ ಪ್ರತಿದಿನವೂ ನಮ್ಮ ಶರೀರವನ್ನು ಸೂರ್ಯ ಶಾಖಕ್ಕೆ ಒಡ್ಡಿಕೊಳ್ಳುವುದರಿಂದ.

* ಸಾಕಷ್ಟು ನಿದ್ರೆ ಮಾಡುವುದರಿಂದ.

* ಒತ್ತಡ ನಿವಾರಿಸಕೊಂಡು, ಮದ್ಯಪಾನ, ತಂಬಾಕು ಸೇವನೆ, ಕೆಫೈನ್ (ಚಹಾ ಮತ್ತು ಕಾಫಿ ಗಿಡಗಳಲ್ಲಿ ದೊರೆಯುವ ಮತ್ತು ನಮ್ಮ ಕೇಂದ್ರ ನರವ್ಯೂಹ ವ್ಯವಸ್ಥೆಯನ್ನು (Central Nervous System - CNS) ಉದ್ದೀಪನಗೊಳಿಸುವ ಒಂದು ಸಸ್ಯಕ್ಷಾರ ವಸ್ತು) ಸೇವನೆಯಿಂದ ದೂರವಿರುವುದು. ಇವುಗಳು ರಾತ್ರಿಯ ವೇಳೆ ಒಂದು ಸುಖನಿದ್ರೆ ಪಡೆಯುವುದನ್ನು ದುಸ್ತರಗೊಳಿಸುತ್ತವೆಯಾದ್ದರಿಂದ ನಮಗೆ ಅಗತ್ಯವಿರುವ ಮೆಲಟೋನಿನ್‌ನಿಂದ ನಮ್ಮನ್ನು ವಂಚಿತರನ್ನಾಗಿಸುತ್ತದೆ.

ಮೆಲಟೋನಿನ್‌ನ್ನು ಕೃತಕವಾಗಿ ಉತ್ಪಾದಿಸುವಂತೆ ಪ್ರಚೋದನೆಗೊಳಿಸಲಾಗ ಬಹುದೇ ಎಂದು ನಿರ್ಧರಿಸಲು ತಜ್ಞರು ಪ್ರಯತ್ನಿಸುತ್ತಿದ್ದಾರೆ. ಹಾಗಾಗುವುದಾದರೆ, ಅಂದರೆ ವಯಸ್ಸಾಗುವ ಪ್ರಕ್ರಿಯೆಯನ್ನು ನಿಧಾನಗೊಳಿಸಲು ಸಾಧ್ಯವಾಗುವುದಾದರೆ ದೀರ್ಘಾಯುಷ್ಯದ ರಹಸ್ಯವನ್ನು ನಾವೀಗಾಗಲೇ ನಮ್ಮ ಜತೆ ಇರಿಸಿಕೊಂಡಿದ್ದೇವೆ ಎಂಬ ಸಿದ್ಧಾಂತವನ್ನು ದೃಢಗೊಳಿಸಿದಂತೆಯೇ ಸರಿ...

ವಯಸ್ಸಾಗುವುದರ ವಿರುದ್ಧದ ಮನೋಭಾವಗಳು

ಬುದ್ಧಿಯು ಶರೀರದ ಮೇಲೆ ಮತ್ತು ಅದಕ್ಕೆ ಎಷ್ಟು ಕ್ಷಿಪ್ರವಾಗಿ ವಯಸ್ಸಾಗುತ್ತದೆ ಎಂಬುದರ ಮೇಲೆ ಪ್ರಚಂಡ ಶಕ್ತಿಯನ್ನು ಹೊಂದಿದೆ. ಶರೀರವನ್ನು ಯೌವ್ವನಾವಸ್ಥೆಯಲ್ಲಿ ಉಳಿಸುವುದೆಂದರೆ ಮನಸ್ಸನ್ನು ಕ್ರಿಯಾಶೀಲವಾಗಿ ಇರಿಸುವುದು ಎಂದು ಬಹುಮಂದಿ ವೈದ್ಯರು ಸಹಮತಿಸುತ್ತಾರೆ - ಇದೇ ಇಕಿಗಾಯ್‌ನ ಮೂಲ ಕೀಲಿಕೈ - ಮತ್ತು ನಮ್ಮ

ಜೀವಮಾನದುದ್ದಕ್ಕೂ ನಾವು ಸಂಕಷ್ಟಗಳನ್ನು ಎದುರಿಸುವಾಗಲೂ ನಾವು ಮುದುಡಿ ಹೋಗದಿರುವುದು ಇದೇ ಕಾರಣದಿಂದಾಗಿಯೇ.

ಎಶಿವಾ ವಿಶ್ವವಿದ್ಯಾನಿಲಯದಲ್ಲಿ ನಡೆಸಿದ ಒಂದು ಅಧ್ಯಯನದಲ್ಲಿ ಕಂಡಂತೆ ದೀರ್ಘಕಾಲ ಬದುಕುವ ಜನರು ಎರಡು ರೀತಿಯ ರಚನಾ ಕ್ರಮದ ಸ್ವಭಾವ ಲಕ್ಷಣಗಳನ್ನು ಸಾಮನ್ಯವಾಗಿ ಹೊಂದಿರುತ್ತಾರೆ. ಒಂದು ಧನಾತ್ಮಕ ಭಾವ ಮತ್ತು ಹೆಚ್ಚಿನ ಮಟ್ಟದ ಭಾವನಾತ್ಮಕ ಅರಿವಿನ ಸ್ಥಿತಿ. ಬೇರೆ ರೀತಿ ಹೇಳುವುದಾದರೆ, ಯಾರು ಸವಾಲುಗಳನ್ನು ಎದುರಿಸುತ್ತಾರೋ ಮತ್ತು ತಮ್ಮ ಭಾವನೆಗಳನ್ನು ನಿಭಾಯಿಸಲು ಸಮರ್ಥರಾಗುತ್ತಾರೋ ಅವರು ಅದಾಗಲೇ ದೀರ್ಘಾಯುಷ್ಯದ ದಾರಿಯಲ್ಲಿ ಕ್ರಮಿಸುತ್ತಿದ್ದಾರೆಂದೇ ಅರ್ಥ.

ಒಂದು ಅನುದ್ವೇಗ ಭಾವವು (stoic attitude) – ನಮಗೆ ಹಿನ್ನಡೆ ಯಾಗುತ್ತಿದೆ ಎನಿಸುತ್ತಿರುವಾಗಲೂ ಪ್ರಶಾಂತತೆಯಿಂದಿರುವುದು – ಕೂಡ ನೀವು ತರುಣರಾಗುಳಿಯಲು ಸಹಾಯ ಮಾಡುತ್ತದೆ, ಏಕೆಂದರೆ ಅದು ಆತಂಕವನ್ನು ಮತ್ತು ಒತ್ತಡದ ಮಟ್ಟವನ್ನು ಕಡಿತಗೊಳಿಸುತ್ತದೆ ಹಾಗೂ ವರ್ತನೆಯನ್ನು ಸ್ಥಿರಗೊಳಿಸುತ್ತದೆ. ತರಾತುರಿಯಿಲ್ಲದ ಸಮಾಧಾನಕರ ಜೀವನಶೈಲಿಗಳು ಇರುವ ಕೆಲವು ಸಂಸ್ಕೃತಿಗಳ ಅತಿ ಹೆಚ್ಚಿನ ಮಟ್ಟದ ಜೀವನ ನಿರೀಕ್ಷಣೆಗಳಲ್ಲಿ ಇದನ್ನು ಕಾಣಬಲ್ಲೆವು.

ಹಲವಾರು ಶತಾಯುಷಿಗಳು ಮತ್ತು ಶತಾಯುಷ್ಯ ಮೀರಿದವರು ಈ ಇಬ್ಬರೂ ಒಂದೇ ರೀತಿಯ ಪಾರ್ಶ್ವಚಿತ್ರ ಹೊಂದಿರುತ್ತಾರೆ: ಅವರು ಕೆಲವೊಂದು ಸಲ ಕಷ್ಟವೆನಿಸುವ ಪೂರ್ಣ ಬದುಕು ಜೀವಿಸಿದ್ದಾರೆ, ಆದರೆ ಅವರಿಗೆ ತಿಳಿದಿತ್ತು, ಈ ಸವಾಲುಗಳನ್ನು ಧನಾತ್ಮಕ ಮನೋಭಾವದಿಂದ ಹೇಗೆ ನಿಭಾಯಿಸಬೇಕೆಂದು ಹಾಗೂ ಅವರು ಎದುರಿಸಿದ ಅಡಚಣೆಗಳಿಂದ ಹೆದರಿ ಹೇಗೆ ಅವುಗಳೊಳಗೆ ಮುಳುಗಿಹೋಗಬಾರದೆಂದು.

೨೦೧೪ನೇ ಇಸವಿಯಲ್ಲಿ ೧೧೧ ವರ್ಷಗಳ ಕಾಲ ಬದುಕಿರುವ ಪ್ರಪಂಚದಲ್ಲೇ ಅತಿ ವಯಸ್ಸಾದ ವ್ಯಕ್ತಿಯೆಂದು ಗುರುತಿಸಲ್ಪಟ್ಟ ಅಲೆಗ್ಸಾಂಡರ್ ಐವಿಚ್ ಎಂಬಾತನಿಗೆ ತಾನು ಒಳ್ಳೆಯ ವಂಶವಾಹಿಗಳನ್ನು (Genes) ಹೊಂದಿದ್ದೇನೆಂದು ತಿಳಿದಿದ್ದರೂ ಬೇರೆಯ ಅಂಶಗಳೂ ಸಹ ಇದಕ್ಕೆ ತಮ್ಮ ಕೊಡುಗೆ ನೀಡಿವೆ ಎಂಬ ಅರಿವಿತ್ತು. "ದೀರ್ಘಾಯುಷ್ಯಕ್ಕಾಗಿ ನೀವು ಯಾವ ರೀತಿ ಬಾಳುತ್ತೀರಿ ಎಂಬುದೂ ಅಷ್ಟೇ ಅಥವಾ ಅದಕ್ಕಿಂತ ಹೆಚ್ಚೇ ಮುಖ್ಯ ವಾಗುತ್ತದೆ" ಎಂದು ರಾಯಿಟರ್ ಸುದ್ದಿ ಸಂಸ್ಥೆಗೆ ನೀಡಿದ ಸಂದರ್ಶನವೊಂದರಲ್ಲಿ ೨೦೧೪ರ "ಗಿನ್ನೆಸ್ ಬುಕ್ ಆಫ್ ವರ್ಲ್ಡ್ ರೆಕಾರ್ಡ್"ಗೆ ಅವನ ಹೆಸರು ಸೇರಿದ ನಂತರ ಹೇಳಿದ್ದ.

ದೀರ್ಘಾಯುಷ್ಯಕ್ಕಾಗಿ ಒಂದು ಗೀತ (ಪ್ರಗಾಥಃ ode)

ದೀರ್ಘಾಯುಷ್ಯಕ್ಕಾಗಿ ಗಿನ್ನೆಸ್ ದಾಖಲೆ ಹೊಂದಿರುವ ಒಗಿಮಿ ಎಂಬ ಗ್ರಾಮದಲ್ಲಿ ನಾವು ವಾಸ್ತವ್ಯವಿದ್ದಾಗ, ಇನ್ನೇನು ನೂರುವರ್ಷಗಳು ತುಂಬಲಿರುವ ಒಬ್ಬ ಮಹಿಳೆ ಜಾಪಾನೀ ಭಾಷೆ ಮತ್ತು ಸ್ಥಳೀಯ ಪ್ರಾಂತೀಯ ಭಾಷೆ ಈ ಎರಡರ ಮಿಶ್ರಣದಲ್ಲಿ ಈ ಕೆಳಗಿನ ಗೀತೆಯನ್ನು ನಮಗಾಗಿ ಹಾಡಿದರು :

"ಆರೋಗ್ಯಭರಿತ ದೀರ್ಘಜೀವನಕಾಗಿ,
ಎಲ್ಲದರೊಂದೊಂದು ಚೂರು ಚಪ್ಪರಿಸಿ ತಿನ್ನಿ,
ಬೇಗ ಮಲಗಿ, ಬೇಗ ಏಳಿ,

ವಾಯು ವಿಹಾರಕ್ಕೆ ಹೊರಹೋಗಿ ಬನ್ನಿ.
ಪ್ರಶಾಂತತೆಯಲಿ ನಾವನುದಿನವು ಬದುಕಿ
ಪಯಣದ ಸುಖ ಹೊಂದುವೆವು.
ಆರೋಗ್ಯದೊಂದಿಗೆ ದೀರ್ಘ ಜೀವನ ಹೊಂದಲು
ಸಂಗಾತಿಗಳೊಟ್ಟಿಗೆ ಖುಷಿಯಿಂದಿರುವೆವು.
ವಸಂತಕಾಲ, ಬೇಸಿಗೆ, ಮಳೆಗಾಲ, ಚಳಿಗಾಲ
ಈ ಎಲ್ಲ ಋತುಗಳನು ಸಂತಸದಿ ಸವಿವೆವು.
ಬೆರಳುಗಳೆಷ್ಟು ಮುಪ್ಪಾದುವೆಂದು ಚಿಂತಿಸುವುದು ರಹಸ್ಯವಲ್ಲ;
ಬೆರಳಿನಿಂದ ಶಿರಕೆ ಮತ್ತೆ ವಾಪಸ್ ಅಲ್ಲಿಗೇ
ಕೆಲಸ ಮಾಡುವ ನಿಮ್ಮ ಬೆರಳುಗಳ ಜತೆ
ನೀವೂ ಚಲಿಸುತಿರೆ,
ನೂರು ವರ್ಷಗಳು ನಿಮ್ಮ ಹತ್ತಿರಕೇ ಬರುವುವು,
ಅದು ತ್ರಾಸವೇನಲ್ಲ."

ದೀರ್ಘಾಯುಷ್ಯ ಮತ್ತು ನಮ್ಮ ಜೀವನದ ಪರಮೋದ್ದೇಶವನ್ನು ಅನ್ವೇಷಿಸುವುದು, ಈ ಎರಡರ ನಡುವಣ ಅತಿ ಆಪ್ತ ಸಂಬಂಧವನ್ನು ನೋಡಲು ನಾವೀಗ ಮುಂದಿನ ಅಧ್ಯಾಯಕ್ಕೆ ಪುಟ ತಿರುಗಿಸಲು ನಮ್ಮ ಬೆರಳುಗಳನ್ನೇ ಬಳಸೋಣ.

೩
ಲೋಗೋಥೆರಪಿಯಿಂದ ಇಕಿಗಾಯ್‌ವರೆಗೆ

ನಿಮ್ಮ ಉದ್ದೇಶ ಕಂಡುಕೊಂಡು ದೀರ್ಘ ಹಾಗೂ ಉತ್ತಮ ಜೀವನ ನಡೆಸುವುದು ಹೇಗೆ.

ಲೋಗೋಥೆರಪಿ ಎಂದರೇನು?

ವಿಕ್ಟರ್ ಫ್ರಾಂಕ್ಲ್‌ನ ಸಹೋದ್ಯೋಗಿಯೊಬ್ಬರು ಅವರನ್ನು ಮನಃಶಾಸ್ತ್ರ ಪಂಥವನ್ನು ಒಂದು ಪದಗುಚ್ಛದಲ್ಲಿ ನಿರೂಪಿಸಲು ಕೇಳಿದಾಗ, ಅದಕ್ಕೆ ವಿಕ್ಟರ್ ಫ್ರಾಂಕ್ಲ್ ಉತ್ತರಿಸಿದರು, "ಸರಿ ಲೋಗೋಥೆರಪಿಯಲ್ಲಿ ರೋಗಿಯು ನೇರವಾಗಿ ಕೂರುವನು ಮತ್ತು ಕೆಲವೊಮ್ಮೆ ಕೇಳಿಸಿಕೊಳ್ಳಲು ಕಠಿಣಮಯವಾದ ವಿಷಯಗಳನ್ನು ಆಲಿಸುವನು". ಆ ಸಹೋದ್ಯೋಗಿ ಆಗ ಮನೋವಿಶ್ಲೇಷಣೆ (Psychoanalysis) ಎಂದರೇನು ಎಂದು ಅವರಿಗೆ ಈ ಕೆಳಗಿನ ಶಬ್ದಗಳಲ್ಲಿ ವಿವರಿಸಿದರು: ಮನೋವಿಶ್ಲೇಷಣಾ ವಿಧಾನದಲ್ಲಿ ರೋಗಿಯು ಒಂದು ಮೆತ್ತನೆಯ ಸೋಫಾದ ಮೇಲೆ ಮಲಗಿ, ಕೆಲವು ಸಲ ಹೇಳಲು ಕಠಿಣವಾದ ವಿಷಯಗಳನ್ನೂ ಹೇಳುವನು".

ತಾನು ತನ್ನ ರೋಗಿಗಳಿಗೆ ಕೇಳುವ ಹಲವಾರು ಪ್ರಶ್ನೆಗಳಲ್ಲಿ ಫ್ರಾಂಕ್ಲ್ ಕೇಳುತ್ತಿದ್ದ ಮೊದಲ ಪ್ರಶ್ನೆ ಎಂದರೆ, "ನೀನು ಆತ್ಮಹತ್ಯೆ ಮಾಡಿಕೊಳ್ಳುವುದಿಲ್ಲ ಏಕೆ?" "ಸರ್ವೇ ಸಾಮಾನ್ಯವಾಗಿ ರೋಗಿಯು ಆತ್ಮಹತ್ಯೆ ಮಾಡಿಕೊಳ್ಳದಿರಲು ಒಳ್ಳೆಯ ಕಾರಣಗಳನ್ನು ಕಂಡುಕೊಂಡಿರುತ್ತಾನೆ ಮತ್ತು ಹೇಗೋ ಸಂಭಾಳಿಸಿಕೊಂಡು ಹೋಗಲು ಸಮರ್ಥನಿರುತ್ತಾನೆ. ಹಾಗಾದಾಗ ಲೋಗೋಥೆರಪಿ ಏನು ಮಾಡುತ್ತದೆ?"

ಅದಕ್ಕೆ ಉತ್ತರ ಬಹುಮಟ್ಟಿಗೆ ಸ್ಪಷ್ಟವಿದೆ: ಅದು ಬದುಕುವುದಕ್ಕೆ ಕಾರಣಗಳನ್ನು ಹುಡುಕಲು ಸಹಾಯ ಮಾಡುತ್ತದೆ.

ತಮ್ಮ ನರವ್ಯಾಧಿಗಳನ್ನು ಎದುರಿಸಲು ಅನುಕೂಲವಾಗುವ ಅವರ ಜೀವನದ

ಉದ್ದೇಶವನ್ನು ರೋಗಿಗಳು ಪ್ರಜ್ಞಾಪೂರ್ವಕವಾಗಿ ಅನ್ವೇಷಿಸಲು ಲೋಗೋಥೆರಪಿಯು ಮುನ್ನೂಕುತ್ತದೆ. ತಮ್ಮ ಜೀವನದ ಉದ್ದೇಶವನ್ನು ಸಾಧಿಸುವ ಒಲವು ಅವರನ್ನು ಭೂತಕಾಲದ ಮಾನಸಿಕ ಸರಪಳಿಗಳನ್ನು ತುಂಡರಿಸಿ ತಮ್ಮ ಹಾದಿಯಲ್ಲಿ ಎದುರಿಸುವ ಎಲ್ಲ ಅಡೆತಡೆಗಳನ್ನು ದಾಟಿ ಮುಂದೆ ಹೋಗಲು ಅನುವಾಗುವಂತೆ, ಪ್ರೇರೇಪಿಸುತ್ತವೆ.

ಬದುಕುವುದಕ್ಕಾಗಿ ಯಾವುದಾದರೊಂದು ಕಾರಣ

ವಿಯೆನ್ನಾದ ತನ್ನ ವೈದ್ಯಶಾಲೆಯಲ್ಲಿ ನಡೆಸಿದ ಒಂದು ಅಧ್ಯಯನದಿಂದ ವಿಕ್ಟರ್ ಫ್ರಾಂಕ್ಲ್ ಕಂಡುಕೊಂಡಿದ್ದೇನೆಂದರೆ, ರೋಗಿಗಳು ಮತ್ತು ಸಿಬ್ಬಂದಿ ಇಬ್ಬರಲ್ಲೂ, ಸುಮಾರು ಶೇಕಡಾ ೮೦ರಷ್ಟು ಜನರಿಗೆ ಬದುಕಲು ಒಂದು ಕಾರಣ ಬೇಕೆಂದು ಭಾವಿಸಿದ್ದರು, ಮತ್ತು ಶೇಕಡಾ ೯೦ರಷ್ಟು ಮಂದಿ ಭಾವಿಸಿದ್ದರು – ತಮಗೆ ಯಾರಾದರೂ ಅಥವಾ ಯಾವುದಾದರೂ ಒಂದು, ಅಂದರೆ ಅದಕ್ಕಾಗಿ/ಅವರಿಗಾಗಿ ಸಾಯಲು ಯೋಗ್ಯವಾದಂಥದ್ದು ಇದೆ ಎಂದು.

ಜೀವನದ ಅರ್ಥಕ್ಕಾಗಿ ಹುಡುಕಾಟ

ಉದ್ದೇಶದ ಹುಡುಕಾಟವು, ಫ್ರಾಂಕ್ಲ್ ತನ್ನ ಗುರಿಗಳನ್ನು ಸಾಧಿಸಿಕೊಳ್ಳಲು ಒಂದು ಖಾಸಗಿಯಾಗಿ ಮುನ್ನಡೆಸುವ ಚಾಲನಾಶಕ್ತಿಯಾಗಿ ಅವಕಾಶ ನೀಡಿತು. ಲೋಗೋಥೆರಪಿಯ ಪ್ರಕ್ರಿಯೆಯನ್ನು ಈ ಕೆಳಗಿನ ಐದು ಹೆಜ್ಜೆಗಳಲ್ಲಿ ಸಂಕ್ಷೇಪಿಸಬಹುದು:

೧. ಒಬ್ಬ ವ್ಯಕ್ತಿ ಖಾಲಿ ಖಾಲಿಯಾದಂತೆ, ಹತಾಶನಾದಂತೆ, ಅಥವಾ ಆತಂಕಿತನಾದಂತೆ ಭಾವಿಸುತ್ತಾನೆ.

೨. ಅವನು ಆ ರೀತಿ ಭಾವಿಸುತ್ತಿರುವುದು ಅರ್ಥಪೂರ್ಣ ಜೀವನ ಹೊಂದುವ ಇಚ್ಛೆಯಿಂದಾಗಿ ಎಂದು ಚಿಕಿತ್ಸಾತಜ್ಞ ಅವನಿಗೆ ತೋರಿಸುವನು.

೩. ರೋಗಿ ತನ್ನ ಜೀವನದ ಉದ್ದೇಶವನ್ನು ಕಂಡುಕೊಳ್ಳುವನು (ಆ ನಿರ್ದಿಷ್ಟ ಗಳಿಗೆಯಲ್ಲಿ).

೪. ತನ್ನ ಸ್ವ-ಇಚ್ಛೆಯಂತೆ ರೋಗಿ ಆ ವಿಧಿಲಿಖಿತವನ್ನು ಒಪ್ಪಲು ಯಾ ತಿರಸ್ಕರಿಸಲು ತೀರ್ಮಾನಿಸುತ್ತಾನೆ.

೫. ಜೀವನಕ್ಕಾಗಿ ಹೊಸದಾಗಿ ಕಂಡುಕೊಂಡ ಈ ಗೀಳು (Passion) ಅವನಿಗೆ ತನ್ನ ಅಡಚಣೆಗಳನ್ನು ಮತ್ತು ದುಃಖಗಳನ್ನು ದಾಟಲು ಸಹಾಯ ಮಾಡುತ್ತದೆ.

ತನ್ನ ತತ್ವಗಳಿಗಾಗಿ ಮತ್ತು ಆದರ್ಶಗಳಿಗಾಗಿ ಬದುಕಲು ಮತ್ತು ಸಾಯಲೂ ಫ್ರಾಂಕ್ಲ್ ತಾನೇ ಸಿದ್ಧನಿದ್ದ. ಆಶ್‌ವಿಚ್‌ನಲ್ಲಿ ಖೈದಿಯಾಗಿದ್ದಾಗಿನ ಅವನ ಅನುಭವಗಳು ಅವನಿಗೆ ತೋರಿದ್ದೇನೆಂದರೆ: "ಒಬ್ಬ ಮನುಷ್ಯನಿಂದ ಏನೆಲ್ಲವನ್ನೂ ಕಿತ್ತುಕೊಳ್ಳಬಹುದು, ಆದರೆ ಒಂದನ್ನು ಬಿಟ್ಟು: ಮಾನವ ಸ್ವಾತಂತ್ರ್ಯಗಳಲ್ಲಿ ಕಟ್ಟಕಡೆಯದಾದುದು – ಯಾವುದೇ ಒಂದು ಸ್ಥಾಪಿತ ಸನ್ನಿವೇಶದಲ್ಲಿ ಒಬ್ಬ ತನ್ನ ದೃಷ್ಟಿಕೋನವನ್ನು ಆಯ್ಕೆಮಾಡಿಕೊಳ್ಳುವ, ಒಬ್ಬ ತನ್ನದೇ ದಾರಿ ಆರಿಸಿಕೊಳ್ಳುವ ಸ್ವಾತಂತ್ರ್ಯ." ಇದನ್ನವನು ಏಕಾಂಗಿಯಾಗಿ ಯಾರ ಸಹಾಯವಿಲ್ಲದೆ ಅನುಭವಿಸಬೇಕಾಯಿತು, ಮತ್ತು ಅದು ಅವನ ಶೇಷ ಜೀವನಪೂರ್ತಿ ಅವನನ್ನು ಪ್ರೇರೇಪಿಸಿತು ಕೂಡ.

ಮನೋವಿಶ್ಲೇಷಣೆ ಮತ್ತು ಲೋಗೋಥೆರಪಿ ನಡುವಣ ಹತ್ತು ವ್ಯತ್ಯಾಸಗಳು.	
ಮನೋವಿಶ್ಲೇಷಣೆ	**ಲೋಗೋಥೆರಪಿ**
ರೋಗಿಯಂತೆ ಒಂದು ಮೆತ್ತನೆಯ ಸೋಫಾದ ಮೇಲೆ ಕೇವಲ ಒರಗಿರುತ್ತಾನೆ.	ರೋಗಿಯ ಪ್ರತಿ ಯಾವ ವಿಮರ್ಶಾತ್ಮಕಭಾವನೆಯನ್ನು ಇಟ್ಟಿಕೊಳ್ಳದೇ ಅವನಿಗೆ /ಅವಳಿಗೆ ಮಾರ್ಗದರ್ಶನ ಮಾಡುವ ಚಿಕಿತ್ಸಾತಜ್ಞರ ಎದುರು ರೋಗಿಯು ಕುಳಿತಿರುವನು/ಳು
ಅದು ಸಿಂಹಾವಲೋಕನ: ಅದು ಭೂತಕಾಲದತ್ತ ನೋಡುತ್ತದೆ.	ಭವಿಷ್ಯದತ್ತ ನೋಡುತ್ತದೆ
ಅದು ಆತ್ಮಾವಲೋಕನ: ನರವ್ಯಾಧಿಗಳನ್ನು ವಿಶ್ಲೇಷಿಸುತ್ತದೆ	ರೋಗಿಯ ನರವ್ಯಾಧಿಗಳೊಳಗೆ ಇಳಿಯುವುದಿಲ್ಲ.
ಅದರ ಚಲನೆ ಸಂತಸದತ್ತ.	ಇದರ ಚಲನೆಯು ಉದ್ದೇಶ ಮತ್ತು ಅರ್ಥ ಹುಡುಕುವುದರತ್ತ.
ಮನಃಶಾಸ್ತ್ರದ ಮೇಲೆ ಕೇಂದ್ರೀಕೃತ.	ಆಧ್ಯಾತ್ಮಿಕ ಆಯಾಮವನ್ನು ಒಳಗೊಂಡಿದೆ.
ಮನಸ್ಸಿಗೆ ಸಂಬಂಧಿತ ನರವ್ಯಾಧಿಗಳ ಮೇಲೆ ಕೆಲಸ ಮಾಡುತ್ತದೆ.	ವಾಸ್ತವತಾ, ಹತಾಶವಾದ ಅಥವಾ ವಾಸ್ತವತಾ ನರವ್ಯಾಧಿಗಳ ಮೇಲೆ ಕೆಲಸ ಮಾಡುತ್ತದೆ.
ಅಪ್ರಜ್ಞಾಪೂರ್ವಕವಾಗಿ ಸಂಘರ್ಷಗಳ ಮೂಲವನ್ನು ವಿಶ್ಲೇಷಿಸುವುದು (ಸಹಜ/ಹುಟ್ಟರಿವಿನ ಆಯಾಮ).	ಎಲ್ಲಿ ಮತ್ತು ಯಾವಾಗ ಸಂಘರ್ಷಗಳ ಹುಟ್ಟುತ್ತವೆಯೋಅಲ್ಲೇ ಅವುಗಳೊಡನೆ ವ್ಯವಹರಿಸುತ್ತದೆ (ಆಧ್ಯಾತ್ಮಿಕ ಆಯಾಮ).
ರೋಗಿಯ ಸಹಜ ಅರಿವುಗಳಿಗೆ ಮಿತಿಗೊಳಿಸಿಕೊಳ್ಳುತ್ತದೆ.	ಆಧ್ಯಾತ್ಮಿಕ ವಾಸ್ತವತೆಗಳ ಜತೆಗೂ ವರ್ತಿಸುತ್ತದೆ.
ಮೂಲಭೂತವಾಗಿ ನಂಬಿಕೆ/ಶ್ರದ್ಧೆಯೊಂದಿಗೆ ಹೊಂದಿಕೆಯಾಗಲಾರದು	ನಂಬಿಕೆ/ಶ್ರದ್ಧೆಯ ಜೊತೆ ಹೊಂದಿಕೆಯಾಗುವುದು
ಸಂಘರ್ಷಗಳ ಜತೆ ಮರು-ಹೊಂದಾಣಿಕೆ ಮಾಡಿಕೊಳ್ಳಲು ಮತ್ತು ಮನಸ್ಸಿನ ಆವೇಗ ಹಾಗೂ ಸಹಜ ಅರಿವುಗಳನ್ನು ತೃಪ್ತಿ ಪಡಿಸುತ್ತದೆ.	ರೋಗಿ ತನ್ನ ಜೀವನದ ಅರ್ಥ ಕಂಡುಕೊಳ್ಳಲು ಸಹಾಯವಾಗುವಂತೆ ಯತ್ನಿಸುತ್ತದೆ ಮತ್ತು ಅವನ ನೈತಿಕ ತತ್ತ್ವಗಳನ್ನು ತೃಪ್ತಿಪಡಿಸುತ್ತದೆ.

ನಿಮಗೋಸ್ಕರ ಹೋರಾಡಿ

ನಮ್ಮ ಜೀವನಕ್ಕೊಂದು ಉದ್ದೇಶವಿಲ್ಲದಿದ್ದರೆ ಅಥವಾ ಆ ಉದ್ದೇಶವೇ ವಕ್ರವಾಗಿದ್ದರೆ ಆಗ ಅಸ್ತಿತ್ವದ ಹತಾಶೆ/ಮೇಲೆಳುತ್ತದೆ. ಆದಾಗ್ಯೂ ಫ್ರಾಂಕೆಲ್ಲರ ದೃಷ್ಟಿಯಲ್ಲಿ, ಈ ಹತಾಶೆಯನ್ನು ಒಂದು ವ್ಯತಿಕ್ರಮ/ಅಸಂಗತಿ ಎಂದೋ ಅಥವಾ ನರವ್ಯಾಧಿಯ/ನರವ್ಯೂಹದ ಅಸ್ವಸ್ಥತೆಯ ಲಕ್ಷಣವೆಂದೋ ನೋಡುವ ಅಗತ್ಯವಿಲ್ಲ; ಬದಲಾಗಿ ಅದು ಧನಾತ್ಮಕ ವಿಷಯವಾಗಬಲ್ಲುದು – ಬದಲಾವಣೆಗೋಸ್ಕರ ಒಂದು ವೇಗವರ್ಧಕ.

ಬೇರೆ ನಮೂನೆಯ ಚಿಕಿತ್ಸೆಗಳು ಮಾಡುವಂತೆ ಈ ಹತಾಶೆಯನ್ನು ಲೋಗೋಥೆರಪಿಯು ಒಂದು ಮಾನಸಿಕ ಖಾಯಿಲೆಯಾಗಿ ನೋಡುವುದಿಲ್ಲ, ಆದರೆ ಆಧ್ಯಾತ್ಮಿಕ ಬೇಗುದಿ/ಯಾತನೆಯಾಗಿ ನೋಡುತ್ತದೆ – ಒಂದು ಸ್ವಾಭಾವಿಕ ಮತ್ತು ಪ್ರಯೋಜನಕಾರಿ ಸಂಗತಿ (ಇಂದ್ರಿಯ ಗೋಚರವಾದುದು). ಅದರಿಂದ ನರಳುವವರನ್ನು ಚಿಕಿತ್ಸೆ ಹುಡುಕುತ್ತಾ ಕರೆದೊಯ್ಯುತ್ತದೆ, ಅದು ತಾವೇ ತಾವಾಗಿಯೇ ಇರಬಹುದು, ಯಾ ಬೇರೆಯವರ ಸಹಾಯದೊಂದಿಗಿರಬಹುದು, ಮತ್ತು ಈ ರೀತಿ ಮಾಡುವುದರಿಂದ ಜೀವನದಲ್ಲಿ ಹೆಚ್ಚಿನ ಮಟ್ಟದ ಸಮಾಧಾನ ಕಾಣಲು ಸಾಧ್ಯವಾಗುತ್ತದೆ. ಅದು ಅವರು ತಮ್ಮ ಅದೃಷ್ಟ ಬದಲಾಯಿಸಿಕೊಳ್ಳಲು ಸಹಾಯ ಮಾಡುತ್ತದೆ.

ಒಬ್ಬ ವ್ಯಕ್ತಿಗೆ ಇದನ್ನು ಆಗುಮಾಡಿಕೊಳ್ಳಲು ಸಹಾಯದ ಅಗತ್ಯವಿದ್ದರೆ, ಮತ್ತು ಅವನು ತನ್ನ ಜೀವನದ ಉದ್ದೇಶವನ್ನು ಅನ್ವೇಷಿಸುವಲ್ಲಿ ಮಾರ್ಗದರ್ಶನದ ಅಗತ್ಯವಿದ್ದರೆ ಆಗ ಲೋಗೋಥೆರಪಿ ಪ್ರವೇಶ ಪಡೆಯುತ್ತದೆ, ಮತ್ತು ಆ ನಂತರ ಸಂಘರ್ಷಗಳನ್ನು ದಾಟಿ ತನ್ನ ಲಕ್ಷ್ಯದತ್ತ ಚಲಿಸಲು ಶಕ್ಯವಾಗುತ್ತದೆ. ಫ್ರಾಂಕ್ಲ್ ತನ್ನ 'ಮ್ಯಾನ್ಸ್ ಸರ್ಚ್ ಫಾರ್ ಮೀನಿಂಗ್' (ಅರ್ಥಕ್ಕಾಗಿ ಮನುಷ್ಯನ ಹುಡುಕಾಟ– ಜೀವನದ) ಎಂಬ ತನ್ನ ಪುಸ್ತಕದಲ್ಲಿ ನೀಶೆಯ (Nietzsche) (ಫ್ರೆಡ್ರಿಕ್ ವಿಲ್‌ಹೆಲ್ಮ್ ನೀಶೆಯು ಜರ್ಮನಿಯ ಒಬ್ಬ ತತ್ವಜ್ಞಾನಿ, ಸಾಂಸ್ಕೃತಿಕ ವಿಮರ್ಶಕ, ಸಂಗೀತ ವಾಗ್ಗೇಯಕಾರ, ಕವಿ ಮತ್ತು ಭಾಷಾಶಾಸ್ತ್ರಜ್ಞ; (೧೮೪೪–೧೯೦೦). ಶೋಪೆನ್‌ಹಾರ್, ಪ್ಲೆಟೊ, ಹೆಗೆಲ್, ಜೋರೊಸ್ಟರ್, ಅರಿಸ್ಟಾಟಲ್ ಮುಂತಾದವರಿಂದ ಪ್ರಭಾವಿತನಾಗಿದ್ದ) ಒಂದು ಬಹು ಪ್ರಸಿದ್ಧ ಸಾರೋಕ್ತಿಯನ್ನು (Aphorism) ಉದಾಹರಿಸುತ್ತಾರೆ: ಯಾವನಾದರೊಬ್ಬ ಬದುಕುವುದಕ್ಕಾಗಿ ಒಂದು 'ಏಕೆ (Why)'ಯನ್ನು ಹೊಂದಿರುತ್ತಾನೋ ಅಂಥವನು ಎಂತಹ 'ಹೇಗೆ (How)' ಎಂಬುದನ್ನಾದರೂ ತಾಳಿಕೊಳ್ಳಬಲ್ಲನು'.

ತನ್ನ ಸ್ವಂತ ಅನುಭವದ ಆಧಾರದ ಮೇಲೆ, ನಾವು ಈಗಾಗಲೇ ಏನನ್ನು ಸಾಧಿಸಿದ್ದೇವೆಯೋ ಎಂಬುದನ್ನು, ಭವಿಷ್ಯದಲ್ಲಿ ನಾವು ಏನನ್ನು ಸಾಧಿಸ ಬೇಕೆಂದಿದ್ದೇವೋ ಅದರ ಜತೆ ಹೋಲಿಕೆ ಮಾಡಿಕೊಳ್ಳುವುದರಿಂದ ಬರುವ ಸಹಜ ತುಡಿತದ ಮೇಲೆ ನಮ್ಮ ಆರೋಗ್ಯ ಅವಲಂಬಿಸಿದೆ ಎಂದು ಫ್ರಾಂಕ್ಲ್ ನಂಬಿದ್ದರು. ಅಂದಮೇಲೆ, ನಮಗೆ ಬೇಕಿರುವುದು ಶಾಂತಿಯುತ ಅಸ್ತಿತ್ವವಷ್ಟೇ ಅಲ್ಲ, ಆದರೆ ನಮ್ಮ ಬಳಿ ಇರುವ ಎಲ್ಲ ಕೌಶಲಗಳನ್ನು ಬಳಸಿ ಸಂಧಿಸಲು ಹೆಣಗಬಲ್ಲ ಒಂದು ಸವಾಲನ್ನು ಕೂಡ. ಇನ್ನೊಂದೆಡೆ ಅಸ್ತಿತ್ವದ ಬಿಕ್ಕಟ್ಟು ಎಂಬುದು, ಆಧುನಿಕ ಸಮಾಜಗಳ ಮಾದರಿಯಾಗಿ ಅದರಲ್ಲಿ ಆ ಮಂದಿ ತಮಗೆ ಏನು ಇಷ್ಟವೋ ಅದನ್ನು ಮಾಡುವ ಬದಲಿ, ಜನರು ಅವರಿಗೆ ಏನು ಹೇಳಿರುತ್ತಾರೋ ಅದನ್ನು ಮಾಡುವರು, ಅಥವಾ ಬೇರೆಯವರು ಏನು ಮಾಡುತ್ತಾರೋ ಅದನ್ನು ಮಾಡುವರು, ಅವರಿಂದ ಏನನ್ನು

ನಿರೀಕ್ಷಿಸಲಾಗಿದೆಯೋ ಮತ್ತು ಅವರು ತಾವಾಗಿಯೇ ಏನನ್ನು ಬಯಸುತ್ತಾರೋ ಈ ಎರಡರ ಮಧ್ಯದ ಅಂತರವನ್ನು ಅವರು ಎಷ್ಟೋ ಸಲ ಆರ್ಥಿಕ ಶಕ್ತಿಯಿಂದ ಅಥವಾ ಭೌತಿಕ ಸುಖಗಳಿಂದ ಅಥವಾ ತಮ್ಮ ಇಂದ್ರಿಯಗಳನ್ನು ಮರಗಟ್ಟಿಸುವುದರಿಂದ ತುಂಬಲು ಪ್ರಯತ್ನಿಸುವರು. ಅದು ಆತ್ಮಹತ್ಯೆಯತ್ತಲೂ ಕರೆದೊಯ್ಯಬಲ್ಲದು.

ಉದಾಹರಣೆಗೆ "ರವಿವಾರದ ಆತಂಕ ಮತ್ತು ಒತ್ತಡ"ದ (Sunday neurosis) ಅನುಭವ ಆಗುವುದು ಯಾವಾಗೆಂದರೆ, ಕೆಲಸದ ವಾರದ ದಿನಗಳ ನಿರ್ಬಂಧಗಳು ಮತ್ತು ಕಟ್ಟುಪಾಡುಗಳಿಲ್ಲದಿದ್ದಾಗ, ಒಬ್ಬ ವ್ಯಕ್ತಿ ತಾನು ಆಂತರಿಕವಾಗಿ ಹೇಗೆ ಶೂನ್ಯ ಅಥವಾ ಖಾಲಿ-ಖಾಲಿ (ಸೂನಾ-ಸೂನಾ) ಎಂದುಕೊಳ್ಳುತ್ತಾನೋ ಆ ಭಾವ. ಅವನು ಅದಕ್ಕೊಂದು ಪರಿಹಾರ ಕಂಡುಕೊಳ್ಳಬೇಕಾಗುತ್ತದೆ. ಅದಕ್ಕಿಂತ ಮಿಗಿಲಾಗಿ, ತನ್ನ ಉದ್ದೇಶವನ್ನು ಅವನು ಕಂಡುಕೊಳ್ಳಬೇಕು, ತಾನು ಬೆಳಿಗ್ಗೆ ಹಾಸಿಗೆ ಬಿಟ್ಟೇಳುವುದರ ಕಾರಣವನ್ನು ಕಂಡುಕೊಳ್ಳಬೇಕು ಅಂದರೆ ಅವನ ಇಕಿಗಾಯ್‌ನ್ನು.

ನಾನು ಆಂತರಿಕವಾಗಿ ಖಾಲಿಯಾದಂತೆ ಭಾವಿಸುವೆ

ವಿಯೆನ್ನಾದ ಪಾಲಿಕ್ಲಿನಿಕ್ ಆಸ್ಪತ್ರೆಯಲ್ಲಿ ಫ್ರಾಂಕ್ಲ್‌ರ ತಂಡ ನಡೆಸಿದ ಒಂದು ಅಧ್ಯಯನದಲ್ಲಿ ಅವರು ಸಂದರ್ಶಿಸಿದ್ದ ಶೇಕಡಾ ೫೫ರಷ್ಟು ರೋಗಿಗಳು, ಒಂದಲ್ಲ ಒಂದು ಪ್ರಮಾಣದ ಅಸ್ತಿತ್ವದ ಬಿಕ್ಕಟ್ಟನ್ನು ಅನುಭವಿಸುವುದನ್ನು ಕಂಡುಹಿಡಿದರು.

ಲೋಗೋಥೆರಪಿಯನುಸಾರ ಒಬ್ಬನು ಜೀವನದ ಉದ್ದೇಶವನ್ನು ಅನಾವರಣಗೊಳಿಸಿ ಅವನ ಅಸ್ತಿತ್ವದ ಶೂನ್ಯತೆಯನ್ನು ತುಂಬಿಕೊಳ್ಳಲು ಸಹಾಯವಾಗಿಸಿಕೊಳ್ಳುವುದು. ಒಬ್ಬ ಮನುಷ್ಯನಾಗಿ ತನ್ನ ಸಮಸ್ಯೆಗಳನ್ನು ಎದುರಿಸಿ ತನ್ನ ಗುರಿಗಳನ್ನೆಲ್ಲ ಕ್ರಿಯೆಗಳನ್ನಾಗಿ ಬದಲಿಸಿಕೊಂಡು, ತನಗೆ ವಯಸ್ಸಾದಂತೆ ಶಾಂತವಾಗಿ ತನ್ನ ಜೀವನದತ್ತ ಒಮ್ಮೆ ತಿರುಗಿನೋಡಲು ಫ್ರಾಂಕ್ಲ್‌ಗೆ ಸಾಧ್ಯವಾಯಿತು. ಇನ್ನೂ ತಮ್ಮ ತಾರುಣ್ಯವನ್ನು ಅನುಭವಿಸುತ್ತಿರುವವರನ್ನು ಕಂಡು ಅವನು ಕರುಬಬೇಕಿರಲಿಲ್ಲ, ಏಕೆಂದರೆ ಆತ ಯಾವುದಾದರೊಂದಕ್ಕಾಗಿ ಬದುಕಿದ್ದನೆಂಬುದನ್ನು ತೋರಿಸುವ ಒಂದಷ್ಟು ವಿಶಾಲ ಅನುಭವಗಳ ರಾಶಿಯನ್ನೇ ಅವನು ಗಳಿಸಿ ಗುಡ್ಡೆಹಾಕಿಕೊಂಡಿದ್ದ.

ಲೋಗೋಥೆರಪಿಯ ಮೂಲಕ ಲೇಸಾದ ಜೀವನ

ಕೆಲವು ಮುಖ್ಯ ಮನೋಗತಗಳು:

* ಜೀನ್ ಪಾಲ್‌ಸಾರ್ತ್ರೆ (೧೯೦೫-೧೯೮೦: ಪ್ಯಾರಿಸ್, ಫ್ರಾನ್ಸ್, ಫ್ರೆಂಚ್ ತತ್ವಶಾಸ್ತ್ರಜ್ಞ, ನಾಟಕಕಾರ, ಕಾದಂಬರಿಕಾರ, ಚಿತ್ರಕಥಾಕಾರ, ಸಾಹಿತ್ಯ ವಿಮರ್ಶಕ, ಅಸ್ತಿತ್ವವಾದಿ, ಮಾರ್ಕ್ಸ್‌ವಾದಿ) ರವರು ಸಾಧಿಸುವಂತೆ, ನಮ್ಮ ಜೀವನದ ಅರ್ಥವನ್ನು ನಾವು ಸೃಷ್ಟಿಸುವುದಿಲ್ಲ - ನಾವು ಅದನ್ನು ಅನಾವರಣಗೊಳಿಸುತ್ತೇವೆ, ಅಷ್ಟೆ!

* ನಾವು ಪ್ರತಿಯೊಬ್ಬರೂ ಅಸ್ತಿತ್ವದಲ್ಲಿರುವುದಕ್ಕೆ ಒಂದು ಅನುಪಮವಾದ ಕಾರಣವಿದೆ. ವರ್ಷಗಳುರುಳಿದಂತೆ ಅದನ್ನು ಹಲವು ಸಲ ಸರಿಹೊಂದಿಸಿಕೊಳ್ಳಬಹುದು ಅಥವಾ ಮಾರ್ಪಡಿಸಿಕೊಳ್ಳಬಹುದು.

* ಮನಃಕ್ಲೇಶವು ಹೇಗೆ ಆಗಾಗ ನಾವು ಯಾವುದಕ್ಕೆ ಅಂಜುತ್ತೇವೋ ಅದನ್ನೇ ಸರಿಯಾಗಿ ಕರಾರುವಕ್ಕಾಗಿ ತರುವಂತೆ, ಒಂದು ಇಚ್ಛೆಯ ಮೇಲಿನ ವಿಪರೀತ ಲಕ್ಷ್ಯವೂ ಕೂಡ (ಅಂದರೆ ಅತಿಯಾದ ಆಶಯ) ಆ ಇಚ್ಛೆಯು ಪೂರೈಸಲಾಗದಂತೆ ದೂರವಿರಿಸಬಲ್ಲದು, ಆತಂಕವನ್ನು ಕಡಿತಗೊಳಿಸಬಲ್ಲದು.

* ಹಾಸ್ಯವು ನಕಾರಾತ್ಮಕ ವೃತ್ತವನ್ನು ಹಾಗು ಉದ್ವೇಗವನ್ನು ಮುರಿಯುವಲ್ಲಿ ಸಹಾಯಕವಾಗಿದೆ.

* ನಾವೆಲ್ಲರೂ ಉದಾತ್ತಕೆಲಸಗಳನ್ನು ಅಥವಾ ಭಯಂಕರ ಕೆಲಸಗಳನ್ನು ಮಾಡಲು ಸಾಮರ್ಥ್ಯ ಹೊಂದಿದ್ದೇವೆ. ಈ ಸಮೀಕರಣದ ಯಾವ ಭಾಗದತ್ತ ನಾವು ಉಳಿದುಕೊಳ್ಳುತ್ತೇವೆ ಎಂಬುದು ನಮ್ಮ ತೀರ್ಮಾನಗಳ ಮೇಲೆ ಅವಲಂಬಿಸಿದೆಯೇ ಹೊರತು, ಯಾವ ಪರಿಸ್ಥಿತಿಯಲ್ಲಿ ನಮ್ಮನ್ನು ನಾವು ಕಂಡುಕೊಂಡಿದ್ದೇವೆ ಎಂಬುದರ ಮೇಲಲ್ಲ.

ಮುಂದಿನ ಪುಟಗಳಲ್ಲಿ ಜೀವನದ ಅರ್ಥ ಮತ್ತು ಉದ್ದೇಶಗಳನ್ನು ಇನ್ನೂ ಮೇಲಾಗಿ ಅರ್ಥೈಸಿಕೊಳ್ಳುವ ಸಲುವಾಗಿ, ಫ್ರಾಂಕ್ಲ್‌ರ ಸ್ವಂತ ವೃತ್ತಿಯಿಂದ ಹೆಕ್ಕಿದ ನಾಲ್ಕು ಪ್ರಕರಣಗಳತ್ತ ಕಣ್ಣು ಹಾಯಿಸೋಣ:-

ಅಧ್ಯಯನ ಪ್ರಕರಣ-೧ ವಿಕ್ಟರ್ ಫ್ರಾಂಕ್ಲ್

ನಂತರದ ದಿನಗಳಲ್ಲಿ ಜಾಪಾನ್ ಹಾಗೂ ಕೊರಿಯಾದಲ್ಲಿ ನಿರ್ಮಿಸಿದ ರೀತಿ, ಜರ್ಮನಿಯ ಯಾತನಾ ಶಿಬಿರಗಳಲ್ಲಿನ ಮನೋರೋಗ ತಜ್ಞರು ದೃಢಪಡಿಸಿದಂತೆ, ಯಾತನಾ ಶಿಬಿರದಿಂದ ಹೊರಗೆ ಅವರು ತಾವು ಏನನ್ನಾದರೂ ಸಾಧಿಸಬೇಕೆಂದು ಅಂದುಕೊಂಡಿದ್ದರೋ ಅಂತಹ ಖೈದಿಗಳು ಬದುಕುಳಿಯುವ ಹೆಚ್ಚಿನ ಅವಕಾಶಗಳನ್ನು ಹೊಂದಿ ಅಲ್ಲಿಂದ ಜೀವಂತವಾಗಿ ಹೊರಹೋಗುವ ಬಲವಾದ ಅಗತ್ಯ ಭಾವವನ್ನು ಹೊಂದಿದ್ದರು. ಫ್ರಾಂಕ್ಲ್‌ನ ವಿಷಯದಲ್ಲಿಯೂ ಇದು ನಿಜವಾಯಿತು, ಏಕೆಂದರೆ ಬಿಡುಗಡೆ ಹೊಂದಿದ ನಂತರ ಅವನು ಲೋಗೋಥೆರಪಿ ಎಂಬ ಚಿಕಿತ್ಸಾ ವಿಧಾನವನ್ನು ಬಹಳ ಯಶಸ್ವಿಯಾಗಿ ಅಭಿವೃದ್ಧಿಪಡಿಸಿದನಲ್ಲದೆ ಅವನ ಈ ವೃತ್ತಿಗೆ ಆತನೇ ಮೊದಲ ರೋಗಿಯೂ ಆಗಿದ್ದನು.

ಇದನ್ನು ಸಾಧಿಸಲು ಫ್ರಾಂಕ್ಲ್‌ನ ಒಂದು ಗಮ್ಯವಿತ್ತು ಮತ್ತು ಅದು ಅವನನ್ನು ಪಟ್ಟು ಹಿಡಿಯುವಂತೆ ಮಾಡಿತು. ಪ್ರಕಟಿಸಲು ಸಿದ್ಧವಾಗಿದ್ದ ತನ್ನ ವೃತ್ತಿಯುದ್ದಕ್ಕೂ ತಾನು ಒಟ್ಟುಗೂಡಿಸಿದ್ದ ಎಲ್ಲ ಸಿದ್ಧಾಂತಗಳ ಮತ್ತು ಸಂಶೋಧನೆಗಳ ಹಸ್ತಪ್ರತಿಯ ಒಂದು ಕಟ್ಟನ್ನು ತನ್ನ ಜತೆ ಹೊತ್ತುಕೊಂಡೇ ಅವನು ಆಷ್‌ವಿಜ್ ಯಾತನಾ ಶಿಬಿರ ತಲುಪಿದ್ದನು. (ಜರ್ಮನಿಯ ನಾಜ಼ಿಗಳು ಪೋಲೆಂಡಿನಲ್ಲಿ ನಿರ್ಮಿಸಿದ್ದ ೪೦ ಯಾತನಾ ಶಿಬಿರಗಳು ಮತ್ತು ನಿರ್ಮೂಲನಾ ಶಿಬಿರಗಳುಳ್ಳ ಒಂದು ಸಂಕೀರ್ಣ - ಎರಡನೆಯ ಮಹಾಯುದ್ಧ ಮತ್ತು ಸಮೂಹ ಬಲಿ ಅವಧಿಯಲ್ಲಿ ನಿರ್ಮಿಸಿದ್ದು). ಅದೆಲ್ಲವನ್ನೂ ನಾಜ಼ಿಗಳು ಅವನಿಂದ ಮುಟ್ಟುಗೋಲು ಹಾಕಿಕೊಂಡಾಗ ಮತ್ತೆ ಹೊಸದಾಗಿ ಬರೆಯಬೇಕಾದ ಮನೋಸಂಕಲ್ಪ ಅವನಲ್ಲಿ ಬಂತು, ಮತ್ತು ಅದು ಅಲ್ಲಿನ ಯಾತನಾ ಶಿಬಿರದ ಸತತ ಭಯ ಹಾಗೂ ಅನುಮಾನ ವಾತಾವರಣದ ನಡುವಣ ಅವನ ಜೀವನಕ್ಕೆ ಅರ್ಥ ನೀಡುವತ್ತ ಆತನನ್ನು ಕೊಂಡೊಯ್ಯುವ ಅಗತ್ಯತೆ ಕಂಡಿತ್ತು - ಎಷ್ಟರಮಟ್ಟಿಗೆಂದರೆ, ವರ್ಷಗಳುರುಳಿದಂತೆ, ಮತ್ತು ಅದರಲ್ಲೂ ವಿಶೇಷವಾಗಿ ಅವನು

ಟೈಫಸ್ (ಟೈಫಾಯಿಡ್ ಜ್ವರ) ಖಾಯಿಲೆ ಬಿದ್ದಾಗಲೂ, ಯಾವುದೇ ಕಾಗದದ ತುಂಡು ಸಿಕ್ಕರೂ ಅದರ ಮೇಲೆ–ಮುಟ್ಟುಗೋಲು ಹಾಕಿಕೊಂಡ ಕೃತಿಗಳಿಂದ ಜ್ಞಾಪಕಕ್ಕೆ ಬಂದ ಚೂರು ಪಾರು ವಿಷಯ ಹಾಗೂ ಮುಖ್ಯ ಪದಗಳನ್ನು ಗುರುತು ಮಾಡಿಕೊಳ್ಳುತ್ತಿದ್ದನು.

ಅಧ್ಯಯನ ಪ್ರಕರಣ : ೨ ಅಮೆರಿಕಾದ ರಾಯಭಾರಿ

ಅಮೆರಿಕಾದ ಸಂಯುಕ್ತ ಸಂಸ್ಥಾನದಲ್ಲಿ ತಾನು ಐದು ವರ್ಷಗಳ ಹಿಂದೆ ಆರಂಭಿಸಿದ್ದ ಚಿಕಿತ್ಸಾ ಕ್ರಮವೊಂದನ್ನು ಯಾವ ಹಂತದಲ್ಲಿ ನಿಲ್ಲಿಸಿದ್ದನೋ, ಅಲ್ಲಿಂದ ಮತ್ತೆ ಆರಂಭಿಸುವ ಸಲುವಾಗಿ ಉತ್ತರ ಅಮೆರಿಕಾದ ಆ ಪ್ರಮುಖ ರಾಯಭಾರಿಯೊಬ್ಬ ವಿಕ್ಟರ್ ಫ್ರಾಂಕ್ಲ್ ಬಳಿ ಹೋಗುತ್ತಾನೆ. ಅಸಲಿಗೆ ಆತ ಆ ಚಿಕಿತ್ಸಾ ಕ್ರಮವನ್ನು ಏಕೆ ಆರಂಭಿಸಿದ್ದ ಎಂದು ಫ್ರಾಂಕ್ಲ್ ಆತನನ್ನು ಕೇಳಿದಾಗ ಆ ರಾಯಭಾರಿ ಹೇಳಿದ್ದು, ತಾನು ಪಾಲಿಸಿ, ಜಾರಿಗೊಳಿಸಲೇಬೇಕಾದ ತನ್ನ ದೇಶದ ಅಂತಾರಾಷ್ಟ್ರೀಯ ನೀತಿಗಳು ಮತ್ತು ತನ್ನ ಉದ್ಯೋಗ ಈ ಎರಡನ್ನೂ ತಾನು ದ್ವೇಷಿಸುವುದಾಗಿ ಉತ್ತರ ನೀಡುತ್ತಾನೆ. ಆತ ಬಹಳ ವರ್ಷಗಳಿಂದ ಸಮಾಲೋಚನೆ ನಡೆಸುತ್ತಿರುವ ಅಮೆರಿಕಾದ ಅವನ ಮನೋವಿಶ್ಲೇಷಕನು, ಆ ರಾಯಭಾರಿಯು ತನ್ನ ತಂದೆಯ ಜತೆ ರಾಜಿಮಾಡಿಕೊಂಡರೆ, ತನ್ನ ತಂದೆಯ ರೂಪದ ಪ್ರತಿನಿಧಿಗಳಾದ ಅವನ ಸರ್ಕಾರ ಮತ್ತು ಆತನ ಉದ್ಯೋಗ ಈ ಎರಡೂ ಆಗ ಅವನಿಗೆ ಕಡಿಮೆ ಅಸಹನೀಯವಾಗುತ್ತದೆ ಅಥವಾ ಹೆಚ್ಚು ಸಹನೀಯವಾಗುತ್ತವೆ ಎಂದು ಒತ್ತಾಯಿಸಿರುತ್ತಾನೆ. ಕೇವಲ ಕೆಲವೇ ಕೆಲವು ಚಿಕಿತ್ಸಾ ಅವಧಿಗಳಲ್ಲೇ ಫ್ರಾಂಕ್ಲ್ ಆ ರಾಯಭಾರಿಗೇ ಮನವರಿಕೆ ಮಾಡಿದ್ದೆಂದರೆ, ಅವನ ಹತಾಶೆಯ ಮೂಲಕಾರಣ ಅವನು ಬೇರೊಂದು ಉದ್ಯೋಗ/ವೃತ್ತಿಯ ಹಿಂದೆ ಹೋಗುವ ಬಯಕೆ ಹೊಂದಿರುವುದು, ಮತ್ತು ಹೀಗಾಗಿ ಆ ರಾಯಭಾರಿಯು ಆ ಮನೋಗತವನ್ನು ತನ್ನ ಮನಸ್ಸಿನಲ್ಲಿರಿಸಿಕೊಂಡು ಅವನೊಂದಿಗೆ (ಫ್ರಾಂಕ್ಲ್) ಚಿಕಿತ್ಸೆಯನ್ನು ಕೊನೆಗೊಳಿಸಿಕೊಂಡನು.

ಐದು ವರ್ಷಗಳ ನಂತರ ಆ ಹಿಂದಿನ ರಾಯಭಾರಿಯು ತಾನು ಬೇರೊಂದು ಉದ್ಯೋಗದಲ್ಲಿ ದುಡಿಯುತ್ತಿರುವುದಾಗಿಯೂ, ಮತ್ತು ತಾನು ಈಗ ಸಂತೋಷದಿಂದಿರುವುದಾಗಿಯೂ ಫ್ರಾಂಕ್ಲ್‌ಗೆ ಮಾಹಿತಿ ನೀಡಿದ.

ಫ್ರಾಂಕ್ಲ್‌ನ ದೃಷ್ಟಿಯಲ್ಲಿ ಆ ಮನುಷ್ಯನಿಗೆ ಅಷ್ಟೊಂದು ವರ್ಷಗಳ ಅವಧಿಯ ಮನೋವಿಶ್ಲೇಷಣಾ ಚಿಕಿತ್ಸೆಯ ಅಗತ್ಯವಿರಲಿಲ್ಲ, ಅಷ್ಟೇ ಅಲ್ಲ, ಅವನನ್ನು ಅಂತಹ ಚಿಕಿತ್ಸೆ ಅಗತ್ಯವಿರುವ 'ಒಬ್ಬ ರೋಗಿ' ಎಂದು ನಿಜವಾಗಿ ಪರಿಗಣಿಸ ಬೇಕಾಗಿಯೂ ಇರಲಿಲ್ಲ. ಆ ವ್ಯಕ್ತಿಯು ಸುಮ್ಮನೆ ಜೀವನದ ಹೊಸ ಉದ್ದೇಶವೊಂದನ್ನು ಹುಡುಕುವವನಾಗಿದ್ದು; ಅದು ಎಷ್ಟು ಬೇಗ ಸಿಕ್ಕಿತೋ ಅಷ್ಟು ಬೇಗ ಅವನ ಜೀವನವು ಇನ್ನೂ ಆಳವಾದ ಅರ್ಥ ಪಡೆದುಕೊಂಡಿತು.

ಅಧ್ಯಯನ ಪ್ರಕರಣ – ೩. ಆತ್ಮಹತ್ಯೆಗೆ ಯತ್ನಿಸಿದ್ದ ತಾಯಿ

ಹನ್ನೊಂದನೆಯ ವರ್ಷಕ್ಕೇ ಸತ್ತು ಹೋದ ಮಗನೊಬ್ಬನ ತಾಯಿಯು ತನ್ನ ಇನ್ನೊಬ್ಬ ಮಗನನ್ನೂ ಕೊಂದುಹಾಕಲು ಹಾಗೂ ತಾನೂ ಆತ್ಮಹತ್ಯೆ ಮಾಡಿಕೊಳ್ಳಲು ಯತ್ನಿಸುತ್ತಿದ್ದಾಗ ಅವಳನ್ನು ಫ್ರಾಂಕ್ಲ್‌ರ ಆಸ್ಪತ್ರೆಗೆ ದಾಖಲಿಸಲಾಯಿತು. ಹುಟ್ಟಿನಿಂದಲೇ ಪಾರ್ಶ್ವವಾಯು ಪೀಡಿತನಾಗಿರುವ ಆ ಇನ್ನೊಬ್ಬ ಮಗನೆ ಆಕೆಯ ಈ ಯೋಜನೆಯು ಫಲಿಸದಂತೆ ಮಾಡಿದ್ದು. ಅವನು ತನ್ನ ಜೀವನಕ್ಕೊಂದು ಉದ್ದೇಶವಿದ್ದೇ ಇದೆ ಎಂದು ಬಲವಾಗಿ ನಂಬಿದ್ದ. ತನ್ನ ತಾಯಿಯು ತಮ್ಮಿಬ್ಬರನ್ನೂ (ತಾಯಿ+ಮಗ) ಕೊಂದಿದ್ದೇ ಆದ ಪಕ್ಷದಲ್ಲಿ, ಅದು ತನ್ನ

ಗುರಿಗಳನ್ನು ಸಾಧಿಸುವುದಕ್ಕೆ ಅಡ್ಡಿ ಬರುತ್ತದೆ ಎಂದುಕೊಂಡಿದ್ದ ಅವನು.

ಆ ಹೆಂಗಸು ತನ್ನ ಈ ಕಥೆಯನ್ನು ಆ ನಂತರ ಚರ್ಚಾಸಭೆಯೊಂದರಲ್ಲಿ ಹಂಚಿಕೊಂಡರು. ಆಕೆಗೆ ಸಹಾಯ ಮಾಡುವ ಸಲುವಾಗಿ, ಫ್ರಾಂಕ್ಲ್‌ರು ಮತ್ತೊಬ್ಬ ಹೆಂಗಸನ್ನು ಈ ಕೆಳಗಿನ ಒಂದು ಕಲ್ಪನಾ ಸನ್ನಿವೇಶವನ್ನು ಊಹಿಸಿಕೊಳ್ಳಲು ಹೇಳಿದರು: "ತಾನೊಬ್ಬಳು ಶ್ರೀಮಂತ ವೃದ್ಧೆ, ಮರಣಶಯ್ಯೆಯಲ್ಲಿದ್ದಾಳೆ, ಆದರೆ ಮಕ್ಕಳಿಲ್ಲ." ಆಗ ಆ ಹೆಂಗಸು ಒತ್ತಾಯ ಪೂರ್ವಕ ಹೇಳುತ್ತಾಳೆ, "ಅಂತಹ ಸ್ಥಿತಿಯಲ್ಲಿ ತನ್ನ ಬಾಳೊಂದು ವಿಫಲವಾದುದೆಂದು ತಾನೆಂದುಕೊಳ್ಳುವೆ."

ಆತ್ಮಹತ್ಯೆಗೆ ಯತ್ನಿಸಿದ್ದ ಆ ತಾಯಿಗೆ ಅದೇ ಸನ್ನಿವೇಶವನ್ನು ಮಾಡಿ ತೋರಿಸಲು ಕೋರಲಾಗಿ – ಮೃತ್ಯು ಶಯ್ಯೆಯಲ್ಲಿ ಆಕೆ ಇರುವಂತೆ ಕಲ್ಪಿಸಿಕೊಳ್ಳಲು– ಅವಳು ಹಿಂದಿರುಗಿ ನೋಡಿ ಅರಿತುಕೊಂಡಿದ್ದೇನೆಂದರೆ ತನ್ನ ಮಕ್ಕಳಿಗೋಸ್ಕರ ತನ್ನಳವಿನಲ್ಲಿದ್ದುದ್ದನೆಲ್ಲವನ್ನು ತಾನು ಮಾಡಿದ್ದಾಗಿ – ಅವರಿಬ್ಬರಿಗೂ ಕೂಡ.

ಪಾರ್ಶ್ವವಾಯು ಪೀಡಿತನಾಗಿದ್ದ ತನ್ನ ಮಗನಿಗೆ ಒಂದು ಒಳ್ಳೆಯ ಬದುಕು ನೀಡಿದ್ದಳು ಮತ್ತವನೂ ಸಹ ಕರುಣಾಮಯಿಯಾದ, ವಿವೇಕವಂತನಾದ ಸುಖೀಮನುಷ್ಯನಾಗಿದ್ದನು. ಆಗ ಅವಳು ಅಳುತ್ತಾ ಮಾತು ಸೇರಿಸಿದಳು, "ನನ್ನ ಲೆಕ್ಕದಲ್ಲಿ, ನನ್ನ ಜೀವನವನ್ನು ನಾನು ಶಾಂತಿಯುತವಾಗಿ ಹಿಂದಿರುಗಿ ನೋಡಬಲ್ಲೆ; ಏಕೆಂದರೆ ನನ್ನ ಜೀವನ ಅರ್ಥಪೂರ್ಣವಾಗಿತ್ತೆಂದು ನಾನು ಹೇಳಬಲ್ಲೆ ಮತ್ತು ನಾನು ಅದನ್ನು ಸಂಪೂರ್ಣವಾಗಿ ಬದುಕಲು ಕಠಿಣ ಪ್ರಯತ್ನ ನಡೆಸಿದ್ದೇನೆ; ನಾನು ಅದಕ್ಕಾಗಿ ಅತ್ಯುತ್ತಮವಾದುದ್ದನ್ನೇ ಮಾಡಿದ್ದೇನೆ – ನನ್ನ ಮಗನಿಗಾಗಿಯೂ ನಾನು ನನ್ನ ಕೈಯಲ್ಲಾದುದೆಲ್ಲವನ್ನೂ ಮಾಡಿದ್ದೇನೆ, ನನ್ನ ಜೀವನ ಖಂಡಿತ ವಿಫಲವಾಗಲಿಲ್ಲ."

ಈ ರೀತಿ, ಆಕೆ ಮರಣಶಯ್ಯೆಯಲ್ಲಿರುವಂತೆ ಕಲ್ಪಿಸಿಕೊಂಡು ಮತ್ತು ತನ್ನ ಗತ ಜೀವನದತ್ತ ಹಿಂದಿರುಗಿನೋಡಿ, ಆತ್ಮಹತ್ಯೆಗೆ ಯತ್ನಿಸಿದ್ದ ಆ ತಾಯಿ ಕಂಡುಕೊಂಡ ಅರ್ಥವೆಂದರೆ ಅವಳಿಗೆ ಅರಿವಿಲ್ಲದಿದ್ದರೂ ಅವಳು ತನ್ನ ಬದುಕನ್ನು ಅವಳಾಗಲೇ ಬಾಳಿ ಆಗಿತ್ತು.

ಅಧ್ಯಯನ ಪ್ರಕರಣ – ೪ ದುಃಖಪೀಡಿತ ವೈದ್ಯ

ಎರಡು ವರ್ಷಗಳ ಹಿಂದೆ ತನ್ನ ಮಡದಿಯ ಮರಣಾನಂತರ ಆಳವಾದ ಖಿನ್ನತೆಗೆ ಒಳಗಾಗಿದ್ದ ಹಿರಿಯ ವೈದ್ಯರೊಬ್ಬರು ಅದರಿಂದ ಮುಕ್ತರಾಗುವ ದಾರಿಕಾಣದೆ ಸಹಾಯಕ್ಕಾಗಿ ಫ್ರಾಂಕ್ಲ್‌ರ ಹತ್ತಿರ ಸಮಾಲೋಚನೆಗೆ ಹೋಗಿದ್ದರು.

ಆ ವೈದ್ಯರಿಗೆ ಸಲಹೆ ನೀಡುವುದಾಗಲೀ ಅಥವಾ ಅವರ ಸ್ಥಿತಿಯನ್ನು ವಿಶ್ಲೇಷಿಸುವುದಾಗಲೀ ಮಾಡುವ ಬದಲು ಫ್ರಾಂಕ್ಲ್‌ರು ಅವರಿಗೆ ಕೇಳುತ್ತಾರೆ: ಅವರ ಹೆಂಡತಿಗಿಂತ ಮೊದಲು ಡಾಕ್ಟರೇ ಸತ್ತು ಹೋಗಿದ್ದಿದ್ದರೆ ಏನಾಗಿರುತ್ತಿತ್ತು? ಒಮ್ಮೆಲೆ ಗಾಬರಿಯಾದ ಆ ಡಾಕ್ಟರ್, ಪಾಪ ತನ್ನ ಹೆಂಡತಿಯ ಬಡಜೀವಕೆ ಅದು ಖಂಡಿತ ಭಯಂಕರವಾಗಿರುತ್ತಿತ್ತು, ಅವಳು ಖಂಡಿತ ಭಯಂಕರವಾದ ನೋವನ್ನನುಭವಿಸುತ್ತಿದ್ದಳು ಎಂದುತ್ತರಿಸುತ್ತಾರೆ. ಅದಕ್ಕೆ ಫ್ರಾಂಕ್ಲ್ ಮಾರುತ್ತರಿಸುತ್ತಾರೆ, "ನೋಡಿ ವೈದ್ಯರೆ, ಆ ಎಲ್ಲ ನರಳಾಟಗಳಿಂದ ಆಕೆಯನ್ನು ಮುಕ್ತ ಮಾಡಿದ್ದೀರಿ, ಆದರೆ ಅದಕ್ಕಾಗಿ ನೀವು ತೆರಬೇಕಾದ

ಬೆಲೆ ಎಂದರೆ ನೀವು ಬದುಕುಳಿಯುವುದು ಮತ್ತು ಅವಳಿಗಾಗಿ ನೀವು ಶೋಕ ವ್ಯಕ್ತಪಡಿಸಿರಿ, ಆಯಿತಾ".

ಆ ಡಾಕ್ಟರ್ ಆ ಬಳಿಕ ಮತ್ತೊಂದು ಮಾತಾಡಲಿಲ್ಲ. ತಮ್ಮ ಕೈಯೊಳಗೆ ಚಿಕಿತ್ಸಕರ ಕೈಗಳನ್ನಿರಿಸಿಕೊಂಡ ನಂತರ ಅವರು ನೆಮ್ಮದಿಯಿಂದ ಫ್ರಾಂಕ್ಲ್‌ರ ಕ್ಲಿನಿಕ್ ಬಿಟ್ಟರು. ತಮ್ಮ ಪತ್ನಿಯನ್ನು ನೆನಪಿಸಿಕೊಳ್ಳುತ್ತಾ ಆ ನಂತರ ಆ ಡಾಕ್ಟರ್ ನೋವನ್ನು ಭರಿಸಿಕೊಳ್ಳಲು ಸಮರ್ಥರಾದರು. ಅವರ ಬದುಕು ಒಂದು ಉದ್ದೇಶವನ್ನು ಹೊಂದಿದೆ ಎಂದು ಅವರು ಅರ್ಥೈಸಿಕೊಂಡರು.

ಮೊರಿಟಾ ಚಿಕಿತ್ಸಾ ವಿಧಾನ:

ಲೋಗೋಥೆರಪಿ ಅಸ್ತಿತ್ವಕ್ಕೆ ಬಂದ ದಶಕದ ಸರಿಸುಮಾರಿನಲ್ಲೇ – ನಿಜವಾಗಿ, ಕೆಲವು ವರ್ಷಗಳ ಮೊದಲು – ಶೋಮಾ ಮೊರಿಟಾ (ಮೊರಿಟಾ ಮಸಟಕೆ ಎಂದೂ ಹೆಸರಾದ ಈತ ಸಿಗ್ಮಂಡ್ ಫ್ರಾಯ್ಡ್‌ನ ಸಮಕಾಲೀನ, ಮೊರಿಟಾ ಚಿಕಿತ್ಸಾ ವಿಧಾನವು ಝೆನ್ ಬೌದ್ಧತತ್ವದಿಂದ ಪ್ರಭಾವಿತವಾಗಿದೆ, (೧೮೭೪–೧೯೩೮) ಟೋಕ್ಯೋ ವಿಶ್ವವಿದ್ಯಾನಿಲಯದಲ್ಲಿ ಓದಿದವರು) ಎಂಬುವವರು ಜಪಾನಿನಲ್ಲಿ ತಮ್ಮದೇ ಆದ 'ಉದ್ದೇಶಕೇಂದ್ರಿತ' ಚಿಕಿತ್ಸಾ ವಿಧಾನವನ್ನು ಹುಟ್ಟುಹಾಕಿದರು. ಕಡ್ಡಾಯ ವ್ಯಸನದ ಅವ್ಯವಸ್ಥೆಯ ಬೇನೆ (Obsessive compulsive disorder), ನರರೋಗ ಮತ್ತು ಭಾವನಾತ್ಮಕವಾದ ತಲ್ಲಣಾನಂತರದ ಒತ್ತಡ ಇಂತಹವುಗಳನ್ನು ಗುಣಪಡಿಸುವುದರಲ್ಲಿ ಈ ಚಿಕಿತ್ಸಾ ವಿಧಾನವು ಬಹಳ ಪರಿಣಾಮಕಾರಿಯೆಂದು ಸಾಧಿತವಾಗಿದೆ.

ಮನೋರೋಗ ಚಿಕಿತ್ಸಾಕಾರರಾಗಿರುವುದರ ಜೊತೆಗೆ ರೋಮಾ ಮೊರಿಟಾರು ಝೆನ್ ಬೌದ್ಧಮತೀಯರೂ ಆಗಿದ್ದರು, ಮತ್ತು ಅವರ ಚಿಕಿತ್ಸೆಯ ಕ್ರಮವು ಜಪಾನಿಗರ ಮೇಲೆ ಶಾಶ್ವತವಾದ ಆಧ್ಯಾತ್ಮಿಕ ಗುರುತನ್ನು ಬಿಟ್ಟಿದೆ.

ಪಾಶ್ಚಿಮಾತ್ಯ ಮಾದರಿಯ ಹಲವು ಚಿಕಿತ್ಸಾಕ್ರಮಗಳು ರೋಗಿಯ ಭಾವನೆಗಳನ್ನು ನಿಯಂತ್ರಿಸುವತ್ತ ಅಥವಾ ಮಾರ್ಪಡಿಸುವತ್ತ ಕೇಂದ್ರೀಕರಿಸುತ್ತವೆ. ಪಶ್ಚಿಮದಲ್ಲಿ, ನಾವು ಹೇಗೆ ಭಾವಿಸುತ್ತೇವೆಂಬುದನ್ನು ನಾವು ಏನನ್ನು ಚಿಂತಿಸುತ್ತೇವೆ ಎಂಬುದು ಪ್ರಭಾವಿಸುತ್ತದೆ ಎಂದು ನಂಬುವತ್ತ ವಾಲುತ್ತೇವೆ, ಮತ್ತೆ ಅದು ಅನುಕ್ರಮವಾಗಿ ನಾವು ಹೇಗೆ ವರ್ತಿಸುತ್ತೇವೆ ಎಂಬುದನ್ನು ಪ್ರಭಾವಿಸುತ್ತದೆ. ಇದಕ್ಕೆ ವಿರುದ್ಧವಾಗಿ, ಮೊರಿಟಾ ಚಿಕಿತ್ಸಾ ವಿಧಾನವು ರೋಗಿಗಳಿಗೆ ತಮ್ಮ ಭಾವನೆಗಳನ್ನು ಯಾವ ನಿಯಂತ್ರಣಕ್ಕೂ ಒಳಪಡಿಸದೆ ಹೇಗಿವೆಯೋ ಹಾಗೆ ಸ್ವೀಕರಿಸಲು ಕಲಿಸುವತ್ತ ಕೇಂದ್ರೀಕರಿಸುತ್ತದೆ, ಏಕೆಂದರೆ ಅವರ ಕ್ರಿಯೆಗಳ ಫಲಿತಾಂಶದ ಕಾರಣ ಅವರ ಭಾವನೆಗಳೂ ಬದಲಾಗುತ್ತವೆ,

ರೋಗಿಯ ಭಾವನೆಗಳನ್ನು ಸ್ವೀಕಾರ ಮಾಡುವುದರ ಜೊತೆ ಜೊತೆಗೆ, ಕ್ರಿಯೆಗಳ ಆಧಾರದ ಮೇರೆಗೆ ಹೊಸ ಹೊಸ ಭಾವನೆಗಳ ಸೃಷ್ಟಿಗೂ ಮೊರಿಟಾ ಚಿಕಿತ್ಸಾ ಕ್ರಮವು ಹುಡುಕುತ್ತದೆ. ಮೊರಿಟಾರ ಅನುಸಾರ, ಅನುಭವದ ಮೂಲಕ ಮತ್ತು ಪುನರಾವರ್ತನೆಯಿಂದ ಈ ಭಾವನೆಗಳನ್ನು ಕರಗತ ಮಾಡಬಹುದು. ಮೊರಿಟಾ ಚಿಕಿತ್ಸಾ ಕ್ರಮವು ರೋಗ ಚಿಹ್ನೆಗಳನ್ನು ವರ್ಜಿಸಿಬಿಡಲು ಅಲ್ಲ, ಬದಲಾಗಿ ಅದು ನಮ್ಮ ಇಚ್ಛೆಗಳನ್ನು, ಆತಂಕಗಳನ್ನು ದಿಗಿಲು ಮತ್ತು ಮನಃಕ್ಲೇಶಗಳನ್ನು ಒಪ್ಪಿಕೊಳ್ಳಲು ಮತ್ತು ಅವುಗಳನ್ನು ಹಾಗೇ ಬಿಟ್ಟುಬಿಡಲು ಕಲಿಸುತ್ತದೆ. ಮೊರಿಟಾರು ತಮ್ಮ ಪುಸ್ತಕ "ಮೊರಿಟಾ ಥೆರಪಿ ಆ್ಯಂಡ್ ದ ಟ್ರೂ ನೇಚರ್ ಆಫ್ ಆಂಗ್ಸೈಟಿ–

ಬೇಸ್ಡ್ ಡಿಸ್‌ಆರ್ಡರ್ಸ್" "(ಮೊರಿಟಾ ಚಿಕಿತ್ಸಾ ಕ್ರಮ ಮತ್ತು ಆತಂಕದಾಧರಿತ ಅಸ್ತವ್ಯಸ್ತತೆಯ ನೈಜ ಸ್ವರೂಪ)ದಲ್ಲಿ" ಭಾವನೆಗಳ ವಿಷಯ ಬಂದಾಗ ಸಿರಿವಂತರೂ ಮತ್ತು ಧಾರಾಳಿಯೂ ಆಗಿರುವುದು ಅತ್ಯುತ್ತಮ" ಎಂದು ನಮೂದಿಸಿದ್ದಾರೆ.

ಈ ಕೆಳಗಿನ ಒಂದು ನೀತಿ ಕಥೆಯ ಮೂಲಕ ಮೊರಿಟಾರು ಋಣಾತ್ಮಕ ಭಾವನೆಗಳನ್ನು ಬಿಟ್ಟುಬಿಡುವ ಪರಿಕಲ್ಪನೆ ಕುರಿತು ವಿವರಿಸುತ್ತಾರೆ: ತನ್ನನ್ನು ತಾನು ಮುಕ್ತಗೊಳಿಸುವ ಕ್ರಿಯೆಯನುಸಾರ ಒಂದು ಗೂಟಕ್ಕೆ ಕಟ್ಟಿ ಹಾಕಿದ್ದ ಕತ್ತೆಯೊಂದು ಆ ಗೂಟದ ಸುತ್ತಲೇ ಗಿರಕಿ ಹೊಡೆದು, ಹೊಡೆದು ಸುತ್ತುತ್ತದೆ, ಅಂತಾಗಿ ಅದು ಹೆಚ್ಚು ಹೆಚ್ಚು ಚಲಿಸಲಾಗದ ಸ್ಥಿತಿ ತಲುಪಿ ಕಡೆಗೆ ಆ ಗೂಟಕ್ಕೇ ಬಂದಿಯಾಗುತ್ತದೆ. ವಿಚಾರದ ಗೀಳು ಹಿಡಿದ ಜನಗಳ ವಿಷಯದಲ್ಲೂ ಇದೇ ಅನ್ವಯವಾಗುತ್ತದೆ, ಏಕೆಂದರೆ ಅವರು ತಮ್ಮ ದಿಗಿಲುಗಳು ಮತ್ತು ಅಸೌಖ್ಯ ಭಾವದಿಂದ ತಪ್ಪಿಸಿಕೊಳ್ಳುವ ಪ್ರಯತ್ನದಲ್ಲಿ ತಮ್ಮದೇ ಆದ ನರಳಾಟದಲ್ಲಿ ಹೆಚ್ಚು ಹೆಚ್ಚು ಸಿಕ್ಕಿ ಬೀಳುವಂತಾಗುತ್ತಾರೆ.

ಮೊರಿಟಾ ಚಿಕಿತ್ಸಾ ಕ್ರಮದ ಮೂಲತತ್ವಗಳು:

೧. ನಿಮ್ಮ ಭಾವನೆಗಳನ್ನು ಒಪ್ಪಿಕೊಳ್ಳಿ: ನಮಗೆ ಅತಿ ಗೀಳಿನ ವಿಚಾರಗಳಿದ್ದರೆ, ಅವುಗಳನ್ನು ನಿಯಂತ್ರಿಸಲಾಗಲೀ ಅಥವಾ ಅದನ್ನು ತೊಡೆದು ಹಾಕಲಾಗಲೀ ಪ್ರಯತ್ನಿಸಬಾರದು. ಆ ರೀತಿ ನಾವು ಮಾಡಿದ್ದೇ ಆದರೆ ಅವು ಮತ್ತಷ್ಟು ತೀವ್ರಗೊಳ್ಳುತ್ತದೆ. ಮಾನವ ಮನೋಭಾವನೆಗಳ ಕುರಿತಂತೆ ಝೆನ್ ಗುರು ಹೇಳುತ್ತಾರೆ, "ಒಂದು ಭಾವದ ಅಲೆಯನ್ನು ಇನ್ನೊಂದು ಭಾವದ ಅಲೆಯಿಂದ ತೊಡೆದು ಹಾಕಲು ಯತ್ನಿಸಿದ್ದೇ ಆದರೆ, ಆಗ ನಾವು ಅನಂತ ಸಾಗರದಲ್ಲಿ ಕೊನೆಗೊಳ್ಳುವೆವು". ನಾವು ಭಾವನೆಗಳನ್ನು ಸೃಷ್ಟಿ ಮಾಡುವುದಿಲ್ಲ, ಅವು ಸುಖಾಸುಮ್ಮನೆ ನಮ್ಮತ್ತ ಬರುತ್ತವೆ, ಮತ್ತು ನಾವು ಅವುಗಳನ್ನು ಸ್ವೀಕರಿಸಲೇಬೇಕು. ಉಪಾಯವೆಂದರೆ ಅವುಗಳನ್ನು ಸ್ವಾಗತಿಸುವುದು. ಮೊರಿಟಾ ಈ ಮನೋಭಾವಗಳನ್ನು ಹವಾಗುಣಕ್ಕೆ ಹೋಲಿಸುತ್ತಾರೆ: ನಾವು ಅವುಗಳ ಭವಿಷ್ಯ ನುಡಿಯಲಾಗಲೀ ಅಥವಾ ನಿಯಂತ್ರಿಸಲಾಗಲೀ ಸಾಧ್ಯವಿಲ್ಲ; ನಾವು ಅವುಗಳನ್ನು ಗಮನಿಸಬಲ್ಲೆವು. ಈ ವಿಚಾರ ಬಂದಾಗ, ಅವರು ಆಗಾಗ "ಥಿಚ್ ನ್ಹಾಟ್ ಹನ್ಹ್" [ಈತ ವಿಯಟ್ನಾಮಿನ ಥಿಯಿನ್ ಭಿಕ್ಷು ಮತ್ತು ಶಾಂತಿಪ್ರವರ್ತಕ, ಪ್ಲುಮ್ ಗ್ರಾಮ ಸಂಪ್ರದಾಯ ಸ್ಥಾಪಕ, ಇದು ನೈರುತ್ಯ ಫ್ರಾನ್ಸ್‌ನಲ್ಲಿದೆ (ಜನನ: ೧೯೨೬, ಈಗ ೯೩ ವರ್ಷಗಳು) ಈಗ ವಿಯಟ್ನಾಮ್‌ನ ಹೂಯಿ(Hue)ಯಲ್ಲಿ ವಾಸ] ಎಂಬ ವಿಯಟ್ನಾಂನ ಭಿಕ್ಷು ಹೇಳುವುದನ್ನು ಉಲ್ಲೇಖಿಸುತ್ತಾರೆ: "ಹಲೋ, ಏಕಾಂತವೆ, ಹೇಗಿರುವೆ ಈ ದಿನ? ಬಾ ನನ್ನ ಜೊತೆ ಕೂರು, ಮತ್ತು ನಾನು ನಿನ್ನ ಬಗ್ಗೆ ಕಾಳಜಿ ಮಾಡುತ್ತೇನೆ."

೨. ನೀನು ಏನು ಮಾಡಬೇಕಿದೆಯೋ ಅದನ್ನು ಮಾಡು:

ರೋಗಲಕ್ಷಣಗಳನ್ನು ತೊಡೆದು ಹಾಕಲು ನಾವು ಕೇಂದ್ರಿಕರಿಸಬಾರದು, ಏಕೆಂದರೆ ಗುಣವಾಗುವುದು/ಪೂರ್ವಸ್ಥಿತಿಗೆ ಬರುವುದು ತನ್ನಷ್ಟಕ್ಕೆ ತಾನೇ ಜರುಗುತ್ತದೆ. ಬದಲಾಗಿ ಪ್ರಸಕ್ತ /ಪ್ರಸ್ತುತ ಕ್ಷಣದ ಕುರಿತು ನಾವು ಕೇಂದ್ರೀಕರಿಸಬೇಕು, ಮತ್ತು ನಾವು ಕಷ್ಟದಲ್ಲಿದ್ದರೆ ಆ ಕಷ್ಟವನ್ನು ಸಹಿಸಿಕೊಳ್ಳುವುದರತ್ತ ನಾವು ಕೇಂದ್ರೀಕರಿಸಬೇಕು. ಎಲ್ಲಕ್ಕಿಂತ ಮಿಗಿಲಾಗಿ, ಪರಿಸ್ಥಿತಿಯನ್ನು ಪ್ರಜ್ಞಾಶಾಲಿಯನ್ನಾಗಿ ಮಾಡುವುದನ್ನು ನಾವು ತಪ್ಪಿಸಬೇಕು, ಚಿಕಿತ್ಸಕನ ಮುಖ್ಯ ಧ್ಯೇಯವೇ, ಯಾವುದೇ ಪರಿಸ್ಥಿತಿಯನ್ನು ಆತ/ಆಕೆ ಎದುರಿಸುವಂತೆ ರೋಗಿಯ ಮನೋಸ್ಥೈರ್ಯವನ್ನು ಹೆಚ್ಚಿಸುವುದು, ಮತ್ತು ರೋಗಿಯ ಸ್ಥೈರ್ಯವನ್ನು ನಾವು ಮಾಡಲಿರುವ ಕೆಲಸಗಳಿಗೆ

ಭದ್ರವಾಗಿ ನೆಲೆಯೂರಿಸುವುದು ಯಾ ಸ್ಥಾಪಿಸುವುದು. ಮೊರಿಟಾ ಚಿಕಿತ್ಸಾ ಕ್ರಮವು ತನ್ನ ರೋಗಿಗಳಿಗೆ ಯಾವ ವಿವರಣೆಯನ್ನು ನೀಡದು, ಆದರೆ ಅದಕ್ಕಿಂತ ಹೆಚ್ಚಾಗಿ ಆ ರೋಗಿಗಳನ್ನು ಅವರು ತಮ್ಮ ಕ್ರಿಯೆಗಳಿಂದ ಮತ್ತು ಚಟುವಟಿಕೆಗಳಿಂದಲೇ ಕಲಿಯಲು ಅದು ಅವಕಾಶ ಮಾಡಿಕೊಡುತ್ತದೆ. ಹೇಗೆ ಧ್ಯಾನ ಮಾಡಬೇಕೆಂದು ಅದು ನಿಮಗೆ ಹೇಳುವುದಿಲ್ಲ, ಅಥವಾ ಪಾಶ್ಚಿಮಾತ್ಯ ಚಿಕಿತ್ಸಾ ಪದ್ಧತಿಗಳು ಮೂಡುವಂತೆ ಒಂದು ದಿನಚರಿಯನ್ನು ಹೇಗೆ ನಿರ್ವಹಿಸಬೇಕೆಂದೂ ಅದು ಹೇಳದು. ತಮ್ಮ ತಮ್ಮ ಅನುಭವದ ಮುಖಾಂತರ ಅನ್ವೇಷಣೆ ಮಾಡಿಕೊಳ್ಳುವುದು ಕೂಡ ರೋಗಿಗೇ ಬಿಟ್ಟ ವಿಚಾರ.

೩. ನಿಮ್ಮ ಜೀವನದ ಉದ್ದೇಶವನ್ನು ಅನ್ವೇಷಿಸಿ:

ನಾವು ನಮ್ಮ ಮನೋಭಾವಗಳನ್ನು ನಿಯಂತ್ರಿಸಲು ಸಾಧ್ಯವಾಗದು, ಆದರೆ ನಾವು ಪ್ರತಿನಿತ್ಯದ ಕ್ರಿಯೆಗಳನ್ನು ನಮ್ಮ ಅಧೀನಕ್ಕೆ ತೆಗೆದುಕೊಳ್ಳಬಹುದು. ಇದಕ್ಕಾಗಿಯೇ, ನಮ್ಮ ಉದ್ದೇಶದ ಸ್ಪಷ್ಟ ಅರಿವು ನಮಗೆ ಇರಬೇಕು ಮತ್ತು ಮೊರಿಟಾದ ಮಂತ್ರವನ್ನು ನಾವು ಯಾವಾಗಲೂ ನಮ್ಮ ಮನಸ್ಸಿನಲ್ಲಿರಿಸಿಕೊಳ್ಳಬೇಕು: "ಈಗ, ಈ ಕ್ಷಣದಲ್ಲಿ ನಾವು ಮಾಡಬೇಕಾದುದೇನು? ಯಾವ ಕ್ರಮವನ್ನು ನಾವು ತೆಗೆದುಕೊಳ್ಳಲೇಬೇಕಾಗಿದೆ?" ಇದನ್ನು ನಾವು ಸಾಧಿಸಲು ನಮಗಿರುವ ಕೀಲಿಕೈ, ಎಂದರೆ ನಿಮ್ಮ ಇಕಿಗಾಯ್ ಕಂಡುಕೊಳ್ಳಲು, ನಿಮ್ಮೊಳಗೆ ನೀವು ನೋಡಿಕೊಳ್ಳುವ (ಅಂತರ್ ನಿರೀಕ್ಷಣೆ ಮಾಡುವ) ಧೈರ್ಯ ಮಾಡಬೇಕು.

ಮೊರಿಟಾ ಚಿಕಿತ್ಸಾ ವಿಧಾನದ ನಾಲ್ಕು ಹಂತಗಳು:

ಹದಿನೈದರಿಂದ ಇಪ್ಪತ್ತೊಂದು ದಿನಗಳ ಕಾಲಾವಧಿಯ ಮೊರಿಟಾದ ಮೂಲ ಚಿಕಿತ್ಸಾ ವಿಧಾನವು ಈ ಕೆಳಕಂಡ ನಾಲ್ಕು ಹಂತಗಳನ್ನು ಒಳಗೊಂಡಿದೆ:

೧. ಪ್ರತ್ಯೇಕೀಕರಣ ಮತ್ತು ವಿಶ್ರಾಂತಿ (ಐದರಿಂದ ಏಳುದಿನಗಳು)

ಮೊದಲ ವಾರದ ಚಿಕಿತ್ಸೆಯಲ್ಲಿ ಯಾವ ಬಾಹ್ಯ ಉದ್ದೀಪಕಗಳಿಲ್ಲದೆ ರೋಗಿಯು ಒಂದು ಕೊಠಡಿಯಲ್ಲಿ ವಿಶ್ರಾಂತಿಯಲ್ಲಿರುತ್ತಾನೆ. ದೂರದರ್ಶನ ಯಂತ್ರ, ಪುಸ್ತಕಗಳು, ತನ್ನ ಸಂಸಾರದ ಸದಸ್ಯರುಗಳು, ಸ್ನೇಹಿತರು ಅಥವಾ ಮಾತುಕತೆಯಾಡುವುದು – ಈ ರೀತಿ ಯಾವ ಸಂಪರ್ಕವೂ ಇರುವುದಿಲ್ಲ. ರೋಗಿಯ ಜತೆ ಇರುವುದೆಂದರೆ ಅವನ ವಿಚಾರಗಳು ಮಾತ್ರ. ದಿನದ ಹೆಚ್ಚು ಕಾಲ ಆತ ಮಲಗಿದ ಭಂಗಿಯಲ್ಲೇ ಇರುತ್ತಾನೆ ಮತ್ತು ಚಿಕಿತ್ಸಕರು ನಿಯಮಿತ ವೇಳೆಯಲ್ಲಿ ಮಾತ್ರ ಭೇಟಿ ನೀಡುತ್ತಾರೆ, ಆದರೆ ಅವರೂ ಸಹ ರೋಗಿಯ ಜತೆ ಮಾತನಾಡುವುದನ್ನು ತಪ್ಪಿಸುವುದಕ್ಕೆ ಆದಷ್ಟು ಪ್ರಯತ್ನಿಸುತ್ತಾರೆ. ರೋಗಿ ತಾನು ಮಲಗಿದ ಭಂಗಿಯಲ್ಲಿರುವಾಗಲೇ ತನ್ನ ಮನೋಭಾವಗಳ ಏರಿಳಿತಗಳನ್ನು ಸತತವಾಗಿ ಗಮನಿಸುತ್ತಿರಲು ಚಿಕಿತ್ಸಕರು ಆತನಿಗೆ ಸಲಹೆ ನೀಡುತ್ತಾರೆ. ಯಾವಾಗ ರೋಗಿಗೆ ಈ ದಿನಚರಿ ಬೇಸರ ತರಿಸುತ್ತದೆಯೋ ಮತ್ತು ಅವನು ಮೊದಲಿನಂತೆಯೇ ಕೆಲಸ ಬೊಗಸೆ ಮಾಡಬೇಕೆಂದು ಬಯಸುತ್ತಾನೋ, ಆಗ ಅವನು ಮುಂದಿನ ಹಂತದ ಚಿಕಿತ್ಸೆಗೆ ಹೋಗಲು ಸಿದ್ಧನಾದ ಎಂದು ಅರ್ಥ.

೨. ಹಗುರವಾದ ಉದ್ಯೋಗಾನುಗತವಾದ ಚಿಕಿತ್ಸಾ ವಿಧಾನ (ಐದರಿಂದ ಏಳುದಿನಗಳು):

ಈ ಹಂತದಲ್ಲಿ ರೋಗಿಯು ಪುನರಾವರ್ತಿತ ಕೆಲಸಗಳನ್ನು ಮೌನವಾಗಿ ನಿರ್ವಹಿಸುವನು. ಅವುಗಳಲ್ಲೊಂದು ಕೆಲಸವೆಂದರೆ ಆತನ ವಿಚಾರಗಳು ಮತ್ತು ಭಾವನೆಗಳ

ಕುರಿತಂತೆ ಒಂದು ದಿನಚರಿ ಪುಸ್ತಕ ಇರಿಸುವುದು. ಒಂದು ವಾರದ ಕಾಲ ಒಳಗೇ ಕೂಡಿಟ್ಟಂತೆ ಇದ್ದ ರೋಗಿಯು ಹೊರಗೆ ಹೋಗಿ ಪ್ರಕೃತಿಯ ನಡುವೆ ನಡೆದಾಡಿ ವಾಯುವಿಹಾರ ಮಾಡುವನು ಮತ್ತು ಉಸಿರಾಟ ಸಂಬಂಧೀ ವ್ಯಾಯಾಮಗಳನ್ನು ಮಾಡುವನು. ಅವುಗಳ ಜೊತೆಗೆ ಅವನು ಸರಳ ಚಟುವಟಿಕೆಗಳಾದ ತೋಟಗಾರಿಕೆ (ಅಂದರೆ ಕೈದೋಟ), ರೇಖಾಚಿತ್ರಕಲೆ ಅಥವಾ ಬಣ್ಣ ಹಚ್ಚಿದ ಚಿತ್ರ ರಚನೆಗಳನ್ನು ಮಾಡಲು ಆರಂಭಿಸುವನು. ಈ ಹಂತದಲ್ಲಿಯೂ ಸಹ ಚಿಕಿತ್ಸಕರನ್ನು ಹೊರತು ಪಡಿಸಿ ರೋಗಿಗೆ ಬೇರಾರನ್ನು ಕೂಡ ಮಾತನಾಡಲು ಬಿಡುವುದಿಲ್ಲ.

೩. ಉದ್ಯೋಗಾನುಗತ ಚಿಕಿತ್ಸಾಕ್ರಮ (ಐದರಿಂದ ಏಳುದಿನಗಳು):

ಈ ಹಂತದಲ್ಲಿ ರೋಗಿಯು ದೈಹಿಕ ಶ್ರಮವನ್ನು ಬೇಡುವ ಕೆಲಸಗಳನ್ನು ನಿರ್ವಹಿಸುವನು. ಡಾ॥ ಮೊರಿಟಾರು ತನ್ನ ರೋಗಿಗಳನ್ನು ಮರ ಕಡಿಯಲು ಪರ್ವತಗಳತ್ತ ಕರೆದೊಯ್ಯಲು ಇಷ್ಟಪಡುತ್ತಿದ್ದರು. ದೈಹಿಕ ಕೆಲಸಗಳ ಜೊತೆಗೆ ರೋಗಿಯು ಬರೆವಣಿಗೆ, ಚಿತ್ರಕಲೆ, ಅಥವಾ ಮಣ್ಣಿನಿಂದ ವಸ್ತುಗಳ ತಯಾರಿಕೆ ಮುಂತಾದ ಕರಕುಶಲ ಚಟುವಟಿಕೆಗಳಲ್ಲೂ ತಲ್ಲೀನನಾಗುತ್ತಾನೆ. ಈ ಹಂತದಲ್ಲಿ ರೋಗಿಯು ಬೇರೆಯವರ ಜತೆ ಮಾತನಾಡಬಲ್ಲ, ಆದರೆ ಅದು ತನ್ನ ಕೈಯಲ್ಲಿರುವ ಕೆಲಸಗಳಿಗೆ ಸಂಬಂಧಿಸಿದಂತೆ ಮಾತ್ರ.

೪. ಸಾಮಾಜಿಕ ಜೀವನಕ್ಕೆ ಮತ್ತು ವಾಸ್ತವ ಪ್ರಪಂಚಕ್ಕೆ ಹಿಂದಿರುಗುವುದು:

ರೋಗಿಯು ಆಸ್ಪತ್ರೆಯನ್ನು ಬಿಡುತ್ತಾನೆ ಮತ್ತು ಸಾಮಾಜಿಕ ಜೀವನಕ್ಕೆ ಪುನರ್ – ಪರಿಚಯಗೊಳ್ಳುತ್ತಾನೆ, ಆದರೆ ತನ್ನ ಚಿಕಿತ್ಸಾ ಅವಧಿಯಲ್ಲಿ ತಾನು ರೂಢಿಸಿಕೊಂಡ ಧ್ಯಾನಾಭ್ಯಾಸ ಮತ್ತು ಉದ್ಯೋಗಾನುಗತ ಚಿಕಿತ್ಸಾಕ್ರಮಗಳನ್ನು ಮಾತ್ರ ತಪ್ಪದೆ ಪೋಷಿಸಿಕೊಳ್ಳುವನು. ಈ ಪರಿಕಲ್ಪನೆಯೆಂದರೆ ಒಂದು ಉದ್ದೇಶದ ಅರಿವಿನೊಂದಿಗೆ, ಮತ್ತು ಸಾಮಾಜಿಕ ಅಥವಾ ಮನೋಭಾವದ ಒತ್ತಡಗಳಿಂದ ನಿಯಂತ್ರಿತವಾಗದ ಒಬ್ಬ ಹೊಸ ಮನುಷ್ಯನಾಗಿ ಸಮಾಜಕ್ಕೆ ಪುನರ್‌ಪ್ರವೇಶ ಪಡೆಯುವುದು.

ನ್ಯಾಕನ್ ಧ್ಯಾನ :

ಮೊರಿಟಾರು 'ನ್ಯಾಕನ್' ಎಂಬ (ನ್ಯಾಕನ್ ಎಂದರೆ 'ಒಳಗೆ ನೋಡುವುದು' (inside looking) ಎಂದು ಜಾಪಾನೀ ಸಾಹಿತ್ಯಾರ್ಥ, ಇದನ್ನು ಅಭಿವೃದ್ಧಿ ಪಡಿಸಿದವರು ಯೋಶಿಮೊಟೊ ಇಶಿನ್ (೧೯೧೬–೮೮)). ಆತ್ಮಾವಲೋಕನ ಧ್ಯಾನದ ಮಹಾನ್ ಝೆನ್ ಗುರು. ಈ ಪಂಥದ ನೈಪುಣ್ಯತೆಯು ಅವರ ಜ್ಞಾನಭಂಡಾರ ಮತ್ತು ಅವರ ಚಿಕಿತ್ಸಾವಿಧಾನದ ಮೇಲೆ ಅವಲಂಬಿತವಾಗಿದೆ, ಒಬ್ಬ ವ್ಯಕ್ತಿಯು ತನ್ನನ್ನು ತಾನು ಕೇಳಿಕೊಳ್ಳಲೇಬೇಕಾದ ಮೂರು ಪ್ರಶ್ನೆಗಳ ಸುತ್ತಲೇ ಅದು ಗಿರಕಿ ಹೊಡೆಯುತ್ತದೆ:

೧. ಒಬ್ಬ ವ್ಯಕ್ತಿ 'X' ನಿಂದ ನಾನು ಏನು ಪಡೆದುಕೊಂಡೆ?

೨. ಒಬ್ಬ ವ್ಯಕ್ತಿ 'X' ಗೆ ನಾನು ಏನು ನೀಡಿದೆ?

೩. ಒಬ್ಬ ವ್ಯಕ್ತಿ 'X' ಗೆ ನಾನು ಏನು ಸಮಸ್ಯೆ ಉಂಟುಮಾಡಿದೆ?

ಈ ರೀತಿಯ ಪುನರಾಲೋಚನೆ ಮೂಲಕ, ಬೇರೆಯವರು ನಮ್ಮ ಸಮಸ್ಯೆಗಳಿಗೆ ಕಾರಣ ಎಂದು ಬೆರಳು ಮಾಡುವುದನ್ನು ನಿಲ್ಲಿಸುತ್ತೇವೆ, ಮತ್ತು ನಮ್ಮದೇ ಜವಾಬ್ದಾರಿಯ ಅರಿವನ್ನು

ಇನ್ನೂ ಆಳಕ್ಕೆ ಒಯ್ಯುತ್ತೇವೆ. ಮೊರಿಟಾರವರು ಹೇಳಿದಂತೆ "ನೀವು ಕೋಪಗೊಂಡಿದ್ದರೆ ಮತ್ತು ಹೋರಾಡಬಯಸಿದರೆ, ಗುದ್ದಾಟಕ್ಕೆ ಇಳಿಯುವ ಮುನ್ನ ಆ ಕುರಿತು ಮೂರು ದಿನ ಯೋಚಿಸಿ. ಮೂರು ದಿನಗಳ ನಂತರ, ಹೋರಾಡಬೇಕೆಂಬ ತೀವ್ರವಾದ ಇಚ್ಛೆ ತಾನೇ ತಾನಾಗಿ ಮುಗಿದು ಹೋಗುತ್ತದೆ."

ಮತ್ತೀಗ, ಇಕಿಗಾಯ್‌ಗೆ ಬರೋಣ

ಲೋಗೋಥೆರಪಿ ಮತ್ತು ಮೊರಿಟಾ ಚಿಕಿತ್ಸಾ ವಿಧಾನಗಳು, ಈ ಎರಡೂ ವೈಯಕ್ತಿಕವಾದ ಅನುಪಮ ಅನುಭವದಲ್ಲಿ ಭದ್ರವಾಗಿ ಹೇಗೆ ನೆಲೆಯೂರಿವೆ ಎಂದರೆ ಯಾವ ಚಿಕಿತ್ಸಕರ ಅಥವಾ ಆಧ್ಯಾತ್ಮಿಕ ಶಿಬಿರಗಳು ಬೇಕಿಲ್ಲದೆಯೇ ನೀವು ನಿಮ್ಮ ಅಸ್ತಿತ್ವವ ಇಂಧನವಾದ ನಿಮ್ಮ ಇಕಿಗಾಯ್‌ನ್ನು ಕಂಡುಕೊಳ್ಳುವ ಧ್ಯೇಯವನ್ನು ತಲುಪಬಹುದಾಗಿದೆ. ಒಮ್ಮೆ ನೀವದನ್ನು ಕಂಡುಕೊಂಡಿರೆಂದರೆ, ನಂತರ ಅದು ಕೇವಲ ಧೈರ್ಯ ತಾಳುವ ಮತ್ತು ಸರಿಯಾದ ಪಥದಲ್ಲಿ ಉಳಿಯುವ ಪ್ರಯತ್ನದ ಸಂಗತಿ ಮಾತ್ರ ಆಗುತ್ತದೆ.

ಮುಂದಿನ ಅಧ್ಯಾಯಗಳಲ್ಲಿ, ಆ ಪಥದಲ್ಲಿ ಮುಂದುವರಿಯಲು ನಿಮಗೆ ಅಗತ್ಯವಿರುವ ಮೂಲ ಸಾಧನಗಳತ್ತ ನಾವು ಒಂದು ನೋಟ ಹರಿಸೋಣ: ಅಂದರೆ ನೀವು ಮಾಡಬೇಕೆಂದಿರುವ ಆರಿಸಿಕೊಂಡಿರುವ ಕೆಲಸಗಳಲ್ಲಿನ ಹರಿವನ್ನು (flow) ಕಂಡುಕೊಳ್ಳುವುದು, ಸಮತೋಲನದಲ್ಲಿ ಮತ್ತು ಮನಃಪೂರ್ವಕ ಮಾರ್ಗದಲ್ಲಿ ಆಹಾರ ಸೇವನೆ ಮಾಡುವುದು, ಕಡಿಮೆ ತೀವ್ರತೆಯುಳ್ಳ ವ್ಯಾಯಾಮ ಮಾಡುವುದು, ಮತ್ತು ಕಷ್ಟಗಳು ಬಂದಾಗ ಕುಗ್ಗಿ, ಬಗ್ಗಿ ಸೋಲೊಪ್ಪಿಕೊಳ್ಳದಿರುವುದನ್ನು ಕಲಿಯುವುದು, ಇವುಗಳ ಕುರಿತು ಅಭ್ಯಾಸಮಾಡೋಣ. ಇದನ್ನು ಕೈಗೊಳ್ಳಲು ನೀವು ಒಪ್ಪಿಕೊಳ್ಳಬೇಕಾದ್ದೇನೆಂದರೆ ಪ್ರಪಂಚವು–ಅದರಲ್ಲಿ ಜೀವಿಸಿರುವ ಜನರಂತೆ –ಅಪರಿಪೂರ್ಣ, ಆದರೆ ಬೆಳವಣಿಗೆಗೆ ಮತ್ತು ಸಾಧನೆ ಮಾಡುವವರಿಗೆ ಅದು ವಿಪುಲ ಅವಕಾಶಗಳಿಂದ ತುಂಬಿದೆ ಎಂದು.

ಪ್ರಪಂಚದಲ್ಲಿ ಅದೇ ಬಹಳ ಪ್ರಾಮುಖ್ಯ ವಿಷಯವೆಂದು ಭಾವಿಸಿ ನಿಮ್ಮನ್ನು ನೀವೇ ಆ ಗೀಳಿನಲ್ಲಿ (Passion) ಪೂರ್ಣವಾಗಿ ತೊಡಗಿಸಿಕೊಳ್ಳಲು ನೀವು ಸಿದ್ಧರಿದ್ದೀರಾ?

೬

ನೀವು ಮಾಡುವ ಎಲ್ಲದರಲ್ಲು ಹರಿವನ್ನು ಕಾಣಿರಿ

ಕೆಲಸ ಮತ್ತು ಬಿಡುವಿನ ವೇಳೆಯನ್ನು ಬೆಳವಣಿಗೆಯ ಅವಕಾಶವಾಗಿ ಹೇಗೆ ಬದಲಾಯಿಸುವುದು

"ನಾವು ಯಾವುದನ್ನು ಪದೇ ಪದೇ ಮಾಡುತ್ತೇವೆಯೋ ನಾವು ಅದೇ ಆಗುತ್ತೇವೆ. ಆಗ, ಶ್ರೇಷ್ಠತೆ ಎಂಬುದು ಒಂದು ಕ್ರಿಯೆಯಲ್ಲ ಬದಲಿಗೆ ಅಭ್ಯಾಸವೇ ಆಗುತ್ತದೆ". – ಅರಿಸ್ಟಾಟಲ್

ಹರಿವಿನ ಜತೆಗೆ ಸಾಗು ನಡೆವುದು:

ನಿಮ್ಮ ಅಚ್ಚುಮೆಚ್ಚಿನ ಒಂದು ಇಳುಕಲಿನ (slope) ಮೇಲೆ ನೀವು ಹಾವುಗೆ ಕಟ್ಟಿಕೊಂಡು ಜಾರಾಟ (Skiing) ಮಾಡುತ್ತಿದ್ದೀರೆಂದು ಕಲ್ಪಿಸಿಕೊಳ್ಳಿ. ಆಗ ನಿಮ್ಮ ಎರಡು ಬದಿಯಲ್ಲಿ ಹಿಮದ ಪುಡಿಯು ಬಿಳಿಯ ಉಸುಕಿನಂತೆ ಮೇಲೆ ಸಿಡಿಯುತ್ತದೆ. ಅಂದರೆ ಸ್ಕೀಯಿಂಗ್‌ಗೆ ವಾತಾವರಣ ಬಹಳ ಸೊಗಸಾಗಿದೆ ಎಂದಾಯ್ತು.

ನಿಮ್ಮಿಂದ ಎಷ್ಟು ಸಾಧ್ಯವೋ ಅಷ್ಟೂ ನೀವು ಪೂರ್ಣವಾಗಿ ಜಾರಾಟದ ಮೇಲೆಯೇ ಕೇಂದ್ರೀಕರಿಸಿದ್ದೀರಿ. ಪ್ರತಿಯೊಂದು ಕ್ಷಣದಲ್ಲೂ ನೀವು ಸರಿಯಾಗಿ ಯಾವ ರೀತಿ ಮತ್ತು ಹೇಗೆ ಚಲಿಸಬೇಕೆಂದು ನಿಮಗೆ ಗೊತ್ತು. ಅಲ್ಲಿ ಭವಿಷ್ಯತ್ ಇಲ್ಲ, ಭೂತಕಾಲವೂ ಇಲ್ಲ, ಅಲ್ಲಿರುವುದೆಲ್ಲ ಬರೀ ವರ್ತಮಾನ ಕಾಲವೇ. ನೀವು ಹಿಮವನ್ನು ಸ್ಪರ್ಶಿಸುತ್ತಿದ್ದೀರಿ, ನಿಮ್ಮ ಹಾವುಗೆಗಳು (Skis) ನಿಮ್ಮ ಶರೀರ ಮತ್ತು ನಿಮ್ಮ ಜಾಗ್ರದಾವಸ್ಥೆ ಇವುಗಳೆಲ್ಲ ಐಕ್ಯವಾಗಿ ಒಂದೇ ಅಸ್ತಿತ್ವ ಹೊಂದುತ್ತವೆ. ನೀವು ಪೂರ್ಣವಾಗಿ ಅನುಭವದಲ್ಲಿ ಮುಳುಗಿ ಹೋಗುತ್ತೀರಿ, ಯಾವುದರ ಬಗ್ಗೆಯೂ ಚಿಂತಿಸುವುದಿಲ್ಲ, ಬೇರೆ ಯಾವುದೂ ನಿಮ್ಮನ್ನು ವಿಚಲಿತಗೊಳಿಸುವುದಿಲ್ಲ, ನಿಮ್ಮ ಅಹಂ ಕರಗಿ ಹೋಗುವುದು, ಮತ್ತು ನೀವು ಏನನ್ನು ಮಾಡುತ್ತಿರುತ್ತೀರೋ ಅದರ ಒಂದು ಭಾಗವೇ ಆಗುತ್ತೀರಿ.

ಇಂತಹ ಅನುಭವವನ್ನು ಬ್ರೂಸ್‌ಲಿ [ಲೀಜುನ್-ಫ್ಯಾನ್ ಎಂದೂ ಮೂಲನಾಮವುಳ್ಳ ಇವರು ಹಾಂಗ್‌ಕಾಂಗ್ ಅಮೆರಿಕನ್ (೧೯೪೦-೧೯೭೩). ನಟ, ನಿರ್ದೇಶಕ, ಸಮರಕಲಾ ನಿಪುಣ, ಶಿಕ್ಷಕ ಮತ್ತು ತತ್ವಜ್ಞಾನಿ; ಸೆರೆಬ್ರಲ್ ಎಡಿಮಾ (ಮಿದುಳಿನ ಉರಿಯೂತ)ದಿಂದ ಕೇವಲ ೩೨ವರ್ಷಕ್ಕೆ ವಾಷಿಂಗ್‌ಟನ್‌ನಲ್ಲಿ ಮರಣ ಹೊಂದುತ್ತಾರೆ.] ಅವರು ತಮ್ಮ ಬಹು ಪ್ರಸಿದ್ಧವಾದ "ನೀರಾಗಿ ಬಿಡು, ನನ್ನ ಗೆಳೆಯ" ಎಂಬ ಉಕ್ತಿಯಿಂದ ವರ್ಣಿಸುತ್ತಾರೆ.

ನಾವು ಹರ್ಷಿಸುವ ಚಟುವಟಿಕೆಯೊಂದರಲ್ಲಿ ಯಾವಾಗ ನಾವು ಕಳೆದುಹೋಗುತ್ತೇವೋ ಆಗ ನಾವೆಲ್ಲರು ನಮ್ಮ ಕಾಲ ಪ್ರಜ್ಞೆ ಅದೃಶ್ಯವಾಯಿತೆಂದು ಭಾವಿಸುವೆವು. ನಾವು ಅಡಿಗೆ ತಯಾರಿಸಲು ತೊಡಗುವೆವು ಮತ್ತು ನಮಗೆ ಅದು ಅರಿವಾಗುವುದರೊಳಗೇ ಹಲವಾರು ಗಂಟೆಗಳು ಕಳೆದು ಹೋಗಿರುತ್ತವೆ. ಒಂದು ಪುಸ್ತಕ ಹಿಡಿದುಕೊಂಡು ಒಂದು ಮಧ್ಯಾಹ್ನವನ್ನು ನಾವು ಕಳೆಯುವಾಗ ಸೂರ್ಯ ಮುಳುಗುವುದನ್ನು ಗಮನಿಸುವವರೆಗೂ ಪ್ರಪಂಚ ಮುನ್ನಡೆಯುವುದನ್ನೇ ಮರೆತಿರುತ್ತೇವೆ ಮತ್ತು ಆಗ ನಮ್ಮ ಗ್ರಹಿಕೆಗೆ ಬರುತ್ತದೆ ನಾವು ಮಧ್ಯಾಹ್ನದ ಊಟವನ್ನೇ ಮಾಡಿಲ್ಲವೆಂದು. ನಾವು ಸಮುದ್ರದಲ್ಲಿ ತೆರೆನೊರೆಯಾಟ (Surfing) ಆಡಲು ಹೋಗುತ್ತೇವೆ ಮತ್ತು ಎಷ್ಟು ಗಂಟೆಗಳ ಕಾಲ ನಾವು ನೀರಿನಲ್ಲಿ ಕಳೆದೆವು ಎಂದು ಮರುದಿನದವರೆಗೂ ನಾವು ಗ್ರಹಿಸುವುದಿಲ್ಲ, ಅಂದರೆ ನಮ್ಮ ಸ್ನಾಯುಗಳು ನೋಯಲು ತೊಡಗುವವರೆಗೂ.

ಇದಕ್ಕೆ ವಿರುದ್ಧವಾದುದ್ದೂ ಜರುಗಲು ಸಾಧ್ಯ. ನಮಗಿಷ್ಟವಿಲ್ಲದ ಒಂದು ಕೆಲಸವನ್ನು ನಾವು ಮುಗಿಸಲು ತೊಡಗಿದಾಗ ಪ್ರತಿ ನಿಮಿಷವೂ ಒಂದು ಜೀವಮಾನದಂತೆ ಭಾಸವಾಗುತ್ತದೆ ಮತ್ತು ನಾವು ನಮ್ಮ ಗಡಿಯಾರದತ್ತ ನೋಡುವುದನ್ನು ನಿಲ್ಲಿಸುವುದೇ ಇಲ್ಲ. ಆಲ್ಬರ್ಟ್ ಐನ್‌ಸ್ಟೀನರು (೧೮೭೯-೧೯೫೫, ಜರ್ಮನಿಯಲ್ಲಿ ಜನಿಸಿದ ಸೈದ್ಧಾಂತಿಕ ಭೌತಶಾಸ್ತ್ರಜ್ಞ, ಸಾಪೇಕ್ಷ ಸಿದ್ಧಾಂತದ ಜನಕ, ೧೯೨೧ರಲ್ಲಿ ನೊಬೆಲ್ ಪಾರಿತೋಷಕ ಗಳಿಸಿದಾತ, $E=mc^2$ ಸೂತ್ರಕ್ಕಾಗಿ ಜಗತ್ಪ್ರಸಿದ್ಧ, ೭೬ನೇ ವಯಸ್ಸಿನಲ್ಲಿ ಅಮೆರಿಕಾದ ಪ್ರಿನ್ಸ್‌ಟನ್‌ನಲ್ಲಿ ಮರಣ) ಹೇಳಿದ್ದರೆನ್ನಲಾದ ಒಂದು ಚತುರೋಕ್ತಿ ಹೀಗಿದೆ: "ಒಂದು ಬಿಸಿ ಒಲೆಯ ಮೇಲೆ ಒಂದು ನಿಮಿಷ ಕಾಲ ನಿಮ್ಮ ಕೈ ಇರಿಸಿ ಮತ್ತು ಅದು ನಿಮಗೆ ಒಂದು ಗಂಟೆಯಷ್ಟು ದೀರ್ಘಕಾಲ ಇರಿಸಿದಂತೆ ಭಾಸವಾಗುತ್ತದೆ. ಅದೇ ಒಬ್ಬಳು ಸುಂದರ ತರುಣಿಯ ಜತೆ ಒಂದು ಗಂಟೆಕಾಲ ಕೂರಿ, ಮತ್ತು ಆಗ ಅದು ನಿಮಗೆ ಒಂದೇ ಒಂದು ನಿಮಿಷ ಕಳೆದಂತೆ ಭಾಸವಾಗುತ್ತದೆ". ಸಾಪೇಕ್ಷತೆ ಅಥವಾ (Relativity) ಎಂದರೆ ಇದೇ ಅರ್ಥ.

ತಮಾಷೆಯೆಂದರೆ ಇದೇ ಕೆಲಸವನ್ನು ಬೇರೊಬ್ಬರು ಮಾಡುವಲ್ಲಿ ಖುಷಿಪಡಬಹುದು, ಆದರೆ ನಾವಂತೂ ಆ ಕೆಲಸವನ್ನು ಆದಷ್ಟು ಬೇಗ ಮುಗಿಸಿ ಹಾಕಲು ಬಯಸುತ್ತೇವೆ.

ಯಾವುದೇ ಒಂದು ಕೆಲಸ ಮಾಡುವಾಗ ಅದು ನಮ್ಮಲ್ಲಿರುವಂತಹ ಯಾವುದೇ ಮನಃಕ್ಲೇಷಗಳನ್ನು ನಾವು ಮರೆಸಿ ಹರ್ಷಿಸುವಂತೆ ಮಾಡುವುದದಾವುದು? ನಾವು ಯಾವಾಗ ಅತೀವ ಸಂತೋಷಭರಿತರಾಗುತ್ತೇವೆ? ಈ ಪ್ರಶ್ನೆಗಳು ನಮ್ಮ 'ಇಕಿಗಾಯ್' ನ್ನು ಅನ್ವೇಷಿಸಲು ನಮಗೆ ಸಹಾಯ ಮಾಡುತ್ತವೆ.

ಹರಿವಿನ ಶಕ್ತಿ:

ಇವೇ ಪ್ರಶ್ನೆಗಳು, ನಾವೇನು ಮಾಡುತ್ತಿರುವೆವೋ ಅದರಲ್ಲಿ ಪೂರ್ಣವಾಗಿ ಮುಳುಗಿ ಹೋಗುವ ಅನುಭವ ಕುರಿತು ಮನಃಶಾಸ್ತ್ರಜ್ಞರಾದ: ಮಿಹಾಯಿಟಿ ಕ್ಷೇಂಟ್ ಮಿಹಝಿ (Mihaly CSIK SZEENTMIHALYI) [ಜನನ: ೧೯೩೪, ಹಂಗೇರಿ, ಅಮೆರಿಕಾದ ಮನಃಶಾಸ್ತ್ರಜ್ಞ (ಮಿಹಾಯಿಟಿ ಕ್ಸೇಂಟ್ ಮಿಹಝಿ) ಷಿಕಾಗೊ ವಿಶ್ವವಿದ್ಯಾನಿಲಯ, 'ಹರಿವು' ಮನಃಶಾಸ್ತ್ರದ ಪ್ರವೀಣ] ಇವರು ನಡೆಸಿದ ಸಂಶೋಧನೆಯ ಮುಖ್ಯಭಾಗವೂ ಕೂಡ. ಅಂದರೆ ಈ ಪ್ರಶ್ನೆಗಳು ಅವರ ಈ ಸಂಶೊಧನೆಯ ಹೃದಯಸ್ಥಾನ ಎನ್ನಬಹುದು. ಅವರು ಈ ಸ್ಥಿತಿಯನ್ನು ಹರಿವು (flow) ಎಂದು ಕರೆದರು. ಮತ್ತು ಈ ಹರಿವನ್ನು ಅವರು ಆನಂದ, ಹರ್ಷ, ಸೃಜನಶೀಲತೆ ಮತ್ತು ಜೀವನದಲ್ಲಿ ಪೂರ್ಣವಾಗಿ ಮುಳುಗಿರುವ ಪ್ರಕ್ರಿಯೆ ಎಂದು ವರ್ಣಿಸಿದರು. ಏಕೆಂದರೆ ನಿಮ್ಮ ಇಕಿಗಾಯ್ ಅನುಸಾರ ಬದುಕುವುದಕ್ಕೆ, ನಿಶ್ಚಿಂತತೆ, ನೆಮ್ಮದಿಯನ್ನು ಕಂಡುಕೊಳ್ಳುವುದೆಂದರೆ ಅದೇನು ಒಂದು ಮಾಂತ್ರಿಕ ಪಾಕ ವಿಧಾನದ ಪಟ್ಟಿಯಲ್ಲ (Recipe). ಒಂದು ವೇಳೆ ಅದು ಅಂತಹ ಪಟ್ಟಿಯೇ ಆದರೂ ಅದರ ಒಂದು ಅತಿ ಮುಖ್ಯ ಸಾಮಾಗ್ರಿ ಎಂದರೆ ಈ ಹರಿವಿನ ಸ್ಥಿತಿಯನ್ನು ತಲುಪುವ ಸಾಮರ್ಥ್ಯ ಮತ್ತು ಈ ಸ್ಥಿತಿಯ ಮೂಲಕ ಒಂದು "ಬಹಳ ಅನುಕೂಲಕರ, ಬಹಳ ಹಿತಕರ ಅನುಭವ" ಹೊಂದುವುದು.

ನಮಗೆ ತತ್‌ಕ್ಷಣದ ಆನಂದ ನೀಡುವ ಚಟುವಟಿಕೆಗಳೊಳಗೆ ನಮ್ಮನ್ನು ನಾವೇ ಒಳಗಾಗಿಸಿಕೊಂಡು ಅದರಲ್ಲಿ ಸಿಕ್ಕಿಬೀಳುವುದಕ್ಕಿಂತ ಹೆಚ್ಚಾಗಿ, ಈ ಹಿತಕರ ಅನುಭವವನ್ನು ಸಾಧಿಸುವ ಸಲುವಾಗಿ, ಈ ಹರಿವಿನ ಸ್ಥಿತಿಗೆ ತರುವ ಚಟುವಟಿಕೆಗಳ ಮೇಲೆ ನಾವು ವ್ಯಯಿಸುವ ಸಮಯವನ್ನು ಹೆಚ್ಚುಗೊಳಿಸುವುದರತ್ತ ನಾವು ಕೇಂದ್ರೀಕರಿಸಬೇಕಾಗುತ್ತದೆ. ತತ್‌ಕ್ಷಣದ ಆನಂದ ನೀಡುವ ಚಟುವಟಿಕೆಗಳೆಂದರೆ – ಸಿಕ್ಕಾಪಟ್ಟೆ ತಿನ್ನುವುದು, ಮಾದಕ ದ್ರವ್ಯದ ವ್ಯಸನಿಯಾಗುವುದು ಅಥವಾ ಮದ್ಯಪಾನಿಗಳಾಗುವುದು, ಅಥವಾ ಟಿವಿ ಮುಂದೆ ಸದಾ ಕುಕ್ಕರಬಡಿದು ಚಾಕೊಲೇಟ್‌ನಂಥ ಸಿಹಿತಿನಿಸುಗಳನ್ನು ಗಬಗಬನೆ ಮುಕ್ಕುವುದು – ಹೀಗೆ.

ತಮ್ಮ "ಫ್ಲೋ: ದ ಸೈಕೊಲಜಿ ಆಫ್ ಆಪ್ಟಿಮಲ್ ಎಕ್ಸ್‌ಪೀರಿಯನ್ಸ್" ("ಹರಿವು: ಮನಃಶಾಸ್ತ್ರದ ಬಹಳ ಹಿತಕಾರಿ ಅನುಭವ") ಎಂಬ ಪುಸ್ತಕದಲ್ಲಿ ಕ್ಷೇಂಟ್ ಮಿಹಝಿಯವರು ಒತ್ತಿ ಹೇಳುವಂತೆ, "ಹರಿವು ಎಂಬುದು ಎಂತಹ ಸ್ಥಿತಿ ಎಂದರೆ ಒಂದು ಚಟುವಟಿಕೆಯಲ್ಲಿ ಜನ ಎಷ್ಟು ತೊಡಗಿಸಿಕೊಂಡಿರುತ್ತಾರೆಂದರೆ ಅವರಿಗೆ ಬೇರಾವುದೂ ಲೆಕ್ಕಕ್ಕೆ ಬರುವಂತೆ ಕಾಣುವುದಿಲ್ಲ, ಆ ಅನುಭವವಷ್ಟೇ ಅವರಿಗೆ ಎಷ್ಟೊಂದು ಖುಷಿ ತರುತ್ತದೆಂದರೆ ಮಂದಿ ಅದನ್ನು ಯಾವುದೇ ಬೆಲೆ ತೆತ್ತೂ ಮಾಡಲು ತಯಾರಿರುತ್ತಾರೆ, ಕೇವಲ ಅದನ್ನು ಮಾಡುವ ಸಲುವಾಗಿ ಮಾತ್ರ ಅವರು ಮಾಡುತ್ತಾರೆ."

ಕೇವಲ ಸೃಜನಶೀಲ ವೃತ್ತಿಪರರಷ್ಟೇ ಹರಿವನ್ನು ಉತ್ತೇಜಿಸುವ ಅತಿ ಹೆಚ್ಚಿನ ಮಟ್ಟದ ಚಿತ್ತೇಕಾಗ್ರತೆಯನ್ನು ಅಪೇಕ್ಷಿಸುವುದಿಲ್ಲ, ಹೆಚ್ಚಿನ ಕ್ರೀಡಾಪಟುಗಳು, ಅಂಗ ಸಾಧಕರು, ದೇಹದಾರ್ಢ್ಯಪಟುಗಳು, ಚೆಸ್/ಚದುರಂಗದಾಟಗಾರರು ಮತ್ತು ಎಂಜಿನಿಯರ್‌ಗಳೂ ಕೂಡ, ತಮ್ಮನ್ನು ಈ ಸ್ಥಿತಿಗೆ ತರುವ ಇಂತಹ ಚಟುವಟಿಕೆಗಳಲ್ಲಿ ತಮ್ಮ ಹೆಚ್ಚು ಸಮಯವನ್ನು ಕಳೆಯುತ್ತಾರೆ.

ಕ್ಷೀಂಟಮಿಹಿಜಿಯವರ ಸಂಶೋಧನೆಯನುಸಾರ, ಹರಿವಿನ ಸ್ಥಿತಿಯನ್ನು ಪ್ರವೇಶಿಸಿದ ಒಬ್ಬ ಚದುರಂಗದಾಟಗಾರನು, ಒಂದು ಸೂತ್ರದ ಮೇಲೆ ಕೆಲಸ ಮಾಡುವ ಒಬ್ಬ ಗಣಿತಶಾಸ್ತ್ರಜ್ಞನ ಅಥವಾ ಒಂದು ಶಸ್ತ್ರಚಿಕಿತ್ಸೆ ನಡೆಸುವ ಒಬ್ಬ ಶಸ್ತ್ರಚಿಕಿತ್ಸಾ ತಜ್ಞ, ಇವರುಗಳಂತೆಯೇ ಅದೇ ಭಾವ ಹೊಂದುತ್ತಾನೆ. ಮನಃಶಾಸ್ತ್ರ ಪ್ರಾಧ್ಯಾಪಕರಾದ ಕ್ಷೀಂಟಮಿಹಿಜಿಯವರು ಪ್ರಪಂಚದ ಮೂಲೆ ಮೂಲೆಯಲ್ಲಿದ್ದ ಜನಗಳ ದತ್ತಾಂಶಗಳನ್ನು ವಿಶ್ಲೇಷಣೆ ಮಾಡಿ ಪತ್ತೆ ಮಾಡಿದ್ದೇನೆಂದರೆ, ಎಲ್ಲ ಕಾಲಮಾನಗಳಲ್ಲೂ ಮತ್ತು ಎಲ್ಲ ಸಂಸ್ಕೃತಿಗಳಲ್ಲೂ ವ್ಯಕ್ತಿಗಳ ನಡುವೆ ಹರಿವು ಎಂಬುದು ಒಂದೇ ಆಗಿರುತ್ತದೆ ಎಂಬುದು. ಅದು ನ್ಯೂಯಾರ್ಕ್ ಆಗಲಿ ಮತ್ತು ಒಕಿನಾವಾ ಆಗಲಿ, ನಾವೆಲ್ಲ ಒಂದೇ ರೀತಿಯಲ್ಲಿ ಹರಿವಿನ ಸ್ಥಿತಿಯನ್ನು ತಲುಪುತ್ತೇವೆ.

ಆದರೆ ನಾವು ಆ ಸ್ಥಿತಿಯಲ್ಲಿದ್ದಾಗ ನಮ್ಮ ಮನಸ್ಸಿಗೆ ಏನಾಗುತ್ತದೆ? ನಾವು ಹರಿವಿನ ಸ್ಥಿತಿಯಲ್ಲಿದ್ದಾಗ ಯಾವ ವಿಚಲತೆಗೂ ಅವಕಾಶವಿಲ್ಲದೆ ನಾವು ಒಂದು ನಿರ್ದಿಷ್ಟ ಕೆಲಸದ ಮೇಲೆ ಕೇಂದ್ರೀಕೃತರಾಗಿರುತ್ತೇವೆ. ಅಂದರೆ ನಮ್ಮ ಮನಸ್ಸು ಒಂದು ವ್ಯವಸ್ಥಿತ ಕ್ರಮದಲ್ಲಿದೆ ಎಂದರ್ಥ. ನಮ್ಮ ಮನಸ್ಸು ಬೇರೊಂದು ಸಂಗತಿಯ ಮೇಲಿದ್ದಾಗ ನಾವು ಇನ್ನೊಂದನ್ನು ಮಾಡಲು ಯತ್ನಿಸಿದರೆ ಆಗ ಅದಕ್ಕೆ ವಿರುದ್ಧವಾದುದ್ದೇ ಜರುಗುತ್ತದೆ.

ನೀವು ಪ್ರಾಮುಖ್ಯವಾದುದು ಎಂದು ಪರಿಗಣಿಸಿ ಯಾವುದರ ಮೇಲಾದರೂ ಕೆಲಸ ಮಾಡುತ್ತಿದ್ದಾಗಲೂ ನೀವು ಅದರ ಮೇಲೆ ಕೇಂದ್ರೀಕರಿಸುವುದರಲ್ಲಿ ಬಹಳ ಸಲ ವಿಫಲರಾಗುವುದನ್ನು ಕಂಡರೆ ಆಗ ನೀವು ಹರಿವನ್ನು ಸಾಧಿಸಲು ನಿಮ್ಮ ಅವಕಾಶಗಳನ್ನು ಹೆಚ್ಚಿಸಿಕೊಳ್ಳಲು ನೀವು ಬಳಸಲು ಶಕ್ಯವಾಗುವ ಹಲವಾರು ರಣತಂತ್ರಗಳಿದ್ದಾವೆ.

ಹರಿವನ್ನು ಸಾಧಿಸುವ ಸಲುವಾಗಿರುವ ಏಳು ಷರತ್ತುಗಳು:

ಡಿ ಪಾಲ್ ವಿಶ್ವವಿದ್ಯಾನಿಲಯದ ಒವೆನ್ ಷಾಫೆರ್ ಎಂಬ ಸಂಶೋಧಕರ ಪ್ರಕಾರ, ಹರಿವನ್ನು ಸಾಧಿಸಲು ಇರುವ ಅಗತ್ಯಗಳೆಂದರೆ:

೧. ಏನು ಮಾಡಬೇಕು ಎಂದು ತಿಳಿದಿರುವುದು

೨. ಹೇಗೆ ಮಾಡಬೇಕೆಂದು ತಿಳಿದಿರುವುದು.

೩. ಎಷ್ಟು ಚೆನ್ನಾಗಿ ಮಾಡುತ್ತಿರುವೆವೆಂದು ತಿಳಿದಿರುವುದು.

೪. ಎಲ್ಲಿಗೆ ಹೋಗಬೇಕೆಂದು ತಿಳಿದಿರುವುದು (ಪ್ರಯಾಣ ಒಳಗೊಂಡಿರುವಲ್ಲಿ)

೫. ಮಹತ್ವಪೂರ್ಣ ಸವಾಲುಗಳನ್ನು ಗ್ರಹಿಸುವುದು.

೬. ಮಹತ್ವಪೂರ್ಣ ಕೌಶಲಗಳನ್ನು ಗ್ರಹಿಸುವುದು.

೭. ವಿಚಲಿತರಾಗುವುದರಿಂದ ಮುಕ್ತರಾಗುವುದು.

ರಣತಂತ್ರ ೧ : ಕಷ್ಟದ ಕೆಲಸ ಆಯ್ಕೆ ಮಾಡಿ (ಆದರೆ ಅತಿ ಕಷ್ಟದ್ದಲ್ಲ) ಪೂರ್ಣಗೊಳಿಸಲು ಅವಕಾಶವಿರುವ ಕೆಲಸಗಳನ್ನು ಕೈಗೆತ್ತಿಕೊಳ್ಳಲು ಷಾಫರ್‌ನ ಮಾದರಿಯು ನಮ್ಮನ್ನು ಉತ್ತೇಜಿಸುತ್ತದೆ, ಆದರೆ ಅವು ಸೌಖ್ಯ ಅಥವಾ ನೆಮ್ಮದಿ ವಲಯದಿಂದ ಕೊಂಚ ಹೊರಗಿರುತ್ತವೆ.

ಪ್ರತಿಯೊಂದು ಕೆಲಸ, ಆಟ ಅಥವಾ ಚಿಲ್ಲರೆ ಕೆಲಸವೂ ಒಂದಷ್ಟು ನಿಯಮಗಳನ್ನು ಹೊಂದಿರುತ್ತದೆ, ಮತ್ತು ಅವುಗಳನ್ನು ಅನುಸರಿಸಲು ನಮಗೆ ಒಂದಷ್ಟು ಕೌಶಲಗಳ ಅಗತ್ಯವಿದೆ. ಒಂದು ಕೆಲಸವನ್ನು ಪೂರೈಸಲು ಅಥವಾ ಒಂದು ಉದ್ದೇಶವನ್ನು ಕೈಗೂಡಿಸಿಕೊಳ್ಳಲು ಅಗತ್ಯವಿರುವ ನಿಯಮಗಳು ನಮ್ಮ ಕೌಶಲಗಳ ಜತೆ ಹೋಲಿಸಿದಾಗ ತುಂಬಾ ಮೂಲಭೂತವಾದುದೆನಿಸಿದರೆ ನಮಗೆ ಬಹುಮಟ್ಟಿಗೆ ಬೇಸರವಾಗುವುದೇ ಹೆಚ್ಚು. ತುಂಬಾ ಸುಲಭತರವಾದ ಚಟುವಟಿಕೆಗಳು ಉದಾಸೀನತೆ, ನಿರಾಸಕ್ತಿಯತ್ತ ದೂಡುತ್ತವೆ.

ಬದಲಾಗಿ, ನಾವು ತುಂಬಾ ಕಷ್ಟಕರವಾದ ಕೆಲಸವನ್ನು ನಮ್ಮ ಮೇಲೆ ನಾವೇ ಎಳೆದುಕೊಂಡ ಪಕ್ಷದಲ್ಲಿ, ನಮ್ಮ ಬಳಿ ಆಗ ಅದನ್ನು ಮುಗಿಸಲು ಕೌಶಲಗಳು ಇರುವುದಿಲ್ಲ ಮತ್ತು ಬಹುಮಟ್ಟಿಗೆ ನಾವು ಖಂಡಿತವಾಗಿ ಅದನ್ನು ತ್ಯಜಿಸಿಬಿಟ್ಟಿರುತ್ತೇವೆ – ಮತ್ತು ಅಷ್ಟೇಕೆ, ಹತಾಶಭಾವವನ್ನೂ ಹೊಂದುತ್ತೇವೆ.

ಆದರ್ಶವಾದುದೆಂದರೆ ಮಧ್ಯಮಮಾರ್ಗವನ್ನು ಕಂಡುಕೊಳ್ಳುವುದು, ಯಾವುದಾದರೊಂದನ್ನು ನಮ್ಮ ಸಾಮರ್ಥ್ಯಗಳ ಜತೆ ಸಾಲುಗೂಡಿಸಿಕೊಳ್ಳುವುದು, ಆದರೆ ಒಂದಿಷ್ಟು ಚೂರು ಪಾರು ಹಿಗ್ಗಿಸಿಕೊಂಡು, ಒಂದು ಸವಾಲನ್ನಾಗಿ ಅದನ್ನು ನಾವು ಅನುಭವಿಸಲು. "ಕೆಲವು ಸಲ ನಾನು ನನ್ನ ಸಾಮರ್ಥ್ಯಕ್ಕಿಂತಲೂ ಚೆನ್ನಾಗಿ ಬರೆಯಬಲ್ಲೆ" ಎಂದು ಅರ್ನೆಸ್ಟ್ ಹೆಮಿಂಗ್‌ವೇ [೧೮೯೯–೧೯೬೧: ಅಮೆರಿಕಾದ ಪತ್ರಕರ್ತ, ಕಾದಂಬರಿಕಾರ, ಸಣ್ಣಕಥೆಗಾರ, ೨೦ನೇ ಶತಮಾನ ಬರವಣಿಗೆಯನ್ನು ಪ್ರಭಾವಿಸಿದವನು, ೧೯೫೪ರಲ್ಲಿ ಸಾಹಿತ್ಯಕ್ಕಾಗಿ ನೊಬೆಲ್ ಗಳಿಸಿದಾತ. ಪ್ರಸಿದ್ಧ ಪುಸ್ತಕಗಳು : For Whom The Bell Tolls (1940), A Farewell to Arms (1929), The Old Man and The Sea (1952)] ಹೇಳಿದ್ದು ಇದೇ ಅರ್ಥದಲ್ಲಿ.

ಸವಾಲುಗಳು ಪೂರೈಸುವುದನ್ನು ನಾವು ಕೊನೆಯವರೆಗೂ ನೋಡಬೇಕೆಂದು ಬಯಸುತ್ತೇವೆ, ಏಕೆಂದರೆ ನಮ್ಮನ್ನೇ ನಾವು ಮುಂದೆ ನೂಕಿಕೊಳ್ಳುವ ಸುಖದ ಭಾವ ಹೊಂದಲು ನಾವು ಇಷ್ಟಪಡುತ್ತೇವೆ. "ಒಂದು ಗಣನೀಯ ಕಾಲಾವಧಿಯವರೆಗೆ ಏಕಾಗ್ರತೆಯಲ್ಲಿರುವ ಸಾಮರ್ಥ್ಯವಿರುವುದು ಕಷ್ಟಕರವಾದ ಸಾಧನೆಮಾಡಲು ಅವಶ್ಯಕ" ಎಂಬ ಬರ್ಟ್ರಂಡ್ ರಸೆಲ್‌ರ ಹೇಳಿಕೆಯೂ ಸಹ ಇದೇ ರೀತಿಯ ಮನೋಗತವನ್ನು ಅಭಿವ್ಯಕ್ತಪಡಿಸುವುದು.

ನೀವು ರೇಖಾಚಿತ್ರ ವಿನ್ಯಾಸಗಾರರಾಗಿದ್ದರೆ, ನಿಮ್ಮ ಮುಂದಿನ ಯೋಜನೆಗೆ ತಂತ್ರಾಂಶ ಕಾರ್ಯ ಸರಣಿಯನ್ನು ಕಲಿಯಿರಿ. ನೀವು ಒಬ್ಬ ಕಂಪ್ಯೂಟರ್ ಕಾರ್ಯಕ್ರಮ ಲೇಖಕರಾಗಿದ್ದರೆ, ಹೊಸದಾದ ಕಾರ್ಯಕ್ರಮ ಲೇಖನ ಭಾಷೆ ಉಪಯೋಗಿಸಿ, ನೀವು ನೃತ್ಯಗಾರ/ ನೃತ್ಯಗಾರ್ತಿಯಾಗಿದ್ದರೆ, ನರ್ತಿಸುವಾಗ ಹಲವು ವರ್ಷಗಳಿಂದಲೂ ಯಾವ ಒಂದು ನಿರ್ದಿಷ್ಟ ಚಲನೆ ನಿಮಗೆ ಸಾಧ್ಯವೇ ಇಲ್ಲವೆಂದು ಅನ್ನಿಸಿತ್ತೋ ಅದನ್ನು ನಿಮ್ಮ ನಿತ್ಯಗಟ್ಟಳೆಯೊಳಗೆ ಸೇರಿಸಲು ಪ್ರಯತ್ನಿಸಿ.

ಯಾವುದೋ ಒಂದರ ಸ್ವಲ್ಪ ಹೆಚ್ಚನ್ನೇ ಸೇರಿಸಿ, ಅದಾವುದೆಂದರೆ ನಿಮ್ಮನ್ನು ನಿಮ್ಮ ನೆಮ್ಮದಿ ವಲಯದಿಂದ ಆಚೆ ಕರೆದೊಯ್ಯುವಂತಹದು.

ಓದುವಂತಹ ಒಂದು ಸರಳವಾದದ್ದನ್ನು ಮಾಡುವುದೆಂದರೂ ಸಹ ನಿರ್ದಿಷ್ಟ ಸಾಮರ್ಥ್ಯ ಮತ್ತು ಜ್ಞಾನವಿರುವಂತಹ ಕೆಲವು ನಿರ್ದಿಷ್ಟ ನಿಯಮಗಳನ್ನು ಪಾಲಿಸುವುದು ಎಂದರ್ಥ. ಅಸಲಿಗೆ ಭೌತಶಾಸ್ತ್ರದಲ್ಲಿ ನಮಗೆ ಯಾವ ವಿಶೇಷ ಪರಿಜ್ಞಾನವಿಲ್ಲದೆ ಭೌತಶಾಸ್ತ್ರದ

ಪರಿಣಿತರಿಗೆ ನಾವು ಪರಮಾಣು ಚಲನಶಾಸ್ತ್ರವನ್ನು (Quantum Mechanics) ಕುರಿತ ಪುಸ್ತಕವನ್ನು ಓದಿ ಹೇಳಲು ತೊಡಗಿದರೆ, ಕೆಲವಾರು ನಿಮಿಷಗಳ ತರುವಾಯ ಬಹುಶಃ ನಾವು ಆ ಕೆಲಸವನ್ನೇ ತ್ಯಜಿಸುತ್ತೇವೆ, ಇದು ಒಂದು ಅಂಚಿಗೆ; ಮತ್ತೊಂದು ತುದಿಯಲ್ಲಿ, ಒಂದು ಪುಸ್ತಕ ನಮಗೆ ಏನು ಹೇಳಬೇಕೆಂದಿದೆಯೋ ಅದೆಲ್ಲ ನಮಗೆ ಮೊದಲೇ ಗೊತ್ತಿದ್ದ ಪಕ್ಷದಲ್ಲಿ, ಆಗ ಕೂಡಲೆ ನಾವು ಆ ಬಗ್ಗೆ ಬೇಸರಕ್ಕೆ ಒಳಗಾಗುತ್ತೇವೆ.

ಇಷ್ಟೆಲ್ಲಾ ಇದ್ದಾಗ್ಯೂ, ನಾವು ಓದಬೇಕೆಂದಿರುವ ಪುಸ್ತಕ ನಮ್ಮಲ್ಲಿ ಜ್ಞಾನ ಮತ್ತು ಸಾಮರ್ಥ್ಯ ಹೆಚ್ಚಿಸುವ ಗುಣ/ಯೋಗ್ಯತೆ ಹೊಂದಿದ್ದರೆ, ಮತ್ತು ಅದು ನಮಗೆ ಈಗಾಗಲೇ ನಮ್ಮಲ್ಲಿರುವ ಜ್ಞಾನಕ್ಕೆ ಒಂದಿಷ್ಟನ್ನು ಸೇರಿಸುವಂತಿದ್ದರೆ ಅದನ್ನು ಓದುವುದರಲ್ಲಿ ನಮ್ಮಷ್ಟಕ್ಕೆ ನಾವು ತಲ್ಲೀನರಾಗಿಬಿಡುತ್ತೇವೆ, ಮತ್ತು ಆಗ ಕಾಲವೂ ಸಹ ತನ್ನಷ್ಟಕ್ಕೆ ತಾನೇ ಹರಿಯುತ್ತದೆ, ಈ ಆನಂದ ಮತ್ತು ಸಮಾಧಾನ ಇವುಗಳು, ನಾವು ನಮ್ಮ ಇಕಿಗಾಯ್ ಜತೆ ಏಕತರಂಗದಲ್ಲಿ ಇದ್ದೇವೆ ಎಂಬುದಕ್ಕೆ ಪುರಾವೆಗಳಾಗುತ್ತವೆ.

ಸುಲಭವಾದುದು	ಸವಾಲಾಗುವಂತಹದ್ದು	ನಮ್ಮ ಸಾಮರ್ಥ್ಯಗಳನ್ನು ಮೀರಿದ್ದು
ಬೇಸರ ಹಿಡಿಸುವುದು	ಹರಿವು	ಆತಂಕ

ರಣತಂತ್ರ ೨ : ಸ್ಪಷ್ಟವಾದ, ವಾಸ್ತವಿಕ ಗುರಿ ಇರಿಸಿಕೊಳ್ಳಿ:

ವೀಡಿಯೋ ಆಟಗಳು – ಒಂದು ಮಿತಿಯಲ್ಲಿ ಆಡಿದಾಗ ಚೆಸ್ (ಚದುರಂಗದಾಟ), ಕೇರಮ್ ಮುಂತಾದ, ಹಲಗೆಗಳ ಮೇಲೆ ಆಡುವ ಆಟಗಳು, ಮತ್ತು ಕ್ರೀಡೆಗಳು ಹರಿವನ್ನು ಸಾಧಿಸಲು ಮಹತ್ತಾದ ಮಾರ್ಗಗಳು, ಏಕೆಂದರೆ ಅದರಲ್ಲಿನ ಗುರಿಗಳು ಬಹಳ ಸ್ಪಷ್ಟತೆಯತ್ತ ಒಯ್ಯುತ್ತವೆ: ಅದೆಂದರೆ ಒಂದು ನಿರ್ದಿಷ್ಟವಾಗಿ ನಿರ್ವಚಿಸಲಾದ ನಿಯಮಗಳ ಕಟ್ಟುಪಾಡುಗಳನ್ನು ಪಾಲಿಸುತ್ತಲೇ ನಿಮ್ಮ ಎದುರಾಳಿಯನ್ನು ಸೋಲಿಸು ಅಥವಾ ನಿನ್ನದೇ ಹಿಂದಿನ ದಾಖಲೆಯನ್ನು ಮುರಿ ಎಂಬುದು.

ದುರದೃಷ್ಟವಶಾತ್ ಹಲವಾರು ಸನ್ನಿವೇಶ/ಸಂದರ್ಭಗಳಲ್ಲಿ ಗುರಿಯು ಇಷ್ಟು ಸ್ಪಷ್ಟವಿರುವುದಿಲ್ಲ.

ಬಾಸ್ಟನ್‌ನ ಸಮಾಲೋಚನಾ ತಂಡದ ಒಂದು ಅಧ್ಯಯನದನುಸಾರ, ತಮ್ಮ ಮೇಲಧಿಕಾರಿಗಳ ಕುರಿತು ಕೇಳಿದಾಗ ಬಹುರಾಷ್ಟ್ರೀಯ ನಿಗಮಗಳ ಉದ್ಯೋಗಿಗಳ ಪ್ರಥಮ ದೂರೆಂದರೆ, "ಅವರು ತಂಡದ ಧ್ಯೇಯವನ್ನು ಸ್ಪಷ್ಟವಾಗಿ ತಮಗೆ ಸಂವಹನ ಮಾಡುವುದೇ ಇಲ್ಲ", ಎಂಬುದು, ಮತ್ತು, ತತ್ಪರಿಣಾಮ, ತಮ್ಮ ಗುರಿಗಳೇನೆಂಬುದೇ ಉದ್ಯೋಗಿಗಳಿಗೆ ಗೊತ್ತಾಗದಿರುವುದು.

ವಿಶೇಷವಾಗಿ ದೊಡ್ಡ ದೊಡ್ಡ ಕಂಪೆನಿಗಳಲ್ಲಿ ಹೆಚ್ಚಿನ ಸಲ ಏನಾಗುತ್ತದೆಂದರೆ ಕಾರ್ಯ ನಿರ್ವಾಹಕ ಮಹಾಶಯರು ಯೋಜನೆ ಮತ್ತು ರಣತಂತ್ರಗಳ ವಿವರಗಳನ್ನು ಹುಟ್ಟುಹಾಕುವ ಸಂಗತಿಯಲ್ಲಿ ಎಷ್ಟು ಮುಳುಗಿಹೋಗುತ್ತಾರೆಂದರೆ ಅದು ಅವರಿಗೆ ಒಂದು ಸ್ಪಷ್ಟ ಗುರಿಯೇ ಇಲ್ಲ ಎಂಬ ಸತ್ಯ ಸಂಗತಿಯನ್ನೇ ಮುಚ್ಚಿಹಾಕಿಬಿಡುತ್ತದೆ. ಅದು ಹೇಗೆಂದರೆ ಕೈಯಲ್ಲಿ ಒಂದು

ಭೂಪಠ ಹಿಡಿದು, ಹೋಗಿ ಸೇರಬೇಕಾದ ಸ್ಥಳ ಯಾವುದೆಂದು ಗೊತ್ತಿಲ್ಲದೆ ಸಮುದ್ರದತ್ತ ನಡೆದಂತೆ.

ಒಂದು ವಾಸ್ತವಿಕ ಗುರಿಯತ್ತ ಸೂಚಿಸುವ ಒಂದು ಉತ್ತರಮುಖಿಯನ್ನು (Compass) ಹೊಂದುವುದು, ಒಂದು ಭೂಪಠವನ್ನು ಹೊಂದುವುದಕ್ಕಿಂತ ಬಹುಮುಖ್ಯ. ಅನಿಶ್ಚಿತವಾದ ನಮ್ಮ ಪ್ರಪಂಚದಲ್ಲಿ ಯಾನ ಮಾಡುವಾಗ ಒಂದು "ಭೂಪಟಕ್ಕಿಂತಲೂ ಒಂದು ಉತ್ತರ ಮುಖಿಯೇ ಮೇಲು" ಎಂಬ ತತ್ವ ಉಪಯೋಗಿಸಲು ಎಂಐಟಿ ಮೀಡಿಯಾ ಲ್ಯಾಬ್‌ನ ನಿರ್ದೇಶಕರಾದ ಜೋಯ್ ಇಟೊ ಅವರು ಉತ್ತೇಜಿಸುತ್ತಾರೆ. "ವ್ಹಿಪ್ ಲ್ಯಾಷ್: ಹೌಟು ಸರ್ವೈವ್ ಅವರ್ ಫಾಸ್ಟರ್ ಫ್ಯೂಚರ್" (ಚಾವಟಿ ಏಟು: ನಮ್ಮ ವೇಗದ ಭವಿಷ್ಯದಿಂದ ಬದುಕುಳಿಯುವುದು ಹೇಗೆ) ಎಂಬ ತಮ್ಮ ಪುಸ್ತಕದಲ್ಲಿ ಜೆಫ್ ಹೊವ್‌ರವರ ಜೊತೆಗೂಡಿ ಅವರು ಹೀಗೆ ಬರೆಯುತ್ತಾರೆ: ಸದಾ ಬಹಳ ವೇಗವಾಗಿ ಚಲಿಸುತ್ತಿರುವ ದಿನದಿನಕ್ಕೂ ಹೆಚ್ಚು ನಿಗೂಢವಾಗುತ್ತಿರುವ ಪ್ರಪಂಚದಲ್ಲಿ, ವಿವರವಾದ ಭೂಪಠವೊಂದು ಅನಗತ್ಯವಾದ ಅತಿಯಾದ ವೆಚ್ಚದಲ್ಲಿ ನಿಮ್ಮನ್ನು ಗಹನವಾದ ಅರಣ್ಯವೊಂದಕ್ಕೆ ಕರೆದೊಯ್ಯಬಹುದು, ಆದರೆ, ಅದೇ ಒಂದು ಒಳ್ಳೆಯ ಉತ್ತರಮುಖಿಯು ಯಾವಾಗಲೂ ನಿಮ್ಮನ್ನು ನೀವೆಲ್ಲಿಗೆ ಹೋಗಬೇಕೆಂದಿರುವಿರೋ ಅಲ್ಲಿಗೇ ಒಯ್ಯುತ್ತದೆ. ಅದರರ್ಥ, ನೀವು ನೀವೆಲ್ಲಿಗೆ ಹೋಗಬೇಕೆಂಬ ಪರಿಕಲ್ಪನೆಯೇ ಇಲ್ಲದೆ ನಿಮ್ಮ ಪ್ರಯಾಣವನ್ನು ಆರಂಭಿಸಿ ಎಂದಲ್ಲ, ಅದು ಏನು ಹೇಳುತ್ತದೆಂದರೆ ನಿಮ್ಮ ಗಮ್ಯದ ಕಡೆಗಿನ ದಾರಿಯು ನೇರ – ಸರಳವಾಗಿಲ್ಲದಿರಬಹುದು ಎಂಬುದನ್ನು ಅರ್ಥೈಸಿಕೊಂಡರೆ ಮೊದಲೇ ಗೊತ್ತುಪಡಿಸಿಕೊಂಡ ಒಂದು ಮಾರ್ಗದಲ್ಲಿ ನೀವು ತಿಣುಕುತ್ತಾ ಹೆಜ್ಜೆ ಹಾಕಿದ್ದರೆ ಯಾವಾಗ ಮುಗಿಸುತ್ತಿದ್ದಿರೋ ಅದಕ್ಕಿಂತ ಬಹಳ ಬೇಗನೆ ನೀವು ಮುಗಿಸಬಲ್ಲಿರಿ ಮತ್ತು ಬಹು ಸಮರ್ಥವಾಗಿಯೂ ಸಹ.

ವ್ಯಾಪಾರ ವ್ಯವಹಾರಗಳಲ್ಲಿಯೂ ಸಹ, ಸೃಜನಾತ್ಮಕ ವೃತ್ತಿಗಳಲ್ಲಿ ಮತ್ತು ಶಿಕ್ಷಣ ಎರಡರಲ್ಲೂ ಒಂದೇ ರೀತಿಯಾಗಿ, ನಾವು ಒಂದು ಕೆಲಸ, ಅಧ್ಯಯನ ಅಥವಾ ಒಂದರ ತಯಾರಿಕೆ, ಹೀಗೆ ಯಾವುದಾದರೊಂದನ್ನು ಆರಂಭಿಸುವ ಮುನ್ನ ನಾವು ಏನನ್ನು ಸಾಧಿಸಬೇಕೆಂದು ಆಶಿಸುತ್ತೇವೆಯೋ ಅದರ ಕುರಿತು ಪೂರ್ವಾಲೋಚನೆ ಮಾಡುವುದು ಮುಖ್ಯ. ನಮಗೆ ನಾವೇ ಈ ಕೆಳಗಿನಂತೆ ಪ್ರಶ್ನೆಗಳನ್ನು ಹಾಕಿಕೊಳ್ಳಬೇಕು:

* ಕಲಾ ಶಾಲೆ, ಚಿತ್ರಗಾರ, ನಿರ್ಮಾಣ ಮಂದಿರ (Studio) ದಲ್ಲಿ ಇಂದಿನ ಕಲಿಕಾ ಅವಧಿಯಲ್ಲಿ (Session) ನನ್ನ ಗುರಿ ಏನು?
* ಮುಂದಿನ ತಿಂಗಳು ಹೊರಬರಲಿರುವ ಲೇಖನಕ್ಕಾಗಿ ಈ ದಿನ ನಾನು ಎಷ್ಟು ಪದಗಳನ್ನು ಬರೆಯುತ್ತೇನೆ?
* ನನ್ನ ತಂಡದ ಧ್ಯೇಯ ಏನು?
* ಆ ಸೊನಾಟವನ್ನು (ಪಾಶ್ಚಿಮಾತ್ಯ ಶಾಸ್ತ್ರೀಯ ಸಂಗೀತದ ತುಣುಕು, ಪಿಯನೋ, ಜತೆ ನುಡಿಸುವುದಕ್ಕೆ ಸೊನಟ ಎನ್ನುವರು. allegro tempo ಎಂದರೆ ಜೀವಂತ, ಹರ್ಷದಾಯಕ, ಬೇಗ ಬೇಗನೆ ನುಡಿಸುವ, ವೇಗದಲ್ಲಿ ಎಂಬರ್ಥ – ಸಂಗೀತ ಸಂಬಂಧೀ ಪದ). (ಮೆಟ್ರೋನೋಮ್ ಎಂದರೆ ಸಂಗೀತ ಉಪಕರಣದಲ್ಲಿ ಸಮಾನಾಂತರದಲ್ಲಿ ಶಬ್ದ ಹೊರಡಿಸುವ ಒಂದು ಸಾಧನ) ಸೊನಾಟವನ್ನು ಅಲ್ಲೆಗ್ರೋ ಟೆಂಪೋದಲ್ಲಿ

ವಾರದ ಕೊನೆಯ ವೇಳೆಗೆ ನುಡಿಸುವಂತಾಗಲು ನಾಳೆ ನಾನು ಮೆಟ್ರೋನೋಮ್‌ನ್ನು ಎಷ್ಟು ವೇಗದಲ್ಲಿರಿಸಲಿ?

ಹರಿವನ್ನು ಸಾಧಿಸುವಲ್ಲಿ ಒಂದು ಸ್ಪಷ್ಟಗುರಿ ಹೊಂದಿರುವುದು ಮುಖ್ಯ, ಆದರೆ ನಾವು ವ್ಯವಹಾರಕ್ಕಿಳಿದಾಗ ಅದನ್ನು ಹಿನ್ನೂಕಿ ಮುಂದೆ ಹೇಗೆ ಸಾಗಬೇಕು ಎಂಬುದನ್ನು ನಾವು ತಿಳಿದಿರಬೇಕಾಗುತ್ತದೆ. ಒಮ್ಮೆ ಪ್ರಯಾಣ ಪ್ರಾರಂಭವಾಯಿತೆಂದರೆ, ಅದರ ಮೇಲೆ ಅಷ್ಟೊಂದು ಗೀಳಿರಿಸಿಕೊಳ್ಳದೆ ಈ ಗುರಿಯನ್ನು ನಮ್ಮ ಗಮನದಲ್ಲಿರಿಸಿಕೊಳ್ಳಬೇಕು.

ಒಲಿಂಪಿಕ್ ಆಟೋಟಗಳಲ್ಲಿ ಚಿನ್ನದ ಪದಕಕ್ಕಾಗಿ ಸ್ಪರ್ಧೆಗಿಳಿಯುವವರು ಆ ಪದಕ ಎಷ್ಟು ಸುಂದರವಾಗಿರಬಹುದು ಎಂದು ವಿಚಾರ ಮಾಡುತ್ತಾ ನಿಲ್ಲಲು ಶಕ್ಯವಿಲ್ಲ. ಅವರು ಆ ಕ್ಷಣ/ಆ ಗಳಿಗೆಯಲ್ಲೇ “ಅಲ್ಲೆ” ಇರಬೇಕು – ಅವರು ಅಲ್ಲೇ ಹರಿಯುತ್ತಿರಬೇಕು. ಒಂದೇ ಒಂದು ಕ್ಷಣ ಮೈಮರೆತು, ತಮ್ಮ ಪೋಷಕರಿಗೆ ಆ ಪದಕ ತೋರಿಸಲು ತಮಗೆಷ್ಟು ಹೆಮ್ಮೆಯಾಗಬಹುದೆಂದು ವಿಚಾರ ಮಾಡತೊಡಗಿ ತಮ್ಮ ಲಕ್ಷ್ಯದತ್ತ ಕೇಂದ್ರೀಕರಿತರಾಗದೆ ವಿಚಲಿತರಾದರೆಂದರೆ ಮುಗಿಯಿತು, ಅವರು ಹೆಚ್ಚುಕಡಿಮೆ ಒಂದು ಬಹು ಮಹತ್ವದ ಕ್ಷಣದಲ್ಲಿ ನಿಶ್ಚಯವಾಗಿಯೂ ಪ್ರಮಾದವೆಸಗುವರು ಮತ್ತು ಆ ಸ್ಪರ್ಧೆಯನ್ನವರು ಗೆಲ್ಲುವುದಿಲ್ಲ.

ಇದಕ್ಕಿರುವ ಒಂದು ಸರ್ವೇಸಾಮಾನ್ಯ ಉದಾಹರಣೆ ಎಂದರೆ ಬರಹಗಾರರ ತಡೆ. (Writer's block). ಬರಹಗಾರರೊಬ್ಬರು ಒಂದು ಕಾದಂಬರಿಯನ್ನು ಮೂರು ತಿಂಗಳುಗಳೊಳಗೆ ಮುಗಿಸಬೇಕಾಗಿದೆ ಎಂದು ಊಹಿಸಿಕೊಳ್ಳಿ. ಇಲ್ಲಿ ಗುರಿ ಸ್ಪಷ್ಟವಿದೆ; ಸಮಸ್ಯೆಯೆಂದರೆ ಬರಹಗಾರ ಅದರ ಕುರಿತು ಗೀಳು ಹಚ್ಚಿಕೊಂಡು ಕೊರಗುವುದನ್ನು ಬಿಡಲಾರ. ಪ್ರತಿನಿತ್ಯ ಅವನು ಬೆಳಗೆದ್ದು ವಿಚಾರ ಮಾಡುವುದು, “ಆ ಕಾದಂಬರಿಯನ್ನು ನಾನು ಬರೆಯಲೇ ಬೇಕು”, ಮತ್ತು ಪ್ರತಿದಿನ ಆತ ದಿನ ಪತ್ರಿಕೆ ಓದುವುದರಲ್ಲಿ, ಮನೆ ಸ್ವಚ್ಛಗೊಳಿಸುವುದರಲ್ಲೇ ಕಾಲ ವ್ಯಯಮಾಡುತ್ತಾನೆ, ಪ್ರತಿ ಸಂಜೆ ಆತ ಮತ್ತೆ ಅದೇ ವಿಷಯಕ್ಕೆ ಹತಾಶನಾಗುತ್ತಾನೆ ಮತ್ತು ಭರವಸೆ ತಾಳುತ್ತಾನೆ ಮಾರನೆಯ ದಿನ ಆ ಕೆಲಸ ಮಾಡಿಯೇ ಮಾಡುತ್ತೇನೆಂದು.

ಹೀಗೆಯೇ ದಿನಗಳು ವಾರಗಳು, ಮತ್ತು ತಿಂಗಳುಗಳು ಉರುಳುತ್ತವೆ, ಆದರೆ ಬರಹಗಾರ ಮಾತ್ರ ಹಾಳೆಯ ಮೇಲೆ ಲೇಖನಿ ಊರಿ ಇನ್ನೂ ಏನನ್ನೂ ಬರೆಯಲಾಗುತ್ತಿಲ್ಲ, ಇಷ್ಟಕ್ಕೂ ಆತ ಮಾಡಬೇಕೆಂದಿದ್ದುದೇನೆಂದರೆ ಒಂದೆಡೆ ಪಟ್ಟಾಗಿ ಕುಕ್ಕರಬಡಿದು ಮೊದಲ ಪದವನ್ನು, ನಂತರ ಎರಡನೆಯದನ್ನು.... ಹೀಗೆ ತನ್ನಿಂದ ಆಚೆ ತರಬಹುದಾಗಿತ್ತು ಅಷ್ಟೇ! ಅಂದರೆ ತನ್ನ ಯೋಜನೆಯ ಜೊತೆ ತಾನು ಹರಿಯಲು ಮತ್ತು ತನ್ನ ಇಕಿಗಾಯ್‌ನ್ನು ಅಭಿವೃದ್ಧಿ ಪಡಿಸುತ್ತಾ

ಈ ಪ್ರಾಥಮಿಕ ಹೆಜ್ಜೆಗಳನ್ನು ನೀವು ಕ್ರಮಿಸಿದ ಕೂಡಲೆ, ನಿಮ್ಮ ಆತಂಕ ಮಾಯವಾಗುತ್ತದೆ ಮತ್ತು ನೀವು ಮಾಡುತ್ತಿರುವ ಚಟುವಟಿಕೆಯಲ್ಲಿ ನೀವು ಉಲ್ಲಾಸಭರಿತ ಹರಿವನ್ನು ಸಾಧಿಸುತ್ತೀರಿ, ಮತ್ತೆ ಆಲ್ಬರ್ಟ್ ಐನ್‌ಸ್ಟೀನರತ್ತ ಹೊರಳುವುದಾದರೆ “ಒಬ್ಬ ನಿಶ್ಚಿಂತ ಮನುಷ್ಯ ಈಗಿನದರ ಜತೆ ಅತಿ ತೃಪ್ತನಾಗಿರುತ್ತಾನೆ, ಎಷ್ಟರಮಟ್ಟಿಗೆ ಎಂದರೆ ಅವನ ಭವಿಷ್ಯದ ಬಗ್ಗೆ ಅವನ ಗಮನವಿರುವುದಿಲ್ಲ”.

ಅಸ್ಪಷ್ಟ ಗುರಿ	ಸ್ಪಷ್ಟವಾಗಿ ನಿರ್ವಚಿಸಲ್ಪಟ್ಟ ಗುರಿ ಮತ್ತು ಪ್ರಕ್ರಿಯೆಯ ಮೇಲೆ ಕೇಂದ್ರೀಕೃತವಾದುದ್ದು	ಪ್ರಕ್ರಿಯೆಯನ್ನೇ ಕಡೆಗಣಿಸಿ ನಮ್ಮ ಗುರಿ ಸಾಧಿಸುವ ಗೀಳುಳ್ಳ ಇಚ್ಚೆ
ಗೊಂದಲ; ಅರ್ಥಹೀನ ಮಾತುಕತೆಗಳಲ್ಲಿ ಕಾಲ ಮತ್ತು ಶಕ್ತಿ ವ್ಯಯ	ಹರಿವು	ವ್ಯವಹರಿಸಲು ತೊಡಗುವ ಬದಲು ಗುರಿಯ ಮೇಲೆ ದೃಷ್ಟಿ ನೆಡುವುದು
ಮಾನಸಿಕ ತಡೆ/ ಪ್ರತಿಬಂಧಕ	ಹರಿವು	ಮಾನಸಿಕ ತಡೆ / ಪ್ರತಿಬಂಧಕ

ರಣತಂತ್ರ ೩ : ಒಂದೇ ಕೆಲಸದ ಮೇಲೆ ಏಕಾಗ್ರತೆ ಇರಿಸಿ.

ಇಷ್ಟೊಂದು ತಂತ್ರಜ್ಞಾನ ಮತ್ತು ಚಿತ್ತೈಕಾಗ್ರತೆಗೆ ಭಂಗ ತರುವ ಹತ್ತು ಹಲವಾರು ಅಂಶಗಳ ನಡುವೆ ನಾವು ಇಂದು ಎದುರಿಸುವ ಹಲವು ಅಡಚಣೆಗಳಲ್ಲಿ ಬಹುಶಃ ಇದು ಮಹತ್ವವಾದುದು. ಒಂದು ಇ-ಅಂಚೆ (e-mail) ಬರೆಯುತ್ತಲೇ, ಒಂದು ವೀಡಿಯೋವನ್ನು ಕೇಳಿಸಿಕೊಳ್ಳುತ್ತಿರುತ್ತೇವೆ, ಅಷ್ಟರಲ್ಲಿ ಕೂಡಲೇ ಒಂದು ಹರಟೆಯ ಸಂಭಾಷಣೆ (Chat) ಕಂಪ್ಯೂಟರ್ ಪರದೆಯ ಮೇಲೆ ಚಿಮ್ಮುತ್ತದೆ ಮತ್ತು ನಾವದಕ್ಕೆ ಉತ್ತರಿಸುತ್ತೇವೆ. ನಂತರ ಆಧುನಿಕ ಸೌಲಭ್ಯವುಳ್ಳ (smart phone) ನಮ್ಮ ಮೊಬೈಲ್ ಫೋನ್; ನಮ್ಮ ಜೇಬಿನಿಂದ ಕಿಂಯ್‌ಗುಡುತ್ತದೆ; ಅದರಲ್ಲಿನ ಸಂದೇಶಕ್ಕೆ ಜವಾಬು ನೀಡಿದ ಮರುಗಳಿಗೆಯೇ ನಮ್ಮ ಕಂಪ್ಯೂಟರ್‌ನತ್ತ ಮರಳಿ ಮುಖ ತಂದು ಫೇಸ್‌ಬುಕ್ (ಮುಖ ಹೊತ್ತುಗೆ) ನೊಳಗೆ ಪ್ರವೇಶಿಸುತ್ತೇವೆ.

ಇಷ್ಟೆಲ್ಲ ಆಗುವಾಗ ಆಗಲೇ ಮಂಗಮಾಯವಾದಂತೆ ಮುವತ್ತು ನಿಮಿಷಗಳ ಜಾರಿರುತ್ತವೆ, ಮತ್ತು ನಾವು ಬರೆಯುತ್ತಿದ್ದ ಇ-ಅಂಚೆ (e-mail) ಯಾವುದರ ಕುರಿತಾಗಿತ್ತು ಎಂಬುದನ್ನೇ ನಾವು ಮರೆತಾಗಿರುತ್ತದೆ.

ಕೆಲವು ಸಲ ನಾವು ರಾತ್ರಿ ವೇಳೆ ಊಟದ ಸಮಯಕ್ಕೆ ಸಿನಿಮಾವೊಂದನ್ನು ವೀಕ್ಷಿಸುತ್ತಿದ್ದರೆ (T.V. ಯಲ್ಲಿ), ಊಟದ ಕೊನೆಯ ತುಂಡನ್ನು ಜಗಿಯುವವರೆಗೂ ನಮಗೆ ಗೊತ್ತೇ ಆಗುವುದಿಲ್ಲ, ನಮಗೆ ಬಡಿಸಿದ್ದ ಸಾಮನ್ (Salmon – ಒಂದು ಜಾತಿಯ ಸಮುದ್ರ ಮೀನು– ಪಾಟಲ ವರ್ಣದ ಮಾಂಸವುಳ್ಳ, ಬಹಳ ಮಂದಿ ತಿನ್ನಲು ಇಷ್ಟಪಡುವ ಅತಿ ಮೌಲ್ಯದ ಮೀನು) ಭಕ್ಷ್ಯ ಎಷ್ಟು ಸವಿಯಾಗಿತ್ತೆಂದು.

ಬಹಳಷ್ಟು ಸಲ ನಾವು ಯೋಚಿಸುತ್ತೇವೆ, ಕೆಲಸಗಳನ್ನು ಒಟ್ಟೊಟ್ಟಿಗೆ ಮಾಡುವುದರಿಂದ ನಾವು ಸಮಯ ಉಳಿಸಬಹುದೆಂದು, ಆದರೆ ವೈಜ್ಞಾನಿಕ ಪುರಾವೆ ಇದಕ್ಕೆ ವಿರುದ್ಧ ಪರಿಣಾಮವಾಗುವುದನ್ನು ತೋರಿಸುತ್ತದೆ. ಬಹು ಕೆಲಸಗಳನ್ನು ಏಕಕಾಲಕ್ಕೆ (Multi-tasking, Simultaneously) ಮಾಡುವುದರಲ್ಲಿ ತಾವು ಪರಿಣಿತರು ಎಂದು ಹಕ್ಕು ಸ್ಥಾಪಿಸುವವರೂ ಕೂಡ ಇದರಲ್ಲಿ ಹೆಚ್ಚು ಉತ್ಪಾದಕತೆ ಸಾಧಿಸಿಲ್ಲ. ಸತ್ಯ ಸಂಗತಿಯೆಂದರೆ, ಅತಿ ಕಡಿಮೆ ಉತ್ಪಾದಿತ ಜನರ ಗುಂಪಲ್ಲಿ ಅವರೂ ಕೆಲವರಿದ್ದಾರೆ.

ನಮ್ಮ ಮಿದುಳುಗಳು ಪ್ರತಿ ಸೆಕೆಂಡಿಗೆ ಯಾವುದೇ ಮಾಹಿತಿಯ ಮಿಲಿಯಾಂತರ ತುಣುಕುಗಳನ್ನು ಸ್ವೀಕರಿಸಬಲ್ಲುವು. ಆದರೆ ವಾಸ್ತವವಾಗಿ ಅದೇ ಅವಧಿಯಲ್ಲಿ ಕೇವಲ ಕೆಲವೇ ಕೆಲವು ಡಜನ್‌ಗಳಷ್ಟು ಮಾಹಿತಿಯ ತುಣುಕುಗಳನ್ನು ಮಾತ್ರ ಅವು ಸಂಸ್ಕರಿಸಬಲ್ಲುವು. ಬಹು ಕೆಲಸಗಳ ಪ್ರವೀಣರು ಎಂದು ನಾವೆಂದುಕೊಂಡಾಗಲೆಲ್ಲ, ನಾವು ವಾಸ್ತವವಾಗಿ ಮಾಡುವುದೇನೆಂದರೆ ಬಹು ಬೇಗ ಬೇಗ ಹಲವು ಕೆಲಸಗಳ ಮಧ್ಯೆ ಹಿಂದೆ ಮುಂದೆ ಓಡಾಡುವುದಷ್ಟೇ (switching back and forth). ದುರದೃಷ್ಟವಶಾತ್, ನಾವು ಗಣಕಯಂತ್ರಗಳಂತೆ ಸಮಾನಾಂತರ ಸಂಸ್ಕರಣ ಕಾರ್ಯದಲ್ಲಿ ಪ್ರವೀಣರಲ್ಲ. ಹಲವು ಕೆಲಸಗಳಲ್ಲಿ ಒಂದರ ಮೇಲಾದರೂ ಕೇಂದ್ರೀಕರಿಸಿ ಚೆನ್ನಾಗಿ ಮಾಡುವ ಬದಲು, ವಿವಿಧ ಕೆಲಸಗಳ ನಡುವೆ ಸುತ್ತಾಡಿ ಯಾವುದನ್ನೂ ಸರಿಯಾಗಿ ಮಾಡದೆ, ನಮ್ಮ ಎಲ್ಲ ಚೈತನ್ಯವನ್ನೂ ವ್ಯಯ ಮಾಡುವುದರಲ್ಲಿ ಕೊನೆಗಾಣುತ್ತೇವೆ.

ಹರಿವನ್ನು ಸಾಧಿಸುವ ವಿಷಯಕ್ಕೆ ಬಂದರೆ ಒಂದು ಸಮಯಕ್ಕೆ ಒಂದೇ ವಿಷಯದ ಮೇಲೆ ಏಕಾಗ್ರತೆ ಇರಿಸುವುದು ಏಕೈಕ ಪ್ರಮುಖ ಅಂಶವೆಂದೆನಿಸುತ್ತದೆ.

ಕ್ಷೆಂಟ್ ಮಿಹಜ್ಞಿಯವರ ಪ್ರಕಾರ, ಒಂದು ಕೆಲಸದ ಮೇಲೆ ಕೇಂದ್ರೀಕರಿಸಲು ನಮಗೆ ಅಗತ್ಯವಾಗಿ ಬೇಕಾದುದು:

೧. ವಿಚಲಿತ ಮುಕ್ತ ವಾತಾವರಣದದಲ್ಲಿರುವುದು.

೨. ಪ್ರತಿಕ್ಷಣದಲ್ಲೂ ನಾವು ಏನು ಮಾಡುತ್ತಿದ್ದೇವೆಂಬುದರ ಮೇಲೆ ನಿಯಂತ್ರಣವಿರಿಸಿಕೊಳ್ಳುವುದು.

ನಾವು ಅದನ್ನು ನಮ್ಮ ನಿಯಂತ್ರಣದಲ್ಲಿರಿಸಿಕೊಂಡರಷ್ಟೇ ತಂತ್ರಜ್ಞಾನ ನಿಜಕ್ಕೂ ಮಹಾನ್. ಉದಾಹರಣೆಗಾಗಿ, ನೀವು ಒಂದು ಸಂಶೋಧನಾ ಪ್ರಬಂಧ ಬರೆಯಬೇಕೆಂದುಕೊಳ್ಳಿ, ನೀವು ಗಣಕಯಂತ್ರದ ಮುಂದೆ ಕುಳಿತು ನಿಮಗೆ ಅಗತ್ಯವಿರುವ ಮಾಹಿತಿಗಾಗಿ ಬಹುಶಃ ಗೂಗಲ್‌ನತ್ತ ನಿಮ್ಮ ದೃಷ್ಟಿ ಹರಿಸಬಹುದಾಗಿದೆ. ಅದಾಗ್ಯೂ, ನೀವು ಅಷ್ಟು ಶಿಸ್ತುಬದ್ಧರಲ್ಲದಿದ್ದರೆ, ಸಂಶೋಧನಾ ಲೇಖನ ಬರೆಯುವ ಬದಲಾಗಿ, ಅಂತರ್ಜಾಲದಲ್ಲಿ ಒಂದು ವಿಷಯದಿಂದ ಇನ್ನೊಂದಕ್ಕೆ ಸುದ್ದಿಜಾಲದಲ್ಲೆಲ್ಲಾ ಸುತ್ತಾಡುತ್ತಾ/ಅಡ್ಡಾಡುತ್ತಾ ನೀವು ಅದರಲ್ಲೇ ತಲ್ಲೀನರಾಗಬಹುದು. ಅಂತಹ ಸನ್ನಿವೇಶದಲ್ಲಿ, ಗೂಗಲ್ ಮತ್ತು ಅಂತರ್ಜಾಲಗಳೇ ಮೇಲುಗೈ ಪಡೆದು, ನಿಮ್ಮನ್ನು ನಿಮ್ಮ ಹರಿವಿನ ಸ್ಥಿತಿಯಿಂದ ಆಚೆಗೆ ಎಳೆದುಬಿಡುತ್ತವೆ.

ನಾವು ಸತತವಾಗಿ ನಮ್ಮ ಮಿದುಳನ್ನು ಹಲವು ಕೆಲಸಗಳ ನಡುವೆ ಹಿಂದೆ–ಮುಂದೆ ಅಲೆದಾಡುತ್ತಿರು ಎಂದು ಹೇಳುತ್ತಿದ್ದರೆ, ವೈಜ್ಞಾನಿಕವಾಗಿ ಸಾಬೀತಾಗಿರುವುದೇನೆಂದರೆ, ಅದರಿಂದ ನಾವು ಸಮಯವ್ಯರ್ಥ ಮಾಡುತ್ತೇವೆ, ಹೆಚ್ಚು ಹೆಚ್ಚು ತಪ್ಪುಗಳನ್ನು ಮಾಡುತ್ತೇವೆ ಮತ್ತು ನಾವು ಮಾಡಿರುವುದರ ಬಾಬ್ತು ಅತಿ ಕಡಿಮೆ ಜ್ಞಾಪಕವಿರಿಸಿಕೊಳ್ಳುತ್ತೇವೆ.

ನಮ್ಮ ತಲೆಮಾರಿನವರು "ಹಲವು ಕೆಲಸಗಳನ್ನು ಏಕಕಾಲದಲ್ಲಿ ಮಾಡುವ" ಒಂದು ಸಾಂಕ್ರಾಮಿಕ ರೋಗದಿಂದ ನರಳುತ್ತಿದ್ದೇವೆ ಎಂದು ಸ್ಟ್ಯಾನ್‌ಫೋರ್ಡ್ ವಿಶ್ವವಿದ್ಯಾನಿಲಯದಲ್ಲಿ ಹಲವಾರು ಅಧ್ಯಯನಗಳನ್ನು ನಡೆಸಿರುವ ಕ್ಲಿಫರ್ಡ್ ಐವರ್ ನಾಸ್ಸ್ [೧೯೫೮–೨೦೧೩ ಸಂವಹನ ಶಾಖೆಯ ಪ್ರಾಧ್ಯಾಪಕರು, "ಮಾಧ್ಯಮಗಳ ಸಮೀಕರಣ" ಸಿದ್ಧಾಂತದ ಸಹ–ಜನಕ; "ಏಕಕಾಲಕ್ಕೆ ಹಲವು ಕೆಲಸಗಳನ್ನು" ಮಾಡುವುದರ ಕುರಿತ ವಿಭಾಗದ

ಸಂಶೋಧಕರು; ಪ್ರಿನ್ಸ್‌ಟನ್ ವಿಶ್ವವಿದ್ಯಾನಿಲಯದ ವಿದ್ಯಾರ್ಥಿ] ಎಂಬುವರು ವರ್ಣಿಸುತ್ತಾರೆ. ಒಮ್ಮೆಗೇ ಮಾಡಲು ಒಲವು ತೋರುವ ಕೆಲಸಗಳ ಆಧಾರದ ಮೇಲೆ, ಅವರು ನೂರಾರು ವಿದ್ಯಾರ್ಥಿಗಳನ್ನು ಹಲವಾರು ಗುಂಪುಗಳಾಗಿ ವಿಭಜಿಸಿ ಅವರ ವರ್ತನೆಗಳನ್ನು ವಿಶ್ಲೇಷಿಸಿ ಅವರು ಒಂದು ಅಧ್ಯಯನ ನಡೆಸಿದರು. ಏಕಕಾಲಕ್ಕೆ ಹಲವು ಕೆಲಸಗಳನ್ನು ಒಟ್ಟಿಗೆ ಮಾಡುವ ವ್ಯಸನಕ್ಕೆ ಬಹಳ ಅತಿಯಾಗಿ ಒಳಗಾಗಿದ್ದವರು ಬಹಳ ವಿಚಿತ್ರವಾಗಿ ನಾಲ್ಕಕ್ಕಿಂತ ಹೆಚ್ಚು ಕೆಲಸಗಳ ನಡುವೆ ಸುತ್ತಾಡುತ್ತಿದ್ದರು; ಉದಾಹರಣೆಗೆ ಪುಸ್ತಕವೊಂದನ್ನು ಓದುತ್ತಲೇ ಟಿಪ್ಪಣಿ ಬರೆದುಕೊಳ್ಳುವುದು, ಪಾಡ್‌ಕ್ಯಾಸ್ಟ್ ಆಲಿಸುವುದು, ತಮ್ಮ ಸ್ಮಾರ್ಟ್‌ಫೋನ್‌ಗಳಲ್ಲಿನ ಸಂದೇಶಗಳಿಗೆ ಉತ್ತರಿಸುವುದು ಮತ್ತು ಕೆಲವು ಸಲ ತಮ್ಮ ಟ್ವಿಟ್ಟರ್‌ನಲ್ಲಿ ದಿನಚರಿ ಪರಿಶೀಲಿಸಿಕೊಳ್ಳುವುದು. (ಅಂತರ್ಜಾಲದಲ್ಲಿ ಲಭ್ಯವಿರುವ, ಗಣಕಯಂತ್ರಕ್ಕೆ ಯಾ ಮೊಬೈಲ್ ಫೋನ್‌ಗೆ ಇಳಿಸಿಕೊಳ್ಳಲು ಅವಕಾಶವಿರುವ ಗಣಕೀಕೃತ ಆಲಿಕೆ ಕಡತ (audio file), ಸಾಮಾನ್ಯವಾಗಿ ಒಂದು ಸರಣಿಯಾಗಿ, ಕಂತುಗಳಲ್ಲಿ ದೊರೆಯುತ್ತದೆ. 'ಐಪಾಡ್' ಮತ್ತು ಬ್ರಾಡ್‌ಕ್ಯಾಸ್ಟ್' ಎಂಬ ಎರಡು ನಾಮಪದಗಳಿಂದ ಒಂದೊಂದು ಪದ ತೆಗೆದುಕೊಂಡು 'ಪಾಡ್‌ಕ್ಯಾಸ್ಟ್' ಎಂದು ಹೊಸ ನಾಮಕರಣ ಸೃಜಿಸಲಾಗಿದೆ. ಆ್ಯಡಮ್ ಕರ್ರಿ ಮತ್ತು ಡೇವ್ ವೈನರ್ ಎಂಬುವವರು ಇದನ್ನು ೨೦೦೪ರಲ್ಲಿ ಅಭಿವೃದ್ಧಿಪಡಿಸಿದರು.)

ಹಲವು ಕೆಂಪು ಬಾಣಗಳು ಮತ್ತು ಹಲವು ನೀಲಿಬಾಣಗಳುಳ್ಳ ಪರದೆಯೊಂದನ್ನು ವಿದ್ಯಾರ್ಥಿಗಳ ಪ್ರತಿಗುಂಪಿಗೂ ತೋರಿಸಲಾಯಿತು. ಈ ಅಭ್ಯಾಸದ ಗುರಿಯೆಂದರೆ ಕೆಂಪು ಬಾಣವಿರುವ ಗುರುತುಗಳನ್ನು ಲೆಕ್ಕಹಾಕುವುದು.

ಮೊದಮೊದಲು, ಎಲ್ಲಾ ವಿದ್ಯಾರ್ಥಿಗಳೂ ಯಾವ ತೊಂದರೆಯೂ ಇಲ್ಲದೆ ಏಕ್‌ದಂ ಸರಿಯಾಗೇ ಉತ್ತರಿಸಿದರು, ನೀಲಿಗುರುತಿನ ಬಣ್ಣದ ಬಾಣಗಳು ಹೆಚ್ಚಾದಂತೆ (ಕೆಂಪು ಬಾಣದ ಗುರುತಿನವು ಅಷ್ಟೇ ಇರುತ್ತವೆ, ಅವುಗಳ ಸ್ಥಾನ ಬದಲಾಗುತ್ತೆ ಅಷ್ಟೇ), ಹಾಗಿದ್ದರೂ ಹಲವು ಕೆಲಸಗಳನ್ನು ಒಟ್ಟಿಗೆ ಮಾಡುವುದಕ್ಕೆ ರೂಢಿ ಬಿದ್ದ ವಿದ್ಯಾರ್ಥಿಗಳು ನಿಗದಿತ ಅವಧಿಯೊಳಗೆ ಕೆಂಪುಗುರುತಿನ ಬಾಣಗಳನ್ನು ಲೆಕ್ಕ ಹಾಕಲು ಬಹಳ ತಿಣುಕಾಡಬೇಕಾಗುತ್ತದೆ ಅಥವಾ ಏಕಕಾಲಕ್ಕೆ ಬಹುಕೆಲಸಗಳನ್ನು ನಿರ್ವಹಿಸಲು ರೂಢಿಗೆ ಬೀಳದಿರುವ ವಿದ್ಯಾರ್ಥಿಗಳಷ್ಟು ಬೇಗನೆ ಮಾಡಲಾರರು, ಏಕೆಂದರೆ, ಅದು ಒಂದು ಸಣ್ಣ ಕಾರಣಕ್ಕಾಗಿ: ಅವರು ಆ ನೀಲಿ ಬಣ್ಣದ ಬಾಣದ ಗುರುತುಗಳಿಂದ ವಿಚಲಿತರಾಗುತ್ತಾರೆ: ಅದರ ಪ್ರಾಮುಖ್ಯತೆಯನ್ನು ಪಕ್ಕಕ್ಕಿರಿಸಿ ಪ್ರತಿಯೊಂದು ಉತ್ತೇಜನಕ್ಕೂ ಗಮನಹರಿಸುವಂತೆ ಅವರ ಮಿದುಳುಗಳನ್ನು ತರಬೇತುಗೊಳಿಸಲಾಗಿತ್ತು, ಇದಕ್ಕೆ ಪ್ರತಿಯಾಗಿ, ಬೇರೆ ವಿದ್ಯಾರ್ಥಿಗಳ ಮಿದುಳುಗಳನ್ನು ಒಂದೇ ಒಂದು ಕೆಲಸದ ಮೇಲೆ ಕೇಂದ್ರೀಕರಿಸಲು ತರಬೇತು ಮಾಡಲಾಗಿತ್ತು – ಈ ಪ್ರಕರಣದಲ್ಲಿ, ಅದಕ್ಕೆ ಸಾಮತಿಯಾಗಿ, ಕೆಂಪು ಗುರುತಿನ ಬಾಣಗಳನ್ನು ಎಣಿಸುವುದು ಮತ್ತು ನೀಲಿಯವನ್ನು ಕಡೆಗಣಿಸುವುದು ಎಂದುಕೊಳ್ಳಬೇಕು.

ಬೇರೆ ಅಧ್ಯಯನಗಳು ಸೂಚಿಸುವುದೇನೆಂದರೆ, ಒಂದೇ ಬಾರಿಗೆ ಹಲವು ವಿಷಯಗಳ ಮೇಲೆ ಕೆಲಸ ಮಾಡುವುದರಿಂದ ಅದು ನಮ್ಮ ಉತ್ಪಾದಕತೆಯನ್ನು ಕಡಿಮೆಯೆಂದರೆ ಶೇಕಡಾ ೬೦ರಷ್ಟು ಮತ್ತು ನಮ್ಮ ಬುದ್ಧಿವಂತಿಕೆಯ ಮಾನದಂಡವನ್ನು (Intelligence Quotient=IQ) ೧೦ ಅಂಕಕ್ಕಿಂತ ಹೆಚ್ಚು ಕಡಿತಗೊಳಿಸುತ್ತದೆಯೆಂದು.

ಸ್ವೀಡಿಷ್ ಕೌನ್ಸಿಲ್ ಫಾರ್ ವರ್ಕಿಂಗ್ ಲೈಫ್ ಅಂಡ್ ಸೋಷಿಯಲ್ ರಿಸರ್ಚ್

(ಕಾಯಕ ಜೀವನ ಮತ್ತು ಸಾಮಾಜಿಕ ಸಂಶೋಧನೆಗಾಗಿರುವ ಸ್ಪೀಡನ್ನಿನ ಪರಿಷತ್ತು) ನವರ ಧನಸಹಾಯದಿಂದ ನಡೆದ ಒಂದು ಅಧ್ಯಯನದನುಸಾರ ಕಂಡುಬಂದುದೇನೆಂದರೆ, ತಮ್ಮ ತಮ್ಮ ಸ್ಮಾರ್ಟ್‌ಫೋನ್‌ಗಳಿಗೆ ದಾಸರಾಗಿದ್ದ ಇಪ್ಪತ್ತರಿಂದ ಇಪ್ಪತ್ತನಾಲ್ಕು ವಯೋಮಾನದ ನಾಲ್ಕು ಸಾವಿರಕ್ಕೂ ಮೀರಿದ ಯುವ ವಯಸ್ಕರು ಕಡಿಮೆ ನಿದ್ದೆಮಾಡುತ್ತಿದ್ದರು, ಶಾಲೆಯಲ್ಲಿ ತಮ್ಮ ಸಹಪಾಠಿ ಸಮುದಾಯದ ಜತೆ ಕಡಿಮೆ ಬೆರೆಯುತ್ತಿದ್ದರು, ಮತ್ತು ಹೆಚ್ಚು ಹೆಚ್ಚಾಗಿ ಖಿನ್ನತೆಯ ಲಕ್ಷಣಗಳನ್ನು ತೋರುತ್ತಿದ್ದರು.

ಒಂದೇ ಕೆಲಸದ ಮೇಲಿನ ಏಕಾಗ್ರತೆ	ಏಕಕಾಲಕ್ಕೆ ಹಲವು ಕೆಲಸಗಳ ನಿರ್ವಹಣೆ
ಹರಿವು ಸಾಧಿಸುವ ಸಾಧ್ಯತೆಯನ್ನು ಹೆಚ್ಚಳಗೊಳಿಸುತ್ತದೆ.	ಹರಿವು ಸಾಧಿಸುವುದನ್ನು ಅಸಾಧ್ಯಗೊಳಿಸುತ್ತದೆ.
ಉತ್ಪಾದಕತೆಯನ್ನು ಹೆಚ್ಚಿಸುತ್ತದೆ.	ಉತ್ಪಾದಕತೆಯನ್ನು ಶೇ.೬೦ರಷ್ಟು ಕಡಿಮೆ ಗೊಳಿಸುತ್ತದೆ. (ಅದು ಹಾಗೆ ಕಾಣಿಸದಿದ್ದರೂ)
ಜ್ಞಾಪಕದಲ್ಲಿರಿಸಿಕೊಳ್ಳುವ ನಮ್ಮ ಶಕ್ತಿಯನ್ನು ಹೆಚ್ಚಿಸುತ್ತದೆ.	ವಿಷಯಗಳನ್ನು ಜ್ಞಾಪಿಸಿಕೊಳ್ಳಲು ಹೆಚ್ಚು ತ್ರಾಸ ಕೊಡುತ್ತದೆ.
ಬಹಳಮಟ್ಟಿಗೆ ಕಡಿಮೆ ತಪ್ಪುಗಳನ್ನು ಮಾಡುವಂತೆ ನಮ್ಮನ್ನು ಹದಗೊಳಿಸುತ್ತದೆ.	ಬಹಳಮಟ್ಟಿಗೆ ಹೆಚ್ಚು ತಪ್ಪುಗಳನ್ನು ಮಾಡುವಂತೆ ನಮ್ಮನ್ನು ಹಚ್ಚುತ್ತದೆ.
ಕೈಯಲ್ಲಿರುವ ಕೆಲಸದ ಮೇಲೆ ನಿಯಂತ್ರಣವಿಡಲು ಮತ್ತು ನಾವು ಶಾಂತವಾಗಿರಲು ಸಹಾಯಮಾಡುವುದು.	ನಾವು ನಿಯಂತ್ರಣ ಕಳೆದುಕೊಂಡ ಸಂವೇದನೆಯ ಒತ್ತಡದ ಭಾವದಲ್ಲಿರುವಂತೆ ಮಾಡುತ್ತದೆ ಅಂದರೆ ನಮ್ಮ ಕೆಲಸಗಳೇ ನಮ್ಮನ್ನು ತಮ್ಮ ನಿಯಂತ್ರಣಕ್ಕೆ ತೆಗೆದುಕೊಳ್ಳುತ್ತವೆ ಎನಿಸುತ್ತದೆ.
ನಮ್ಮ ಸುತ್ತಮುತ್ತಲಿರುವವರಿಗೆ ನಾವು ಗಮನ ನೀಡುವುದರಿಂದಾಗಿ ನಾವು ಹೆಚ್ಚು ದಾಕ್ಷಿಣ್ಯಪರರಾಗುವಂತೆ ಮಾಡುತ್ತದೆ.	ನಮ್ಮ ಉತ್ತೇಜಕಗಳಿಂದಾಗಿ, ವ್ಯಸನಿಗಳಾಗಿ ಸುತ್ತಮುತ್ತಲಿನವರಿಗೆ ನೋವುಂಟುಮಾಡುತ್ತೇವೆ: ಸದಾ ನಮ್ಮ ಫೋನ್‌ಗಳನ್ನೇ ಗಮನಿಸುವುದು, ಸಾಮಾಜಿಕ ಮಾಧ್ಯಮಗಳ ಮೇಲೆಯೇ ಸದಾ ಕಾಲವ್ಯಯ ಮಾಡುವುದು, ಇತ್ಯಾದಿ...
ಸೃಜನಶೀಲತೆಯನ್ನು ಹೆಚ್ಚಿಸುತ್ತದೆ.	ಸೃಜನಶೀಲತೆಯನ್ನು ಕಡಿಮೆ ಮಾಡುತ್ತದೆ.

ಈ ರೀತಿ ಹರಿವಿಗೆ ಅಡಚಣೆಯಾಗುವ ಸಾಂಕ್ರಾಮಿಕಕ್ಕೆ ಬಲಿ ಬೀಳುವುದನ್ನು ತಪ್ಪಿಸಲು ನಾವೇನು ಮಾಡಲು ಸಾಧ್ಯ? ಒಂದು ಸಮಯಕ್ಕೆ ಒಂದೇ ಒಂದು ಕೆಲಸದ ಮೇಲೆ ಮಾತ್ರ

ನಮ್ಮ ಮಿದುಳು ಕೇಂದ್ರೀಕರಿಸುವಂತೆ ಮಾಡಲು ಅದನ್ನು ನಾವು ಹೇಗೆ ತರಬೇತು ಮಾಡಲು ಸಾಧ್ಯ? ಹರಿವಿನ ಒಂದು ಸ್ಥಿತಿ ತಲುಪಲು ನಮ್ಮ ಅವಕಾಶಗಳನ್ನು ಹೆಚ್ಚು ಮಾಡಿಕೊಳ್ಳಲು ಮತ್ತು ಅದರಿಂದಾಗಿ ನಮ್ಮ ಇಕಿಗಾಯ್ ಜತೆ ಸಂಪರ್ಕದಲ್ಲಿದ್ದುಕೊಳ್ಳಲು ವಿಚಲಿತವಾಗದಂತಹ ಅವಕಾಶ ಮತ್ತು ವೇಳೆ ಸೃಷ್ಟಿಸಿಕೊಳ್ಳಲು ಈ ಕೆಳಗಿನ ಕೆಲವು ಮನೋಗತಗಳನ್ನು (Ideas) ಪಟ್ಟಿ ಮಾಡಿದೆ:

* ನೀವು ಬೆಳಗ್ಗೆ ಎದ್ದನಂತರ ಒಂದು ಗಂಟೆಯಷ್ಟು ಕಾಲ ಮತ್ತು ಮಲಗುವ ಒಂದು ಗಂಟೆಯ ಮುನ್ನ ಯಾವ ತೆರನಾದ ಪರದೆಯನ್ನು (ಗಣಕಯಂತ್ರ, ಇತ್ಯಾದಿ) ನೋಡಬಾರದು.

* ನೀವು ಹರಿವನ್ನು ಸಾಧಿಸುವ ಮುನ್ನ ನಿಮ್ಮ ಫೋನ್‌ಅನ್ನು ಬಂದ್ ಮಾಡಿರಿ. ಈ ವೇಳೆಯಲ್ಲಿ ನೀವು ಆರಿಸಿಕೊಂಡ ಕೆಲಸ ನಿಮಗೆ ಮುಖ್ಯವೇ ಹೊರತು ಬೇರಾವುದೂ ಅಲ್ಲ. ಇದು ನಿಮಗೆ ಅತಿ ಎನಿಸಿದರೆ, ತುಂಬಾ ತುರ್ತುಸ್ಥಿತಿಯಲ್ಲಿ ಕೇವಲ ನಿಮ್ಮ ಆಪ್ತೇಷ್ಟರು ಮಾತ್ರ ನಿಮ್ಮನ್ನು ಸಂಪರ್ಕಿಸಲು ಸಾಧ್ಯವಾಗುವಂತೆ ಇರಿಸಿಕೊಂಡು, ಉಳಿದವರಿಗೆ "ತೊಂದರೆ ಕೊಡಬೇಡಿ" ಎಂಬ "ಕಾರ್ಯಕೀಲಿಕೈ"ಯನ್ನು ಚಾಲನೆಯಲ್ಲಿಟ್ಟು ಬಿಡಿ.

* ವಾರದಲ್ಲಿ ಒಂದು ದಿನವನ್ನು, ಬೇಕಿದ್ದರೆ ಬಹುಶಃ ಒಂದು ಶನಿವಾರ ಅಥವಾ ಭಾನುವಾರವನ್ನು, ತಾಂತ್ರಿಕ ಉಪವಾಸದ ದಿನವಾಗಿ ಮಾಡಿಕೊಳ್ಳಿ, ಅದಕ್ಕೆ ಅಪವಾದವೆಂದರೆ ಕೇವಲ ಇ–ಓದುಗಗಳು (e-readers), Wi-fi ಅಂದರೆ Wireless Fidelity ಸೌಲಭ್ಯವಿಲ್ಲದೆ (ಒಂದು ಜಾಲದ ರೇಡಿಯೋ ತರಂಗಗಳಿಗೆ ನಿಸ್ತಂತುವಾಗಿ ಕೊಂಡಿ ಸ್ಥಾಪಿಸಲು, ಅವಕಾಶವಾಗುವುದಕ್ಕೆ WiFi ಎನ್ನುವರು) ಅಥವಾ MP_3 ಉಪಕರಣ ಮಾತ್ರ ಇರುವಂತೆ.

* ವೈ–ಫೈ ಇಲ್ಲದಿರುವ ಕಫೆಗೆ (cafe) ಮಾತ್ರ ಹೋಗುವುದು.

* ಇ–ಅಂಚೆಯನ್ನು ದಿನಕ್ಕೆ ಒಂದು ಅಥವಾ ಎರಡು ಸಲ ಮಾತ್ರ ಓದುವುದು ಮತ್ತು ಮಾರುತ್ತರ ನೀಡುವುದು. ಆ ಕಾಲಾವಧಿಯನ್ನು ಸ್ಪಷ್ಟವಾಗಿ ನಿರ್ವಚಿಸಿ ಅದಕ್ಕೆ ಬದ್ಧರಾಗುವುದು.

* ಪೊಮೊಡೊರೊ ತಂತ್ರವನ್ನು ಪ್ರಯತ್ನಿಸಿ: ಅಡಿಗೆ ಮನೆಯಲ್ಲಿರುವ ಒಂದು ಗಡಿಯಾರ ತೆಗೆದುಕೊಳ್ಳಿ (ಇಂತಹ ಕೆಲವು ಗಡಿಯಾರಗಳನ್ನು ಪೊಮೊಡೊರೊ ಅಥವಾ ಟೊಮೆಟೊ ಆಕಾರದಲ್ಲಿರುವಂತೆ ತಯಾರಿಸಿರುತ್ತಾರೆ) ಮತ್ತು ಅದು ಒಂದು ನಿರ್ದಿಷ್ಟ ಕೆಲಸ ಮಾಡುವಾಗ ನೀವು ಅದು ಎಷ್ಟು ಸಮಯ ಓಡುತ್ತಿರುತ್ತದೋ ಅಷ್ಟು ಸಮಯ ಕೆಲಸ ಮಾಡುತ್ತಿರಲು ಬದ್ಧರಾಗಿರಿ. ಪೊಮೊಡೊರೊ ತಂತ್ರವು ಪ್ರತಿ ೨೫ ನಿಮಿಷಗಳ ಕೆಲಸದ ಚಕ್ರವೊಂದಕ್ಕೆ ಐದು ನಿಮಿಷದ ವಿಶ್ರಾಂತಿಯನ್ನು ಶಿಫಾರಸ್ಸು ಮಾಡುತ್ತದೆ, ಆದರೆ ನೀವು ಅದನ್ನು ಐವತ್ತು ನಿಮಿಷಗಳ ಕೆಲಸ ಮತ್ತು ಹತ್ತು ನಿಮಿಷಗಳ ವಿಶ್ರಾಂತಿಯನ್ನಾಗಿಯೂ ಮಾಡಿಕೊಳ್ಳಬಹುದು. ನಿಮಗೆ ಉತ್ತಮವೆನಿಸುವ ಗತಿಯನ್ನು ನೀವೇ ಕಂಡುಕೊಳ್ಳಿ; ಬಹಳ ಮುಖ್ಯವಾದ ಸಂಗತಿಯೆಂದರೆ ಪ್ರತಿಯೊಂದು ಚಕ್ರವನ್ನು (cycle) ಮುಗಿಸುವಾಗಲೂ ಅದು ಶಿಸ್ತುಬದ್ಧವಾಗಿರಬೇಕು ಅಷ್ಟೆ.

* ನಿಮ್ಮ ಕೆಲಸದ ಕಾಲಾವಧಿಯನ್ನು ಒಂದು ಸಂತಸದ ಪ್ರಕ್ರಿಯೆಯಿಂದ ಆರಂಭಿಸಿ ಮತ್ತು ಒಂದು ಇನಾಮಿನೊಂದಿಗೆ ಅಂತ್ಯಗೊಳಿಸಿ.

* ನೀವು ದಾರಿಬಿಟ್ಟಂತೆ ಕಂಡುಬಂದರೆ ವಾಪಸ್ಸು ಈಗಿನ ಅಂದರೆ ಪ್ರಸ್ತುತ ಗಳಿಗೆಗೆ ಬರುವಂತೆ ನಿಮ್ಮ ಮನಸ್ಸನ್ನು ತರಬೇತುಗೊಳಿಸಿ. ಮನಃಪೂರ್ವಕತೆಯನ್ನು ಅಥವಾ ಬೇರೊಂದು ರೂಪದ ಧ್ಯಾನವನ್ನು ಅಭ್ಯಾಸಮಾಡಿರಿ, ನಡೆದಾಡಿರಿ, ವಾಯುವಿಹಾರಕ್ಕೆ ಹೋಗಿ ಬನ್ನಿ ಅಥವಾ ಈಜುವುದಕ್ಕೆ ಹೋಗಿ – ನೀವು ಮತ್ತೆ ಅದೇ ಕೇಂದ್ರಕ್ಕೆ ವಾಪಸ್ಸು ಬರಲು ಯಾವುದು ನಿಮಗೆ ಸಹಾಯ ಮಾಡುವುದೊ ಅದು ಯಾವುದಾದರೂ ಸರಿ, ಅದನ್ನು ಮಾಡಿರಿ.

* ಎಲ್ಲಿ ನಿಮ್ಮನ್ನು ಯಾರೂ ವಿಚಲಿತಗೊಳಿಸುವುದಿಲ್ಲವೋ ಅಂತಹ ಜಾಗದಲ್ಲಿ ಕೆಲಸಮಾಡಿರಿ. ಮನೆಯಲ್ಲೇ ಇದ್ದು ನೀವು ಇದನ್ನು ಮಾಡಲಾಗದಿದ್ದರೆ ವಾಚನಾಲಯಕ್ಕೆ ಹೋಗಿರಿ, ಒಂದು ಕೆಫೆಗೆ ಹೋಗಿರಿ, ನಿಮ್ಮ ಕೆಲಸ ಸ್ಯಾಕ್ಸೋಫೋನ್ ನುಡಿಸುವುದನ್ನು ಒಳಗೊಂಡಿದ್ದರೆ ಒಂದು ಸಂಗೀತ ನಿರ್ಮಾಣಮಂದಿರಕ್ಕೆ (music studio) ಹೋಗಿ ಬನ್ನಿ. ಆಗಲೂ ನಿಮ್ಮ ಸುತ್ತಲಿನ ಪರಿಸರ ನಿಮ್ಮನ್ನು ಇನ್ನೂ ವಿಚಲಿತಗೊಳಿಸುತ್ತಲೇ ಇದೆ ಎಂದು ನಿಮಗೆ ಅನ್ನಿಸಿದರೆ, ಒಂದು ಸರಿಯಾದ ತಾಣ ಕಂಡುಕೊಳ್ಳುವವರೆಗೂ ನೀವು ಅಂತಹದನ್ನು ನೋಡುತ್ತಲೇ ಇರಿ.

* ಪ್ರತಿಯೊಂದು ಚಟುವಟಿಕೆಯನ್ನೂ ಸಂಬಂಧಿತ ಕೆಲಸಗಳ ಗುಂಪುಗಳಾಗಿ ವಿಭಾಗಿಸಿ, ಮತ್ತು ಒಂದೊಂದು ಗುಂಪಿಗೂ ಅದರ ತಾಣ ಮತ್ತು ವೇಳೆಯನ್ನು ಗೊತ್ತುಪಡಿಸಿರಿ. ಉದಾಹರಣೆಗೆ, ನೀವೊಂದು ಪತ್ರಿಕೆಗಾಗಿ ಲೇಖನವನ್ನು ಬರೆಯುತ್ತಿದ್ದೀರೆಂದು ಇಟ್ಟುಕೊಳ್ಳಿ ಅದಕ್ಕಾಗಿ ನೀವು ಸಂಶೋಧಿಸಿ ಮನೆಯಲ್ಲೇ ಟಿಪ್ಪಣಿ ಮಾಡಿಕೊಂಡು, ಮಧ್ಯಾಹ್ನದ ವೇಳೆ ವಾಚನಾಲಯದಲ್ಲಿ ಕುಳಿತು ಬರೆಯಿರಿ ಮತ್ತು ಸೋಫಾದ ಮೇಲೆ ಕುಳಿತು ಅದನ್ನು ಪರಿಷ್ಕರಿಸಿರಿ.

* ನಿತ್ಯಗಟ್ಟಳೆಯ ಮಾಮೂಲಿ ಕೆಲಸಗಳನ್ನು – ಖರೀದಿ/ ವಿಕ್ರಿ ಬಿಲ್ಲುಗಳನ್ನು ರವಾನಿಸುವುದು, ಟೆಲಿಫೋನ್ ಕರೆಗಳನ್ನು ಮಾಡುವುದು, ಇತ್ಯಾದಿಗಳು – ಇಂತಹವನ್ನು ಒಟ್ಟುಗೂಡಿಸಿ ಎಲ್ಲವನ್ನು ಒಮ್ಮೆಲೆ ಮಾಡಿ ಮುಗಿಸಬಹುದು.

ಹರಿವಿನ ಅನುಕೂಲತೆಗಳು	ವಿಚಲತೆಯ ಅನಾನುಕೂಲತೆಗಳು
ಒಂದು ಕೇಂದ್ರೀಕೃತ ಮನಸ್ಸಿರುತ್ತದೆ	ಒಂದು ಅಲೆದಾಡುವ ಮನಸ್ಸಾಗಿರುತ್ತದೆ
ಈ ಕ್ಷಣ ಬದುಕುವುದು	ಭೂತಕಾಲ ಮತ್ತು ಭವಿಷ್ಯತ್ತನ್ನು ಕುರಿತು ಚಿಂತಿಸುವುದು / ವಿಚಾರ ಮಾಡುವುದು.
ನಾವು ಮನಃಕ್ಲೇಶದಿಂದ ಮುಕ್ತರಿರುತ್ತೇವೆ	ನಮ್ಮ ದೈನಂದಿನ ಜೀವನದ ಬಗ್ಗೆ ಕಾಳಜಿ ಮಾಡುವುದು ಮತ್ತು ನಮ್ಮ ಸುತ್ತಮುತ್ತಲಿನ ಮಂದಿ ನಮ್ಮ ವಿಚಾರಗಳಿಗೆ ಮುತ್ತಿಗೆ ಹಾಕುತ್ತಾರೆ.
ಗಂಟೆಗಳು ಹಾಗೇ ಜಿಗಿಯುತ್ತದೆ	ಪ್ರತಿನಿಮಿಷವೂ ಅನಂತವೆನಿಸುತ್ತದೆ.
ನಿಯಂತ್ರಣದಲ್ಲಿರುವಂತೆ ನಾವು ಭಾವಿಸುತ್ತೇವೆ	ನಿಯಂತ್ರಣ ಕಳೆದುಂಡು ಕೈಯಲ್ಲಿರುವ ಕೆಲಸವನ್ನು ಪೂರೈಸಸಾಲಾಗುವುದಿಲ್ಲ ಅಥವಾ ಬೇರೆ ಕೆಲಸ/ ಜನ ನಮ್ಮನ್ನು ಕೆಲಸದಿಂದ ದೂರವಿರಿಸುತ್ತದೆ/ತ್ತಾರೆ.
ನಾವು ಚೆನ್ನಾಗಿ ಸಿದ್ಧರಾಗುತ್ತೇವೆ ನಾವು ಏನು ಮಾಡಬೇಕೆಂದಿರುವೆವೋ ಯಾವ ಗಳಿಗೆಯಲ್ಲೂ ನಮಗದು ತಿಳಿದಿರುತ್ತದೆ	ಸಿದ್ಧರಾಗದೆ ಕ್ರಿಯೆಗೆ ತೊಡಗುತ್ತೇವೆ. ನಾವು ಪದೇ-ಪದೇ ನಿಂತುಬಿಡುತ್ತೇವೆ, ಹೇಗೆ ಮುಂದುವರೆಯಬೇಕೆಂದು ತಿಳಿಯುವುದಿಲ್ಲ.
ನಮ್ಮ ಮನಸ್ಸು ತಿಳಿಯಾಗಿದೆ ಮತ್ತು ವಿಚಾರ-ಸರಣಿಯ ಹರಿವಿಗಿರುವ ಎಲ್ಲ ಅಡಚಣೆಗಳನ್ನೂ ದಾಟಬಲ್ಲುದು.	ಅನುಮಾನಗಳಿಂದ, ಕಾಳಜಿಗಳಿಂದ ಮತ್ತು ತಳಮುಟ್ಟಿದ ಆತ್ಮಗೌರವದಿಂದ ನಾವು ಒದ್ದಾಡುತ್ತೇವೆ.
ಅದು ಹರ್ಷದಾಯಕ	ಅದು ಬಹಳ ಏಕತಾನತೆಯದು ಮತ್ತು ದಣಿವಾಗುವಾಗುವಂತಹದ್ದು.
ನಮ್ಮ ಅಹಂ ಮಂಕಾಗುತ್ತದೆ:	ನಿರಂತರ ಸ್ವ-ಟೀಕೆಯಲ್ಲಿರುತ್ತೇವೆ:
ಚಟುವಟಿಕೆ ಅಥವಾ ಕೆಲಸವನ್ನು ನಾವು ನಿಯಂತ್ರಿಸುತ್ತಿಲ್ಲ - ಕೆಲಸವೇ ನಮ್ಮನ್ನು ಮುಂದೆ ಒಯ್ಯುತ್ತದೆ	ನಮ್ಮ ಅಹಂ ಸದಾ ನಮ್ಮ ಜತೆಗಿರುತ್ತದೆ, ಮತ್ತು ನಾವು ಹತಾಶಭಾವ ಹೊಂದುತ್ತೇವೆ.

ಜಪಾನಿನಲ್ಲಿ 'ಹರಿವು' ಕುರಿತ ವಿಚಾರ: ಟಕುಮಿಗಳು, ಇಂಜಿನಿಯರುಗಳು, ಪ್ರತಿಭಾವಂತರು ಮತ್ತು ಒಟಕುಗಳು.

ಕುಸುರಿ ಕೆಲಸಗಾರರು (ಕಾರೇಗಾರರು – artisans) ಇಂಜಿನಿಯರುಗಳು, ನವಶೋಧಕರು ಮತ್ತು ವಿನೋದ ಪುಸ್ತಕಗಳ ಭಕ್ತರು (fans of anime and manga) ಈ ಎಲ್ಲರಲ್ಲೂ ಇರುವ ಸಾಮಾನ್ಯ ಅಂಶವೇನು? ಅವರೆಲ್ಲರೂ ಎಲ್ಲಕಾಲಕ್ಕೂ ತಮ್ಮ ಇಕಿಗಾಯ್ ಜತೆಗೆ ಹರಿಯುವಿಕೆಯ ಪ್ರಾಮುಖ್ಯತೆಯನ್ನು ಅರ್ಥೈಸಿಕೊಂಡಿದ್ದಾರೆ.

ಕೆಲವು ಜಾಪಾನಿಯರು, ತಾವು ವಾಸ್ತವವಾಗಿ ಇರುವುದಕ್ಕಿಂತಲೂ ಬಹಳ ಕಷ್ಟಪಟ್ಟು ಕೆಲಸ ಮಾಡುವವರಂತೆ ಕಾಣಿಸಿಕೊಳ್ಳುತ್ತೇವೆಂದು ಹೇಳುತ್ತಾರಾದರೂ, ಅವರನ್ನು ಕುರಿತಂತೆ ಬಹಳ ಪ್ರಚಲಿತವಾಗಿರುವ ಏಕ ಪ್ರಕಾರದ ಒಂದು ಮಾತೆಂದರೆ ಅವರು ಕೆಲಸದ ವಿಷಯದಲ್ಲಿ ತೋರುವ ಅಸಾಧಾರಣವಾದ ಅರ್ಪಣಾ ಮನೋಭಾವ ಮತ್ತು ಅವರು ಸದಾ ಕಷ್ಟಜೀವಿಗಳು ಎಂಬುದು. ಒಂದು ಕೆಲಸದಲ್ಲಿ ಸಂಪೂರ್ಣವಾಗಿ ತೊಡಗಿಸಿಕೊಳ್ಳುವುದರ ಬಗ್ಗೆ ಅವರ ಸಾಮರ್ಥ್ಯ ಕುರಿತಂತೆ, ಅಥವಾ ಯಾವುದಾದರೂ ಒಂದು ಸಮಸ್ಯೆಯನ್ನು ಪಟ್ಟುಹಿಡಿದು ಬಿಡಿಸುವಲ್ಲಿ ಅವರ ನಿಪುಣತೆಯ ಬಗ್ಗೆ ಯಾವ ಅನುಮಾನಕ್ಕೂ ಎಡೆಯಿಲ್ಲ. ಜಾಪಾನಿ ಭಾಷೆಯಲ್ಲಿ ಪಾಠಗಳನ್ನು ಕಲಿಸಲು ಆರಂಭಿಸಿದಾಗ ಯಾವನೇ ಒಬ್ಬ ಕಲಿಯಲು ಆರಂಭಿಸುವ ಮೊದಲ ಅಕ್ಷರಗಳೆಂದರೆ ಅದು "ಗನ್‌ಬರು", ಅಂದರೆ "ಪಟ್ಟು ಹಿಡಿದು ಸಾಧಿಸು" (Persevere) ಅಥವಾ "ತನಗೆ ಅತ್ಯುತ್ತಮ ಎನಿಸಿದ್ದನ್ನು ಮಾಡಿ ದೃಢವಾಗಿ ಉಳಿ" ಎಂದು. ಬಹಳ ಮೂಲ ಹಾಗೂ ಪ್ರಾಥಮಿಕ ಅವಸ್ಥೆಯ ಕೆಲಸಗಳಿಗೂ ಜಾಪಾನಿಗರು ಹಲವು ಸಲ ತಮ್ಮನ್ನು ತಾವು, ಇವರಿಗೇನಾದರೂ ವ್ಯಸನ/ಗೀಳು ಹಿಡಿದಿದೆಯೇ ಎನ್ನುವಷ್ಟರ ಮಟ್ಟಿಗೆ ತೊಡಗಿಸಿಕೊಳ್ಳುತ್ತಾರೆ. 'ನಗನೋ' ಪರ್ವತ ಶ್ರೇಣಿಯಲ್ಲಿರುವ ಅವರ ಭತ್ತದ ಗದ್ದೆಗಳ ನವಿರಾದ ರಕ್ಷಣೆ ಮಾಡುವ ನಿವೃತ್ತ ಹಿರಿಯ ನಾಗರಿಕರಿಂದ ಹಿಡಿದು 'ಕೊನ್‌ಬಿನಿ'ಗಳೆಂದು ಹೆಸರಾದ ಸೌಕರ್ಯ ಮಳಿಗೆಗಳಲ್ಲಿ (Minimarts = ಮಿನಿ ಮಾರ್ಟ್ಸ್) ವಾರಾಂತ್ಯದ ಪಾಳಿಗಳಲ್ಲಿ ಕೆಲಸ ಮಾಡುವ ಕಾಲೇಜು ವಿದ್ಯಾರ್ಥಿಗಳವರೆಗೂ ಎಲ್ಲ ರೀತಿಯ ಸಂದರ್ಭಗಳಲ್ಲೂ ನಾವು ಇದನ್ನು ನೋಡುತ್ತೇವೆ. ನೀವು ಜಪಾನಿಗೆ ಭೇಟಿ ನೀಡಿದ್ದೇ ಆದರೆ ಈ ರೀತಿ ನೇರವಾಗಿ ಸಣ್ಣ ಸಣ್ಣ ವಿವರಗಳಿಗೂ ಅಲ್ಲಿನವರು ಗಮನ ಕೊಡುವುದನ್ನು ಅಲ್ಲಿ ನಡೆಯುವ ಪ್ರತಿಯೊಂದು ವ್ಯವಹಾರದಲ್ಲೂ ನಿಮ್ಮ ಅನುಭವಕ್ಕೆ ಬರುತ್ತದೆ.

ನಹ, ಕನಜ್ಞವ, ಅಥವಾ ಕ್ಯೊಟೊ ಇಲ್ಲೆಲ್ಲಿಯಾದರೂ ಸರಿ ಕರಕುಶಲ ವಸ್ತುಗಳನ್ನು ಮಾರುವ ಒಂದು ಮಳಿಗೆಗೆ ಪ್ರವೇಶಿಸಿ ಮತ್ತು ನೀವಾಗ ಕಾಣುವಿರಿ ಜಾಪಾನು ದೇಶವು ಸಾಂಪ್ರದಾಯಿಕ ಕರಕುಶಲ ಕಲೆಯ ಒಂದು ನಿಕ್ಷೇಪ ಎಂದು. ತಮ್ಮ ಕುಶಲ ಕಲೆಗಾರಿಕೆಯ ಸಂಪ್ರದಾಯಗಳು ಮತ್ತು ತಂತ್ರಗಳನ್ನು ಸಂರಕ್ಷಿಸಿಕೊಳ್ಳುತ್ತಲೇ, ಅದರ ಜತೆಜತೆಗೆ, ಹೊಸ ತಂತ್ರಜ್ಞಾನಗಳ ಸೃಷ್ಟಿ ಮಾಡಿಕೊಳ್ಳುವ ಅನುಪಮ ಪ್ರತಿಭೆಯನ್ನು ಜಾಪಾನ್ ಜನರು ಹೊಂದಿದ್ದಾರೆ.

'ಟಕುಮಿ' ಕಲೆ

ಒಂದು ನಿರ್ದಿಷ್ಟ ಮಾದರಿಯ ತಿರುಪುಗಳನ್ನು (Screw - ಸ್ಕ್ರೂಗಳು) ತಮ್ಮ ಕೈಗಳಿಂದಲೇ ತಯಾರು ಮಾಡುವ ಕಾರೇಗಾರರನ್ನು ಟೊಯೊಟಾ ಕಂಪೆನಿಯು

ಕೆಲಸಕ್ಕಿರಿಸಿಕೊಂಡಿದೆ. ಈ ಕಾರೇಗಾರರು (ಜಾಪಾನೀ ಭಾಷೆಯಲ್ಲಿ ಟಕುಮಿಗಳು – Takumi) ಅಥವಾ ಈ ಒಂದು ನಿರ್ದಿಷ್ಟ ದೈಹಿಕ ಕುಶಲಕಲಾಪರಿಣತರು, ಟೊಯೊಟಾದವರಿಗೆ ಬಹುಪ್ರಾಮುಖ್ಯರು ಮತ್ತು ಅವರಿಗೆ ಬದಲೀ ಜನ ನೇಮಿಸುವುದು ಬಲು ತ್ರಾಸದಾಯಕ ಕೆಲಸ. ಅವರಲ್ಲಿ ಕೆಲವರಷ್ಟೇ ಆ ನಿರ್ದಿಷ್ಟ ಕೌಶಲ ನಿರ್ವಹಿಸುವುದರಲ್ಲಿ ಅದನ್ನು ತಿಳಿದಿರುವವರು ಮತ್ತು ಹೊಸ ತಲೆಮಾರೊಂದು ಈ ಕೆಲಸದ ಜವಾಬ್ದಾರಿಯನ್ನು ಮುಂದುವರಿಸಬಹುದೇ ಎಂದು ಹೇಳಲು ಮುಂಗಾಣುತ್ತಿಲ್ಲ.

ತಿರುಪಣಿ ಸೂಜಿಗಳದು (Turn table needles) ಅಂತಹುದೇ ಮತ್ತೊಂದು ಉದಾಹರಣೆ. ಅವುಗಳನ್ನು ಹೆಚ್ಚು ಕಡಿಮೆ ಪ್ರತ್ಯೇಕವಾಗಿ ಜಾಪಾನಿನಲ್ಲಿ ಮಾತ್ರ ಉತ್ಪಾದಿಸುತ್ತಾರೆ, ಏಕೆಂದರೆ ಅಲ್ಲಿ ಮಾತ್ರ ಈ ರೀತಿಯ ಕರಾರುವಾಕ್ಕು (ನಿಷ್ಕೃಷ್ಟತೆಯ) ಸೂಜಿಗಳನ್ನು ಮಾಡಲು ಅಗತ್ಯವಿರುವ ಯಂತ್ರೋಪಕರಣಗಳನ್ನು ಬಳಸಲು ಗೊತ್ತಿರುವ ಕೆಲವೇ ಕೆಲವು ಮಂದಿ ಕಾರೇಗಾರರು (ಟಕುಮಿಗಳು) ಉಳಿದಿರುವುದನ್ನು ನೀವು ಕಾಣಬಲ್ಲಿರಿ ಮತ್ತು ಅವರು ಈ ಕೌಶಲ್ಯವನ್ನು ತಮ್ಮ ಮುಂದಿನ ಪೀಳಿಗೆಗೆ ದಾಟಿಸುವ ಯತ್ನವನ್ನು ಮಾಡುತ್ತಿದ್ದಾರೆ ಕೂಡ.

ಹಿರೋಷಿಮಾ ಹತ್ತಿರವಿರುವ ಕುಮಾನೊ ಎಂಬ ಸಣ್ಣ ಪಟ್ಟಣವೊಂದಕ್ಕೆ ಭೇಟಿ ನೀಡಿದಾಗ ನಾವು ಒಬ್ಬ ಟಕುಮಿಯನ್ನು (artisan) ಭೇಟಿಯಾದೆವು. ಪಶ್ಚಿಮ ನಾಡಿನಲ್ಲಿ ಬಹು ಪ್ರಸಿದ್ಧವಾದ ಸೌಂದರ್ಯ ಪ್ರಸಾಧನ ಸಂಸ್ಥೆಗಾಗಿ ಹೆಸರಾದ ಸಂಕೇತವೊಂದರ ಗುರುತುಳ್ಳ, ಮುಖಕ್ಕೆ ಬಣ್ಣ ಹಚ್ಚಲು ಉಪಯೋಗಿಸುವ ಕುಂಚಗಳ ಕುರಿತಂತೆ ಒಂದು ಛಾಯಾಚಿತ್ರ ಒಳಗೊಂಡ ಪ್ರಬಂಧ ನಿರ್ಮಾಣವೊಂದರ ಮೇಲೆ ಕೆಲಸ ಮಾಡುವ ಸಲುವಾಗಿ ಒಂದು ದಿನದ ಮಟ್ಟಿಗೆ ನಾವಲ್ಲಿದ್ದೆವು. ಶುಭಕೋರುವ ಪ್ರಾಣಿಯೊಂದು (Mascot) ಒಂದು ದೊಡ್ಡ ಕುಂಚ ಹಿಡಿದು ಕುಮಾನೊಗೆ ಬರುವ ಪ್ರವಾಸಿಗರನ್ನು ಸ್ವಾಗತಿಸುವಂತೆ ಜಾಹಿರಾತು ಫಲಕ ಕಾಣುತ್ತಿತ್ತು. ಇಂತಹ ಕುಂಚದ ಕಾರ್ಖಾನೆಗಳ ಜತೆಗೆ ಈ ಪಟ್ಟಣವು ಸಣ್ಣ ಸಣ್ಣ ಮನೆಗಳಿಂದ ಮತ್ತು ತರಕಾರಿಯ ಕೈದೋಟಗಳಿಂದ ಕೂಡಿತ್ತು, ಇನ್ನೂ ಮುಂದೆ ಒಳಗೆ ಹೋದಂತೆ, ಪಟ್ಟಣವನ್ನು ಸುತ್ತುವರಿದಿರುವ ಪರ್ವತದ ತಪ್ಪಲಲ್ಲಿ ಅನೇಕ ಶಿಂಟೋ ದೇವಳಗಳನ್ನು ನೀವು ಕಾಣಬಲ್ಲಿರಿ.

ವ್ಯವಸ್ಥಿತ ಸಾಲುಗಳಲ್ಲಿ ಪ್ರತಿಯೊಬ್ಬನೂ ಒಂದೊಂದು ಕೆಲಸವನ್ನು ಮಾಡುತ್ತಿರುವ, ಬಹಳ ಮಂದಿ ಇದ್ದ ಕಾರ್ಖಾನೆಗಳಲ್ಲಿ ನಾವು ಛಾಯಾಚಿತ್ರಗಳನ್ನು ತೆಗೆದುಕೊಂಡು ಗಂಟೆಗಟ್ಟಲೆ ಕಾಲಕಳೆದೆವು – ಕೆಲಸಗಳೆಂದರೆ ಕುಂಚದ ಹಿಡಿಕೆಗಳಿಗೆ ಬಣ್ಣ ಬಳಿಯುವುದು ಅಥವಾ ಸರಕು ಸಾಗಿಸುವ ವಾಹನಗಳಿಗೆ ಅವುಗಳನ್ನು ತುಂಬಿದ ಪೆಟ್ಟಿಗೆಗಳನ್ನು ಸಾಗಿಸಿ ಅಡಕಿರಿಸುವುದು, ಹೀಗೆ – ಆಗಲೂ ನಮಗೆ ಮನವರಿಕೆ ಆಗಿರಲೇ ಇಲ್ಲ, ವಾಸ್ತವವಾಗಿ ಕುಂಚದ ಶಿರಗಳೊಳಕ್ಕೆ ಬಿರುಗೂದಲುಗಳನ್ನು (Bristles) ಸಿಕ್ಕಿಸುತ್ತಿರುವವರು ಯಾರೆಂದು ಅದುವರೆಗೂ ನಾವು ನೋಡಿಯೇ ಇಲ್ಲವೆಂದು.

ಇದರ ಕುರಿತು ನಾವೇ ಕೇಳಿದ ನಂತರ ಮತ್ತು ಹಲವು ಬಾರಿ ಅತ್ತಿಂದಿತ್ತ ಸುತ್ತಾಡಿದ ಮೇಲೆ ಒಂದು ಕಂಪೆನಿಯ ಮಾಲಿಕ ಅದನ್ನು ಹೇಗೆ ಮಾಡಲಾಗುತ್ತದೆ ಎಂದು ತೋರಿಸಲು ಒಪ್ಪಿದ. ನಮ್ಮನ್ನು ಆ ಕಟ್ಟಡದ ಆಚೆಗೆ ಕರೆದೊಯ್ದು ತನ್ನ ಕಾರೊಳಗೆ ಕೂರಲು ಹೇಳಿದ. ಐದು ನಿಮಿಷಗಳ ಕಾರು ಚಾಲನೆಯ ನಂತರ, ಹಳೆಯದಾದ ಮತ್ತೊಂದು ಅಂತಹುದೇ ಕಟ್ಟಡದ

ಬಳಿ ಕಾರನ್ನು ನಿಲ್ಲಿಸಿ ಮೆಟ್ಟಿಲುಗಳನ್ನೇರಿದವು. ಅವನು ಬಾಗಿಲೊಂದನ್ನು ತೆರೆದಾಗ, ಬರೀ ಕಿಟಕಿಗಳಿಂದಲೇ ತುಂಬಿದ್ದ, ಸಹಜ ಬೆಳಕನ್ನೇ ಒಳಬಿಡುವ ಒಂದು ಸಣ್ಣ ಕೊಠಡಿಯೊಳಕ್ಕೆ ನಡೆದೆವು.

ಮುಖಗವಸು ಧರಿಸಿದ ಹೆಂಗಸೊಬ್ಬರು ಆ ಕೊಠಡಿಯ ನಡುಮಧ್ಯೆ ಕುಳಿತಿದ್ದಳು. ನೀವು ಆಕೆಯ ಕಣ್ಣುಗಳನ್ನು ಮಾತ್ರ ನೋಡಬಹುದಾಗಿತ್ತು. ಕುಂಚಗಳಿಗಾಗಿ ಬೇಕಾದ ಒಂದೊಂದೇ ಬಿರುಗೂದಲನ್ನು ಆರಿಸುವುದರಲ್ಲಿ ಆಕೆ ಎಷ್ಟೊಂದು ಮಗ್ನಳಾಗಿದ್ದಳು–ಕತ್ತರಿ ಮತ್ತು ಬಾಚಣಿಗೆಗಳನ್ನು ಉಪಯೋಗಿಸಿ ಬಿರು/ಒರಟು ಗೂದಲುಗಳನ್ನು ಪ್ರತ್ಯೇಕಿಸಲು ತನ್ನ ಕೈಗಳನ್ನು ಮತ್ತು ಬೆರಳುಗಳನ್ನು ಎಷ್ಟು ಲಾಲಿತ್ಯಪೂರ್ಣವಾಗಿ ಆಡಿಸುತ್ತಿದ್ದಳೆಂದರೆ – ನಮ್ಮ ಇರುವಿಕೆಯನ್ನೂ ಸಹ ಅವಳು ಗಮನಿಸಲಿಲ್ಲ. ಅವಳ ಚಲನಶೀಲತೆ ಎಷ್ಟು ಚುರುಕಾಗಿತ್ತೆಂದರೆ ಅವಳು ಮಾಡುತ್ತಿರುವ ಕೆಲಸವೇನೆಂದು ಹೇಳುವುದೇ ಬಹಳ ಕಠಿಣವಾಗಿತ್ತು.

ನಾವು ಅವಳು ಕಾರ್ಯನಿರತಳಾಗಿರುವ ಕೆಲವು ಭಂಗಿಗಳ ಛಾಯಾಚಿತ್ರ ತೆಗೆದುಕೊಳ್ಳಲಿರುವೆವೆಂದು ತಿಳಿಸಲು ಆ ಕಂಪೆನಿಯ ಅಧ್ಯಕ್ಷರು, ಆಕೆಯ ಕೆಲಸದ ನಡುವೆ ಅಡ್ಡಬಂದರು. ನಾವು ಅವಳ ಬಾಯಿಯನ್ನು ನೋಡಲಾಗಲೇ ಇಲ್ಲ, ಆದರೆ ಆಕೆಯ ಕಂಗಳ ಹೊಳಪು ಮತ್ತು ಅವಳ ಮಾತಿನಲ್ಲಿನ ಹರ್ಷದಾಯಕ ಏರಿಳಿತ ನಮಗೆ ತಿಳಿಸಿತು – ಅವಳು ನಗುತ್ತಿದ್ದಾಳೆಂದು. ತನ್ನ ಕೆಲಸ ಮತ್ತು ಜವಾಬ್ದಾರಿಗಳ ಕುರಿತು ಮಾತನಾಡಲು ಆಕೆಗೆ ಸಂತಸ ಮತ್ತು ಹೆಮ್ಮೆ ಎರಡೂ ಇದ್ದುದು ಕಂಡಿತು.

ಅವಳು ಕೆಲಸದಲ್ಲಿ ನಿರತಳಾಗಿರುವ ಕುರಿತು ಚಲನವಲನಗಳನ್ನು ಕ್ಯಾಮರಾದಲ್ಲಿ ಸೆರೆಹಿಡಿಯಲು ನಾವು ಅತ್ಯಂತ ಕ್ಷಿಪ್ರವೇಗದಲ್ಲಿ ಮುಚ್ಚುವ ಮತ್ತು ತೆರೆಯುವ ಮಸೂರ ಕವಾಟವನ್ನ ಉಪಯೋಗಿಸಬೇಕಾಯ್ತು. ಆಕೆಯ ಹಸ್ತಗಳು ನರ್ತಿಸುತ್ತಿದ್ದವು ಮತ್ತು ಅವು ಅವಳ ಸಲಕರಣೆಗಳ ಜತೆ ಮತ್ತು ಆಕೆ ಆರಿಸುತ್ತಿದ್ದ ಬಿರುಗೂದಲುಗಳ ಜತೆ ಹೊಂದಿಕೆಯಾಗಿ / ಐಕ್ಯವಾಗಿ ಹರಿದಿದ್ದುವು.

ಆ ಕಂಪೆನಿಯ ಅಧ್ಯಕ್ಷರು ನಮಗೆ ಹೇಳಿದ್ದೇನೆಂದರೆ ಆಕೆಯನ್ನು ಪ್ರತ್ಯೇಕವಾದೊಂದು ಕಟ್ಟಡದಲ್ಲಿ ಮುಚ್ಚಿರಿಸಲ್ಪಟ್ಟಿದ್ದರೂ ಕೂಡ ಈ ರೀತಿಯ ಟಕುಮಿ (ಕಾರೆಗಾರರು- artisan) ಕಂಪೆನಿಯ ಅತಿಮುಖ್ಯ ವ್ಯಕ್ತಿಗಳಲ್ಲಿ ಒಬ್ಬರಾಗುತ್ತಾರೆ. ಕಂಪೆನಿಯು ತಯಾರಿಸುವ ಪ್ರತಿಯೊಂದು ಕುಂಚದ ಪ್ರತಿಯೊಂದು ಬಿರುಗೂದಲೂ ಸಹ ಆಕೆಯ ಕೈಗಳ ಮೂಲಕವೇ ಹಾದು ಹೋಗುತ್ತದೆ.

ಜಾಪಾನಿನಲ್ಲಿ ಸ್ಟೀವ್ ಜಾಬ್ಸ್:

ಆ್ಯಪಲ್ ಕಂಪೆನಿಯ ಸಹ – ಸಂಸ್ಥಾಪಕ ಸ್ಟೀವ್‌ಜಾಬ್ಸ್ ಜಾಪಾನಿನ ಬಹಳ ದೊಡ್ಡ ಅಭಿಮಾನಿಯಾಗಿದ್ದರು. ಅವರು ೧೯೮೦ರ ದಶಕದಲ್ಲಿ ಸೋನಿ ಸಮೂಹದ ಕಾರ್ಖಾನೆಗಳಿಗೆ ಕೇವಲ ಭೇಟಿ ನೀಡಿದ್ದು ಮಾತ್ರವಲ್ಲ, ಅವರು ಆ್ಯಪಲ್ ಕಂಪೆನಿಯನ್ನು ಆರಂಭಿಸಿದಾಗ ಅದರಲ್ಲಿನ ಅನೇಕ ವಿಧಿವಿಧಾನಗಳನ್ನು ಅಳವಡಿಸಿಕೊಂಡರು ಕೂಡ; ಕ್ಯೋಟೋದಲ್ಲಿನ ಜಾಪಾನಿ ಪಿಂಗಾಣಿಯ (ಪೋರ್ಸಲಿನ್) ಗುಣಮಟ್ಟ ಮತ್ತು ಸರಳತೆಗೂ ಅವರು ಮರುಳಾಗಿದ್ದರು.

ಹಾಗಿದ್ದರೂ, ಕ್ಯೊಟೊದಲ್ಲಿನ ಕುಶಲಕರ್ಮಿ (ಟಕುಮಿ–ಕಾರೇಗಾರ) ಯೊಬ್ಬ ಸ್ಟೀವ್‌ಜಾಬ್ಸರ ಅನುರಕ್ತಿಯನ್ನು ಸಂಪಾದಿಸಿದ್ದಕ್ಕಿಂತ ಹೆಚ್ಚಾಗಿ, ಸಹಜವಾಗಿ ಟೊಯಮದ ಯುಕಿಯೋ ಶಕುನಗ ಎಂಬ ಹೆಸರಿನ ಒಬ್ಬ ಕರಕುಶಲಗಾರ ಅವರ ಮೆಚ್ಚುಗೆ ಗಳಿಸಿದ್ದ, ಏಕೆಂದರೆ ಅವನು ಕೆಲವೇ ಕೆಲವರಿಗೆ ಗೊತ್ತಿದ್ದ 'ಎಟ್ಟು ಸೆಟೊ–ಯಕಿ (Etchu-seto-yaki) ಎಂಬ ಒಂದು ತಂತ್ರವನ್ನು ಉಪಯೋಗಿಸಿದ.

ಕ್ಯೋಟೊಗೆ ಭೇಟಿ ನೀಡಿದ ಇಂತಹ ಒಂದು ಸಂದರ್ಭದಲ್ಲಿ 'ಶಕುನಗ' ಅವರ ಕಲೆಯ ಒಂದು ಪ್ರದರ್ಶನದ ಬಗ್ಗೆ ಸ್ಟೀವ್ ಜಾಬ್ಸ್ ತಿಳಿದಿದ್ದರು. 'ಶಕುನಗ'ರಲ್ಲಿ ಪಿಂಗಾಣಿ ಕಲೆ ಕುರಿತಂತೆ ಏನಾದರೊಂದು ವಿಶೇಷತೆ ಇರಲೇಬೇಕೆಂದು ಸ್ಟೀವ್‌ಜಾಬ್ಸ್ ಆ ಕೂಡಲೇ ಅರ್ಥೈಸಿಕೊಂಡರು. ವಾಸ್ತವ ಸಂಗತಿಯೆಂದರೆ ಅವರು ಆ ಪ್ರದರ್ಶನದಲ್ಲಿ ಹಲವು ಬಟ್ಟಲುಗಳು, ಹೂದಾನಿಗಳು, ಮತ್ತು ತಟ್ಟೆಗಳನ್ನು ಖರೀದಿಸಿದರು ಮತ್ತು ಆ ವಾರದಲ್ಲಿ ಮೂರು ಬಾರಿ ಆ ಪ್ರದರ್ಶನಕ್ಕೆ ಭೇಟಿ ನೀಡಿದರು.

ಸ್ಫೂರ್ತಿಯ ಹುಡುಕಾಟದ ಭಾಗವಾಗಿ ತಮ್ಮ ಜೀವಮಾನದವಧಿಯಲ್ಲಿ ಜಾಬ್ಸರು ಅನೇಕ ಬಾರಿ ಮರಳಿ ಮರಳಿ ಕ್ಯೋಟೋಗೆ ಬಂದರು, ಮತ್ತು ಕೊನೆಗೂ 'ಶಕುನಗ'ರನ್ನು ಮೂಲತಃ ಭೇಟಿಯಾಗುವುದರಲ್ಲಿ ಯಶಸ್ವಿಯಾದರು. 'ಶಕುನಗ'ರಿಗಾಗಿ ಜಾಬ್ಸ್‌ರ ಬಳಿ ಹಲವು ಪ್ರಶ್ನೆಗಳಿದ್ದವು – ಅವುಗಳಲ್ಲಿ ಹೆಚ್ಚಿನವು ಆ ವಸ್ತುಗಳ ರಚನಾ ಸಂಸ್ಕರಣಾ ವಿಧಾನ ಮತ್ತು ಯಾವ ಮಾದರಿಯ ಪಿಂಗಾಣಿ ಜೇಡಿಮಣ್ಣನ್ನು ಆತ ಬಳಸಿದ್ದಾರೆ ಎಂಬುದರ ಕುರಿತಾಗಿದ್ದುವು.

ಟೊಯಾಮ ಎಂಬ ಪ್ರಾಂತ್ಯದಲ್ಲಿನ ಪರ್ವತಗಳಿಂದ ತಾನೇ ಖುದ್ದಾಗಿ ಬಿಳಿಯ ಪಿಂಗಾಣಿ ಜೇಡಿಮಣ್ಣನ್ನು ಸಂಸ್ಕರಿಸಿ ಅಗೆದು ಆಚೆ ತೆಗೆಯುವುದಾಗಿ 'ಶಕುನಗ' ವಿವರಿಸುತ್ತಾರೆ. ಹೀಗಾಗಿ ಪಿಂಗಾಣಿಯ ವಸ್ತುಗಳನ್ನು ಪರ್ವತಪ್ರದೇಶದ ಅವುಗಳ ಮೂಲಸ್ವರೂಪದಿಂದ ಕೊನೆಯ ಆಕಾರಕ್ಕೆ ತರುವುದರಲ್ಲಿ ಚಿರಪರಿಚಿತ ಮಾಹಿತಿ ಇರುವ ಪಳಗಿದ ಪರಿಣಿತ ಸಂತತಿಯಲ್ಲಿ ಇವರೊಬ್ಬರೇ ಉಳಿದಿರುವಂತೆ ಕಂಡು ಬರುತ್ತಿದೆ – ಅಂದರೆ ಅದರ ಹಿಂದೆ ಒಬ್ಬ ವಿಶ್ವಾಸಾರ್ಹ ಟಕುಮಿ ಎಂದು.

ಜಾಬ್ಸ್‌ರವರು ಇದರಿಂದ ಎಷ್ಟು ಪ್ರಭಾವಿತರಾದರೆಂದರೆ ಟೊಯಾಮದಲ್ಲಿ ಯಾವ ಪರ್ವತ ಪ್ರದೇಶಕ್ಕೆ ಹೋಗಿ 'ಶಕುನಗ'ರವರು ಪಿಂಗಾಣಿ ಜೇಡಿಮಣ್ಣು ತರುತ್ತಿದ್ದರೋ ಅಲ್ಲಿಗೆ ಖುದ್ದಾಗಿ ಹೋಗಿ ನೋಡುವ ವಿಚಾರ ಮಾಡಿದ್ದರು ಕೂಡ, ಆದರೆ ರೈಲಿನಲ್ಲಿ ಪ್ರಯಾಣ ಮಾಡಿದರೂ ಕ್ಯೋಟೋದಿಂದ ಬರೋಬ್ಬರೀ ನಾಲ್ಕು ಗಂಟೆಗಳಿಗೂ ಮಿಕ್ಕಿದ ಪ್ರಯಾಣವೆಂದು ತಿಳಿದ ಮೇಲೆ ಆ ಯೋಚನೆಯನ್ನವರು ಕೈ ಬಿಟ್ಟರು.

ಜಾಬ್ಸ್‌ರವರು ಮರಣವಪ್ಪಿದ ಮೇಲೆ ನಡೆದ ಒಂದು ಸಂದರ್ಶನದಲ್ಲಿ 'ಶಕುನಗ' ಹೇಳಿದ್ದೇನೆಂದರೆ ಐ–ಫೋನ್ ಸೃಜಿಸಿದ ಮನುಷ್ಯ ತನ್ನ ಕೆಲಸವನ್ನು ಮೆಚ್ಚಿದ್ದು ತನಗೆ ಬಹಳ ಹೆಮ್ಮೆ ತಂದಿದೆ ಎಂದು. ಜಾಬ್ಸ್ ತನ್ನಿಂದ ಮಾಡಿದ ಕೊನೆಯ ಖರೀದಿ ಎಂದರೆ ಹನ್ನೆರಡು ಚಹದ ಬಟ್ಟಲುಗಳುಳ್ಳ ಒಂದು ಪೆಟ್ಟಿಗೆ. ಜಾಬ್ಸರು ಒಂದು ತರಹ ವಿಶೇಷವಾದ "ಒಂದು ಹೊಸ ಶೈಲಿ"ಯದ್ದನ್ನು ಕೇಳಿದ್ದರು. ಅವರ ಈ ಕೋರಿಕೆಯನ್ನು ಮನ್ನಿಸಲು, ಇದಕ್ಕಾಗಿ 'ಶಕುನಗ' ರವರು ಹೊಸ ಹೊಸ ಪರಿಕಲ್ಪನೆಗಳನ್ನು ಪರೀಕ್ಷೆಗೊಡ್ಡುವ ಸಲುವಾಗಿ

೧೫೦ ಚಹದ ಬಟ್ಟಲುಗಳನ್ನು ತಯಾರಿಸಿದ್ದರು. ಅವುಗಳ ಪೈಕಿ 'ಶಕುನಗ' ಅತ್ಯುತ್ತಮವಾದ ಹನ್ನೆರಡನ್ನು ಆರಿಸಿ ಜಾಬ್ಸರ ಮನೆಗೆ ಕಳುಹಿಸಿದರು.

ಜಪಾನ್ ದೇಶಕ್ಕೆ ತಾವು ಮಾಡಿದ ಮೊದಲ ಪಯಣದಿಂದಲೇ ಆ ದೇಶದ ಕರಕುಶಲಗಾರರು, ಎಂಜಿನಿಯರುಗಳು (ವಿಶೇಷವಾಗಿ 'ಸೋನಿ'ಯಲ್ಲಿ) ತತ್ತ್ವಶಾಸ್ತ್ರ (ವಿಶೇಷವಾಗಿ ಝೆನ್) ಮತ್ತು ಪಾಕವಿಧಾನ (ವಿಶೇಷವಾಗಿ ಸುಶಿ' ಎಂಬ ಮೀನಿನ ಖಾದ್ಯ ತಯಾರಿ) ಇವುಗಳಲ್ಲಿ ತಡೆಯಲಾರದ ಆಸಕ್ತಿ ಮತ್ತು ಸ್ಫೂರ್ತಿ ಹೊಂದಿದ್ದರು, ಸ್ಟೀವ್ ಜಾಬ್ಸ್.

ಅನುಭವ ಮತ್ತು ಅಭಿರುಚಿಯಿಂದ ಕೂಡಿದ ಸರಳತನ

ಜಪಾನಿನ ಕರಕುಶಲಗಾರರು, ಎಂಜಿನಿಯರುಗಳು, ಝೆನ್ ಸಿದ್ಧಾಂತ ಮತ್ತು ಪಾಕವಿಧಾನ ಇವೆಲ್ಲವುಗಳಲ್ಲಿರುವ ಸಾಮಾನ್ಯ ಅಂಶವೇನು? ಅದೆಂದರೆ ಸರಳತೆ ಮತ್ತು ವಿವರಗಳಿಗೆ ನೀಡುವ ಲಕ್ಷ್ಯ. ಅದು ಕೇವಲ ಸೋಂಬೇರಿತನದ ಸರಳತೆಯಲ್ಲ, ಆದರೆ ಹೊಸ ಹೊಸ ಎಲ್ಲೆಗಳನ್ನು, ಸೀಮೆಗಳನ್ನು ಹುಡುಕುವ, ಹಿಡಿದ ಉದ್ದೇಶ, ಬುದ್ಧಿ ಮತ್ತು ಮನಸ್ಸು, ಅಥವಾ ಪಾಕ ವಿಧಾನವನ್ನು ಯಾವಾಗಲೂ ಮುಂದಿನ ಮಜಲಿಗೆ ಕೊಂಡೊಯ್ಯುವಂತಹ ಅನುಭವ ಹಾಗೂ ಅಭಿರುಚಿಯಿಂದ ಕೂಡಿದ ಸರಳತೆ. ಅದು, ಅಂದರೆ ಒಬ್ಬನ ಇಕಿಗಾಯ್‌ಗೆ ಅನುಸಾರವಾದ ಸರಳತೆ. ಕ್ಷೆಂಟೀ ಮೀಹಿಜ್ಞೆಯವರು ಹೇಳುವಂತೆ ಏಕ ರೀತಿಯ / ಪ್ರಕಾರದ ಹರಿವನ್ನು ಉಳಿಸಿ–ಬೆಳೆಸಿಕೊಳ್ಳಲು ಅನುವಾಗುವಂತೆ ಯಾವಾಗಲೂ ಅರ್ಥಪೂರ್ಣ ಸವಾಲನ್ನು ಹೊಂದಿರುವುದೇ ಅದರ ಕೀಲಿಕೈ.

ಜಿರೊ ಡ್ರೀಮ್ಸ್ ಆಫ್ ಸುಶಿ ('ಜಿರೊ'ನ ಸುಶಿಯ ಕನಸುಗಳು") ಎಂಬ ಸಾಕ್ಷ್ಯ ಚಿತ್ರವು ಟಕುಮಿಯೊಬ್ಬರ (an artisan –ಕಾರೇಗಾರರ) ಇಂತಹ ಮತ್ತೊಂದು ಉದಾಹರಣೆ ನೀಡುತ್ತದೆ, ಆದರೆ ಈ ಬಾರಿ ಅದು ಪಾಕ ಗೃಹದಲ್ಲಿ ಅಂದರೆ ಅಡಿಗೆ ಕೋಣೆಯಲ್ಲಿ. ಅದರ ಕಥಾನಾಯಕನು ಎಂಟು ವರ್ಷಗಳಿಗೂ ಮಿಕ್ಕು ಪ್ರತಿದಿನವೂ 'ಸುಶಿ' ಮೀನಿನಿಂದ ಅಡಿಗೆ ಖಾದ್ಯ ತಯಾರಿಸುತ್ತಲಿದ್ದಾನೆ, ಮತ್ತು ಟೋಕ್ಯೋದ ಗಿಂಜ಼ಾ ಸುರಂಗ ರೈಲು ನಿಲ್ದಾಣದ ಹತ್ತಿರ 'ಸುಶಿ' ಖಾದ್ಯಗಳ ಒಂದು ಸಣ್ಣ ಹೋಟೆಲ್ ಹೊಂದಿದ್ದಾನೆ. ಪ್ರತಿದಿನ ಅವನು ಮತ್ತು ಅವನ ಮಗ ಹೆಸರುವಾಸಿಯಾದ ಮ್ಯುಕಿಜಿ ಮೀನು ಮಾರುಕಟ್ಟೆಗೆ ಹೋಗಿ ಉತ್ತಮ ಮೀನುಗಳನ್ನು ಆರಿಸಿ ತಮ್ಮ ಹೋಟೆಲ್‌ಗೆ ತರುತ್ತಾರೆ.

ಸಾಕ್ಷ್ಯಚಿತ್ರದಲ್ಲಿ ಜಿರೊನ ಹತ್ತಿರ ಉದ್ಯೋಗ ಕಲಿಯುತ್ತಿರುವ ಒಬ್ಬ ಅಭ್ಯಾಸಾರ್ಥಿಯು 'ಟಮಾಗೊ" (ಒಂದು ತೆಳುವಾದ, ಸ್ವಲ್ಪ ಸಿಹಿಯಾದ ಮೊಟ್ಟೆದೋಸೆ - Omelette) ಮಾಡುವುದನ್ನು ಕಲಿಯುತ್ತಿರುತ್ತಾನೆ. ಅವನು ಎಷ್ಟೇ ಕಠಿಣತಮವಾಗಿ ಪ್ರಯತ್ನಿಸಿದರೂ ತಾನು ತಯಾರಿಸುವ ಆ ತಿನಿಸಿಗೆ ಬಹಳಕಾಲ 'ಜಿರೊ'ನ ಒಪ್ಪಿಗೆ ಮುದ್ರೆಯನ್ನು ಪಡೆಯಲಾಗಲೇ ಇಲ್ಲ. ಅವನು ವರ್ಷಗಟ್ಟಲೆ ಅಭ್ಯಾಸ ಮಾಡುತ್ತಲೇ ಇದ್ದ – ಅಂತಿಮವಾಗಿ ಜಿರೊನ ಒಪ್ಪಿಗೆ ಗಳಿಸುವವರೆಗೂ.

ಆ ಅಭ್ಯಾಸಾರ್ಥಿಯು ಆ ಪ್ರಯತ್ನವನ್ನೇಕೆ ಅಷ್ಟಕ್ಕೆ ತ್ಯಜಿಸಲಿಲ್ಲ? ಪ್ರತಿ ದಿನವೂ ಮೊಟ್ಟೆಯ ಅದೇ ಖಾದ್ಯವನ್ನೇ ಬೇಯಿಸಿ ಬೇಯಿಸಿ ಅವನಿಗೆ ಬೇಸರ ಬರಲಿಲ್ಲವೇ? ಇಲ್ಲ, ಏಕೆಂದರೆ 'ಸುಶಿ'ಯಿಂದ ಖಾದ್ಯ ತಯಾರಿಸುವುದೂ ಕೂಡ ಅವನ 'ಇಕಿಗಾಯ್' ಆಗಿತ್ತು.

ಜಿರೊ ಮತ್ತು ಅವನ ಮಗ ಇಬ್ಬರೂ ಪಾಕಶಾಸ್ತ್ರ ಪ್ರವೀಣರು. ಅವರು ಅಡಿಗೆ

ತಯಾರಿಸುವಾಗ ಅವರಿಗೆ ಬೇಸರವಾಗುವುದೇ ಇಲ್ಲ– ಅವರು ಹರಿವಿನ ಒಂದು ಸ್ಥಿತಿಯನ್ನು ಸಾಧಿಸುತ್ತಾರೆ. ಅವರು ಅಡಿಗೆ ಕೋಣೆಯಲ್ಲಿರುವಷ್ಟು ಸಮಯವೂ ಬಹಳ ಖುಷಿಯಿಂದಿರುತ್ತಾರೆ. ಏಕೆಂದರೆ ಅದೇ ಅವರ ಸಂತಸ, ಅವರ ಇಕಿಗಾಯ್, ಅವರ ಕಾಯಕದಲ್ಲೇ ಹರ್ಷಕಾಣಲು ಕಲಿತುಕೊಂಡಿದ್ದಾರೆ, ಅಂತೆಯೇ ತಮ್ಮ ಸಮಯದ ಪ್ರಜ್ಞೆಯನ್ನೇ ಕಳೆದುಕೊಳ್ಳಲೂ ಸಹ.

ಪ್ರತಿದಿನವೂ ಸವಾಲನ್ನು ಎದುರಿಸುತ್ತಾ ಮುಂದೆ ಹೋಗುವಂತೆ ಮಾಡುವ ತಂದೆ ಮಗನ ನಡುವಣ ಮಧುರ ಸಂಬಂಧಕ್ಕಿಂತಲೂ ಮಿಗಿಲಾಗಿ ಏಕಾಗ್ರತೆಗೆ ಅವಕಾಶ ಮಾಡುವ ಒಂದು ಪ್ರಶಾಂತ ನೆಮ್ಮದಿಯ ವಾತಾವರಣದಲ್ಲಿ ಅವರು ಕೆಲಸಮಾಡುತ್ತಾರೆನ್ನುವುದೂ ಅಷ್ಟೇ ಮುಖ್ಯ. ಮಿಶೆಲಿನ್ (ಇದು ೧೩೦ವರ್ಷಗಳಷ್ಟು ಹಳೆಯ ಕಂಪೆನಿ, ಫ್ರೆಂಚ್ ಮೂಲದ್ದು, ಟೈರ್ ತಯಾರಿಕೆ, ಜತೆಗೆ ಊಟ ತಿಂಡಿ ತಯಾರಿಕೆಗೆ ವಿಶ್ವಮಟ್ಟದಲ್ಲಿ ತಾರಾಮೌಲ್ಯ ಗುಣಮಟ್ಟ ನೀಡುವ ಸಂಸ್ಥೆ) ರಿಂದ ತ್ರಿತಾರಾ ದರ್ಜೆಯ ಸವಲತ್ತನ್ನು ಪಡೆದ ನಂತರವೂ ಸಹ ಅವರು ತಮ್ಮ ವ್ಯಾಪಾರ ವ್ಯವಹಾರವನ್ನು ವಿಸ್ತರಿಸುವ ದೃಷ್ಟಿಯಿಂದ ಬೇರೆ ಸ್ಥಳಗಳಲ್ಲಿ ಹೋಟೆಲ್ ಪ್ರಾರಂಭಿಸುವುದನ್ನು ಯಾವತ್ತೂ ಪರಿಶೀಲಿಸುವ ಗೋಜಿಗೇ ಹೋಗಲಿಲ್ಲ. ತಮ್ಮಸಣ್ಣ ಹೋಟೆಲಿನ ಪಾಕಶಾಲೆಯಲ್ಲೇ ಒಮ್ಮೆಗೆ ಕೇವಲ ಹತ್ತು ಗಿರಾಕಿಗಳಿಗಷ್ಟೇ ಸೇವೆ ನೀಡುತ್ತಾರೆ. ಜಿರೊ ಅವರ ಕುಟುಂಬ ಹಣ ಮಾಡುವುದರತ್ತ ಯಾವತ್ತೂ ಮುಖ ಮಾಡಲಿಲ್ಲ. ಬದಲಾಗಿ ತಾವು ಪ್ರಪಂಚದಲ್ಲೇ ಉತ್ತಮ 'ಸುಶಿ' ಮೀನಿನ ಖಾದ್ಯ ತಯಾರಿಸುತ್ತಾ, ತಮ್ಮತಮ್ಮ ಹರಿವನ್ನು ಕಂಡುಕೊಳ್ಳುತ್ತಲೇ ಕೆಲಸ ನಿರ್ವಹಿಸಲು ಬೇಕಾದ ಒಳ್ಳೆಯ ವಾತಾವರಣ ಮತ್ತು ಪರಿಸರ ಸೃಷ್ಟಿಗೆ ಮೌಲ್ಯ ನೀಡುತ್ತಾರೆ.

'ಯುಕಿಯೊ ಶಕುನಗ'ರಂತೆ (ಪಿಂಗಾಣಿ ವಸ್ತು ತಯಾರಕ) ಜಿರೊ ಸಹ ತಮ್ಮ ಕಾಯಕವನ್ನು ಮೂಲದಿಂದಲೇ ಆರಂಭಿಸುತ್ತಾರೆ. ಉತ್ತಮ 'ಟ್ಯುನಾ' (Tuna: ಒಂದು ಉತ್ತಮ ಜಾತಿಯ ಮೀನು) ಆರಿಸಲು ಮೀನು ಮಾರುಕಟ್ಟೆಗೆ ಸ್ವತಃ ಅವರೇ ಹೋಗುತ್ತಾರೆ; 'ಶಕುನಗ'ರು ಪರ್ವತ ಪ್ರದೇಶಗಳಿಗೆ ತಾವೇ ಖುದ್ದು ಹೋಗಿ ಉತ್ತಮ ಪಿಂಗಾಣಿ ಜೇಡಿಮಣ್ಣು ಆರಿಸಿ ತರುತ್ತಾರೆ. ಅವರು ಕೆಲಸಕ್ಕಿಳಿದಾಗ ಅವರು ತಾವು ಮಾಡುವ / ಸೃಷ್ಟಿಸುವ ವಸ್ತುವಿನ ಜತೆ ಒಂದಾಗಿ ಬಿಡುತ್ತಾರೆ, ಈ ರೀತಿ ವಸ್ತುವಿನ ಜತೆ ಐಕ್ಯವಾಗುವ / ಅಂದರೆ ಹರಿವಿನ ಸ್ಥಿತಿ ಹೊಂದುವುದಿದೆಯಲ್ಲ ಇದು ಜಾಪಾನಿನಲ್ಲಿ ಒಂದು ವಿಶೇಷ ಅರ್ಥ ಪಡೆಯುತ್ತದೆ, ಅಂದರೆ ಶಿಂಟೋ ಮತದನುಸಾರ, ಕಾಡುಗಳು, ವೃಕ್ಷಗಳು ಮತ್ತು ವಸ್ತುಗಳು ಇವು ತಮ್ಮೊಳಗೆ ಒಂದು 'ಕಮಿ'ಯನ್ನು (Kami - ಚೈತನ್ಯ ಅಥವಾ ದೇವರು) ಇರಿಸಿಕೊಂಡಿವೆ.

ಯಾವನಾದರೊಬ್ಬ– ಒಬ್ಬ ನಟನಿರಬಹುದು, ಒಬ್ಬ ಇಂಜಿನಿಯರಿರಬಹುದು, ಅಥವಾ ಬಾಣಸಿಗ (Chef) ನಿರಬಹುದು – ಏನನ್ನಾದರೊಂದನ್ನು ಸೃಜಿಸಲು ಹೊರಟರೆ, ಅವನ / ಅವಳ ಜವಾಬ್ದಾರಿ ಎಂದರೆ, ಪ್ರಕೃತಿಯನ್ನು ಪ್ರತಿಕ್ಷಣವೂ ಗೌರವಿಸುತ್ತಲೇ ಅದೇ ಪ್ರಕೃತಿಯನ್ನು ಬಳಸಿ ಅದಕ್ಕೆ 'ಜೀವ' ನೀಡುವುದಾಗಿರುತ್ತದೆ. ಈ ಪ್ರಕ್ರಿಯೆಯ ಅವಧಿಯಲ್ಲಿ ಕರಕುಶಲಗಾರನು ಆ ವಸ್ತುವಿನ ಜತೆ ಒಂದಾಗುತ್ತಾನೆ (ತಾದಾತ್ಮ್ಯ) ಮತ್ತು ಅದರ ಜತೆಗೇ ತಾನು ಹರಿಯುವವನು. ಹೇಗೆ ಕುಂಭಕಲೆಯ ಕೆಲಸ ಮಾಡುವವನು ಜೇಡಿಮಣ್ಣಿಗೂ ಜೀವವಿದೆ ಎಂದು ಹೇಳುವನೋ, ಹಾಗೆಯೇ ಒಬ್ಬ ಕಬ್ಬಿಣಕೆಲಸಗಾರನು (ironsmith) ಹೇಳುವುದೆಂದರೆ ಲೋಹಕ್ಕೂ ಅದರದೇ ಆದ ಜೀವವುಂಟು ಎಂದು. ಜಪಾನಿಯರು ಪ್ರಕೃತಿ ಮತ್ತು ತಂತ್ರಜ್ಞಾನ ಈ ಎರಡನ್ನೂ ಬೆಸೆಯುವುದರಲ್ಲಿ ಕೌಶಲ್ಯ ಪಡೆದಿದ್ದಾರೆ: ಅಂದರೆ

ಮನುಷ್ಯನ ವಿರುದ್ಧ ಪ್ರಕೃತಿಯನ್ನಲ್ಲ, ಆದರೆ ಅದಕ್ಕಿಂತ ಹೆಚ್ಚಾಗಿ ಅವರೆಡರ ಸಂಯೋಗ.

ಘಿಬ್ಲಿಯ ಶುದ್ಧತೆ:

ಪ್ರಕೃತಿಯ ಜತೆ ಸಂಬಂಧವಿರಿಸಿಕೊಳ್ಳಲು ಒತ್ತು ನೀಡುವ ಶಿಂಟೋ ಮತ ಮೌಲ್ಯವು ಮರೆಯಾಗುತ್ತಿದೆ ಎಂದು ಹೇಳುವವರೂ ಇದ್ದಾರೆ. ಈ ಮೌಲ್ಯ ನಷ್ಟದ ಕುರಿತು ಮಾತನಾಡುವ ಕಟು ವಿಮರ್ಶಕರಲ್ಲಿ ಒಬ್ಬರೆಂದರೆ ಇಕಿಗಾಯ್‌ನ ನಿರ್ದಿಷ್ಟ, ಸ್ಪಷ್ಟ ನಿರ್ವಚನೆಗಳುಳ್ಳ ಮತ್ತೊಬ್ಬ ಕಲಾವಿದ: ಹಯವೊ ಮಿಯಝಕಿ: ಅವರೇ ಘಿಬ್ಲಿ ಚಲನಚಿತ್ರ ನಿರ್ಮಾಣ ಮಂದಿರದ ವತಿಯಿಂದ ಉಜ್ಜೀವನ (animated) ಚಲನಚಿತ್ರಗಳನ್ನು ನಿರ್ದೇಶಿಸುವವರು. ಬಹುಮಟ್ಟಿಗೆ ಅವರ ಎಲ್ಲ ಚಲನಚಿತ್ರಗಳಲ್ಲಿ ನಾವು, ಮಾನವರು, ತಂತ್ರಜ್ಞಾನ, ಭ್ರಮಾಲೋಕ ಮತ್ತು ಪ್ರಕೃತಿ ಇವುಗಳು ಸಂಘರ್ಷದ ಸ್ಥಿತಿಯಲ್ಲಿರುವುದನ್ನು ಕಾಣುತ್ತೇವೆ – ಮತ್ತು, ಕೊನೆಯಲ್ಲಿ ಎಲ್ಲವೂ ಒಟ್ಟಾಗುವುದು. ಅವರ "ಸ್ಪಿರಿಟೆಡ್ ಅವೆ" ಎಂಬ ಚಲನ ಚಿತ್ರವೊಂದರಲ್ಲಿ ಬರುವ ಹಲವು ಮನೋವೇಧಕ ರೂಪಕಗಳಲ್ಲಿ ಒಂದೆಂದರೆ ಸ್ಥೂಲಕಾಯದ (ಬೊಜ್ಜು) ಪ್ರೇತವೊಂದು ಬರೀ ತ್ಯಾಜ್ಯದಿಂದಲೇ ತುಂಬಿಹೋಗಿರುತ್ತದೆ, ಅಂದರೆ ಅದು ಕಲುಷಿತಗೊಂಡಿರುವ ನದಿಗಳನ್ನು ಪ್ರತಿನಿಧಿಸುತ್ತದೆ ಎಂದು.

ಮಿಯಝಕಿಯವರ ಚಲನಚಿತ್ರಗಳಲ್ಲಿ, ಅರಣ್ಯಗಳಿಗೆ ವ್ಯಕ್ತಿತ್ವವಿರುತ್ತದೆ, ಮರಗಿಡಗಳಿಗೆ ಭಾವನೆಗಳಿರುತ್ತವೆ ಮತ್ತು ರೋಬೋಗಳು (Robots) ಹಕ್ಕಿಪಕ್ಷಿಗಳು ಜತೆ ಸ್ನೇಹ ಬೆಳೆಸುತ್ತವೆ, ಜಪಾನ್ ಸರ್ಕಾರದಿಂದ ರಾಷ್ಟ್ರೀಯ ಸಂಪತ್ತೆಂದು ಪರಿಗಣಿಸಲ್ಪಟ್ಟ ಮಿಯಝಕಿಯವರು ತನ್ನ ಕಲೆಯಲ್ಲೇ ಸಂಪೂರ್ಣ ತಲ್ಲೀನರಾಗಿ ಹೋಗಬಲ್ಲ ಒಬ್ಬ ಕಲಾವಿದ. ೧೯೯೦ರ ದಶಕದ ಕೊನೆಗೆ ಬಂದ ಮಾದರಿಯ ಫೋನನ್ನೇ ಅವರು ಬಳಸುತ್ತಾರೆ ಮತ್ತು ಅವರ ತಂಡದ ಪೂರ್ತಿ ಚಿತ್ರಗಳನ್ನು (ಉಜ್ಜೀವನ ಚಲನಚಿತ್ರಗಳಿಗೆ) ಸ್ವತಃ ಕೈಗಳಿಂದಲೇ ರಚಿಸುತ್ತಾರೆ. ಅತಿ ಸಣ್ಣ, ಕ್ಷುಲ್ಲಕ ಎನ್ನುವ ವಿವರಗಳನ್ನೂ ಸಹ ಅವರು ಕಾಗದ ಒಂದರ ಮೇಲೆ ಬರೆದೇ ನಂತರ ತನ್ನ ಚಿತ್ರಗಳನ್ನು ನಿರ್ದೇಶಿಸುತ್ತಾರೆ, ಆ ರೀತಿ ಚಿತ್ರ ಬರೆಯುವುದರಿಂದ ಅಗತ್ಯ ಹರಿವನ್ನು ಸಾಧಿಸಬಹುದೇ ಹೊರತು, ಕಂಪ್ಯೂಟರ್ ಬಳಸುವುದರಿಂದ ಅಲ್ಲ. ಈ ನಿರ್ದೇಶಕರಿಗೆ ಅಂಟಿರುವ ಈ ಗೀಳಿನಿಂದಾಗಿಯೇ ಇರಬೇಕು, ಇಡೀ ಪ್ರಪಂಚದಲ್ಲಿಯೇ ಘೀಬ್ಲಿ ಸ್ಟುಡಿಯೋ ಒಂದರಲ್ಲೇ ಇಡೀ ಚಿತ್ರ ತಯಾರಿಕಾ ಸಂಸ್ಕರಣ ಪ್ರಕ್ರಿಯೆ ಹೆಚ್ಚುಕಡಿಮೆ ಸಾಂಪ್ರದಾಯಿಕ ತಂತ್ರಗಳನ್ನು ಉಪಯೋಗಿಸಿಕೊಂಡೇ ಜರುಗುತ್ತವೆ.

ಯಾರು ಘೀಬ್ಲಿ ಸ್ಟುಡಿಯೋಗೆ ಭೇಟಿ ನೀಡಿರುತ್ತಾರೋ ಅವರಿಗೆ ಅರಿವಿರುತ್ತದೆ, ಏನೆಂದರೆ, ತೀರಾ ಮಾದರಿ ಎನಿಸುವ ವಿಷಯವೆಂದರೆ, ಯಾವುದಾದರೂ ಒಂದು ರವಿವಾರ ಒಬ್ಬನೇ ಏಕಾಂಗಿಯಾಗಿ ಒಂದು ಮೂಲೆಯಲ್ಲಿ ಕುಳಿತು ಕೆಲಸದಲ್ಲಿ ತೊಡಗಿರುವುದು – ಸರಳವಾಗಿ ಉಡುಪು ಧರಿಸಿರುವ ವ್ಯಕ್ತಿಯೊಬ್ಬ, ಭೇಟಿಯಾದವರನ್ನು ಕತ್ತೆತ್ತಿಯೂ ನೋಡದೇ ಕೇವಲ "ಹೆಲೋ" (ಹೊಹಾಯೊ) ಎಂದು ಶುಭಾಶಯವಷ್ಟೇ ಹೇಳಿಬಿಡುತ್ತಾರೆ: ಅವರೇ ಮಿಯಝಕಿ.

ಮಿಯಝಕಿಯವರು ತಮ್ಮ ಕೆಲಸದ ಕುರಿತು ಎಷ್ಟು ಗಾಢಾನುರಕ್ತರಾಗಿದ್ದ ರೆಂದರೆ ಅವರು ತಮ್ಮ ಅನೇಕ ರವಿವಾರಗಳನ್ನು (ವಾರದ ರಜೆಯ ದಿನಗಳು) ಚಿತ್ರನಿರ್ಮಾಣ ಮಂದಿರದಲ್ಲೇ ಕಳೆಯುತ್ತಾ, ಹರಿವಿನ ಸ್ಥಿತಿಯನ್ನು ಅನುಭವಿಸುತ್ತಾ ಇರುತಿದ್ದರು, ಅಂತಹ ಸಮಯದಲ್ಲೆಲ್ಲಾ ಅವರು ತಮ್ಮ ಇಕಿಗಾಯ್‌ನ್ನು ಇತರೆಲ್ಲಕ್ಕಿಂತ ಮೇಲಿರಿಸುತ್ತಾರೆ, ತಮ್ಮ

ಶೀಘ್ರ ಮುಂಗೋಪಕ್ಕೆ ಹೆಸರಾಗಿದ್ದ ಮಿಯಝಕಿಯವರನ್ನು ಎಂತಹ ಸನ್ನಿವೇಶಗಳಲ್ಲೂ ತೊಂದರೆ ನೀಡಬಾರದೆಂದು ಸಂದರ್ಶಕರಿಗೆ ತಿಳಿದಿದೆ – ಅದರಲ್ಲೂ ವಿಶೇಷವಾಗಿ ಅವರು ಚಿತ್ರ ಬರೆಯುವ ಸಮಯದಲ್ಲಂತೂ ಮಧ್ಯ ಪ್ರವೇಶ ಮಾಡುವ ಪ್ರಶ್ನೆಯೇ ಇಲ್ಲ.

೨೦೧೩ರಲ್ಲಿ ತಾನು ನಿವೃತ್ತನಾಗುವುದಾಗಿ ಘೋಷಿಸಿಕೊಂಡರು. ಅವರ ನಿವೃತ್ತಿಯ ಜ್ಞಾಪಕಾರ್ಥವಾಗಿ NHK ದೂರದರ್ಶನ ಕೇಂದ್ರವು [Nippon Hoso Kyoka, (Japan Broad casting corporation] ಆತನು ಕೊನೆಯ ದಿನಗಳಲ್ಲಿ ಕೆಲಸ ಮಾಡಿದ್ದನ್ನು ತೋರಿಸುವ ಒಂದು ಸಾಕ್ಷ್ಯಚಿತ್ರ ತಯಾರಿಸಿತು. ಅವರು ಹೆಚ್ಚು ಕಡಿಮೆ ಚಲನಚಿತ್ರದ ಪ್ರತಿ ದೃಶ್ಯದಲ್ಲಿಯೂ ಚಿತ್ರ ಬರೆಯುತ್ತಾ ಇದ್ದಾರೆ. ಒಂದು ನಿರ್ದಿಷ್ಟ ದೃಶ್ಯದಲ್ಲಿ ಅವರ ಅನೇಕ ಸಹೋದ್ಯೋಗಿಗಳು ಸಭೆಯೊಂದರಿಂದ ನಿರ್ಗಮಿಸುತ್ತಿದ್ದಾರೆ, ಆದರೆ ಅವರು (ಮಿಯಝಕಿ) ಮಾತ್ರ ಅವರತ್ತ ಗಮನ ನೀಡದೆ ಮೂಲೆಯೊಂದರಲ್ಲಿ ಕುಳಿತು ಚಿತ್ರ ಬರೆಯುವುದರಲ್ಲಿ ನಿರತರಾಗಿದ್ದಾರೆ. ಮತ್ತೊಂದು ದೃಶ್ಯದಲ್ಲಿ ಡಿಸೆಂಬರ್ ೩೦ರಂದು (ಜಪಾನಿನಲ್ಲಿ ಅದು ಒಂದು ರಾಷ್ಟ್ರೀಯ ರಜಾದಿನ) ಕೂಡ ತನ್ನ ಕೆಲಸಕ್ಕೆಂದು ಸ್ಟುಡಿಯೋಗೆ ನಡೆದು ಹೋಗುತ್ತಿದ್ದಾರೆ ಮತ್ತು ಅಲ್ಲಿ ಒಬ್ಬರೇ ಕುಳಿತು ಚಿತ್ರಗಳನ್ನು ಬರೆಯುತ್ತಾ ದಿನ ಕಳೆಯಬಹುದೆಂದು ಘೀಬ್ಲಿ ಸ್ಟುಡಿಯೊದ ಬಾಗಿಲು ತೆರೆಯುತ್ತಿದ್ದಾರೆ.

ತಾನು ಚಿತ್ರ ಬರೆಯುವುದನ್ನು ಮಿಯಝಕಿ ನಿಲ್ಲಿಸಲಾರರು. ತನ್ನ ನಿವೃತ್ತಿಯಾದ ಮರುದಿನ ಅವರು ಮನೆಯಲ್ಲಿರುವುದು ಬಿಟ್ಟು ಅಥವಾ ಎಲ್ಲಿಯಾದರೂ ಆರಾಮವಾಗಿ ಸುತ್ತಾಡಿ ಬರಲು ಹೋಗುವ ಬದಲು, ಅವರು ಘಿಬ್ಲಿ ಸ್ಟುಡಿಯೋಗೆ ಹೋಗಿ ಕುಳಿತು ಚಿತ್ರಗಳನ್ನು ಬರೆಯತೊಡಗುತ್ತಾರೆ. ಆತನ ಸಹೋದ್ಯೋಗಿಗಳು ಅವರಿಗೆ ಏನು ಹೇಳಬೇಕೆಂದು ತೋಚದೆ ನಿರ್ಭಾವುಕರಾದರು. ಒಂದು ವರ್ಷದ ನಂತರ ತಾನು ಇನ್ನು ಕಥಾಚಿತ್ರಗಳನ್ನು (Feature Films) ಮಾಡುವುದಿಲ್ಲವೆಂದು ಘೋಷಣೆ ಕೂಡ ಮಾಡಿದರು. ಆದರೆ ತಾನು ಮರಣವಪ್ಪುವರೆಗೂ ಚಿತ್ರಗಳನ್ನು (Cartoons for animation movies) ಬರೆಯುತ್ತಲೇ ಇರುತ್ತೇನೆ ಎಂದೂ ಹೇಳಿದರು.

ಒಬ್ಬ ತಾನು ಮಾಡುವ ಕೆಲಸವೊಂದರ ಬಗ್ಗೆ ತೀವ್ರವಾದ ಭಾವೋತ್ಕರ್ಷಕ್ಕೆ ಒಳಗಾದರೆ ಅಂತಹವನಿಗೆ ವಾಸ್ತವವಾಗಿ ನಿವೃತ್ತಿಯೆಂಬುದುಂಟೇ?

ನಿಸ್ಸಂಗಿಗಳು

ಜಪಾನಿಗರಿಗೆ ಮಾತ್ರ ಈ ಸಾಮರ್ಥ್ಯವಿದೆಯೆಂದಲ್ಲ; ಪ್ರಪಂಚದ ಎಲ್ಲ ಕಡೆಯೂ ಬಲಯುತವಾದ ಮತ್ತು ಸ್ಪಷ್ಟವಾದ 'ಇಕಿಗಾಯ್' ಗಳನ್ನುಳ್ಳ ಕಲಾವಿದರು ಮತ್ತು ವಿಜ್ಞಾನಿಗಳಿದ್ದಾರೆ. ತಮ್ಮ ಅಂತಿಮ ದಿನದವರೆಗೂ ಅವರು ತಾವು ಏನನ್ನು ಪ್ರೀತಿಸುತ್ತಾರೋ ಅದನ್ನು ಮಾಡುತ್ತಲೇ ಇರುತ್ತಾರೆ.

ಆಲ್ಬರ್ಟ್ ಐನ್‌ಸ್ಟೀನ್ ತಾನು ಕಣ್ಮುಚ್ಚುವ ಮುಂಚೆ ಬರೆದ ಕೊನೆಯ ವಿಷಯವೆಂದರೆ ಒಂದೇ ತತ್ವಸಿದ್ಧಾಂತವು ವಿಶ್ವದ ಎಲ್ಲ ಬಲಗಳನ್ನು ಒಟ್ಟುಗೂಡಿಸಲು ಯತ್ನಿಸುವ ಒಂದು ಸೂತ್ರದ ಕುರಿತದ್ದಾಗಿತ್ತು. ಅವರು ಮರಣವಪ್ಪಿದಾಗಲೂ ಸಹ ಅವರು ಏನನ್ನು ಇಷ್ಟಪಡುತ್ತಿದ್ದರೋ ಅದನ್ನೇ ಮಾಡುತ್ತಿದ್ದರೆಂದಾಯ್ತು. ಅವನು, ತಾನು ಭೌತಶಾಸ್ತ್ರಜ್ಞನಾಗಿಲ್ಲದಿದ್ದರೆ ಒಬ್ಬ ಸಂಗೀತಗಾರನಾಗಿ ಸಂತೋಷದಿಂದಿರುತ್ತಿದ್ದೆ ಎಂದು ಹೇಳುತ್ತಿದ್ದರು. ಆತ ಭೌತಶಾಸ್ತ್ರ ಅಥವಾ ಗಣಿತಶಾಸ್ತ್ರ ಇವಾವುದರಲ್ಲಿ ಮಗ್ನನಾಗಿಲ್ಲದಿದ್ದಾಗ ವೈಲಿನ್ ನುಡಿಸುವದರಲ್ಲಿ

ಸುಖಕಾಣುತ್ತಿದ್ದರು. ತನ್ನ ಸೂತ್ರಗಳ ಮೇಲೆ ಕೆಲಸ ಮಾಡುವಾಗಲೋ ಅಥವ ಸಂಗೀತ ನುಡಿಸುವಾಗಲೋ ತನ್ನ ಆ ಎರಡೂ ಇಕಿಗಾಯ್‌ಗಳು ಹರಿವಿನ ಸ್ಥಿತಿ ತಲುಪಿ ಅವರಿಗೆ ಕೊನೆಯಿಲ್ಲದ ಹರ್ಷ ತರುತ್ತಿದ್ದವು.

ಇಂತಹ ಹಲವಾರು ಕಲಾವಿದರು ನಿಸ್ಸಾಂಗಿಗಳಾಗಿ ಅಥವಾ ಆಡುಭಾಷೆಯಲ್ಲಿ, ಜನ ಸೇರದವರಾಗಿ ಕಾಣಬಹುದು, ಆದರೆ ವಾಸ್ತವಾಗಿ ಅವರು ಮಾಡುತ್ತಿರುವುದೇನೆಂದರೆ ತಮಗೆ ಸಂತಸ ತರುವ ಆ ಸಮಯವನ್ನು ರಕ್ಷಿಸುವುದಾಗಿರುತ್ತದೆ, ಹಲವು ಸಲ ತಮ್ಮ ಜೀವನದ ಬೇರೆ ಮುಖಗಳನ್ನು ತ್ಯಜಿಸುತ್ತ ಕೂಡ. ಅವರು ಯಾವುದೇ ಒಂದು ಮುಖ್ಯವ್ಯವಸ್ಥೆಯಿಂದ ಕಳಚಿ ಬಂದ ಭಾಗವಾಗಿ, ವಿಪರೀತ ಎನ್ನುವಷ್ಟರ ಮಟ್ಟಿಗೆ ತಮ್ಮ ಬದುಕಿಗೆ ಹರಿವಿನ ತತ್ತ್ವಗಳನ್ನು ಅನ್ವಯಿಸಿಕೊಳ್ಳುತ್ತಾರೆ.

ಇಂತಹದೇ ಕಲಾವಿದನ ಇನ್ನೊಂದು ಉದಾಹರಣೆಯೆಂದರೆ ಕಾದಂಬರಿಕಾರನಾದ 'ಹರುಕಿ ಮುರಕಮಿ'. ಆತ ತನ್ನ ಹತ್ತಿರದ ಸ್ನೇಹಿತರನ್ನು ಮಾತ್ರ ಕಂಡು ಮಾತನಾಡುತ್ತಾನೆ ಮತ್ತು ಪ್ರತಿ ಕೆಲವು ವರ್ಷಗಳಿಗೊಮ್ಮೆ ಮಾತ್ರ ಜಪಾನಿನಲ್ಲಿ ಸಾರ್ವಜನಿಕವಾಗಿ ಕಾಣಿಸಿಕೊಳ್ಳುತ್ತಾನೆ. ತಮ್ಮ ಇಕಿಗಾಯ್‌ನ ಜತೆ ತಾವು ಹರಿಯಬಯಸುವುದಾದರೆ, ಚಿತ್ತ ವಿಕಲ್ಪತೆಯಿಂದ ಮುಕ್ತ ವಾಗಿರಬೇಕಾದರೆ ಮತ್ತು ತಾವಿರುವ ಪರಿಸರವನ್ನು ನಿಯಂತ್ರಿಕೊಳ್ಳಬೇಕಾದರೆ, ತಮ್ಮದೇ ಆದ ಎಡೆ / ತಾವನ್ನ ಕಾಪಿಡುವುದು ಎಷ್ಟು ಮುಖ್ಯ ಎಂದು ಅಂತಹ ಕಲಾವಿದರಿಗೆ ಗೊತ್ತು.

ಅತಿ ಸೂಕ್ಷ್ಮ ಹರಿವು: ಲೌಕಿಕ ಕೆಲಸಗಳ ಸುಖ ಅನುಭವಿಸುವುದು

ಆದರೆ ನಾವು, ಮಾತಿಗೆ ಹೇಳುವುದಾದರೆ, ಬಟ್ಟೆ ತೊಳೆಯಬೇಕೆಂದರೆ, ಮನೆಯ ಮುಂದಿನ ಹುಲ್ಲು ಹಾಸನ್ನು ಕಟಾವು ಮಾಡುವುದೆಂದರೆ, ಅಥವಾ ಬರವಣಿಗೆ ಮಾಡುವುದಾಗಲೀ ಆಗ ಏನಾಗುತ್ತದೆ? ಇಂತಹ ಸಣ್ಣ ಸಣ್ಣ ಲೌಕಿಕ ಕೆಲಸಗಳಲ್ಲೂ ಸುಖಾನುಭವ ಕಾಣಲು ಮಾರ್ಗವಿದೆಯೇ?

ಟ್ಯೊಕ್ಯೋದ ಒಂದು ಪ್ರಮುಖ ನರಕೇಂದ್ರವಾದ ಶಿಂಜುಕು ಸುರಂಗ ಮಾರ್ಗ ರೈಲು ನಿಲ್ದಾಣದ ಹತ್ತಿರ, ಒಂದು ಸೂಪರ್ ಮಾರ್ಕೆಟ್ (ಬಹು ವಸ್ತುಗಳು ಒಂದೆಡೆ ದೊರಕುವ ಮಳಿಗೆ) ಇದ್ದು, ಅಲ್ಲಿ ಈಗಲೂ ಮೇಲೆತ್ತು ಯಂತ್ರಗಳ ಚಾಲನೆಗಾಗಿ ಚಾಲಕರನ್ನು ನೇಮಿಸಿಕೊಂಡಿದ್ದಾರೆ. ಮೇಲೆತ್ತು ಯಂತ್ರಗಳು ಅಥವಾ ಮೇಲೆತ್ತುಗಗಳು ಒಳ್ಳೆಯ ಹೆಸರಿರುವ ಗುಣಮಟ್ಟದವಾಗಿದ್ದು ಗಿರಾಕಿಗಳೇ ಅವನ್ನು ಸುಲಭವಾಗಿ ಚಾಲನೆ ಮಾಡಿಕೊಳ್ಳಬಹುದಾಗಿವೆ, ಆದಾಗ್ಯೂ ಆ ಮಳಿಗೆಯ ಮಾಲೀಕರು ಅದಕ್ಕೆ ಬೇರೊಬ್ಬರಿಂದಲೇ ಸೇವೆಯನ್ನು ಒದಗಿಸಬಯಸುತ್ತಾರೆ, ನಿಮಗಾಗಿ ಒಬ್ಬ ಮೇಲೆತ್ತುಗದ ಬಾಗಿಲನ್ನು ತೆರೆದು ಹಿಡಿಯುವುದು, ನಿಮಗೆ ಬೇಕಾದ ಮಹಡಿಗೆ ಏರುಗುಂಡಿಯನ್ನು ಒತ್ತುವುದು, ನೀವು ಹೊರ ಹೊರಡುತ್ತಿದ್ದಂತೆ ನಿಮಗೆ ತಲೆ ಬಾಗಿ ವಂದಿಸುವುದು – ಈ ಕೆಲಸಗಳಿಗಾಗಿ.

ನೀವು ಹಾಗೇ ಪ್ರಶ್ನಿಸಿದರೆ ನಿಮಗೆ ತಿಳಿಯುತ್ತದೆ, ಇಂತಹ ಮೇಲೊತ್ತುಗದ ಒಬ್ಬಳು ಚಾಲಕಿ ೨೦೦೪ರಿಂದಲೂ ಅದೇ ಕೆಲಸವನ್ನು ಮಾಡುತ್ತಲಿದ್ದಾಳೆ. ಆಕೆ ಸದಾ ಮಂದಸ್ಮಿತಳಾಗಿರುತ್ತಾಳೆ ಮತ್ತು ತನ್ನ ಕೆಲಸದ ಬಗ್ಗೆ ಉತ್ಸುಕಳಾಗಿರುತ್ತಾಳೆ. ಅವಳು ಇಂತಹ ತನ್ನ ಕೆಲಸವನ್ನು ಹಾಗೆ ಸುಖಮಯವಾಗಿ ಮಾಡಿಕೊಳ್ಳಲು ಹೇಗೆ ಸಮರ್ಥಳಾದಳು? ಇಷ್ಟೊಂದು ಏಕತಾನತೆಯಿಂದ ಕೂಡಿದ ಇಂತಹ ಒಂದೇ ತೆರನಾದ ಕೆಲಸದಿಂದ ಆಕೆಗೆ

ಬೇಸರ ಬಂದಿಲ್ಲವೇ? ತುಂಬಾ ಹತ್ತಿರದಿಂದ ಗಮನಿಸಿದರೆ ಆಗ ಅದು ಸ್ಪಷ್ಟವಾಗುತ್ತದೆ, ಮೇಲೊತ್ತುಗದ ಚಾಲಕನ/ಳ ಕೆಲಸ ಕೇವಲ ಅದರ ಗುಂಡಿಗಳನ್ನು ಒತ್ತುವುದಷ್ಟೇ ಅಲ್ಲ, ಆದರೆ ಬದಲಾಗಿ ಒಂದು ಇಡೀ ಚಲನವಲನಗಳ ನಿರಂತರ ಶ್ರೇಣಿಯನ್ನೇ ನಿರ್ವಹಿಸುವುದು ಎಂದು. ಗಿರಾಕಿಗಳನ್ನು ಹಾಡಿನ ರೀತಿಯ ವಂದನೆಯ ಜತೆಗೆ ಸ್ವಾಗತಿಸುವುದರೊಂದಿಗೆ ಆರಂಭಿಸುತ್ತಾಳೆ, ಹಾಗೇ ಮುಂದುವರಿದು, ಬಾಗಿ ನಮಸ್ಕರಿಸಿ, ಗಾಳಿಯಲ್ಲಿ ಕೈಯಾಡಿಸಿ ಒಳ ಕರೆಯುತ್ತಾಳೆ. ನಂತರ ಮೇಲೊತ್ತುಗದ ಗುಂಡಿಯನ್ನು ಸೊಬಗಿನ ಚಲನೆಯೊಂದಿಗೆ ಒತ್ತುತ್ತಾಳೆ, ತನ್ನ ಗಿರಾಕಿಗಳಿಗೆ 'ಗೀಶಾ' (ಗೀಯಿಶಾ ಎಂಬವರು ಜಪಾನಿನ ಸಾಂಪ್ರದಾಯಿಕ ಮಹಿಳಾ ಮನೋರಂಜಕರು. ಅವರು ವಿವಿಧ ಜಪಾನಿ ಕಲೆಗಳಾದ ಸಂಗೀತ ನೃತ್ಯ ಮತ್ತು ಪದ್ಯ ಓದುವಿಕೆ ಇದರಲ್ಲಿ ಕೌಶಲ್ಯ ಪಡೆದಿರುತ್ತಾರೆ. "Gei" ಎಂದರೆ ಕಲೆ ಮತ್ತು "Sha" ಎಂದರೆ ಯಾರು ಅದನ್ನು ಮಾಡುತ್ತಾರೋ ಅದಕ್ಕಾಗಿ ಯಾರನ್ನು ನೇಮಿಸಿಕೊಳ್ಳುತ್ತಾರೋ ಆ ವ್ಯಕ್ತಿ ಎಂದು ಅದರ ಅರ್ಥ) ಳು ಒಂದು ಬಟ್ಟಲು ಚಹಾ ನೀಡುವಂತೆ. ಕ್ಷೀಂಟಿ ಮಿಹಿಛ್ಝಿಯವರು ಇದನ್ನು ಅತಿಸೂಕ್ಷ್ಮ ಹರಿವು ಎಂದು ಕರೆಯುತ್ತಾರೆ.

ಒಂದು ತರಗತಿಯಲ್ಲೋ, ಒಂದು ವಿಚಾರ ಸಂಕಿರಣದಲ್ಲೋ, ಒಂದು ಸಮ್ಮೇಳನದಲ್ಲೋ, ಸ್ವಲ್ಪ ಹೊತ್ತಿಗೇ ಬೇಸರ ಬರಿಸಿಕೊಂಡು, ನಮ್ಮನ್ನು ನಾವೇ ಮುದಗೊಳಿಸಿಕೊಳ್ಳಲು ಏನನ್ನಾದರೂ ಗೀಚುತ್ತಲೋ, ಚಿತ್ರ ಬರೆಯುತ್ತಲೋ ಕಾಲ ಹಾಕುತ್ತೇವಲ್ಲವೆ. ಅಥವಾ ಒಂದು ಗೋಡೆಗೆ ಬಣ್ಣ ಬಳಿಯುವಾಗ ನಮಗರಿವಿಲ್ಲದೆ ಶಿಳ್ಳೆ ಹೊಡೆಯುವುದು ಮಾಡುವವರೂ ಇರುತ್ತಾರೆ. ನಾವು ನಿಜವಾಗಿ ಒಂದು ಸವಾಲಿಗೆ ಒಳಗಾಗಿದ್ದರೆ ನಮಗೆ ಬೇಸರ ಬರುತ್ತದೆ ಮತ್ತು ನಮಗೆ ನಾವೇ ತಮಾಷೆ ಮಾಡಿಕೊಳ್ಳಲು ಸಂಕೀರ್ಣತೆಯ ಒಂದು ಪದರವನ್ನು ಅದು ಸೇರುತ್ತದೆ. ನಿತ್ಯಗಟ್ಟಳೆಯ ಕೆಲಸಗಳನ್ನು ಅತಿ ಸೂಕ್ಷ್ಮಹರಿವಿನ ಕ್ಷಣಗಳಾಗಿ ಬದಲಾಯಿಸುವ ನಮ್ಮ ಸಾಮರ್ಥ್ಯ, ಸುಖಾನುಭವ ನೀಡುವ ಆ ಒಂದರೊಳಗೆ ನಮ್ಮನ್ನು ತಳ್ಳುವ ಆ ಅದೇ, ನಾವು ಸಂತಸದಿಂದಿರುವುದಕ್ಕೆ ಕೀಲಿಕೈ, ಕಾರಣ- ನಾವೆಲ್ಲರೂ ಇಂತಹ ಕೆಲಸಗಳನ್ನು ಮಾಡಲೇಬೇಕಿದೆಯಾದ್ದರಿಂದ.

ಪ್ರತಿ ರಾತ್ರಿಯೂ ಬಿಲ್‌ಗೇಟ್ಸ್ ಸಹ ತಮ್ಮ ಮನೆಯಲ್ಲಿ ಮುಸುರೆ ಪಾತ್ರೆಗಳನ್ನು ತೊಳೆಯುತ್ತಾರೆ. ಅವರು ಅದರ ಸುಖ ಅನುಭವಿಸುವುದಾಗಿ ಹೇಳುತ್ತಾರೆ - ಅಂದರೆ ಅದು ಆತ ಆರಾಮವಾಗಿರಲು ಮತ್ತು ಆತನ ಮನಸ್ಸನ್ನು ತಿಳಿಗೊಳಿಸಲು. ಮತ್ತು ಒಂದು ಸ್ಥಾಪಿತ ವ್ಯವಸ್ಥೆಯನ್ನು ಅಥವಾ ತಾನೇ ತನಗಾಗಿ ಮಾಡಿಕೊಂಡ ನಿಯಮಗಳ ಒಂದು ಕಟ್ಟನ್ನು ಅನುಸರಿಸಿ ಅದೇ ಕೆಲಸವನ್ನು ದಿನಕಳೆದಂತೆ ಇನ್ನಷ್ಟು ಉತ್ತಮಗೊಳಿಸಲು, ಅಂದರೆ ತಟ್ಟೆಗಳು ಮೊದಲು, ಕವಲು ಚಮಚಗಳು (fork) ನಂತರ, ಮತ್ತು ಅದೇ ರೀತಿ ಮುಂತಾಗಿ. ಅದು ಆತನ ಪ್ರತಿದಿನದ ಅತಿ ಸೂಕ್ಷ್ಮ ಹರಿವಿನ ಕ್ಷಣಗಳ ಪೈಕಿ ಒಂದು.

ಎಲ್ಲ ಕಾಲಕ್ಕೂ ಸಲ್ಲುವ ಅತಿ ಮುಖ್ಯ ಭೌತಶಾಸ್ತ್ರಜ್ಞರಲ್ಲಿ ಒಬ್ಬರಾದ ರಿಚರ್ಡ್ ಫೀನ್‌ಮನ್‌ರೂ (ಸೈದ್ಧಾಂತಿಕ ಭೌತವಿಜ್ಞಾನಿ : ೧೯೧೮-೧೯೮೮: ಅಮೆರಿಕಾ; ೧೯೬೫ರಲ್ಲಿ ಜಂಟಿಯಾಗಿ ನೊಬೆಲ್ ಬಹುಮಾನ ಕ್ವಾಂಟಮ್ ವಿದ್ಯುತ್ ಚಲನಶಾಸ್ತ್ರಕ್ಕಾಗಿ) ಕೂಡ ಇಂತಹ ನಿತ್ಯಗಟ್ಟಲೆಯ ಕೆಲಸಗಳಲ್ಲಿ ಸಂತಸಕಾಣುತ್ತಿದ್ದರು. "ಥಿಂಕಿಂಗ್ ಮಷಿನ್"ಎಂಬ ಅತ್ಯಂತ ವೇಗದ ಗಣಕಯಂತ್ರ ತಯಾರಿಕಾ ಸಂಸ್ಥೆಯ ಸಂಸ್ಥಾಪಕರಲ್ಲೊಬ್ಬರಾದ ಡಬ್ಲ್ಯು. ಡೇನಿಯಲ್ ಹಿಲ್ಲಿಸ್‌ರವರು, ಫೀನ್‌ಮನ್‌ರವರು ಆಗಲೇ ವಿಶ್ವವಿಖ್ಯಾತರಾಗಿದ್ದ ಕಾಲಕ್ಕೇ, ಸಮಾನಾಂತರ ಸಂಸ್ಕರಣವನ್ನು ನಿರ್ವಹಿಸಬಲ್ಲಂತಹ ಗಣಕಯಂತ್ರವೊಂದನ್ನು

ಅಭಿವೃದ್ಧಿಪಡಿಸುವ ದಿಕ್ಕಿನಲ್ಲಿ ಕೆಲಸ ಮಾಡಲು ಅವರನ್ನು ನೇಮಿಸಿಕೊಂಡಿದ್ದರು. ಅವರು ಹೇಳುತ್ತಾರೆ, ಫೀನ್‌ಮನ್‌ರು ತನ್ನ ಕೆಲಸದ ಮೊದಲ ದಿನ ಮುಖ ತೋರಿಸಿ ಹೇಳಿದರು, ಸರಿ ಧಣಿ ನನ್ನ ಕೆಲಸವೇನು?" ಅವರಿಗಾಗಿ ಇವರು ಏನೂ ಕೆಲಸ ಸಿದ್ಧಗೊಳಿಸಿಟ್ಟಿರಲಿಲ್ಲ; ಹಾಗಾಗಿ ಗಣಿತದ ಸಮಸ್ಯೆಯೊಂದನ್ನು ಬಿಡಿಸಲು ಹೇಳುತ್ತಾರೆ. ತನ್ನನ್ನು ನಿರತನಾಗಿರಿಸಲು ಯಾವುದೋ ಒಂದು ಅಸಂಬದ್ಧ ಕೆಲಸವನ್ನು ತನಗೆ ನೀಡುತ್ತಿದ್ದಾರೆಂದು ಅನ್ನಿಸಿ ಕೂಡಲೇ ಅವರೆನ್ನುತ್ತಾರೆ, "ಅದು ನನಗೆ ಕೆಲಸಕ್ಕೆ ಬಾರದ ಗುಪ್ಪೆಯಂತೆ ಅನ್ನಿಸುತ್ತಿದೆ – ನನಗೆ ವಾಸ್ತವವಾದದ್ದೇನಾದರೂ ಇದ್ದರೆ ಮಾಡಲು ಕೊಡಿ."

ಅಂತಾಗಿ, ಆಗ ಅವರನ್ನು ಕಛೇರಿ ಸರಬರಾಜುಗಳನ್ನು ಕೊಳ್ಳಲು ಹತ್ತಿರದ ಅಂಗಡಿಯೊಂದಕ್ಕೆ ಕಳುಹಿಸಿದಾಗ ಅವರು ಆ ಕೆಲಸವನ್ನು ನಗುಮುಖದಿಂದ ಮುಗಿಸುತ್ತಾರೆ. ತನಗೆ ಮಾಡಲು ಮುಖ್ಯವಾದುದು ಯಾವುದೂ ಇಲ್ಲದಿದ್ದಾಗ ಅಥವಾ ತನ್ನ ಮನಸ್ಸಿನ ವಿಶ್ರಾಂತಿ ಅಗತ್ಯವೆನಿಸಿದಾಗ ಫೀಯನ್‌ಮನ್‌ರು ತಮ್ಮನ್ನು ತಾವೇ ಅತಿ ಸೂಕ್ಷ್ಮ ಹರಿವಿಗೆ ಸಮರ್ಪಿಸಿಕೊಂಡರು – ಹೇಳಬೇಕೆಂದರೆ ಅದು ಬೇಕಿದ್ದರೆ ಕಛೇರಿಯ ಗೋಡೆಗಳಿಗೆ ಬಣ್ಣ ಬಳಿಯುವುದಿರಬಹುದು.

ವಾರಗಳ ನಂತರ "ಥಿಂಕಿಂಗ್ ಮಷಿನ್" ಕಛೇರಿಗಳಿಗೆ ಭೇಟಿ ನೀಡಿದ ಬಳಿಕ ಹೂಡಿದ ಬಳಿಕ ಹೂಡಿಕೆದಾರರ ಗುಂಪೊಂದು ಉದ್ಗರಿಸಿತು, "ವಿದ್ಯುತ್ ಮಂಡಲಗಳನ್ನು (circuits) ಬೆಸೆಯಲು ಮತ್ತು ಗೋಡೆಗಳಿಗೆ ಬಣ್ಣ ಬಳಿಯಲು ಒಳಗೆ ನೀವು ಒಬ್ಬ ನೊಬೆಲ್ ವಿಜೇತನನ್ನು ಕಾಣಬಲ್ಲಿರಿ" ಎಂದು.

ತತ್‌ಕ್ಷಣದ ಬಿಡುವುಗಳು, ಧ್ಯಾನದ ಮೂಲಕ ಅಲ್ಲಿಗೆ ತಲುಪುವುದು: ಮನಸ್ಸಿಗೆ ತರಬೇತಿ ನೀಡಿದರೆ ಅದು ನಮ್ಮನ್ನು ಹರಿವಿನ ತಾಣಕ್ಕೆ ಬಲುಬೇಗನೆ ಕೊಂಡೊಯ್ಯಬಲ್ಲುದು. ನಮ್ಮ ಮಾನಸಿಕ ಸ್ನಾಯುಗಳಿಗೆ ವ್ಯಾಯಾಮ ಮಾಡಿಸಲು ಧ್ಯಾನವೂ ಒಂದು ಮಾರ್ಗ.

ಧ್ಯಾನದಲ್ಲಿ ಹಲವು ಮಾದರಿಗಳಿವೆ, ಆದರೆ ಅವೆಲ್ಲವುಗಳ ಗುರಿ ಒಂದೇ! ಮನಸ್ಸನ್ನು ಪ್ರಶಾಂತಗೊಳಿಸುವುದು ನಮ್ಮ ವಿಚಾರಗಳನ್ನು ಮತ್ತು ಭಾವೋತ್ಕರ್ಷಗಳನ್ನು ಗಮನಿಸುವುದು, ಮತ್ತು ನಮ್ಮ ಮಗ್ನತೆಯನ್ನು ಒಂದೇ ವಸ್ತುವಿನ ಮೇಲೆ ಕೇಂದ್ರೀಕರಿಸುವುದು.

ಧ್ಯಾನದ ಮೂಲ ಅಭ್ಯಾಸವೆಂದರೆ ನಿಮ್ಮ ಬೆನ್ನನ್ನು ನೇರವಿರಿಸಿ ಕೂರುವುದು ಮತ್ತು ನಿಮ್ಮ ಉಸಿರಾಟದ ಮೇಲೆ ನಿಮ್ಮೆಲ್ಲ ಗಮನವನ್ನು ಕೇಂದ್ರೀಕರಿಸುವುದು. ನಿಮ್ಮ ಮೂಗಿನ ಒಳಕ್ಕೆ ಮತ್ತು ಹೊರಕ್ಕೆ ಗಾಳಿಯು ಚಲಿಸುವುದರತ್ತ ನಿಮ್ಮ ಲಕ್ಷ್ಯವನ್ನು ನೆಟ್ಟು, ನಿಮ್ಮ ವಿಚಾರಗಳ ಪ್ರವಾಹದ ರಭಸವನ್ನು ನೀವು ನಿಧಾನಗೊಳಿಸಬಲ್ಲಿರಿ ಮತ್ತು ಮಾನಸಿಕ ಕ್ಷಿತಿಜಗಳನ್ನು ಸ್ವಚ್ಛ ಹಾಗೂ ಸ್ಪಷ್ಟಗೊಳಿಸಿಕೊಳ್ಳಬಲ್ಲಿರಿ.

ಬಿಲ್ಲುಗಾರನ ಗುಟ್ಟು

೧೯೮೮ರ ಒಲಿಂಪಿಕ್‌ನಲ್ಲಿ ಬಿಲ್ಲುಗಾರರ ಸ್ಪರ್ಧೆಯ ಚಿನ್ನದ ಪದಕ ಗೆದ್ದಾಕೆ ದಕ್ಷಿಣ ಕೊರಿಯಾದ ಹದಿನೇಳು ವರ್ಷದ ಒಬ್ಬ ಹುಡುಗಿ. ಆಕೆ ಆ ಸ್ಪರ್ಧೆಗೆ ಹೇಗೆ ತಯಾರಾಗಿದ್ದಳು ಎಂದು ಕೇಳಿದಾಗ ಆಕೆ ನೀಡಿದ ಉತ್ತರವೆಂದರೆ, ಪ್ರತಿನಿತ್ಯವೂ ಎರಡು ಗಂಟೆಗಳ ಕಾಲ ಧ್ಯಾನ ಮಾಡಿದ್ದು ಅವಳ ತರಬೇತಿ ಅವಧಿಯ ಅತಿ ಮುಖ್ಯ ಭಾಗವಾಗಿತ್ತೆಂದು.

ಒಂದು ಉತ್ತಮ ಹರಿವಿನ ಸ್ಥಿತಿ ತಲುಪಲು ನಾವು ಬಯಸುವುದಾದರೆ, ಸದಾ ನಮ್ಮ ಗಮನಕ್ಕಾಗಿ ಹಾತೊರೆಯುವ ನಮ್ಮ ಸ್ಮಾರ್ಟ್‌ಫೋನ್‌ಗಳಿಗೆ ಮತ್ತು ಅವುಗಳಲ್ಲಿ ಬರುವ ಸಂದೇಶಗಳಿಗೆ ಇಂತಹ ಬಹಳ ಘನಂದಾರಿ ಪ್ರತ್ಯೌಷಧವೆಂದರೆ ಧ್ಯಾನ.

ಧ್ಯಾನ ಮಾಡಲು ಆರಂಭಿಸುವ ಜನರಲ್ಲೆಲ್ಲ ಇರುವ ಬಹಳ ಸಾಮಾನ್ಯವಾದ ಒಂದು ಪ್ರಮಾದವೆಂದರೆ ಪಕ್ಕಾ ಮಾನಸಿಕ ಮೌನ ಸಾಧಿಸುವ ಸಲುವಾಗಿ ಅದನ್ನ "ಸರಿಯಾಗಿ" ಮಾಡುವುದರ ಬಗ್ಗೆ ತಲೆಕೆಡಿಸಿಕೊಳ್ಳುವುದು, ಅಥವಾ "ನಿರ್ವಾಣ" ಸ್ಥಿತಿ ತಲುಪಲು ಹೆಣಗುವುದು. ಧ್ಯಾನದಲ್ಲಿ ಇದೆಲ್ಲಕ್ಕಿಂತ ಮುಖ್ಯವಾದುದೆಂದರೆ ನಮ್ಮ ಧ್ಯಾನದ ಹಾದಿಯ ಪಯಣದಲ್ಲಿ ಮಗ್ನರಾಗುವುದು.

ಮನವೆಂಬುದು ವಿಚಾರಗಳ, ಮನೋಗತಗಳ ಮತ್ತು ಭಾವೋತ್ಕರ್ಷಗಳ ಸತತವಾದ ಒಂದು ಸುಳಿಯಾದುದರಿಂದ ಅದರ ಕೇಂದ್ರಾಪಗಾಮ(centrifuge) ಬಲಕ್ಕೆ – ಕೇವಲ ಕೆಲವೇ ಕ್ಷಣಗಳಾದರೂ ಸರಿಯೇ – ಅದರ ವೇಗಕ್ಕೆ ಕಡಿವಾಣ ಹಾಕುವುದು ನಮಗೆ ಹೆಚ್ಚು ವಿಶ್ರಾಂತಿ ಹೊಂದಲು ಸಹಾಯ ಮಾಡಬಲ್ಲುದು ಮತ್ತು ನಾವು ಸ್ಪಷ್ಟತೆಯ ಪ್ರಜ್ಞೆಯಲ್ಲಿರುವಂತೆ ಅದು ಮಾಡುತ್ತದೆ.

ಸತ್ಯ ಸಂಗತಿಯೆಂದರೆ, ಧ್ಯಾನ ಮಾಡುವುದರಿಂದ ನಾವು ಕಲಿಯುವ ಹಲವು ವಿಷಯಗಳಲ್ಲಿ ಒಂದು: ನಮ್ಮ ಮನಸ್ಸಿನ ಪರದೆಯ ಮೇಲೆ ಮಿಂಚಿ ಮಾಯವಾಗುವ ಯಾವ ಯಾವುದೋ ವಿಷಯ ಕುರಿತು ತಲೆ ಕೆಡಿಸಿಕೊಳ್ಳುವುದಲ್ಲ, ನಮ್ಮ ಒಡೆಯನನ್ನೇ ಮುಗಿಸಿಬಿಡಬೇಕೆಂಬ ಪರಿಕಲ್ಪನೆಯನ್ನೇ ನಮ್ಮ ನಮ್ಮ ಮನದೊಳಗೆ ಒಂದರೆಕ್ಷಣ ನಾವು ಮಾಡಲೂಬಹುದು. ಆದರೆ ನಾವದಕ್ಕೆ ಸುಮ್ಮನೆ ಅದೂ ಒಂದು ವಿಚಾರ ಎಂದು ಹಣೆಪಟ್ಟಿ ಹಚ್ಚಿ, ಅದರ ಹಿಂದೆ ಓಡದೇ ಅಥವಾ ಅದನ್ನು ತಿರಸ್ಕರಿಸದೆ, ಮೋಡದಂತೆ ಸರಿದುಹೋಗಲು ಬಿಡಬೇಕಷ್ಟೆ. ಅದು ಕೇವಲ ಒಂದು ವಿಚಾರ ಅಷ್ಟೇ. – ಕೆಲವು ತಜ್ಞರ ಪ್ರಕಾರ ಪ್ರತಿನಿತ್ಯ ನಾವು ಅನುಭವಿಸುವ ಅಂದಾಜು ಅರವತ್ತು ಸಾವಿರ ವಿಚಾರಗಳ ಪೈಕಿ ಅದೂ ಒಂದು ಅಷ್ಟೆ.

ಧ್ಯಾನವು ಆಲ್ಫಾ ಮತ್ತು ಥೀಟಾ ಮಿದುಳು ಅಲೆಗಳನ್ನು ಹುಟ್ಟುಹಾಕುತ್ತದೆ. ಯಾರಿಗೆ ಧ್ಯಾನದಲ್ಲಿ ಅನುಭವವಿದೆಯೋ ಅವರಿಗೆ ಈ ಅಲೆಗಳು ಕೂಡಲೇ ಕಾಣಬಂದರೆ, ಒಬ್ಬ ಅನನುಭವಿ, ಆರಂಭಿಕ ಧ್ಯಾನಸ್ಥನಿಗೆ ಅದರ ಅನುಭವವಾಗಲು ಸುಮಾರು ಅರ್ಧತಾಸು ತೆಗೆದುಕೊಳ್ಳಬಹುದು. ಆರಾಮಗೊಳಿಸುವ, ಸಡಿಲಗೊಳಿಸುವ ಈ ಮಿದುಳು ಅಲೆಗಳೇ ನಾವು ಮಲಗುವ ಮುನ್ನ, ನಾವು ಸೂರ್ಯಕಾಂತಿಯಲ್ಲಿ ಮಲಗಿದಾಗ ಅಥವಾ ಬಿಸಿನೀರು ಸ್ನಾನ ಮಾಡಿದ ಕೂಡಲೇ ಕ್ರಿಯಾಶೀಲವಾಗುವುದು.

ಅಂದರೆ ನಾವೆಲ್ಲೆಲ್ಲಿ ಹೋಗುತ್ತೇವೋ ಅಲ್ಲೆಲ್ಲ ನಾವು ನಮ್ಮ ಜತೆ ಒಂದು ಖನಿಜ ಚಿಲುಮೆಯನ್ನು (SPA – ಸ್ಪಾ) ಕೊಂಡೊಯ್ಯುತ್ತೇವೆ ಎಂದಾಯ್ತು. ಉಳಿದದ್ದೆಂದರೆ ಅದರೊಳಗೆ ಪ್ರವೇಶಿಸುವುದು ಹೇಗೆ ಎಂದು ತಿಳಿಯುವ ಸಂಗತಿಯಷ್ಟೇ! ಸ್ವಲ್ಪ ಅಭ್ಯಾಸದ ಜತೆಗೆ ಯಾರುಬೇಕಾದರೂ ಮಾಡಬಹುದಾದ ಒಂದು ವಿಷಯ ಇದು.

ಆಚರಣೆಗಳನ್ನು ಪಾಲಿಸುವ ಜೀವಿಗಳೆಂಬಂತೆ ಮಾನವರು

ಜೀವನದಲ್ಲಿ ವಿಧಿಬದ್ಧ ಕೆಲಸಗಳ ಪೂರೈಸುವುದು ಅಂತರ್ಗತವಾಗಿರುತ್ತದೆ. ನಮ್ಮನ್ನು ಕಾರ್ಯನಿರತವಾಗಿರಿಸಲು ಮಾನವರಾದ ನಾವು ಸಂಸ್ಕಾರ ಸಂಬಂಧಿತವಾದುದನ್ನೇ ಸಹಜವಾಗಿ

ಅನುಸರಿಸುತ್ತೇವೆಂದು ವಾದಿಸಲೂಬಹುದು. ಕೆಲವು ಆಧುನಿಕ ಸಂಸ್ಕೃತಿಗಳಲ್ಲಿ ನಾವು ಯಶಸ್ವಿ ಯಾಗಿದ್ದೇವೆಂದು ತೋರಿಸಿಕೊಳ್ಳುವ ಸಲುವಾಗಿ ಒಂದು ಗಮ್ಯದಿಂದ ಮತ್ತೊಂದು ಗಮ್ಯಕ್ಕೆ ಬೆನ್ನತ್ತಲು ನಾವು ನಮ್ಮ ವಿಧಿಬದ್ಧ ಬದುಕುಗಳಿಂದ ಆಚೆಗೆ ನೂಕಲ್ಪಡುವೆವು. ಆದರೆ ಇತಿಹಾಸದುದ್ದಕ್ಕೂ ಮಾನವ ಜೀವಿಗಳು ಯಾವಾಗಲೂ ಕಾರ್ಯತತ್ಪರಾಗಿಯೇ ಇರುವರು. ನಾವು ಬೇಟೆಯಾಡುತ್ತಿದ್ದೆವು, ಅಡಿಗೆ ಕೆಲಸ ಮಾಡುತ್ತಿದ್ದೆವು, ವ್ಯವಸಾಯ ಮಾಡುತ್ತಿದ್ದೆವು, ಹೊಸ ಹೊಸ ಜಾಗಗಳ ಅನ್ವೇಷಣೆ ಮಾಡುತ್ತಿದ್ದೆವು ಮತ್ತು ಸಂಸಾರದ ಪಾಲನೆ, ಪೋಷಣೆ ಮಾಡುತ್ತಿದ್ದೆವು – ನಮ್ಮ ಇಡೀ ದಿನಗಳುದ್ದಕ್ಕೂ ನಮ್ಮನ್ನು ಕಾರ್ಯತತ್ಪರರಾಗಿರಿಸಲು ಈ ಚಟುವಟಿಕೆಗಳನ್ನೇ ಆಚರಣೆಗಳಂತೆ ವ್ಯವಸ್ಥಿತವಾಗಿ ರೂಪಿಸಲಾಗಿತ್ತು.

ಆದರೆ ಅಸಾಮಾನ್ಯ ರೀತಿಯಲ್ಲಿ, ಈ ಆಚರಣೆಗಳು ಆಧುನಿಕ ಜಾಪಾನಿನಲ್ಲಿ ದೈನಂದಿನ ಜೀವನ ಮತ್ತು ವ್ಯಾವಹಾರಿಕ ಅಭ್ಯಾಸಗಳನ್ನು ಇನ್ನೂ ಕೂಡ ವ್ಯಾಪಿಸಿಕೊಂಡಿವೆ. ಜಪಾನಿನ ಮುಂಚೂಣಿಯಲ್ಲಿರುವ ಮತಧರ್ಮಗಳೆಲ್ಲವುಗಳಲ್ಲಿಯೂ ಅಂದರೆ ಯಾವುದರಲ್ಲಿ ಪರಮ ಶ್ರೇಷ್ಠ ನಿಯಮಗಳಿಗಿಂತ ಆಚರಣೆಗಳು ಅತಿಮುಖ್ಯವಾಗುತ್ತವೋ ಅವು– ಕನ್‌ಫ್ಯೂಷಿಯನ್ ಮತ, ಬೌದ್ಧ ಮತ ಮತ್ತು ಶಿಂಟೋ ಮತ.

ಜಾಪಾನಿನಲ್ಲಿ ವ್ಯಾಪಾರ ಮಾಡುವಾಗ ಅದರ ಪ್ರಕ್ರಿಯೆ, ರೀತಿನೀತಿಗಳು ಮತ್ತು ನೀವು ಒಂದು ವಿಷಯದ ಮೇಲೆ ಹೇಗೆ ಕೆಲಸ ಮಾಡುತ್ತೀರಿ ಎಂಬುದು ಮುಖ್ಯವಾಗುತ್ತದೆಯೇ ಹೊರತು ಅದರ ಅಂತಿಮ ಫಲಿತಾಂಶಗಳಲ್ಲ. ಇದು ಆರ್ಥಿಕತೆಗೆ ಒಳ್ಳೆಯದೊ ಅಥವಾ ಕೆಟ್ಟದ್ದೋ ಎಂಬುದು ಈ ಕೃತಿಯ ವ್ಯಾಪ್ತಿಯಿಂದ ಆಚೆ ಇರುವಂತಹದ್ದು. ಆದಾಗ್ಯೂ ನಿರ್ವಿವಾದದ ಸಂಗತಿ ಯಾವುದೆಂದರೆ: ನಮ್ಮ ಧಣಿಗಳು ನಿಗದಿಪಡಿಸಿದ ಯಾವುದೋ ಅಸ್ಪಷ್ಟ ಗುರಿಗಳನ್ನು ಸಾಧಿಸುವುದಕ್ಕಾಗಿ ಪ್ರಯತ್ನಿಸುತ್ತಾ ನಾವು ಸತತವಾಗಿ ಒತ್ತಡಕ್ಕೊಳಗಾಗುವುದಕ್ಕಿಂತ ಒಂದು "ವಿಧಿ ಬದ್ಧ/ ಆಚರಣೆಗಳುಳ್ಳ ಕಾರ್ಯ ತಾಣದಲ್ಲಿ" ಹರಿವನ್ನು ಕಂಡುಕೊಳ್ಳುವುದು ಬಹಳ ಸುಲಭವಾದುದು.

ಆಚರಣೆಗಳು ನಮಗೆ ಸ್ಪಷ್ಟ ನಿಯಮಗಳು ಮತ್ತು ಗುರಿಗಳನ್ನು ನೀಡುತ್ತವೆ, ಅವು ಹರಿವಿನ ಸ್ಥಿತಿ ತಲುಪಲು ನಮಗೆ ಸಹಾಯ ಮಾಡುತ್ತವೆ. ನಮ್ಮ ಮುಂದೆ ಒಂದು ಮಹತ್ತರವಾದ ಗಮ್ಯವನ್ನಷ್ಟೇ ಇರಿಸಿಕೊಂಡಾಗ, ನಾವು ಕಳೆದು ಹೋದಂತೆ ಭಾವಿಸಬಹುದು ಅಥವಾ ಅದರೊಳಗೆ ಮುಳುಗಿ ಹೋದಂತೆನಿಸಬಹುದು; ಗಮ್ಯವನ್ನು ಸಾಧಿಸುವ ಮಾರ್ಗದಲ್ಲಿ ವಿಧಿವಿಧಾನಗಳು/ಆಚರಣೆಗಳು ನಮಗೆ ಪ್ರಕ್ರಿಯೆಗಳನ್ನು ಅಂದರೆ ಉಪಹೆಜ್ಜೆಗಳನ್ನು ನೀಡಿ ಸಹಾಯ ಮಾಡಬಹುದು. ಒಂದು ಮಹತ್ತರ ಗಮ್ಯವನ್ನು ಎದುರಿಸುವಾಗ ಅದನ್ನು ಹಲವು ಭಾಗಗಳಾಗಿ ಮಾಡಿಕೊಂಡು ನಂತರ ಒಂದೊಂದು ಭಾಗವನ್ನೇ ಬೇರೆ ಬೇರೆಯಾಗಿ ಎದುರಿಸಲು ಪ್ರಯತ್ನಿಸಿರಿ.

ನಿಮ್ಮ ದಿನನಿತ್ಯದ ವಿಧಿವಿಧಾನಗಳನ್ನೇ ಸಾಧನಗಳನ್ನಾಗಿ ಉಪಯೋಗಿಸಿಕೊಂಡು ಹರಿವಿನ ಸ್ಥಿತಿಯನ್ನು ಪ್ರವೇಶಿಸಲು ಕೇಂದ್ರೀಕರಿಸಿ. ಫಲಿತಾಂಶದ ಬಗ್ಗೆ ತಲೆಕೆಡಿಸಿಕೊಳ್ಳಬೇಡಿ – ಸಹಜವಾಗಿ ಅದರ ಪಾಡಿಗದು ಬರುತ್ತದೆ. ಸಂತೋಷವೆಂಬುದು ಮಾಡುವುದರಲ್ಲಿದೆಯೇ ಹೊರತು, ಅದರ ಫಲಿತಾಂಶದಲ್ಲಲ್ಲ, ಕೈ ತೂಕ ಬಾಯ್ಬಣ್ಣ ಎಂಬಂತೆ ನಿಮಗೆ ನೀವೇ ಜ್ಞಾಪಿಸಿಕೊಳ್ಳಿ: ಗಮ್ಯಗಳಿಗಿಂತ ವಿಧಿವಿಧಾನಗಳೇ ಮೇಲೆಂದು.

ಹೆಚ್ಚಿನದನ್ನು ಸಾಧಿಸಿದವರು ಬಹಳ ಸಂತೋಷದಿಂದಿದ್ದಾರೆ ಎಂದರ್ಥವಲ್ಲ. ಒಂದು ಹರಿವಿನ ಸ್ಥಿತಿಯಲ್ಲಿ, ಬೇರೆಯವರಿಗಿಂತ ಹೆಚ್ಚು ಸಮಯ ಕಳೆದಿರುವವರು ಹೆಚ್ಚು ಸಂತೋಷದಿಂದಿರುವವರು ಎಂದರ್ಥ.

ನಿಮ್ಮ ಇಕಿಗಾಯ್ ಕಂಡುಕೊಳ್ಳಲು ಹರಿವನ್ನು ಬಳಸುವುದು.

ಈ ಅಧ್ಯಾಯವನ್ನು ಓದಿದ ನಂತರ ನಿಮ್ಮ ಜೀವನದಲ್ಲಿ ಯಾವ ಚಟುವಟಿಕೆಗಳು ನೀವು ಹರಿವನ್ನು ಪ್ರವೇಶಿಸುವಂತೆ ಮಾಡುತ್ತವೆ ಎಂಬುದರ ಬಗ್ಗೆ ಒಂದು ಉತ್ತಮ ಪರಿಕಲ್ಪನೆ ನಿಮಗೆ ಬಂದಿರಲೇಬೇಕು. ಅವೆಲ್ಲವನ್ನು ಒಂದು ತುಣುಕು ಕಾಗದದ ಮೇಲೆ ಬರೆಯಿರಿ, ನಂತರ ನಿಮಗೆ ನೀವೇ ಈ ಪ್ರಶ್ನೆಗಳನ್ನು ಕೇಳಿಕೊಳ್ಳಿರಿ: ನಿಮ್ಮನ್ನು ಹರಿವಿನತ್ತ ಕೊಂಡೊಯ್ದ ಚಟುವಟಿಕೆಗಳು ಸಾಮಾನ್ಯವಾಗಿ ಯಾವುದನ್ನು ಒಳಗೊಂಡಿದ್ದುವು? ಆ ಚಟುವಟಿಕೆಗಳು ನಿಮ್ಮನ್ನು ಹರಿವಿನತ್ತ ಏಕೆ ಕೊಂಡೊಯ್ದವು? ಉದಾಹರಣೆಗೆ, ನೀವು ಬಹಳವಾಗಿ ಇಷ್ಟಪಟ್ಟ ಎಲ್ಲ ಚಟುವಟಿಕೆಗಳನ್ನು ನೀವು ಒಬ್ಬರೇ ಏಕಾಂಗಿಯಾಗಿ ಅಭ್ಯಾಸಮಾಡಲು ಇಚ್ಛಿಸುತ್ತೀರಾ? ಅಥವಾ ಬೇರೆಯವರ ಜತೆಗೋ? ನಿಮ್ಮ ಶರೀರವನ್ನು ಚಾಲನೆಗೊಳಪಡಿಸುವಂತಹ ಕೆಲಸಗಳನ್ನು ನೀವು ಮಾಡುವಾಗ ನೀವು ಹೆಚ್ಚು 'ಹರಿವಿನ' ಭಾವ ಅನುಭವಿಸುತ್ತೀರೋ ಅಥವಾ ಕೇವಲ ಯೋಚನೆ ಮಾಡುವಾಗಲೋ?

ಈ ಪ್ರಶ್ನೆಗಳಿಗಿರುವ ಉತ್ತರಗಳಲ್ಲೇ ನಿಮ್ಮ ಬದುಕನ್ನು ಮುಂದೊಯ್ಯುವ ಇಕಿಗಾಯ್ ಅಡಗಿರುವುದನ್ನು ನೀವು ಕಾಣಬಹುದು. ಹಾಗೆ ನೀವೊಮ್ಮೆ ಕಾಣದಿದ್ದರೆ ಯಾವುದನ್ನು ನೀವು ಇಷ್ಟಪಡುತ್ತೀರೋ ಅದನ್ನು ಹುಡುಕುತ್ತಾ ಇನ್ನೂ ಆಳಕ್ಕೆ ಇಳಿದು ನಿಮಗೆ 'ಹರಿವ'ನ್ನು ಒದಗಿಸುವ ಚಟುವಟಿಕೆಗಳಲ್ಲಿ ಇನ್ನೂ ಹೆಚ್ಚು ಸಮಯ ಕಳೆಯಿರಿ. ಅದರ ಜತೆಗೆ, ನಿಮ್ಮನ್ನು ಹರಿವಿನಲ್ಲಿರಿಸುವಂತೆ ಮಾಡುವ ವಿಷಯಗಳ ಪಟ್ಟಿಯಲ್ಲಿಲ್ಲದ ಹೊಸ ವಿಷಯಗಳನ್ನೂ ಆದರೆ ಅಂತಹುದನ್ನೇ ಹೋಲುವ ವಿಷಯಗಳನ್ನು ಪ್ರಯತ್ನಿಸಬಹುದು ಮತ್ತು ಅದು ನೀವು ಕುತೂಹಲಕಾರಿಯಾಗಿರುವಂತಹವುಗಳ ಕುರಿತದ್ದೂ ಆಗಬಹುದು. ಉದಾಹರಣೆಗೆ, ಛಾಯಾಚಿತ್ರ ತೆಗೆಯುವ ಹವ್ಯಾಸವೊಂದು ನಿಮ್ಮನ್ನು ಹರಿವಿನ ಒಳಕ್ಕೆ ಕೊಂಡೊಯ್ಯುವಂತಹುದಾಗಿದ್ದರೆ ಅದೂ ಆಗಬಹುದು, ಚಿತ್ರಕಲೆಯನ್ನೂ ನೀವು ಪ್ರಯತ್ನಿಸಬಹುದು, ಇದನ್ನು ನೀವು ಬಹಳವಾಗಿ ಮೆಚ್ಚಬಹುದೇನೋ! ಅಥವಾ ನೀವು ಹಿಮದ ಹಲಗೆ ಕಟ್ಟಿಕೊಂಡು ಜಾರುವ ಆಟವನ್ನು (Snow boarding) ಇಷ್ಟಪಡಬಹುದು, ಮತ್ತು ನೀವು ಯಾವತ್ತೂ ತೆರೆನೊರೆ (Surfing) ಸವಾರಿಗೆ ಪ್ರಯತ್ನಿಸಿರುವುದೇ ಇಲ್ಲ.....

ಹರಿವು ಎಂಬುದು ನಿಗೂಢವಾದುದು. ಅದು ಒಂದು ಸ್ನಾಯುವಿನಂತೆ, ಅದನ್ನು ನೀವು ಹೆಚ್ಚು ಹೆಚ್ಚು ಪಳಗಿಸಿದಷ್ಟು ನೀವು ಹೆಚ್ಚು ಹೆಚ್ಚು "ಹರಿವು" ಅನುಭವಿಸುತ್ತೀರಿ, ಮತ್ತು ನೀವು ನಿಮ್ಮ ಇಕಿಗಾಯ್‌ಗೆ ಅಷ್ಟು ಹತ್ತಿರವಾಗುತ್ತೀರಿ.

೫

ದೀರ್ಘಾಯುಷ್ಯದ ಯಜಮಾನರುಗಳು

ಪ್ರಪಂಚದಲ್ಲಿ ಬಹಳ ವರ್ಷಗಳ ಕಾಲ ಬದುಕಿರುವವರಿಂದ ವಿವೇಕದ ಮಾತುಗಳು

ನಾವು ಈ ಪುಸ್ತಕ ಕುರಿತು ಕೆಲಸ ಮಾಡಲು ಆರಂಭಿಸಿದಾಗ, ನಾವು ಕೇವಲ ದೀರ್ಘ ಮತ್ತು ಸಂತಸದ ಜೀವನಕ್ಕೆ ಕೊಡುಗೆ ನೀಡುವ ಅಂಶಗಳ ಬಗ್ಗೆ ಮಾತ್ರ ಸಂಶೋಧನೆ ಮಾಡಲು ಬಯಸಿದ್ದಲ್ಲ; ನಾವು ಈ ಕಲೆಯನ್ನು ಒಲಿಸಿಕೊಂಡ ನಿಜವಾದ ಯಜಮಾನರುಗಳಿಂದಲೂ ನೇರವಾಗಿ ಆಲಿಸಬಯಸಿದ್ದೆವು.

ಹಾಗೆ ನೋಡಿದರೆ, ಒಕಿನಾವಾದಲ್ಲಿ ನಾವು ನಡೆಸಿದ ಸಂದರ್ಶನಗಳೇ ಸ್ವತಃ ಒಂದು ಅಧ್ಯಾಯವಾಗುವ ಅರ್ಹತೆಯುಳ್ಳ ವಾಗಿವೆ, ಆದರೆ ಅದಕ್ಕಿಂತಲೂ ಮೊದಲಿನ ಒಂದು ಭಾಗದಲ್ಲಿ ದೀರ್ಘಾಯುಷ್ಯ ಹೊಂದಿದ ಭಾಗ್ಯಶಾಲಿಗಳಾದ ಕೆಲವು ಮಂದಿ ಅಂತರರಾಷ್ಟ್ರೀಯ ವೀರಾಗ್ರಣಿಗಳ ಜೀವನ ದರ್ಶನಗಳ ಒಟ್ಟಾರೆ ಸಾರಾಂಶವನ್ನು ನಾವು ನೀಡಿದ್ದೇವೆ. ಈಗ ನಾವು ಮಾತನಾಡುತ್ತಿರುವುದು ಶತಾಯು ಪೂರೈಸಿ ಮುಂದುವರಿದಿರುವವರ ಕುರಿತು – ಅಂದರೆ ಯಾರು ೧೧೦ ವರ್ಷಗಳು ಮತ್ತು ಅದಕ್ಕಿಂತಲೂ ಹೆಚ್ಚು ಕಾಲ (super centenarians) ಬದುಕಿರುವವರ ಕುರಿತು.

ಈ ಪದವನ್ನು ೧೯೭೦ರಲ್ಲಿ ರೂಪಿಸಿದವರು 'ದ ಗಿನ್ನೆಸ್ ಬುಕ್ ಆಫ್ ವರ್ಲ್ಡ್ ರೆಕಾರ್ಡ್'ನ ಸಂಪಾದಕರಾದ ನಾರ್ರಿಸ್ ಮೆಕ್‌ವ್ಹಿರ್‌ಟರ್. ವಿಲಿಯಂ ಸ್ಟ್ರಾವುಸ್ ಮತ್ತು ನೀಲ್ ಹೊವೆಯವರು ಜಂಟಿಯಾಗಿ ಬರೆದ 'ಜನರೇಷನ್ಸ್' (ತಲೆಮಾರು) ಎಂಬ ಪುಸ್ತಕದಲ್ಲಿ ಅದು ಕಾಣಿಸಿಕೊಂಡ ನಂತರ ಈ ಪದದ ಬಳಕೆ ೧೯೯೦ರ ದಶಕದಲ್ಲಿ ವ್ಯಾಪಕವಾಯ್ತು. ಅವರಲ್ಲಿ ಶೇಕಡ ೭೫ರಷ್ಟು ಮಂದಿಯ ವಯಸ್ಸು ಮಾತ್ರ ನಿಖರವಾಗಿ ಖಚಿತಪಡಿಸಿಕೊಳ್ಳಲಾಗಿದ್ದಾಗ್ಯೂ ಈಗ ಪ್ರಪಂಚದಲ್ಲಿ ಅಂದಾಜು ೩೫೦ರಿಂದ ೪೦೦ ಮಂದಿ ಶತಮಾನಾತೀತ ದೀರ್ಘಾಯುಗಳಿದ್ದಾರೆ. ಅವರೇನು ಅತಿಮಾನುಷ, ಅತಿವೀರರಲ್ಲ, ಆದರೆ ಸರಾಸರಿ ನಿರೀಕ್ಷಣಾ

ವಯೋಮಾನ ಹೇಳುವ ಭವಿಷ್ಯವಾಣಿಯ ವಯಸ್ಸಿಗಿಂತ ಹೆಚ್ಚು ಕಾಲ ನಾವು ಅವರನ್ನು ಈ ಗ್ರಹದ ಮೇಲೆ ಇದ್ದ ವೀರರೆಂದು ನೋಡಬಹುದಲ್ಲವೆ!

ಪ್ರಪಂಚದಲ್ಲಿ ಏರುತ್ತಿರುವ ನಿರೀಕ್ಷಣಾ ವಯೋಮಾನವನ್ನು ಗಮನದಲ್ಲಿರಿಸಿದರೆ, ಶತಮಾನಾತೀತ ದೀರ್ಘಾಯುಗಳ ಸಂಖ್ಯೆಯೂ ಏರಬಹುದೆಂದೆನಿಸುತ್ತದೆ. ಒಂದು ಆರೋಗ್ಯ ಪೂರ್ಣ ಮತ್ತು ಉದ್ದೇಶಪೂರ್ಣ ಜೀವನವು ಅಂತಹ ಗುಂಪನ್ನು ಸೇರಲು ನಮಗೂ ಸಹಾಯ ಮಾಡಬಹುದಾಗಿದೆ.

ಈ ಕುರಿತು ಕೆಲವರು ಏನು ಹೇಳುತ್ತಾರೆ ಎಂಬುದನ್ನು ಗಮನಿಸೋಣ.

ಮಿಸವೊ ಒಕವಾ (೧೧೭) (ಹೆಂ.)

"ತಿನ್ನು ಮತ್ತು ಮಲಗು, ಆಗ ನೀನು ಹೆಚ್ಚು ಕಾಲ ಬದುಕುತ್ತೀಯೆ, ನೀನು ಆರಾಮವಾಗಿರುವುದನ್ನು ಕಲಿಯಬೇಕು."

ಗೆರೊಂಟಾಲಜಿ (ವೃದ್ಧರ ಮತ್ತು ಮುದಿ ವಯಸ್ಸಿನ ಕುರಿತ ವೈಜ್ಞಾನಿಕ ಅಧ್ಯಯನ ಶಾಸ್ತ್ರ) ಅಧ್ಯಯನ ತಂಡದನುಸಾರ, ೨೦೧೫ರ ಏಪ್ರಿಲ್‌ವರೆಗೆ, ವಿಶ್ವದಲ್ಲಿ ಬದುಕಿದ್ದ ಬಹಳ ವಯಸ್ಸಾಗಿದ್ದ ವ್ಯಕ್ತಿಯೆಂದರೆ ಈ ಮಿಸವೊ ಒಕವ ಎಂಬಾಕೆ. ಆಕೆ ಜಪಾನಿನ ಒಸಾಕಾದ ಒಂದು ಸೌಖ್ಯ ಉಸ್ತುವಾರಿ ಕೇಂದ್ರದಲ್ಲಿದ್ದುಕೊಂಡು ೧೧೩ ವರ್ಷ ಮತ್ತು ೨೭ದಿನಗಳು ಬದುಕಿದ್ದು ಅಸುನೀಗಿದಳು.

ಆಕೆ ೧೮೯೮ರಲ್ಲಿ ಒಬ್ಬ ಜವಳಿ ವ್ಯಾಪಾರಿಯ ಮಗಳಾಗಿ ಜನ್ಮವೆತ್ತಿದ್ದಳು. ಅವಳು ಹುಟ್ಟಿದ ಅವಧಿಯಲ್ಲೇ ಸ್ಪೇನ್ ದೇಶವು ಕ್ಯೂಬಾ ಮತ್ತು ಫಿಲಿಫೈನ್ಸ್‌ಗಳಲ್ಲಿ ತನ್ನ ವಸಾಹತುಗಳನ್ನು ಕಳೆದುಕೊಂಡಿತಲ್ಲದೆ, ಹವಾಯಿಯನ್ನೂ ತನ್ನ ತೆಕ್ಕೆಗೆ ತೆಗೆದುಕೊಂಡಿತು ಮತ್ತು ಪೆಪ್ಸಿ-ಕೋಲಾವನ್ನು ಮಾರುಕಟ್ಟೆಗೆ ತಂದಿತು. ತನಗೆ ೧೧೦ವರ್ಷಗಳಾಗುವವರೆಗೂ, ಈ ಹೆಂಗಸು ಮೂರು - ವಿವಿಧ ಶತಮಾನಗಳಲ್ಲಿ ಅಂದರೆ ೧೯, ೨೦ ಮತ್ತು ೨೧ನೇ - ಯಾರ ನೆರವೂ ಇಲ್ಲದೆ ತನ್ನನ್ನು ತಾನೇ ಸುಧಾರಿಸಿಕೊಳ್ಳುತ್ತಿದ್ದಳು.

ಆಕೆಯ ಸ್ವಯಂ-ನೆರವಿನ ನಿತ್ಯಗಟ್ಟಳೆಯ ಕುರಿತು ತಜ್ಞರು ಅವಳನ್ನು ಕೇಳಿದಾಗ, ಮಿಸವೊ ಹಾಗೆ ಸುಮ್ಮನೆ ಉತ್ತರಿಸುತ್ತಾಳೆ, "ಸುಶಿ ಮೀನು ತಿನ್ನುವುದು ಮತ್ತು ಮಲಗುವುದು", ಅದಕ್ಕೆ ಅವಳು ಸೇರಿಸಲು ಮರೆಯಲಿಲ್ಲ, ಬದುಕಿನ ಬಗ್ಗೆ ಭಯಂಕರ ತೃಷೆ ಇರಿಸಿಕೊಳ್ಳಬೇಕೆಂದು. ಅವಳ ದೀರ್ಘಾಯುಷ್ಯದ ಗುಟ್ಟಿನ ಬಗ್ಗೆ ಅವರು ವಿಚಾರಣೆ ಮಾಡಿದಾಗ, ಅವಳು ನಗುತ್ತಾ ಉತ್ತರಿಸಿದಳು, "ನಾನು ನನ್ನ ವಿಷಯದಲ್ಲೂ ಅದನ್ನೇ ಕೇಳಿಕೊಳ್ಳುತ್ತೇನೆ".

ಜಪಾನ್ ದೇಶವು ದೀರ್ಘಜೀವನದ ಒಂದು ತಯಾರಿಕಾ ತಾಣವಾಗಿ ಮುಂದುವರಿಯುವುದರ ಸಾಕ್ಷಿಯಾಗಿ: ಅದೇ ವರ್ಷದ ಜುಲೈ ಮಾಸದಲ್ಲಿ ಸಕರಿ ಮೊಮೊಯಿ ಎಂಬ ೧೧೨ವರ್ಷ ಮತ್ತು ೧೫೦ ದಿನಗಳ ವಯಸ್ಸಿನ ವೃದ್ಧರೊಬ್ಬರು (ಗಂಡಸು) ಮರಣವಪ್ಪಿದರು. ಆ ದಿನಕ್ಕೆ ವಿಶ್ವದಲ್ಲಿ ಅವರೇ ಅತಿವೃದ್ಧರಿದ್ದರು, ಅವರು ಇತರ ೫೭ಮಂದಿ ಹೆಂಗಸರಿಗಿಂತ ಚಿಕ್ಕವರಿದ್ದರೂ ಸಹ.

ಮರಿಯಾ ಕ್ಯಾಪೊವಿಲ್ಲ (೧೧೬) (ಹೆಂಗಸು)

"ನಾನು ಜೀವನದಲ್ಲಿ ಮಾಂಸವನ್ನೇ ತಿಂದಿಲ್ಲ."

೧೮೮೯ರಲ್ಲಿ ಇಕ್ವೆಡರ್‌ನಲ್ಲಿ ಜನಿಸಿದ ಮರಿಯಾ ಕ್ಯಾಪೊವಿಲ್ಲರನ್ನು ಪ್ರಪಂಚದ ಅತಿ ವಯಸ್ಸಾದ ವ್ಯಕ್ತಿಯೆಂದು ಗಿನ್ನೆಸ್ ಗುರುತಿಸಿದೆ. ೧೧೬ ವರ್ಷ ೩೪೭ದಿನಗಳಷ್ಟು ದೀರ್ಘ ಕಾಲ ಬದುಕಿದ್ದ ಈಕೆ ೨೦೦೬ರಲ್ಲಿ ನ್ಯುಮೊನಿಯ (ಶ್ವಾಸಕೋಶಗಳ ಉರಿಯೂತದ ಖಾಯಿಲೆ) ದಿಂದ ಮೂವರು ಮಕ್ಕಳು, ಹನ್ನೆರಡು ಮೊಮ್ಮಕ್ಕಳು ಮತ್ತು ಇಪ್ಪತ್ತು ಮುಮ್ಮೊಕ್ಕಳು ಮತ್ತು ಮರಿಮಕ್ಕಳನ್ನು ಅಗಲಿ ಮರಣವಪ್ಪಿದಳು.

ಆಕೆ ೧೧೭ನೇ ವಯಸ್ಸಿನಲ್ಲಿ ತನ್ನ ಕೊನೆಯ ಸಂದರ್ಶನ ನೀಡಿ ಅದರಲ್ಲಿ ತನ್ನ ನೆನಪುಗಳು ಮತ್ತು ವಿಚಾರಗಳನ್ನು ಈ ರೀತಿ ಹಂಚಿಕೊಂಡಳು:

> "ನಾನು ಸಂತೋಷದಿಂದಿದ್ದೇನೆ ಮತ್ತು ಈ ರೀತಿ ನನ್ನನ್ನು ಇರಿಸಿದ್ದಕ್ಕಾಗಿ ದೈವಕ್ಕೆ ವಂದಿಸುತ್ತೇನೆ. ನಾನು ಇಷ್ಟೊಂದು ಕಾಲ ಬದುಕಿರುತ್ತೀನಿ ಎಂದುಕೊಂಡಿರಲೇ ಇಲ್ಲ, ಬಹಳ ಹಿಂದೆಯೇ ನಾನು ಸಾಯುತ್ತೇನೆ ಎಂದುಕೊಂಡಿದ್ದೆ. ನನ್ನ ಪತಿ ಆ್ಯಂಟೊನಿಯೊ ಕ್ಯಾಪೊವಿಲ್ಲ ಒಂದು ಹಡಗಿನ ಕ್ಯಾಪ್ಟನ್ ಆಗಿದ್ದ. ೮೪ನೇ ವಯಸ್ಸಿನಲ್ಲಿ ಆತ ಮರಣವಪ್ಪಿದ. ನಮಗೆ ಇಬ್ಬರು ಪುತ್ರಿಯರು ಮತ್ತು ಒಬ್ಬ ಮಗ, ಮತ್ತು ಈಗ ನನಗೆ ಹಲವು ಮೊಮ್ಮಕ್ಕಳು ಮತ್ತು ಮರಿಮಕ್ಕಳು ಇದ್ದಾರೆ, ಹಿಂದೆ, ಹಳೆ ಕಾಲದಲ್ಲಿ ಎಲ್ಲವೂ ಒಳ್ಳೆಯದಿತ್ತು, ಜನ ಒಳ್ಳೆಯ ರೀತಿ ನಡೆದುಕೊಳ್ಳುತ್ತಿದ್ದರು. ನಾವೂ ನೃತ್ಯ ಮಾಡುತ್ತಿದ್ದೆವು ನಿಜ, ಆದರೆ ನಾವು ಬಹಳ ಸಂಯಮಿಗಳಾಗಿದ್ದೆವು; ನಾನು ನರ್ತಿಸಲಿಚ್ಛಿಸುತ್ತಿದ್ದ ಈ ಒಂದು ಹಾಡು ಇತ್ತು: ಲೂಯಿ ಅಲರ್‌ಕಾನ್‌ನ 'ಮರಿಯಾ' ಎಂಬುದು. ಅದರ ಹೆಚ್ಚಿನ ಸಾಲುಗಳು ನನಗೀಗಲೂ ಜ್ಞಾಪಕವಿದೆ. ಹಲವಾರು ಪ್ರಾರ್ಥನೆಗಳನ್ನು ನಾನೀಗಲೂ ಜ್ಞಾಪಕದಲ್ಲಿರಿಸಿಕೊಂಡಿದ್ದೇನೆ ಕೂಡ, ಅಲ್ಲದೆ ಪ್ರತಿನಿತ್ಯ ಹೇಳಿಯೂ ಹೇಳುತ್ತೇನೆ.
>
> ನಾನು ವಾಲ್ಟ್ಜ (WALTZ : ಜೊತೆಗಾರರು ತಬ್ಬಿಕೊಂಡು ಒಬ್ಬರ ಸುತ್ತ ಒಬ್ಬರು ತಿರುಗುತ್ತ ಸಾಗುವ ಒಂದು ಮಾದರಿಯ ನೃತ್ಯ)ನ್ನು ಇಷ್ಟಪಡುತ್ತೇನೆ ಮತ್ತು ನಾನು ಈಗಲೂ ನರ್ತಿಸಬಲ್ಲೆ. ಈಗಲೂ ನಾನು ಕರಕುಶಲ ಕೆಲಸ ಮಾಡಬಲ್ಲೆ, ನಾನು ಶಾಲೆಯಲ್ಲಿ ಕಲಿತು ಮಾಡಿದ ಕೆಲವೊಂದು ಕೆಲಸಗಳನ್ನು ಈಗಲೂ ಮಾಡುತ್ತೇನೆ."

ಆಕೆ ತನ್ನ ಗತಕಾಲದ ವಿಷಯಗಳನ್ನು ಜ್ಞಾಪಿಸಿಕೊಳ್ಳುವುದನ್ನು ನಿಲ್ಲಿಸಿದ ಕೂಡಲೇ, ನರ್ತಿಸಲಾರಂಭಿಸಿದಳು – ಅದು ಅವಳ ಮಹತ್ತರ ವ್ಯಸನಗಳಲ್ಲೊಂದು – ಎಂತಹ ಚೈತನ್ಯ ಪೂರ್ಣವಾಗಿ ನರ್ತಿಸಿದಳೆಂದರೆ ಅವಳು ತನ್ನ ನಿಜವಯಸ್ಸಿಗಿಂತ ಹಲವು ದಶಕಗಳಷ್ಟು ಚಿಕ್ಕವಳೇನೋ ಎನ್ನುವಷ್ಟು.

ಅವಳ ದೀರ್ಘಾಯುವಿನ ರಹಸ್ಯ ಕುರಿತು ಕೇಳಲಾಗಿ ಅವಳು ಹೀಗೆ ಸುಖಾಸುಮ್ಮನೆ ಉತ್ತರಿಸಿದಳು, "ಈ ದೀರ್ಘಜೀವನದ ರಹಸ್ಯವೇನೆಂದು ನಾ ತಿಳಿಯೆ. ನಾ ಮಾಡುವ

ಒಂದೇ ಕೆಲಸವೆಂದರೆ ಇಡೀ ನನ್ನ ಜೀವಮಾನದಲ್ಲಿ ಒಮ್ಮೆಯೂ ನಾನು ಮಾಂಸ ತಿಂದಿಲ್ಲ, ನಾನು ನನ್ನ ದೀರ್ಘಾಯುವನ್ನು ಅದಕ್ಕೆ ಆರೋಪಿಸುತ್ತೇನೆ."

ಜೀನ್ ಕಾಲ್‌ಮೆಂಟ್ (೧೨೨) (ಹೆಂ)

"ಎಲ್ಲವೂ ಚೆನ್ನಾಗಿದೆ".

೧೮೭೫ರಲ್ಲಿ ಫ್ರಾನ್ಸ್‌ನ ಆರ್ಲೆಸ್‌ನಲ್ಲಿ ಜನಿಸಿದ ಜೇನ್ ಕಾಲ್‌ಮೆಂಟ್ ೪ನೇ ಆಗಸ್ಟ್ ೧೯೯೭ರ ವರೆಗೂ ಬದುಕಿದ್ದಳು, ಹಾಗಾಗಿ ೧೨೨ ವರ್ಷಗಳು ಬದುಕಿ ಇತಿಹಾಸದಲ್ಲಿ ಪರಿಶೀಲನೆಗೊಳಪಟ್ಟ ವಯೋಮಾನದವರಲ್ಲಿ ಅವಳೇ ಬಹಳ ವಯಸ್ಸಾದವಳೆಂದು ಗುರುತಾದಳು. ಅವಳು ತಮಾಷೆಗೆ ಹೇಳಿಕೊಳ್ಳುತ್ತಿದ್ದಳು, ತಾನು ಮೆಥುಸೆಲ್ಲಾ (ಕ್ರಿ.ಪೂ. ೩೩೧೩ರಲ್ಲಿ ಜನಿಸಿದವನೆಂದು ಹೇಳಲಾದ ಈತ ಬೈಬಲ್‌ನ ಪಿತೃ ಸ್ವರೂಪಿ ಹಾಗೂ ಜುದಾಯಿ, ಕ್ರಿಸ್ತ ಮತ್ತು ಇಸ್ಲಾಂ ಹೀಗೆ ಎಲ್ಲ ಧರ್ಮಗಳಲ್ಲೂ ಎದ್ದು ಕಾಣುವ ವ್ಯಕ್ತಿತ್ವ. ಈತ ೯೬೯ ವರ್ಷಗಳಷ್ಟು ಕಾಲ ಬದುಕಿದ್ದು ಸತ್ತನೆಂದು ಹೇಳುತ್ತಾರೆ. ಈತ ಎನೋಕ್‌ನ ಮಗನೆಂದೂ, ಲಮೆಖ್‌ನ ಅಪ್ಪನೆಂದು ಮತ್ತು ನೋಹಾನ ತಾತನೆಂದು ಹೇಳುತ್ತಾರೆ – ಬೈಬಲಿನ ಪ್ರಪಂಚ ಸೃಷ್ಟಿ ವಿವರಿಸುವ ಪುಸ್ತಕದ ಆಧಾರದ ಮೇಲೆ) ಜತೆ ಸ್ಪರ್ಧೆ ನಡೆಸುತ್ತಿದ್ದೇನೆಂದು ಮತ್ತು ಆಕೆ ತನ್ನ ಹುಟ್ಟು ಹಬ್ಬಗಳನ್ನು ಆಚರಿಸುತ್ತಾ ಹೋದಂತೆ ಹಲವು ದಾಖಲೆಗಳನ್ನು ಮುರಿದಿದ್ದರಲ್ಲಿ ಎರಡು ಮಾತಿಲ್ಲ.

ವಯೋಸಹಜ ಕಾರಣಗಳಿಂದ ಆಕೆ ತನ್ನ ಸಂತೋಷದ ಬದುಕನ್ನು ಕೊನೆಗಾಣಿಸಿಕೊಂಡಾಗ (೧೨೨) ಅವಳು ಬಹುಮಟ್ಟಿಗೆ ತಾನಾಗಿ ತಾನು ಯಾವುದನ್ನೂ ನಿರಾಕರಿಸಿರಲಿಲ್ಲ. ತನಗೆ ನೂರು ವರ್ಷ ತುಂಬುವವರೆಗೂ ಸೈಕಲ್ ಸವಾರಿ ಮಾಡುತ್ತಿದ್ದಳು. ೧೧೦ ವರ್ಷಗಳವರೆಗೂ ಆಕೆ ತನಗೆ ತಾನೇ ಸಂಭಾಳಿಸಿಕೊಂಡು ಜೀವನ ನಡೆಸಿಕೊಂಡಳು, ಆಗ ತಾನಿದ್ದ ವಠಾರದ ಮನೆಯಲ್ಲಿ ಸಣ್ಣ ಬೆಂಕಿ ಅನಾಹುತವಾದ ಕಾರಣ ಒಂದು ರುಗ್ಣಾಲಯಕ್ಕೆ (Nursing Home) ಸೇರಿಕೊಳ್ಳಲು ಒಪ್ಪಿದಳು. ಆಕೆಗೆ ಕಣ್ಣಲ್ಲಿ ಪೊರೆ ಬಂದ ಕಾರಣ ಸಿಗರೇಟನ್ನು ತುಟಿಗಳ ಹತ್ತಿರ ತರುವುದು ತ್ರಾಸವಾಗತೊಡಗಿದ್ದರಿಂದ ತನ್ನ ೧೨೦ನೇ ವಯಸ್ಸಿನಲ್ಲಿ ಧೂಮಪಾನ ಮಾಡುವುದನ್ನು ನಿಲ್ಲಿಸಿದಳು.

ಅವಳ ದೀರ್ಘಾಯುಷ್ಯದ ರಹಸ್ಯಗಳಲ್ಲಿ ಬಹುಮುಖ್ಯವಾದುದೆಂದರೆ ಆಕೆಗಿದ್ದ ಹಾಸ್ಯಪ್ರಜ್ಞೆ, ತನ್ನ ೧೨೦ನೇ ಹುಟ್ಟುಹಬ್ಬದ ದಿನ ಆಕೆ ಹೇಳಿದ್ದು, "ನನ್ನ ದೃಷ್ಟಿ ಮಂಕಾಗಿದೆ, ನನ್ನ ಶ್ರವಣಶಕ್ತಿ ಕುಂದಿದೆ ಮತ್ತು ನನ್ನ ಮನಸ್ಸಿಗೆ ಕೆಟ್ಟೆನಿಸುತ್ತದೆ, ಆದಾಗ್ಯೂ ಪ್ರತಿಯೊಂದು ಚೆನ್ನಾಗಿದೆ."

ವಾಲ್ಟರ್ ಬ್ರ್ಯೂನಿಂಗ್ (೧೧೪) (ಗಂ.)

"ನೀವು ನಿಮ್ಮ ಮನಸ್ಸು ಮತ್ತು ಶರೀರ ಎರಡನ್ನೂ ಕಾರ್ಯನಿರತಗೊಳಿಸಿದರೆ ನೀವು ಬಹಳ ಕಾಲ ಇಲ್ಲೇ ಇರಬಹುದು."

೧೮೯೬ರಲ್ಲಿ ಜನಿಸಿದ ಮಿನ್ನೆಸೋಟದ ವಾಲ್ಟರ್ ಬ್ರ್ಯೂನಿಂಗ್‌ರು ಮೂರು ಬೇರೆ ಬೇರೆ ಶತಮಾನಗಳ ಕಾಲಘಟ್ಟಗಳನ್ನು (೧೯, ೨೦, ಮತ್ತು ೨೧) ನೋಡಲು ಶಕ್ತರಾದರು. ವಯೋಸಹಜ ಕಾರಣಗಳಿಂದಾಗಿ ಅವರು ಮಾಂಟನಾದಲ್ಲಿ ೨೦೧೧ರಲ್ಲಿ ಮರಣವಪ್ಪಿದರು. ರೈಲು ರಸ್ತೆಯ ಉದ್ಯೋಗದಲ್ಲಿ ಅವರದು ಐವತ್ತು ವರ್ಷಗಳ ಅನುಭವ ಮತ್ತು ಅವರಿಗೆ

ಇಬ್ಬರು ಹೆಂಡಂದಿರಿದ್ದರು. ತಮ್ಮ ಎಂಬತ್ಮೂರನೇ ವಯಸ್ಸಿನಲ್ಲಿ ಅವರು ಮಾಂಟನದ ಒಂದು ಶುಶ್ರೂಷಾ ಗ್ರಹಕ್ಕೆ ಸೇರಿ, ಕೊನೆಯುಸಿರೆಳೆಯುವವರೆಗೂ ಅಲ್ಲೇ ಉಳಿದರು. ಅಮೆರಿಕೆಯಲ್ಲಿ ಜನಿಸಿದವರ ಪೈಕಿ ಅವರು ಎರಡನೆಯ ಅತಿವೃದ್ಧ ವ್ಯಕ್ತಿ (ಪರಿಶೀಲನೆಗೊಳಪಟ್ಟ ವಯಸ್ಸು). ತನ್ನ ಅಂತಿಮ ವರ್ಷಗಳಲ್ಲಿ ಅವರು ನೀಡಿದ ಹಲವು ಸಂದರ್ಶನಗಳಲ್ಲಿ, ಬೇರೆ ಬೇರೆ ವಿಷಯಗಳ ಜತೆ ಅವರು ಹೇಳುತ್ತಿದ್ದುದೇನೆಂದರೆ, ಅವರ ದೀರ್ಘಾಯುವಿನ ಮೂಲವಿರುವುದು, ದಿನಕ್ಕೆ ಕೇವಲ ಎರಡೇ ಬಾರಿ ಊಟ ಮಾಡುವುದು, ಎಷ್ಟು ವರ್ಷಗಳು ಸಾಧ್ಯವೋ ಅಲ್ಲಿಯವರೆಗೂ ಏನಾದರೊಂದು ಕೆಲಸ ಮಾಡುತ್ತಿರುವುದು. "ನಿಮ್ಮ ಮನಸ್ಸು ಮತ್ತೆ ನಿಮ್ಮ ಶರೀರ ಹೀಗೆ ನೀವು ಎರಡನ್ನೂ ಕಾರ್ಯನಿರತಗೊಳಿಸಿ", ಹೀಗೆಂದು ಅವರು ತಮ್ಮ ೧೧೨ನೇ ಹುಟ್ಟುಹಬ್ಬದ ದಿನ ಹೇಳಿದರು, ಮುಂದುವರಿದು, "ಆಗ ನೀವು ಬಹಳ ಕಾಲ ಇಲ್ಲೇ ಇರಬಲ್ಲಿರಿ", ಅದಷ್ಟೇ ಅಲ್ಲ, ಆತ ದಿನವೂ ವ್ಯಾಯಾಮ ಮಾಡುತ್ತಿದ್ದರು.

ಬ್ರೂನಿಂಗ್‌ರ ಹಲವು ರಹಸ್ಯಗಳಲ್ಲಿ, ಬೇರೆಯವರಿಗೆ ಸಹಾಯ ಮಾಡುವ ಸ್ವಭಾವವೂ ಇತ್ತು ಮತ್ತು ಅವರು ಸಾವಿಗೆ ಹೆದರಲಿಲ್ಲ. ೨೦೧೦ರಲ್ಲಿ ಎಸೋಸಿಯೇಟೆಡ್ ಪ್ರೆಸ್‌ದವರಿಗೆ ನೀಡಿದ ಸಂದರ್ಶನವೊಂದರಲ್ಲಿ ಆತ ಹೇಳಿದಂತೆ, "ನಾವೆಲ್ಲ ಒಂದು ದಿನ ಸಾಯುತ್ತೇವೆ, ಕೆಲವರು ಸಾವಿಗೆ ಬಲು ಹೆದರುತ್ತಾರೆ. ಸಾವಿಗೆ ಯಾವತ್ತೂ ಅಂಜಬೇಡಿ. ಏಕೆಂದರೆ ನೀವು ಹುಟ್ಟಿರುವುದೇ ಸಾಯಲೆಂದು".

೨೦೧೧ರಲ್ಲಿ ಆತ ಸಾಯುವ ಮುನ್ನ ಚರ್ಚಿನ ಧರ್ಮಾಧಿಕಾರಿಯೊಬ್ಬರಿಗೆ, ತಾನು ದೈವದ ಜತೆ ಒಂದು ಒಪ್ಪಂದ ಕುದುರಿಸಿದ್ದೇನೆಂದು ಹೇಳಿದ್ದರೆಂದು ಸುದ್ದಿ: ಅದೆಂದರೆ, ಮುಂದಿನ ದಿನಗಳಲ್ಲಿ ತನ್ನ ದೇಹಸ್ಥಿತಿ ಉತ್ತಮಗೊಳ್ಳದಿದ್ದರೆ, ತಾನು ನಿರ್ಗಮಿಸುವ ಸಮಯ ಬಂದಿದೆ ಎಂದರ್ಥ.

ಅಲೆಗ್ಸಾಂಡರ್ ಐಮಿಚ್ (೧೧೧) (೧೦)

"ನಾನಿನ್ನೂ ಸತ್ತಿಲ್ಲ ಅಷ್ಟೆ!"

೧೯೦೩ರಲ್ಲಿ ಪೋಲೆಂಡಿನಲ್ಲಿ ಜನಿಸಿದ ಅಲೆಗ್ಸಾಂಡರ್ ಐಮಿಚರು ಅಮೆರಿಕದಲ್ಲಿ ವಾಸಿಸುತ್ತಿದ್ದ ಒಬ್ಬ ರಾಸಾಯನಿಕ ವಿಜ್ಞಾನಿ ಮತ್ತು ಅಸಾಂಪ್ರದಾಯಿಕ ಮನಃಶಾಸ್ತ್ರಜ್ಞರು. ೨೦೧೪ರಲ್ಲಿ ತನಗಿಂತ ದೀರ್ಘಾಯುವಾಗಿದ್ದವನು ಸತ್ತ ನಂತರ, ಈತನೇ ಪ್ರಪಂಚದ ಅತಿ ವಯಸ್ಸಾದ ಪ್ರಮಾಣೀಕೃತ ದೀರ್ಘವಯಸ್ಸಿನ ವ್ಯಕ್ತಿಯಾದರು. ಸುದೀರ್ಘ ಮತ್ತು ಅನುಭವಭರಿತ ಜೀವನ ಸಾಗಿಸಿದ ಐಮಿಚ್ ಕೂಡ ಅದೇ ವರ್ಷ ಜೂನ್‌ನಲ್ಲಿ ಸತ್ತರು.

ಬೇರೆಲ್ಲದರ ಜತೆಗೆ, ತಾನು ಜೀವನದಲ್ಲಿ ಒಮ್ಮೆಯೂ ಮಧ್ಯಪಾನ ಮಾಡದಿರುವುದೇ ತಮ್ಮ ದೀರ್ಘಾಯುಷ್ಯದ ಗುಟ್ಟಿರಬೇಕೆಂದು ಅವರು ಅದಕ್ಕೆ ಆರೋಪಿಸಿಕೊಳ್ಳುತ್ತಾರೆ. ಪ್ರಪಂಚದ ಅತಿ ವೃದ್ಧ ವ್ಯಕ್ತಿಯೆಂದು ಘೋಷಿಸಿದಾಗ ಅವರು, "ನಾನೇನು ನೊಬೆಲ್ ಬಹುಮಾನವನ್ನು ಪಡೆದಿಲ್ಲವಲ್ಲ ಎಂದು ನುಡಿಯುತ್ತಾರೆ, ನಾನು ಇಷ್ಟು ವಯಸ್ಸಾಗುವವರೆಗೆ ಬದುಕಿರುತ್ತೇನೆಂದು ಅಂದುಕೊಂಡೇ ಇರಲಿಲ್ಲ" ಎಂಬುದು ಅವರ ಅನಿಸಿಕೆ. ಇಷ್ಟೊಂದು ದೀರ್ಘಕಾಲ ಬದುಕಿದ್ದರ ಗುಟ್ಟೇನು ಎಂದು ಕೇಳಿದಾಗ, ಅವರ ಉತ್ತರ "ನನಗೆ ತಿಳಿಯದು, ನಾನಿನ್ನೂ ಸತ್ತಿಲ್ಲ ಅಷ್ಟೇ!"

ಇಕಿಗಾಯ್ ಕಲಾವಿದರು

ಇಷ್ಟೆಲ್ಲ ಇದ್ದರೂ ದೀರ್ಘಾಯುಷ್ಯದ ಗುಟ್ಟನ್ನು ಬರೇ ಅತಿ ಶತಾಯುಷಿಗಳು ಮಾತ್ರ ಹೊಂದಿಲ್ಲ. ಕೆಲವು ಮಂದಿ ವಯಸ್ಸಾದವರೂ ಕೂಡ, ಗಿನ್ನೆಸ್‌ನ ವಿಶ್ವದಾಖಲೆ ಪುಸ್ತಕಕ್ಕೆ ಸೇರಲಾಗದಿದ್ದರೂ ಕೂಡ, ನಮ್ಮ ಬದುಕಿಗೆ ಚೈತನ್ಯ ತರುವಂತಹ ಮನೋಗತಗಳು ಮತ್ತು ಸ್ಫೂರ್ತಿಯನ್ನು ನೀಡಬಲ್ಲವರಾಗಿದ್ದಾರೆ.

ಉದಾಹರಣೆಗೆ, ಅವರ ಇಕಿಗಾಯ್‌ನ ದೊಂದಿ ಹಿಡಿದು ನಡೆಯುವ ಕಲಾವಿದರು ನಿವೃತ್ತಿ ಹೊಂದುವ ಬದಲಾಗಿ ಈ ಶಕ್ತಿಯನ್ನು ಹೊಂದಿರುತ್ತಾರೆ.

ಕಲೆ ಎಂಬುದು ಅದರ ಎಲ್ಲ ರೂಪಗಳಲ್ಲಿಯೂ ನಮ್ಮ ಬಾಳಿಗೆ ಸಂತೋಷ ಮತ್ತು ಉದ್ದೇಶ ತರಬಲ್ಲ ಒಂದು ಇಕಿಗಾಯ್ ಆಗಿದೆ.

ಸೌಂದರ್ಯವನ್ನು ಸೃಷ್ಟಿಸುವುದು ಅಥವಾ ಅನುಭವಿಸುವುದು ಒಂದು ಮುಕ್ತಕ್ರಿಯೆ ಮತ್ತು ಎಲ್ಲ ಮಾನವ ಜೀವಿಗಳಿಗೂ ಅಲ್ಲಿಗೆ ಹೋಗಲು ಪ್ರವೇಶ ಉಂಟು.

'ಹೊಕುಸಯಿ' ಎಂಬ ಜಪಾನಿ ಕಲಾವಿದರೊಬ್ಬರು 'ಯುಕಿಯೊ-ಇ' ಶೈಲಿಯಲ್ಲಿ ಮರದ ಅಚ್ಚುಗಳ ಮುಖಾಂತರ ಮುದ್ರಣಕಲೆಯಲ್ಲಿ ಪರಿಣಿತಿ ಹೊಂದಿದ್ದರು. ಅವರು ೧೮ನೇ ಶತಮಾನದ ಮಧ್ಯಭಾಗದಿಂದ ೧೯ನೇ ಶತಮಾನದ ಮಧ್ಯಭಾಗದವರೆಗೆ ಸುಮಾರು ೮೮ವರ್ಷಗಳ ಕಾಲ ಬದುಕಿದ್ದರು. ಅವರು ತಮ್ಮ "ಮೌಂಟ್ ಫುಜಿಯ ಒಂದು ನೂರು ದೃಷ್ಟಿಗಳು" ಎಂಬ ಪುಸ್ತಕದ ಮೊದಲ ಮುದ್ರಣದ ಕೊನೆಗೆ ಈ ತಾಜಾ ಕಲಮು (Post Script) ಸೇರಿಸುತ್ತಾರೆ:-

> "ಎಪ್ಪತ್ತು ವರ್ಷ ವಯಸ್ಸಿಗೆ ಮೊದಲು ನಾನು ಏನೇನು ತಯಾರಿಸಿದ್ದೆನೋ ಅದಾವುದೂ ಗಣಿಸಲೇ ಯೋಗ್ಯವಲ್ಲ. ನನ್ನ ೭೩ನೇ ವಯಸ್ಸಿನಲ್ಲಿ ನಾನು ಸ್ವಲ್ಪ ಹೆಚ್ಚು ಕಡಿಮೆ ಪ್ರಾಣಿಗಳ ಮತ್ತು ಹುಲ್ಲುಗಳ ಮತ್ತು ಮರಗಳ ಹಾಗೂ ಹಕ್ಕಿಗಳ ಮತ್ತು ಮೀನುಗಳ ಹಾಗೂ ಹುಳು ಹುಪ್ಪಟೆಗಳ ನೈಜ ಸ್ವಭಾವದ ರಚನಾ ವಿನ್ಯಾಸವನ್ನು ಅರ್ಥೈಸಿಕೊಳ್ಳಲಾರಂಭಿಸಿದ್ದು; ಅದರ ಫಲವಾಗಿ ನನ್ನ ೮೦ನೇ ವಯಸ್ಸಿನಲ್ಲಿ ನಾನು ಇನ್ನೂ ಹೆಚ್ಚಿನ ಪ್ರಗತಿ ಸಾಧಿಸಲನುಕೂಲವಾಯ್ತು, ವಸ್ತುವಿಷಯಗಳ ಕೌತುಕಗಳ ಇನ್ನೂ ಒಳಹೊಕ್ಕು ನೋಡಲು ನನಗೆ ಸಾಧ್ಯವಾಗುವುದು ನನಗೆ ೯೦ ವರ್ಷ ವಯಸ್ಸಾಗುವಾಗ, ನನಗೆ ೧೦೦ ವರ್ಷಗಳಾಗುವಾಗ ನಿರ್ಣಾಯಕವಾಗಿ ನಾನು ಒಂದು ಅದ್ಭುತವಾದ ಘಟ್ಟವನ್ನು ಮುಟ್ಟುವೆನು ಮತ್ತು ನನಗೆ ಯಾವಾಗ ೧೧೦ ವರ್ಷಗಳಾಗುವುವೋ ಆಗ ಪ್ರತಿಯೊಂದು ಚುಕ್ಕೆ ಮತ್ತು ಪ್ರತಿಯೊಂದು ಗೆರೆಯೂ ಜೀವಕೌಶಲದಿಂದ ತುಂಬಿಹರಿಯುತ್ತಿರುತ್ತದೆ."

ಮುಂದಿನ ಪುಟಗಳಲ್ಲಿ, ನ್ಯೂಯಾರ್ಕ್ ಟೈಮ್ಸ್ ಪತ್ರಿಕೆಗಾಗಿ ಕ್ಯಾಮಿಲ್ ಸ್ವೀನೆಯವರು ("ದಿ ಆರ್ಟ್ ಆಫ್ ಡೂಯಿಂಗ್" ಪುಸ್ತಕದ ಕರ್ತೃ ಮತ್ತು ಸ್ವತಂತ್ರ ಪತ್ರಕರ್ತ) ಸಂದರ್ಶಿಸಿದ ಕಲಾವಿದರು ನುಡಿದ ಕೆಲವು ಬಹಳ ಸ್ಫೂರ್ತಿದಾಯಕ ನುಡಿಗಳನ್ನು ಸಂಗ್ರಹಿಸಿದ್ದೇವೆ. ಇನ್ನೂ ಬದುಕಿರುವವರು ಯಾರೂ ವೃತ್ತಿಯಿಂದ ನಿವೃತ್ತರಾಗಿಲ್ಲ, ಅವರು ಇನ್ನೂ ತಮ್ಮ ಇಷ್ಟದ ವೃತ್ತಿ ಯಾ ಗೀಳನ್ನು ಸಂತೋಷದಿಂದ ಅನುಭವಿಸುತ್ತಿದ್ದಾರೆ. ಅವರದನ್ನು ತಮ್ಮ ಕೊನೆಯ

ಉಸಿರಿರುವವರೆಗೂ ಮುಂದುವರೆಸಿಕೊಂಡು ಹೋಗಲು ಯೋಜಿಸಿದ್ದಾರೆ. ಇದು ಏನನ್ನು ತೋರಿಸುತ್ತದೆಯೆಂದರೆ, ಯಾವಾಗ ನೀವು ಒಂದು ಸ್ಪಷ್ಟ ಉದ್ದೇಶವಿರಿಸಿಕೊಂಡಿರುತ್ತೀರೋ, ಆಗ ನಿಮ್ಮನ್ನು ಯಾರೂ ತಡೆಯಲು ಸಾಧ್ಯವಿಲ್ಲ.

ಎಂಬತ್ತಾರು ವರ್ಷಗಳಾದರು ಇನ್ನೂ ಕೆಲಸ ಮಾಡುತ್ತಿರುವ ವೃತ್ತಿಪರ ನಟ ಕ್ರಿಸ್ಟೋಫರ್ ಪ್ಲಮ್ಮರ್ ಅವರು ತಮ್ಮ ವೃತ್ತಿಯನ್ನು ಪ್ರೀತಿಸುವ ಬಹಳ ಜನರು ಹಂಚಿಕೊಳ್ಳಲಿಚ್ಚಿಸುವ ಒಂದು ಬಚ್ಚಿಟ್ಟ ಬಯಕೆಯನ್ನು ಹೀಗೆ ಬಯಲು ಮಾಡುತ್ತಾರೆ: ನಟಿಸುತ್ತಿರುವಾಗಲೇ ರಂಗದ ಮೇಲೆಯೇ ಕುಸಿದು ಬೀಳಲು ನಾವು ಬಯಸುತ್ತೇವೆ. ಅಭಿನಯ ಕಲೆಯಿಂದ ನಿರ್ಗಮಿಸುವ ಸೊಗಸಾದ ಮಾರ್ಗವೆಂದರೆ ಅದು".

ಒಸಮು ತೆಜುಕರು ಆಧುನಿಕ ಜಪಾನೀ ಮಂಗಾ ಚಿತ್ರಗಳ ಜನಕರು. (ಮಂಗ: Manga = ಉಜ್ಜೀವನ ಚಲನಚಿತ್ರ= animation films) ಅವರೂ ಸಹ ತಮ್ಮ ಭಾವನೆಗಳನ್ನು ಹಂಚಿಕೊಳ್ಳುತ್ತಾರೆ. ೧೯೮೯ರಲ್ಲಿ ಅವರು ಮರಣವಪ್ಪುವ ಮೊದಲು ತನ್ನ ಕೊನೆಯ ರೇಖಾಚಿತ್ರ (Cartoon: ಕಾರ್ಟೂನ್) ಬರೆಯುತ್ತಿರುವಾಗಲೇ ನುಡಿದ ಕೊನೆಯ ನುಡಿಗಳೆಂದರೆ, "ದಯಮಾಡಿ ನನಗೆ ಕೆಲಸ ಮಾಡಲು ಬಿಡಿ",

೮೯ ವರ್ಷದ ಫ್ರೆಡ್ರಿಕ್ ವೈಸ್‌ಮನ್‌ರು ಪ್ಯಾರಿಸ್‌ನ ರಸ್ತೆಗಳಲ್ಲಿ ಅಡ್ಡಾಡುತ್ತಿರುವಾಗ ತಾನು ಕೆಲಸ ಮಾಡಲಿಚ್ಚಿಸುವುದಾಗಿ ಹೇಳಿಕೊಂಡರು – ಅದಕ್ಕಾಗಿಯೇ ತಾನು ಅಷ್ಟೊಂದು ತೀವ್ರತೆಯಿಂದ ಅದನ್ನು ಮಾಡುತ್ತೇನೆಂದು. "ಪ್ರತಿಯೊಬ್ಬರು ತಮ್ಮ ನೋವು ಹಾಗು ಬಾಧೆಗಳ ಬಗ್ಗೆ ಮತ್ತು ಅದು– ಇದರ ಬಗ್ಗೆ ದೂರುತ್ತಾರೆ, ಆದರೆ ಆ ನನ್ನ ಸ್ನೇಹಿತರೆಲ್ಲ, ಇಲ್ಲಾ, ಈಗಾಗಲೇ ಸತ್ತಿದ್ದಾರೆ ಅಥವಾ ಇನ್ನೂ ಕೆಲಸ ಮಾಡುತ್ತಲೇ ಇದ್ದಾರೆ", ಎಂದು ಅವರು ಹೇಳಿದರು.

ತನ್ನ ೮೯ನೇ ವಯಸ್ಸಿನಲ್ಲಿ ಮೊದಲ ಭಿತ್ತಿಚಿತ್ರ ಮಾಡಿದ ಕಾರ್ಮೆನ್ ಹೆರ್ರೆರಾ ಎಂಬ ಚಿತ್ರಕಾರ್ತಿಯು ಈಗಷ್ಟೇ ನೂರನೇ ವರ್ಷಕ್ಕೆ ಕಾಲಿಟ್ಟವರು. ಇಂದು ಆಕೆಯ ಕಲಾಕೃತಿಯು ಟೇಟ್ ಮಾಡರ್ನ್ ಮತ್ತು ಮಾಡರ್ನ್ ಆರ್ಟ್ಸ್ ವಸ್ತುಸಂಗ್ರಹಾಲಯದ ಸ್ಥಾಯೀ ಸಂಗ್ರಹಣಗಳಲ್ಲಿ ಸೇರಿದೆ. ಆಕೆ ಭವಿಷ್ಯವನ್ನು ಹೇಗೆ ನೋಡುತ್ತಾರೆ ಎಂದು ಕೇಳಿದ್ದಕ್ಕೆ ಅವರ ಮಾರುತ್ತರ, "ನಾನು ಯಾವಾಗಲೂ ಮುಂದಿನ ಚಿತ್ರವನ್ನು ಮುಗಿಸಲು ಕಾಯುತ್ತಿರುತ್ತೇನೆ, ಅದು ಅಸಂಬದ್ಧ ಎಂದು ನನಗೆ ಗೊತ್ತು. ನಾನು ಒಂದು ದಿನದ ನಂತರ ಇನ್ನೊಂದು, ಹೀಗೆ ದಿನದಿನದಂತೆ ಮುಂದೆ ಸಾಗುತ್ತೇನೆ."

ಕಲಿಯುವುದನ್ನು ನಿಲ್ಲಿಸಲೇಬೇಡ.

"ನಿನಗೆ ವಯಸ್ಸಾಗಬಹುದು ಮತ್ತು ನಿನ್ನ ಅಂಗಾಂಗಗಳೆಲ್ಲ ನಡುಗಹಬಹುದು, ನಿನ್ನ ಧಮನಿಗಳೇ ಅಸ್ತವ್ಯಸ್ತತೆಯನ್ನಾಲಿಸುತ್ತ ಇಡೀ ರಾತ್ರಿ ನೀನು ಎಚ್ಚರಾಗಿಯೇ ಹಾಸಿಗೆಯಲ್ಲಿ ಬಿದ್ದಿರಬಹುದು, ನೀನು ನಿನ್ನೊಬ್ಬಳೇ ಪ್ರಿಯತಮೆಯನ್ನು ಕಳೆದುಕೊಳ್ಳಲೂಬಹುದು, ನಿನ್ನ

ಸುತ್ತಲಿರುವ ಪ್ರಪಂಚದಲ್ಲೇ ದುಷ್ಟ ಉನ್ಮತ್ತರಿಂದ ನಾಶವಾಗುವುದನ್ನು ನೋಡಲೂಬಹುದು, ಅಥವಾ ನಿನ್ನ ಘನತೆ–ಗೌರವವು ಕೊಳೆತ ಮನಸ್ಸುಗಳೆಂಬ

ಕೊಚ್ಚೆಯ ಗಟಾರಗಳಲ್ಲಿ ತುಳಿತಕ್ಕೊಳಗಾಗಿರುವುದು ನಿನಗೆ ಗೊತ್ತಿರಬಹುದು. ಆಗಲೂ ಅದಕ್ಕೆಲ್ಲ ಒಂದೇ ಒಂದು ಮದ್ದೆಂದರೆ – ಕಲಿಯುವುದು. ಪ್ರಪಂಚ ಏಕೆ ಅಲುಗಾಡುತ್ತಿದೆ ಮತ್ತು ಅದನ್ನು ಅಲುಗಾಡಿಸುತ್ತಿರುವುದು ಯಾವುದು ಎಂಬುದನ್ನು ಕಲಿ. ಅದೊಂದೇ ವಿಷಯ ನೋಡಿ, ಮನಸ್ಸು ಯಾವತ್ತಿಗೂ ದಣಿವು ಕಾಣದಿರುವುದು, ಯಾವತ್ತಿಗೂ ವಿಮುಖಗೊಳ್ಳದಿರುವುದು, ಎಂದಿಗೂ ಯಾವುದರಿಂದಲೂ ಕಿರುಕುಳ ಹೊಂದಲಾಗದ್ದು, ಎಂದಿಗೂ ಭಯಪಡದ್ದು ಅಥವಾ ಅಪನಂಬಿಕೆ ಮಾಡದ್ದು ಮತ್ತು ಕನಸಿನಲ್ಲಿಯೂ ವ್ಯಥೆ / ವ್ಯಸನ ಪಡದಿರುವುದು"

– ಟಿ.ಎಚ್.ವೈಟ್ ಅವರ "ದಿ ಒನ್ಸ್ ಆ್ಯಂಡ್ ಫ್ಯೂಚರ್ ಕಿಂಗ್" ಕೃತಿಯಿಂದ.

ಪ್ರಕೃತಿ ತಜ್ಞರೂ ಮತ್ತು ಲೇಖಕರೂ ಆದ ಎಡ್ವರ್ಡ್ ಓ. ವಿಲ್ಸನರು ತನ್ನ ಮಟ್ಟಿಗೆ ಹೇಳಿಕೊಳ್ಳುತ್ತಿದ್ದ ಕಂಠೋಕ್ತಿಯೆಂದರೆ "ನಾನಾದರೂ ಭಾವಿಸುತ್ತೇನೆ, ಯಾರು ದೊಡ್ಡ ಪ್ರಶ್ನೆಗಳನ್ನು ಬಿಡಿಸಲು ಉದ್ಯುಕ್ತರಾಗಿರುತ್ತಾರೋ ಅಂತಹವರನ್ನು ಸೇರಲು ನನಗೆ ಸಾಕಷ್ಟು ಅನುಭವವಿದೆ. ಸುಮಾರು ಹತ್ತು ವರ್ಷಗಳ ಕೆಳಗೆ, ನಾವು ಯಾರು, ಎಲ್ಲಿಂದ ಬಂದೆವು, ಮತ್ತು ನಾವು ಎಲ್ಲಿಗೆ ಹೋಗುತ್ತೇವೆ ಎಂಬ ಪ್ರಶ್ನೆಗಳ ಕುರಿತು ತುಂಬಾ ವಿಶಾಲವಾಗಿ ಓದಲು, ಮತ್ತು ವಿಚಾರ ಮಾಡಲು ನಾನು ಆರಂಭಿಸಿದಾಗ, ಎಷ್ಟು ಅಲ್ಪದರಲ್ಲಿ ಇದೆಲ್ಲವನ್ನು ಮಾಡಲಾಗುತ್ತಿತ್ತು ಎಂದು ನಾನು ಬೆರಗಾದೆ."

ತನ್ನ ೯೨ನೇ ವಯಸ್ಸಿನಲ್ಲಿ ೨೦೧೫ರಲ್ಲಿ ನಿಧನರಾದ ಎಲ್ಸ್‌ವರ್ತ್ ಕೆಲ್ಲಿ ಎಂಬ ಚಿತ್ರ ಕಲಾವಿದ ನಮಗೆ ನೀಡಿದ ಭರವಸೆಯೆಂದರೆ, ನಮಗೆ ವಯಸ್ಸಾದಂತೆಲ್ಲ ನಮ್ಮ ಮುಖ್ಯಾಂಗಗಳ ಸಾಮರ್ಥ್ಯವು ಕ್ಷೀಣಿಸುತ್ತಾ ಹೋಗುತ್ತದೆ ಎಂಬುದು ಸ್ವಲ್ಪ ಮಟ್ಟಿಗಾದರೂ ಮಿಥ್ಯ ಅಥವಾ ಕಾಲ್ಪನಿಕ, ಏಕೆಂದರೆ, ಬದಲಾಗಿ ನಾವು ಇನ್ನೂ ಹೆಚ್ಚಿನ ಸ್ಪಷ್ಟತೆ ಮತ್ತು ಪರಿಶೀಲನಾ ಸಾಮರ್ಥ್ಯಗಳಿಸಿಕೊಳ್ಳುತ್ತೇವೆ, ಎಂದು. "ವಯಸ್ಸಾಗುವುದೇ ಬೇರೆ ವಿಷಯ, ಅದರಿಂದಾಗಿ ನೀವು ಹೆಚ್ಚು ಹೆಚ್ಚು ನೋಡುತ್ತೀರಿ... ಪ್ರತಿ ನಿತ್ಯ ನಾನು ಹೊಸ ವಿಷಯಗಳನ್ನು ನೋಡುತ್ತಲಿರುತ್ತೇನೆ. ಹಾಗಾಗಿಯೇ ಹೊಸ ಹೊಸ ಚಿತ್ರಕಲಾಕೃತಿಗಳು ಮೂಡುವುದು".

ಎಂಬತ್ತಾರು ವಯಸ್ಸಿನ ಕೆನಡಾ – ಅಮೆರಿಕಾದ ವಾಸ್ತುಶಿಲ್ಪಿಯಾದ ಫ್ರಾಂಕ್‌ಗೆಹ್ರಿಯವರು ನಮಗೆ ಜ್ಞಾಪಿಸುತ್ತಾರೆ. ಕೆಲವು ಕಟ್ಟಡಗಳು "ನೀವು ಒಪ್ಪಿಕೊಂಡಂದಿನಿಂದ ಮುಗಿವ ದಿನದವರೆಗೆ" ಪೂರೈಸಲು ಏಳು ವರ್ಷಗಳಷ್ಟು ಕಾಲ ತೆಗೆದುಕೊಳ್ಳಬಲ್ಲುವು. ಕಾಲ ಜಾರುವ ಸಂಗತಿಯ ಕುರಿತಂತೆ ಅತಿಯಾದ ತಾಳ್ಮೆ ಬೇಡುವ ಈ ವಿಷಯ ಇದು. ಸ್ಪೇನ್‌ನ ಬಿಲ್‌ಬಾವೊದಲ್ಲಿರುವ ಗಗ್ಗೆನ್ ಹೀಮ್ ವಸ್ತುಸಂಗ್ರಹಾಲಯದ ವಿನ್ಯಾಸಗಾರರಾದ ಇವರಿಗೆ 'ಈಗ' ಅಂದರೆ ಈ ಕ್ಷಣದಲ್ಲಿ ಮತ್ತು 'ಇಲ್ಲಿ' ಅಂದರೆ 'ಪ್ರಸ್ತುತದಲ್ಲಿ' ಹೇಗೆ ಬದುಕಬೇಕೆಂದು ಗೊತ್ತು: ನಿಮ್ಮ ಕಾಲದಲ್ಲಿ ನೀವು ಇರಿ. ನೀವು ಅದರಿಂದ ಹಿಮ್ಮುಖವಾಗಿ ಚಲಿಸದಿರಿ. ಈಗ ಇರುವ ಕಾಲಮಾನಕ್ಕೆ ನಿಮ್ಮನ್ನು ನೀವು ಸ್ಥಾಪಿಸಿಕೊಂಡರೆ, ನನಗನ್ನಿಸುತ್ತದೆ, ನಿಮ್ಮ ಕಣ್ಣುಗಳು ಮತ್ತು ಕಿವಿಗಳನ್ನು ತೆರೆದಿಡಿ, ಪತ್ರಿಕೆ ಓದಿ, ನಿಮ್ಮ ಸುತ್ತಮುತ್ತ ಏನು ನಡೆಯುತ್ತಿದೆ ಗಮನಿಸಿ, ಎಲ್ಲದರ ಬಗ್ಗೆಯೂ ಕುತೂಹಲ ಉಳಿಸಿಕೊಳ್ಳಿ, ಆಗ ನೀವು ನಿಮ್ಮದೇ ಕಾಲಮಾನದಲ್ಲಿರುತ್ತೀರಿ.

ಜಾಪಾನಿನಲ್ಲಿ ದೀರ್ಘಾಯುಷ್ಯದ ಗುಟ್ಟು

ದೀರ್ಘಕಾಲ ಕಾಪಿಡುವ ವ್ಯವಸ್ಥೆಯುಳ್ಳ ದಾಖಲಾತಿಗಳನ್ನು ಇರಿಸುವ ಪದ್ಧತಿ ಇರಿಸಿಕೊಂಡಿರುವ ಕಾರಣಕ್ಕಾಗಿ, ದೃಢೀಕರಣ ಸಾಧ್ಯವಾಗುವ ಬಹಳ ದೀರ್ಘಕಾಲ ಬದುಕಿದವರ ದಾಖಲಾತಿಗಳು ಅಮೆರಿಕಾ ಸಂಯುಕ್ತ ಸಂಸ್ಥಾನದಲ್ಲಿ ನೋಡಸಿಗುತ್ತದೆ; ಹೀಗಿದ್ದರೂ ಬೇರೆ ದೇಶಗಳಲ್ಲಿನ ಮೂಲೆ ಕೊಂಪೆಗಳಲ್ಲಿರುವ ಹಳ್ಳಿ ಹಳ್ಳಿಗಳಲ್ಲಿಯೂ ಹಲವು ಮಂದಿ ಶತಾಯುಷಿಗಳು ವಾಸವಾಗಿರುವರು. ಒಂದು ಶತಮಾನವೇ ನಮ್ಮ ಕಣ್ಣ ಮುಂದೆ ಜಾರಿ ಹೋಗುವುದು ಹಳ್ಳಿಗಾಡುಗಳ ಜನರ ಒಂದು ಶಾಂತಿಯುತ/ ಪ್ರಶಾಂತ ಬದುಕಿನಲ್ಲಿ ಬಹುಮಟ್ಟಿಗೆ ಸರ್ವೇಸಾಮಾನ್ಯ.

ದೀರ್ಘಾಯುಷ್ಯದ ವಿಷಯದಲ್ಲಿ ಅಂತರಾಷ್ಟ್ರೀಯ ಮಹಾನ್ ನಕ್ಷತ್ರದ ಪಟ್ಟ ನಿರ್ವಿವಾದವಾಗಿ ಜಪಾನ್‌ಗೆ ಸಲ್ಲುತ್ತದೆ. ಪ್ರಪಂಚದಲ್ಲೇ ಆ ದೇಶ ಬೇರೆ ದೇಶಗಳಿಗಿಂತ ಬಹಳ ಹೆಚ್ಚಿನ ಜೀವನ ನಿರೀಕ್ಷಣಾ ಆಯುಷ್ಯ ಮಟ್ಟ (Life expectancy) ಹೊಂದಿದೆ. ನಾವು ಮುಂದೆ ವಿವರವಾಗಿ ಪರಿಶೀಲಿಸುವಂತೆ, ಆರೋಗ್ಯ ಪೂರ್ಣ ಆಹಾರ ಪದ್ಧತಿ ಮತ್ತು ಕಾಯಿಲೆಗಳನ್ನು ತಪ್ಪಿಸಲು ನಿಗದಿತ ಅವಧಿಯಲ್ಲಿ ತಪಾಸಣೆಗಾಗಿ ವೈದ್ಯರ ಬಳಿ ಹೋಗುವಂತಹ ವ್ಯವಸ್ಥೆಯಿರುವ ಸಮಗ್ರ ಆರೋಗ್ಯ ರಕ್ಷಣಾ ಪದ್ಧತಿಗಳ ಜತೆಗೆ, ನಾವು ಮುಂದೆ ಗಮನಿಸುವಂತೆ ಜಪಾನಿನಲ್ಲಿ ದೀರ್ಘಾಯುಷ್ಯವು ಆ ದೇಶದ ಸಂಸ್ಕೃತಿಯ ಜತೆ ಮಿಳಿತಗೊಂಡಿದೆ.

ಸಮುದಾಯ ಪ್ರಜ್ಞೆ, ತಮ್ಮ ಜೀವಿತದ ಕೊನೆಯವರೆಗೂ ಕಾರ್ಯಶೀಲರಾಗಿ ಉಳಿಯಲು ಜಪಾನಿಯರು ನಡೆಸುವ ಪ್ರಯತ್ನಗಳ ವಾಸ್ತವತೆ, ಇವು ಅವರ ಸುದೀರ್ಘ ಜೀವನದ ಮೂಲ ಕೀಲಿಕೈಗಳಾಗಿವೆ.

ನೀವು ಏನೂ ಕೆಲಸ ಮಾಡಬೇಕಾದ ಅಗತ್ಯವಿಲ್ಲದಿದ್ದಾಗಲೂ ನೀವು ಕಾರ್ಯನಿರತರಾಗಿರಲು ಬಯಸಿದರೆ, ನಿಮ್ಮ ಬಾಳಕ್ಷಿತಿಜದ ಮೇಲೆ ಒಂದು ಇಕಿಗಾಯ್ ಇರಲೇಬೇಕು, ಅಂದರೆ ನಿಮ್ಮ ಜೀವನದುದ್ದಕ್ಕೂ ನಿಮಗೆ ಮಾರ್ಗದರ್ಶನ ಮಾಡುವ ಒಂದು ಉದ್ದೇಶ ಮತ್ತು ಸುಂದರ ಹಾಗೂ ಉಪಯುಕ್ತತೆಯ ವಸ್ತುಗಳನ್ನು ಸಮುದಾಯಕ್ಕಾಗಿ ಮತ್ತು ನಿಮಗಾಗಿ ನಿರ್ಮಿಸಲು ನಿಮ್ಮನ್ನು ಮುನ್ನೂಕುವಂತಹದೊಂದು.

೬
ಜಪಾನಿನ ಶತಾಯುಷಿಗಳಿಂದ ಕಲಿತ ಪಾಠಗಳು

ಸಂತೋಷಕ್ಕಾಗಿ ಮತ್ತು ದೀರ್ಘಾಯುಷ್ಯಕ್ಕಾಗಿ ಸಂಪ್ರದಾಯಗಳು ಮತ್ತು ಗಾದೆಗಳು

'ಒಗಿಮಿ' ತಲುಪಲು ನಾವು ಟೋಕ್ಯೋದಿಂದ ಒಕಿನಾವಾದ ರಾಜಧಾನಿಯಾದ 'ನಹ'ಕ್ಕೆ ಹತ್ತಿರ ಹತ್ತಿರ ಮೂರು ಗಂಟೆಗಳ ಕಾಲ ವಿಮಾನಯಾನ ಮಾಡಬೇಕಾಗಿ ಬಂತು. ಹಲವು ತಿಂಗಳುಗಳ ಹಿಂದೆಯೇ ಸ್ಥಳವೊಂದರ ಪಟ್ಟಣ ಪರಿಷತ್ತನ್ನು – ದೀರ್ಘಾಯುಷ್ಯದ ಗ್ರಾಮ ಎಂದು ಕರೆಯುವರು – ಸಂಪರ್ಕಿಸಿ ನಾವು ಅಲ್ಲಿನ ಸಮುದಾಯದ ಬಹಳ ವಯೋವೃದ್ಧರನ್ನು ಸಂದರ್ಶಿಸುವ ಇಚ್ಛೆ ಇರುವುದಾಗಿ ವಿವರಿಸಿದ್ದೆವು. ಹಲವಾರು ಸಂವಾದಗಳ ನಂತರ, ಕೊನೆಗೂ ನಾವು ನಿರೀಕ್ಷಿಸುತ್ತಿದ್ದ ಸಹಾಯ ಪಡೆಯುವಲ್ಲಿ ಯಶಸ್ವಿಯಾದೆವು ಮತ್ತು ಆ ಪಟ್ಟಣದ ಹೊರವಲಯದಲ್ಲೇ ಒಂದು ಮನೆಯನ್ನು ಬಾಡಿಗೆಗೆ ಹಿಡಿಯುವುದರಲ್ಲಿ ಯಶಸ್ವಿಯೂ ಆದೆವು.

ಈ ಯೋಜನೆ ಆರಂಭಿಸಿದ ಒಂದು ವರ್ಷದ ನಂತರ ನಾವು ಪ್ರಪಂಚದಲ್ಲೇ ಅತಿ ದೀರ್ಘಕಾಲ ಬದುಕಿದ ಕೆಲವು ಜನರ ಮನೆ ಬಾಗಿಲುಗಳಿಗೆ ಹೋಗಲಾರಂಭಿಸಿದೆವು.

ಕಾಲವು ಅಲ್ಲೇ ನಿಂತಲ್ಲೇ ನಿಂತಿದೆಯೇನೋ ಎಂದು ಆ ಕೂಡಲೇ ನಮಗರಿವಾಯಿತು, ಇಡೀ ಪಟ್ಟಣವೇ ಎಂದೂ ಮುಗಿಯದ 'ಇಲ್ಲಿ' ಮತ್ತು 'ಈಗ' ಎಂಬ ಸ್ಥಿತಿಯಲ್ಲಿ ಬದುಕುತ್ತಿದೆಯೇನೋ ಎಂಬ ಅನುಭವವಾಯಿತು.

ಒಗಿಮಿ ತಲುಪಿದ್ದು

'ನಹ'ದಿಂದ ಎರಡು ಗಂಟೆಯ ರಸ್ತೆ ಪ್ರಯಾಣದ ನಂತರ ವಾಹನ ದಟ್ಟಣೆಯ ಸಮಸ್ಯೆಗೆ ಮನಃಕ್ಲೇಷ ಮಾಡಿಕೊಳ್ಳುವುದನ್ನು ನಾವು ಕೊನೆಗೂ ಮರೆಯಲು ಸಾಧ್ಯವಾಯಿತು. ನಮ್ಮ ಎಡಕ್ಕೆ ಸಮುದ್ರ ಮತ್ತು ಖಾಲಿ ಸಮುದ್ರ

ದಂಡೆ; ನಮ್ಮ ಬಲಕ್ಕೆ ಒಕಿನವದ 'ಯನ್‌ಬರು' ಕಾಡುಗಳು, ಪರ್ವತಮಯ ಜಂಗಲಿ – ಮಲೆನಾಡು – ಒರಿಯನ್ ಬಿಯರ್ (ಮೃದುಪೇಯ) – ಒಕಿನವದ ಹೆಮ್ಮೆಯ ಸಂಕೇತವನ್ನು ತಯಾರಿಸುವ ಜಾಗವಾದ 'ನಗೊ'ವನ್ನು (ರೂಟ್ ನಂ. ೫೮) ದಾಟಿದೆವೆಂದರೆ, ಅದು ಒಗಿಮಿ ತಲುಪುವವರೆಗೂ ಕಡಲ ಕಿನಾರೆಗೆ ಅಂಟಿಕೊಂಡೇ ಇರುತ್ತದೆ. ರಸ್ತೆ ಮತ್ತು ಪರ್ವತದ ಕಿರುಚಾಚಿನಲ್ಲಿ (Stretch) ಮಾತ್ರ ಅಲ್ಲಲ್ಲಿ ಆಗಾಗ ಕೆಲವು ಮನೆಗಳು ಮತ್ತು ಅಂಗಡಿಸಾಲುಗಳು ಕಣ್ಣಿಗೆ ಬೀಳುತ್ತವೆ.

ನಾವು ಒಗಿಮಿಯ ಪುರಸಭೆಯನ್ನು ಪ್ರವೇಶಿಸುತ್ತಿದ್ದಂತೆ ಅಲ್ಲಲ್ಲಿ ಹರಡಿರುವ ಮನೆಗಳ ಸಣ್ಣ ಸಣ್ಣ ಗುಚ್ಛಗಳನ್ನು ದಾಟಿ ಹೋದೆವು. ಆದರೆ ಆ ಪಟ್ಟಣವು ತನ್ನದೇ ಆದ ಒಂದು ಕೇಂದ್ರ ಸ್ಥಳವನ್ನು ಹೊಂದಿದ್ದಂತೆ ಕಾಣಲಿಲ್ಲ. ನಮ್ಮ ಜಿಪಿಎಸ್ (ಜಾಗತಿಕ ಸ್ಥಾನೀಕರಣ ವ್ಯವಸ್ಥೆ ಗ್ಲೋಬಲ್ ಪೊಜಿಷನಿಂಗ್ ಸಿಸ್ಟಮ್: ಇದು ನಿಸ್ತಂತುವಾದ ರೇಡಿಯೋ ಸಂಜ್ಞೆಗಳ ಮೂಲಕ ಯಾವುದಾದರೂ ಸ್ಥಳದ ಗುರುತು ಮತ್ತು ದಿಕ್ಕು, ದಾರಿಗಳನ್ನು ತೋರಿಸುವ ಒಂದು ವ್ಯವಸ್ಥೆ. ಇದರ ಮಾಲಿಕರು ಅಮೆರಿಕಾ. ಅದರ ಬಾಹ್ಯಾಕಾಶ ಸಂಸ್ಥೆಯು (Space force) ಇದನ್ನು ನಿರ್ವಹಿಸುತ್ತದೆ. ಭೂಮಿಯ ಯಾವ ಭಾಗದ ಮಾಹಿತಿಯನ್ನಾದರೂ ಇದು ಒದಗಿಸಬಲ್ಲುದು. ಬೆಟ್ಟಗುಡ್ಡ, ಕಟ್ಟಡಗಳಲ್ಲಿರುವಲ್ಲಿ ಇದರ ಸಂಜ್ಞೆಗಳು ಸ್ವಲ್ಪ ದುರ್ಬಲವಿರುತ್ತವೆ, ೭೨ ವರ್ಷಗಳ ಹಿಂದೆ ಇದನ್ನು ಪ್ರಥಮ ಬಾರಿಗೆ ಉಪಯೋಗಿಸಲಾಯಿತು; ಉಪಗ್ರಹಗಳ ಮೂಲಕ ಇದು ಕಾರ್ಯ ನಿರ್ವಹಿಸುತ್ತದೆ.) ಕಡೆಗೂ ನಮ್ಮನ್ನು ನಮ್ಮ ಗಮ್ಯದತ್ತ ಕರೆದೊಯ್ಯಿತು: ಅದೆಂದರೆ ಮುಖ್ಯ ರಸ್ತೆಯಿಂದ ಬಲಕ್ಕೆ ಒಳಗಡೆ ಒಂದು ಅಷ್ಟೇನೂ ಆಕರ್ಷಕವಲ್ಲದ ಕಿಟ್ಟದ ಇಟ್ಟಿಗೆಗಳಿಂದ ಕಟ್ಟಿದ ಒಂದು ಕಟ್ಟಡದಲ್ಲಿದ್ದ "ಯೋಗಕ್ಷೇಮವನ್ನು ಬೆಂಬಲಿಸುವ ಮತ್ತು ಉತ್ತೇಜಿಸುವುದಕ್ಕೋಸ್ಕರ ಇರುವ ಒಂದು ಕೇಂದ್ರದ" ಕಛೇರಿ (The Centre for the Support and Promotion of Well-Being).

ನಾವು ಹಿಂದಿನ ಬಾಗಿಲ ಮೂಲಕ ಅದರ ಒಳ ಹೊಕ್ಕೆವು, ಅಲ್ಲಿ "ಟೇಯಿರಾ" ಎಂಬಾತ ನಮಗೆ ಕಾಯುತ್ತಿದ್ದಾರೆ, ಆತನ ಪಕ್ಕ 'ಯುಕಿ' ಎಂದು ಸ್ವಯಂ ಪರಿಚಯಿಸಿಕೊಂಡ ಒಬ್ಬ ಹರ್ಷೋಲ್ಲಾಸ ಬೀರುವ ಹೆಂಗಸೂ ಇದ್ದಳು. ಇನ್ನಿಬ್ಬರು ಹೆಂಗಸರೂ ತಮ್ಮ ಕೆಲಸದ ಜಾಗದಿಂದ ಮೇಲೆದ್ದು ಸಮ್ಮೇಳನ ನಡೆಯುತ್ತಿದ್ದ ಒಂದು ಸಭಾಂಗಣದತ್ತ ನಮ್ಮನ್ನ ಕರೆದೊಯ್ಯುತ್ತಾರೆ. ನಮಗೊಬ್ಬೊಬ್ಬರಿಗೂ ಒಂದೊಂದು ಬಟ್ಟಲು ಹಸಿರು ಚಹಾ ಕುಡಿಯಲು ನೀಡುತ್ತಾರೆ, ಅದರ ಜತೆಗೆ 'ಶಿಕುವಾಸಾ' (Shikuwasa) ಎಂಬ ಹುಳಿಯಾದ ಪೌಷ್ಟಿಕಾಂಶ ಭರಿತ ಸಣ್ಣ ಸಣ್ಣ ಹಣ್ಣುಗಳನ್ನೂ ಸಹ. ಈ ಹಣ್ಣುಗಳ ಬಗ್ಗೆ ಮುಂದೆ ನಾವು ಗಮನ ಹರಿಸುತ್ತೇವೆ. ವಿಧ್ಯುಕ್ತವಾದ ಸೂಟುಧಾರಿಯಾಗಿದ್ದ ಟೇಯಿರಾ ನಮ್ಮೆದುರು ಕುಳಿತು ತಮ್ಮದೊಂದು ದೊಡ್ಡ ದಿನಚರಿ ಪುಸ್ತಕ ಮತ್ತು ಒಂದು ಟಿಪ್ಪಣಿ ಪುಸ್ತಕ ಎರಡನ್ನೂ ಬಿಚ್ಚುತ್ತಾರೆ. ಯುಕಿ ಅವರ ಪಕ್ಕ ಕೂರುವಳು. ಆ ಟಿಪ್ಪಣಿ ಪುಸ್ತಕದಲ್ಲಿ ವಯಸ್ಸು ಮತ್ತು ಕ್ಲಬ್ (ಮೋಆಯಿ–ಸಂಘ)ಗಳಿಗನುಗುಣವಾಗಿ ಆ ಪಟ್ಟಣವಾಸಿಗಳ ಪಟ್ಟಿ ಇರುತ್ತದೆ. ಪರಸ್ಪರ ಒಬ್ಬರಿಗೊಬ್ಬರು ಸಹಾಯ ಮಾಡುವುದೇ ಈ ಒಗಿಮಿಯಲ್ಲಿರುವ ಗುಂಪುಗಳ ಜನರ ಇನ್ನೊಂದು ವಿಶೇಷ ಗುಣ. ಈ ಮೋಆಯಿ (ಗುಂಪು) ಯಾವುದೇ ಒಂದು ಮೂರ್ತ ಗುರಿಯ ಸುತ್ತ ವ್ಯವಸ್ಥಿತಗೊಂಡುವಲ್ಲ, ಅವುಗಳು ಬಹಳ ಸಲ ಒಂದು ಸಂಸಾರದಂತೆ ಕಾರ್ಯ ನಿರ್ವಸಹಿಸುತ್ತವೆ. ಹಣಕ್ಕಿಂತ ಮಿಗಿಲಾಗಿ ಒಗಿಮಿಯಲ್ಲಿ ಸಂಭವಿಸುವುದರಲ್ಲಿ ಹೆಚ್ಚಿನದನ್ನು ಆಗಮಾಡಿಸುವುದೇ ಸ್ವಯಂ ಸೇವಾಕಾರ್ಯ ಎಂದೂ ಟೇಯಿರಾ ನಮಗೆ

ಹೇಳುತ್ತಾರೆ. ಪ್ರತಿಯೊಬ್ಬರೂ ತಮ್ಮ ಕೈಯಲ್ಲಾದಷ್ಟನ್ನು ಮಾಡಲು ಮುಂದೆ ಬರುತ್ತಾರೆ, ಮತ್ತು ಸ್ಥಳೀಯ ಸರ್ಕಾರವು ವಹಿಸಿದ ಕೆಲಸಗಳನ್ನು ಗಮನಿಸುವ ಜವಾಬ್ದಾರಿ ತೆಗೆದುಕೊಳ್ಳುತ್ತದೆ. ಈ ರೀತಿಯಿಂದ ಪ್ರತಿಯೊಬ್ಬರು ಪ್ರಯೋಜನಕಾರಿಯಾಗಬಲ್ಲರು ಮತ್ತು ತಾನು ಸಮುದಾಯದ ಒಂದು ಭಾಗ ಎಂದು ಭಾವಿಸಿಕೊಳ್ಳುತ್ತಾರೆ ಕೂಡ.

ಒಗಿಮಿಯು ಅಲ್ಲಿರುವ ದ್ವೀಪ ಸಮೂಹದಲ್ಲಿ ಉತ್ತರ ತುದಿಯ ಕೊನೆಗಿರುವ ಕೇಪ್ ಹೆಡೊ ಎಂಬ ಅತಿದೊಡ್ಡ ದ್ವೀಪಕ್ಕಿಂತಲೂ ಮೊದಲು ಸಿಗುವ ಕೊನೆಯ ಪಟ್ಟಣ.

ಒಗಿಮಿಯ ಒಂದು ಪರ್ವತದ ತುದಿಯಲ್ಲಿ ನಿಂತು ಮೇಲಿನಿಂದ ಇಡೀ ಪಟ್ಟಣವನ್ನು ನಾವು ನೋಡಿದೆವು. ಹೆಚ್ಚು ಕಡಿಮೆ ಎಲ್ಲವು 'ಯನ್‌ಬರು' ಜಂಗಲಿಯ ಹಸಿರು ಹೊದಿಕೆಮಯವಾಗಿತ್ತು; ಎಷ್ಟರ ಮಟ್ಟಿಗೆಂದರೆ, ಆ ಊರಿನ, ಹತ್ತಿರ ಹತ್ತಿರ ೩,೨೦೦ ನಿವಾಸಿಗಳು ಎಲ್ಲಿ ಅಡಗಿರುಬಹುದೆಂದು ನಮಗೆ ಆಶ್ಚರ್ಯವಾಗುವಷ್ಟು. ನಾವು ಕೆಲವು ಮನೆಗಳನ್ನು ನೋಡಿದೆವಾದರೂ, ಅವು ಗುಂಪು ಗುಂಪಾಗಿ ಸಮುದ್ರದ ಹತ್ತಿರ ಅಥವಾ ಪಾರ್ಶ್ವರಸ್ತೆಗಳಿಂದ ಮಾತ್ರ ಮುಟ್ಟಬಹುದಾದ ಸಣ್ಣ ಕಣಿವೆಗಳಲ್ಲಿ ಚದುರಿದ್ದಂತೆ ಕಂಡವು.

ಅವರ ಸಾಮುದಾಯಿಕ ಜೀವನ

ಒಗಿಮಿಯಲ್ಲಿರುವ ಕೆಲವೇ ಹೋಟೆಲುಗಳ ಪೈಕಿ ಒಂದರಲ್ಲಿ ನಮಗೆ ಊಟಕ್ಕೆ ಆಹ್ವಾನಿಸಿದರು, ಆದರೆ ನಾವಲ್ಲಿ ಸೇರಿದಾಗ ಆಗಲೆ ಅಲ್ಲಿದ್ದ ಎಲ್ಲಾ ಮೂರು ಮೇಜುಗಳನ್ನೂ ಬೇರೆಯವರಿಗೆ ಕಾಯ್ದಿರಿಸಲಾಗಿತ್ತು.

ಆಗ ಯುಕಿ ತನ್ನ ಕಾರಿನತ್ತ ಮರುಳುತ್ತಾ ಹೇಳುತ್ತಾರೆ, "ಚಿಂತಿಸಬೇಡಿ, ಇದರ ಬದಲಾಗಿ ನಾವು 'ಚುರೌಮಿಗೆ' ಹೋಗೋಣ, ಅದು ಯಾವಾಗಲೂ ತುಂಬುವುದೇ ಇಲ್ಲ".

ತಮ್ಮ ಎಂಬಂತ್ತೆಂಟನೆಯ ಇಳಿಪ್ರಾಯದಲ್ಲೂ ಆಕೆ ಇನ್ನೂ ತಾವೇ ಸ್ವತಃ ಕಾರು ಓಡಿಸುತ್ತಾರೆ ಮತ್ತು ಹಾಗೆಂದು ಹೇಳಿಕೊಳ್ಳಲು ಆಕೆಗೆ ಹೆಮ್ಮೆ ಕೂಡ. ಅವರ ಸಹಚಾಲಕರಿಗೂ ಆಗಲೇ ತೊಂಬತ್ತೊಂಬತ್ತು ವಯಸ್ಸು, ಮತ್ತು ಅವರೂ ಸಹ ಆ ದಿನವನ್ನು ನಮ್ಮ ಜತೆಯೇ ಕಳೆಯಲು ತೀರ್ಮಾನಿಸಿ ಬಿಟ್ಟಿದ್ದಾರೆ. ಅವರ ಸಮಸಮಕ್ಕೆ ಹೋಗಲು ನಾವೂ ಸಹ ಆ ಹೆದ್ದಾರಿಯಲ್ಲಿ ವೇಗವಾಗಿಯೇ ಕಾರು ಚಾಲನೆ ಮಾಡಬೇಕಾಯ್ತು, ಹೆಚ್ಚಿನ ಸಲ ಆ ರಸ್ತೆ ಡಾಂಬರಿಗಿಂತ ಬೇರೆ ಗಲೀಜಿನಿಂದಲೇ ತುಂಬಿತ್ತೆನಿಸಿತು. ಅಂತೂ ನಾವು ಆ ಕಾಡಿನ ಆ ಕೊನೆ ತಲುಪಿದಾಗ, ಕೊನೆಗೂ ನಾವು ಹೋಟೆಲ್ ತಲುಪಿ ಊಟಕ್ಕೆ ಕುಳಿತಿದ್ದಾಯ್ತು.

ನಾವು ಕೂರುತ್ತಿದ್ದಂತೆಯೇ ಯುಕಿ ಹೇಳಿದರು, "ವಾಸ್ತವವೆಂದರೆ ಹೊರಗೆ ಹೋಟೆಲಿಗೆ ನಾನು ಹೋಗುವುದೇ ಇಲ್ಲ". ನಾನು ತಿನ್ನುವ ಪ್ರತಿಯೊಂದೂ ನನ್ನ ಕೈತೋಟದಿಂದಲೇ ಬರುತ್ತದೆ ಮತ್ತು ನನಗೆ ಬೇಕಾದ ಮೀನನ್ನು ನನ್ನ ನಿಡುಗಾಲದ ಸ್ನೇಹಿತ 'ತನಕಾ' ರಿಂದ ಕೊಳ್ಳುತ್ತೇನೆ."

ಆ ಹೋಟೆಲ್ ಸಮುದ್ರದ ಬದಿಗೇ ಇದ್ದು 'ಸ್ಟಾರ್‌ವಾರ್ಸ್' ಚಿತ್ರದಲ್ಲಿನ 'ಟಟೂಯಿನಿ' ಗ್ರಹದಿಂದ ಬಂದ ಯಾವುದೋ ಒಂದರಂತೆ ತೋರುತ್ತಿತ್ತು. ಪಟ್ಟಣದಲ್ಲೇ ಬೆಳೆದ ಸಾವಯವ ತರಕಾರಿಗಳಿಂದ ತಯಾರಿಸಿದ 'ನಿಧಾನ ಆಹಾರ' (Slow food)ವನ್ನು ತನ್ನ ಗ್ರಾಹಕರಿಗೆ ಬಡಿಸುವುದಾಗಿ ದಪ್ಪ ಅಕ್ಷರಗಳಲ್ಲಿ ಬರೆದ ತನ್ನ ಊಟದ ಪಟ್ಟಿಯಲ್ಲಿ (Menu) ಬಡಾಯಿ ಕೊಚ್ಚಿಕೊಂಡಿತ್ತು ಆ ಹೋಟೆಲ್.

ಯುಕಿ ಮುಂದುವರಿಸುತ್ತಾರೆ, "ಆದರೆ ವಾಸ್ತವವಾಗಿ ಊಟ ಅಂತಹ ಮಹತ್ವದ ವಿಷಯವಲ್ಲ". ಆಕೆ ಎಲ್ಲರ ಜತೆ ಬೆರೆಯುವ ಸ್ವಭಾವದವರು, ಮತ್ತು ಅದಕ್ಕಿಂತ ಮಿಗಿಲಾಗಿ ಅಂದಗಾತಿ. ಸ್ಥಳೀಯ ಸರ್ಕಾರ ನಡೆಸುವ ಹಲವಾರು ಸಂಘಸಂಸ್ಥೆಗಳಲ್ಲಿ ನಿರ್ದೇಶಕಳಾಗಿ ಆಕೆ ತನ್ನ ಪಾತ್ರದ ಬಗ್ಗೆ ಮಾತನಾಡಲು ಇಚ್ಛಿಪಡುವವಳು.

ಊಟವಾದ ನಂತರ ಪುಟಾಣಿ ಮಿಠಾಯಿಯ ಒಂದು ತುಣುಕನ್ನು ತನ್ನ ತುಟಿಗಳ ಹತ್ತಿರ ತರುತ್ತಾ ಆಕೆ ಹೇಳುತ್ತಾರೆ, "ದೀರ್ಘಕಾಲ ಬಾಳಲು ಆಹಾರ ನಿಮಗೆ ಸಹಾಯ ಮಾಡದು". ಅದರ ಗುಟ್ಟೆಂದರೆ ಮುಗುಳ್ನಗೆ ಮತ್ತು ಸಂತೋಷಾನುಭವದಲ್ಲಿರುವುದು, ಖುಷಿಯಾಗಿರುವುದು, ಮಜಾ ಮಾಡುವುದು.

ಒಗಿಮಿಯಲ್ಲಿ ಹೆಂಡದಂಗಡಿಗಳಿಲ್ಲ ಮತ್ತು ಕೆಲವೇ ಕೆಲವು ಹೊಟೆಲ್‌ಗಳಿವೆ, ಆದರೆ ಅಲ್ಲಿನ ಜನ ಸಮುದಾಯ ಕೇಂದ್ರಗಳ ಸುತ್ತಲೇ ಗಿರಕಿ ಹೊಡೆಯುವ ಬಹಳ ಒಳ್ಳೆಯ ಸಾಮಾಜಿಕ ಜೀವನ ಅನುಭವಿಸುತ್ತಾರೆ. ಒಗಿಮಿ ಪಟ್ಟಣವನ್ನು ಹದಿನೇಳು ಸಣ್ಣ ಪ್ರಾಂತಗಳಾಗಿ ಭಾಗಮಾಡಲಾಗಿದ್ದು, ಪ್ರತಿಯೊಂದಕ್ಕೂ ಒಬ್ಬೊಬ್ಬ ಅಧ್ಯಕ್ಷನಿರುವನು ಮತ್ತು ಅನೇಕ ಜನರು, ಸಂಸ್ಕೃತಿ, ಹಬ್ಬಗಳು, ಸಾಮಾಜಿಕ ಚಟುವಟಿಕೆಗಳು, ಮತ್ತು ದೀರ್ಘಾಯುಷ್ಯ ಕುರಿತ ವಿಷಯಗಳು ಹೀಗೆ ವಿವಿಧ ವಿಷಯಗಳನ್ನು ಉಸ್ತುವಾರಿ ಮಾಡಲು ಇರುತ್ತಾರೆ.

ಈ ಕೊನೆಯ ವರ್ಗವಾದ 'ದೀರ್ಘಾಯುಷ್ಯ' ವಿಭಾಗಕ್ಕೆ ಅಲ್ಲಿನ ನಿವಾಸಿಗಳು ಬಹಳ ತೀವ್ರವಾದ ಗಮನ ಹರಿಸುವರು.

ಈ ಹದಿನೇಳು ಪ್ರಾಂತಗಳಲ್ಲಿನ ಒಂದು ಸಮುದಾಯ ಕೇಂದ್ರಕ್ಕೆ ನಮ್ಮನ್ನು ಆಹ್ವಾನಿಸಿದರು. ಆ ಪಟ್ಟಣದ 'ಬುನಗಯ' ಎಂಬ ಮೋಹಿನಿಗಳ ಪ್ರತಿಮೆಗಳಿರುವ ಸ್ಥಳವಾದ 'ಯನ್‌ಬರು' ಕುರುಚಲು ಕಾಡಿನ ಪರ್ವತಗಳಿಗೆ ಅತಿ ಸನಿಹದಲ್ಲಿರುವ ಒಂದು ಹಳೆಯ ಕಟ್ಟಡದಲ್ಲಿ ಆ ಸಮುದಾಯ ಕೇಂದ್ರವು ಕಾರ್ಯವೆಸಗುತ್ತದೆ.

ಯನ್‌ಬರು ಕುರುಚಲುಗಾಡಿನ ಬುನಗಯ ಚೇತನಗಳು

ಒಗಿಮಿಯ ಹತ್ತಿರ ಮತ್ತು ಅದರ ಸುತ್ತಮುತ್ತಲಿನ ಪಟ್ಟಣಗಳಲ್ಲಿನ ಯನ್‌ಬರು ಕುರುಚಲು ಕಾಡಿನಲ್ಲಿ ವಾಸಿಸುವ ಮಾಂತ್ರಿಕ ಜೀವಿಗಳೇ ಈ 'ಬುನಗಯ', ಎಂದರೆ ಅವು ಮಕ್ಕಳಂತೆ ಉದ್ದನೆಯ ಕೆಂಪು ಕೂದಲು ಹೊಂದಿರುವಂತೆ ಕಾಣಿಸಿಕೊಂಡು ಕುರುಚಲು ಗಾಡಿನ ಗಜಮರು (ಅಂದರೆ ವಟವೃಕ್ಷ) ವೃಕ್ಷಗಳಲ್ಲಿ ಅಡಗಿಕೊಂಡಿರಲು ಮತ್ತು ಸಮುದ್ರದಂಡೆಯಲ್ಲಿ ಮೀನಿನ ಶಿಕಾರಿಗೆ ಇಚ್ಛಿಸುತ್ತವೆ.

ಒಕಿನವದ ಬಹುತೇಕ ಕತೆಗಳು ಮತ್ತು ನೀತಿ ಕಥೆಗಳು ಬುನಗಯ ಚೇತನಗಳ ಕುರಿತವೇ ಆಗಿವೆ. ಅವುಗಳು ಕುಚೋದ್ಯದ, ಹುಡುಗಾಟಿಕೆಯ ಮತ್ತು ಊಹಾತೀತವಾದಂತಹವುಗಳಾಗಿವೆ. ಸ್ಥಳೀಯರು ಹೇಳುವ ಪ್ರಕಾರ ಬುನಗಯಗಳು ಪರ್ವತಗಳು, ನದಿಗಳು, ಸಮುದ್ರ, ವೃಕ್ಷಗಳು, ಭೂಮಾತೆ, ಗಾಳಿ ಮತ್ತು ಪ್ರಾಣಿಗಳನ್ನು ಪ್ರೀತಿಸುವುದಾಗಿಯೂ, ಮತ್ತು ಆ ಮೋಹಿನಿಗಳ ಸ್ನೇಹಗಳಿಸುವ ಸಲುವಾಗಿ, ನೀವು ಪ್ರಕೃತಿ ಮಾತೆಗೆ ಗೌರವ ತೋರಬೇಕಾಗುತ್ತದೆ.

ಹುಟ್ಟುಹಬ್ಬದ ಒಂದು ಸಂತೋಷ ಕೂಟ

ನಾವು ಆ ಪ್ರಾಂತದ ಸಮುದಾಯ ಕೇಂದ್ರ ತಲುಪಿದಾಗ, ಸುಮಾರು ಇಪ್ಪತ್ತು ಜನರ ಗುಂಪೊಂದು ನಮ್ಮನ್ನು ಅಭಿವಂದಿಸಿ ಸ್ವಾಗತಿಸಿತು ಮತ್ತು ಹೆಮ್ಮೆಯಿಂದವರು ಸಾರಿದರು, "ನಮ್ಮಲ್ಲಿ ಅತಿ ಚಿಕ್ಕ ವಯಸ್ಸಿನವರೆಂದರೆ ಎಂಬತ್ತಮೂರು ವರ್ಷದವರು" ಎಂದು.

ಹಸಿರು ಚಹಾ ಹೀರುತ್ತಲೇ ನಾವು ನಮ್ಮ ಸಂದರ್ಶನವನ್ನು ಒಂದು ದೊಡ್ಡ ಮೇಜಿನ ಬಳಿ ನಡೆಸಿದೆವು. ನಮ್ಮ ಸಂದರ್ಶನವನ್ನು ಮುಗಿಸಿದಾಗ, ನಮ್ಮನ್ನು ಸಮಾರಂಭ ನಡೆಯುವ ಸ್ಥಳಕ್ಕೆ ಕರೆತರುತ್ತಾರೆ; ಅಲ್ಲಿ ನಾವು ಆ ಗುಂಪಿನ ಮೂರು ಮಂದಿಯ ಹುಟ್ಟುಹಬ್ಬಗಳನ್ನು ಆಚರಿಸುತ್ತೇವೆ. ಒಬ್ಬಾಕೆ ತೊಂಬತ್ತೊಂಬತ್ತು ವರ್ಷಗಳನ್ನು ಮುಗಿಸುತ್ತಿದ್ದಾರೆ, ಮತ್ತೊಬ್ಬರು ತೊಂಬತ್ತನಾಲ್ಕು, ಮತ್ತು ಒಬ್ಬ ಯುವಕ ಆಗಷ್ಟೇ ಎಂಬತ್ತೊಂಬತ್ತು ತಲುಪಿದ್ದಾರೆ.

ಆ ಹಳ್ಳಿಯಲ್ಲಿ ಜನಪ್ರಿಯವಾಗಿರುವ ಕೆಲವು ಹಾಡುಗಳನ್ನು ಹಾಡುತ್ತೇವೆ ಮತ್ತು 'ಶುಭಜನುಮದಿನ' ಎಂದು ಆಂಗ್ಲಭಾಷೆಯಲ್ಲಿ ಹೇಳುತ್ತಾ ಹಾಡು ಮುಗಿಸುತ್ತೇವೆ. ತೊಂಬತ್ತೊಂಬತ್ತು ಮುಗಿಸಿದ ಹೆಂಗಸು ಮೊಂಬತ್ತಿಯನ್ನು ಬಾಯಿಂದ ಆರಿಸಿ ಸಂತೋಷ ಕೂಟಕ್ಕೆ ಬಂದಿದ್ದ ಪ್ರತಿಯೊಬ್ಬರಿಗೂ ವಂದಿಸುತ್ತಾರೆ. ಮನೆಯಲ್ಲೇ ತಯಾರಿಸಿದ ಶಿಕುವಾಸಾ ಸಿಹಿತಿನಿಸನ್ನು (ಕೇಕ್) ನಾವೆಲ್ಲ ತಿನ್ನುತ್ತೇವೆ ಮತ್ತು ನೃತ್ಯಗೈಯ್ಯುತ್ತಾ, ಇಪ್ಪತ್ತು ವರ್ಷದ ಯುವಕನೊಬ್ಬನ ಹುಟ್ಟು ಹಬ್ಬವೇನೋ ಎಂಬಂತೆ ಆಚರಿಸಿ ಸಮಾರಂಭ ಮುಗಿಸುತ್ತೇವೆ.

ಆ ಗ್ರಾಮದಲ್ಲಿ ನಾವಿರುವ ಒಂದು ವಾರದ ಅವಧಿಯಲ್ಲಿ ನಾವು ಹಾಜರಾದ ಮೊದಲನೆ ಸಂತೋಷಕೂಟ ಅದು, ಆದರೆ ಆದೇ ಕೊನೆಯವದೇನಲ್ಲ. ಹಿರಿಯರ ಒಂದು ತಂಡದ ಜೊತೆ ನಾವು ಕರೋಕೆ (ಮೊದಲೇ ಸಿದ್ಧಪಡಿಸಿದ ನೇಪಥ್ಯ ಸಂಗೀತಕ್ಕೆ ಜನಪ್ರಿಯಗೀತೆಗಳನ್ನು ಹಾಡುವುದು) ಮಾಡುವುದು – ಅವರು ನಮಗಿಂತ ಉತ್ತಮವಾಗಿ ಹಾಡುವರು – ಮತ್ತು ಸ್ಥಳೀಯ ಸಂಗೀತ ತಂಡದ ಜತೆ ಸಾಂಪ್ರದಾಯಿಕ ಹಬ್ಬದಲ್ಲಿ ಭಾಗಿಯಾಗುವುದು, ಮತ್ತು ಪರ್ವತದ ತಪ್ಪಲಲ್ಲಿ ತಿಂಡಿತಿನಿಸುಗಳ ಅಂಗಡಿಗಳಿಗೆ ಭೇಟಿ ನೀಡುವುದು, ಮುಂತಾಗಿ ಎಲ್ಲವನ್ನೂ ಮಾಡಿದೆವು.

ಎಲ್ಲರೂ ಕೂಡಿ, ಪ್ರತಿದಿನವೂ ಆಚರಿಸಿ

ಒಗಿಮಿಯಲ್ಲಿ ಆಚರಣೆಗಳು, ಸಂಭ್ರಮಗಳು ಅವರ ಜೀವನದ ಅತ್ಯವಶ್ಯಕ ಭಾಗವಾಗಿರುವಂತೆ ಕಾಣುತ್ತವೆ.

ಒಕಿನಾವಾದ ವಯಸ್ಸಾದ ನಿವಾಸಿಗಳಲ್ಲಿನ ಅತಿ ಜನಪ್ರಿಯ ಕ್ರೀಡೆ ಗಳಲ್ಲೊಂದಾದ ಗೇಟ್‌ಬಾಲ್‌ನ (ಚೆಂಡುಗಳನ್ನು ಉದ್ದ ಕೋಲಿನಂತಿರುವ, ತುದಿಯಲ್ಲಿ ಸುತ್ತಿಗೆಯಂತಿರುವ ಮರದ ಸಾಧನದಿಂದ ಬಾರಿಸುವುದು; ಇದು ತಂಡದ ಆಟ. ಪ್ರತಿ ತಂಡದಲ್ಲಿ ಐದು ಆಟಗಾರರಿರುತ್ತಾರೆ, ಕ್ರೊಕೆ (Croqet) ಎಂಬ ಹುಲ್ಲಿನ ಮೇಲೆ ಚೆಂಡು ಉರುಳಿಸುವ ಆಟದಿಂದ ಪ್ರೇರಿತವಾದ ಒಂದು ಆಟ ಇದು; ೧೯೪೦ರಿಂದಲೂ ಇದನ್ನು ಆಡುತ್ತಿದ್ದಾರೆ. ಇದಕ್ಕೆ ಒಂದು ವಿಶ್ವಮಾನ್ಯ ಸಂಘವಿದೆ. ಜಪಾನಿನ ಹಿರಿಯರು ಇದನ್ನು ಹೆಚ್ಚು ಆಡುತ್ತಾರೆ; ಹಾಗಾಗಿ ಅಲ್ಲಿ ಹೆಚ್ಚು ಜನಪ್ರಿಯ) ಒಂದು ಆಟ ವೀಕ್ಷಿಸಲು ನಮ್ಮನ್ನು ಆಹ್ವಾನಿಸಿದರು. ಕೊಡತಿ (ದಾಂಡು) ಯಂತಹ ಒಂದು ಕಡ್ಡಿಯಿಂದ ಒಂದು ಚೆಂಡನ್ನು ಬಾರಿಸುವ ಆಟ ಇದು. ಇಲ್ಲಿ ಎಲ್ಲಿ ಬೇಕಾದರೂ ಆಡಲು ಸಾಧ್ಯವಾದ ಕಡಿಮೆ ಹೊಡೆತ–ಬಡಿತಗಳನ್ನು ಒಳಗೊಂಡ,

ಒಂದು ಗುಂಪಿನಲ್ಲಿದ್ದುಕೊಂಡು ಅತ್ತಿತ್ತ ಸುತ್ತಾಡಿಕೊಂಡು ತಮಾಷೆಗಾಗಿ ಕಾಲಕಳೆಯಲು ನೆಪವಾಗಬಲ್ಲ ಒಂದು ಕ್ರೀಡೆ. ಅಲ್ಲಿಯ ನಿವಾಸಿಗಳು ಸ್ಥಳೀಯವಾಗಿ ಸ್ಪರ್ಧೆಗಳನ್ನು ಏರ್ಪಡಿಸುತ್ತಾರೆ, ಮತ್ತು ಅದರಲ್ಲಿ ಭಾಗವಹಿಸುವವರಿಗೆ ಯಾವ ವಯೋಮಿತಿಯೂ ಇಲ್ಲ. ನಾವೂ ಸಹ ಇಂತಹ ಒಂದು ವಾರಾಂತ್ಯ ಆಟದಲ್ಲಿ ಭಾಗವಹಿಸಿ, ಇತ್ತೀಚೆಗಷ್ಟೇ ೧೦೪ ವರ್ಷ ಪೂರೈಸಿದ ಹೆಂಗಸೊಬ್ಬರಿಂದ ಸೋಲುತ್ತೇವೆ. ಆಗ ಪ್ರತಿಯೊಬ್ಬರೂ ಉಲ್ಲಸಿತರಾಗುವರು ಮತ್ತು ನಮ್ಮ ಮುಖದ ಮೇಲಿನ ಸೋಲಿನ ಭಾವ ಎಲ್ಲರಲ್ಲೂ ನಗೆ ಮೂಡಿಸುತ್ತದೆ.

ಒಂದು ಸಮುದಾಯವಾಗಿ ಆಟವಾಡುವುದು ಮತ್ತು ಅದನ್ನು ಅದನ್ನು ಆಚರಿಸಿ ಸಂಭ್ರಮಿಸುವುದರ ಜೊತೆಗೆ ಆ ಗ್ರಾಮದ ನಿವಾಸಿಗಳ ಸಂತಸಕರ ಜೀವನಕ್ಕೆ ಆಧ್ಯಾತ್ಮಿಕತೆಯೂ ಅತ್ಯವಶ್ಯಕವಾಗಿದೆ.

ಒಕಿನಾವಾ ದೇವತೆಗಳು

ಒಕಿನವದಲ್ಲಿನ ಪ್ರಮುಖ ಮತಧರ್ಮವು 'ರ್‍ಯುಕ್ಯು ಶಿಂಟೊ' ಎಂದು ಹೆಸರಾಗಿದೆ. 'ರ್‍ಯುಕ್ಯು' ಎಂಬುದು ಒಕಿನವ ದ್ವೀಪ ಸಮೂಹಗಳ ಮೂಲ ಹೆಸರು, ಮತ್ತು 'ಶಿಂಟೊ' ಎಂದರೆ 'ದೇವರುಗಳ ಮಾರ್ಗ' ಎಂದರ್ಥ. ರ್‍ಯುಕ್ಯು ಶಿಂಟೊವು ಚೀನಾದ ತಾವೋ ವಾದ, ಕನ್ಫೂಷಿಯನ್ ವಾದ, ಬೌದ್ಧಮತ ಮತ್ತು ಶಿಂಟೊ ಮತದ ಮೂಲಧಾತುಗಳನ್ನು ಷಾಮಿನಿಸಂನ (ಅಂದರೆ ಭೂತಗಳು, ಪ್ರೇತಗಳು ಮತ್ತು ಉಪದೇವತೆಗಳಲ್ಲಿ ನಂಬಿಕೆಯುಳ್ಳ ಹಾಗೂ ಅವನ್ನು ಒಲಿಸಿಕೊಳ್ಳಲು ಮಾಂತ್ರಿಕ ಪುರೋಹಿತರಿಗೆ ಮಾತ್ರ ಶಕ್ತಿಯುಂಟೆಂದು ನಂಬುವ ಒಂದು ಮತ) ಮತ್ತು ಅನಿಮಿಸಂನ (ಸರ್ವಚೇತನವಾದ) ಇವೆರಡರ ಮೂಲಧಾತುಗಳನ್ನು ಕೂಡಿಸಿಕೊಂಡಿದೆ.

ಈ ಪುರಾತನ ಶ್ರದ್ಧೆಯನುಸಾರ ಈ ವಿಶ್ವವು ಅನೇಕ ವಿಧಗಳಾಗಿ ವಿಂಗಡಿಸಿರುವ ಅನಂತ ಸಂಖ್ಯೆಯ ಚೇತನಗಳಿಂದ ತುಂಬಿದೆ: ಗೃಹ ಚೇತನಗಳು, ಅಡವಿ ಚೇತನಗಳು, ವೃಕ್ಷ ಚೇತನಗಳು, ಮತ್ತು ಪರ್ವತ ಚೇತನಗಳು. ವಿಧಿವಿಧಾನಗಳಿಂದ ಮತ್ತು ಹಬ್ಬಹರಿದಿನ ಆಚರಿಸುವ ಮೂಲಕ ಈ ಚೇತನಗಳನ್ನು ಸಂತೃಪ್ತಗೊಳಿಸುವುದು ಹಾಗೂ ಪವಿತ್ರ ನೆಲಗಳನ್ನು ಶುದ್ಧೀಕರಣಗೊಳಿಸುವುದು ಮುಖ್ಯವಾಗುತ್ತದೆ.

ಎರಡು ಪ್ರಮುಖ ರೀತಿಯ ಹಲವು ದೇವಳಗಳು ಕಂಡು ಬರುವ ಪವಿತ್ರ ಜಂಗಲಿಗಳು ಮತ್ತು ಕಾಡುಗಳಿಂದ ಒಕಿನಾವಾ ತುಂಬಿದೆ: ಅವೆಂದರೆ 'ಉಟಕಿ' ಮತ್ತು "ಉಗಂಜು". ನಾವು ಒಗಿಮಿಯಲ್ಲಿ ಒಂದು ಉಗಂಜ, ಅಂದರೆ ನಾಣ್ಯಗಳು ಮತ್ತು ಸುಗಂಧ ಪರಿಮಳ ದ್ರವ್ಯಗಳಿಂದ ಅಲಂಕೃತವಾದ ಸಣ್ಣ ಬಯಲು ದೇವಳಕ್ಕೆ ಭೇಟಿ ನೀಡಿದೆವು, ಅದು ಒಂದು ಜಲಪಾತದ ಪಕ್ಕದಲ್ಲಿದೆ. 'ಉಟುಕಿ' ಎಂದರೆ ಕಲ್ಲುಗಳನ್ನು ಕೂಡಿಟ್ಟು ಒಂದು ಜಾಗ. ಅಲ್ಲಿಗೆ ಜನರು ಪ್ರಾರ್ಥಿಸಲು ಹೋಗುತ್ತಾರೆ – ಅಲ್ಲಿ ಚೇತನಗಳೆಲ್ಲ ಒಂದೆಡೆ ಸೇರುತ್ತಾರೆಂಬ ಭಾವನೆಯಿಂದ.

ಒಕಿನಾವಾದ ಧಾರ್ಮಿಕ ಆಚರಣೆಯಲ್ಲಿ, ಗಂಡಸರಿಗಿಂತ ಹೆಂಗಸರು ಹೆಚ್ಚು ಉಚ್ಚ ದರ್ಜೆಯವರೆಂದು ಪರಿಗಣಿಸಲಾಗುವುದು, ಅದೇ ಜಪಾನಿನ ಉಳಿದ ಕಡೆ ಸಾಂಪ್ರದಾಯಿಕ ಶಿಂಟೊ ಮತದಲ್ಲಿ ಇದಕ್ಕೆ ವಿರುದ್ಧವಾದ ಪದ್ಧತಿ ಆಚರಣೆಯಲ್ಲಿದೆ. ಅಲ್ಲಿನ ಸಮುದಾಯಗಳು ಸಾಂಪ್ರದಾಯಿಕ ಮತಾಚರಣೆಗಳ ಮೂಲಕ ಚೇತನ / ಆತ್ಮ ಸಾಮ್ರಾಜ್ಯದ ಜತೆ ಸಂಪರ್ಕ ಸಾಧಿಸಲು ಮಾಧ್ಯಮಗಳಾಗಿ ಆರಿಸುವ ಹೆಂಗಸರನ್ನು ಯುತಾ (Yuta) ಎನ್ನುತ್ತಾರೆ.

ಮುಖ್ಯವಾಗಿ ಒಕಿನಾವಾದಲ್ಲಿ, ಸಾಮಾನ್ಯವಾಗಿ ಜಪಾನಿನಲ್ಲಿ ಆಧ್ಯಾತ್ಮಿಕ. ಧಾರ್ಮಿಕ ಆಚರಣೆಯ ಮತ್ತೊಂದು ಮುಖ್ಯ ಲಕ್ಷಣವೆಂದರೆ ಪೂರ್ವಿಕರನ್ನು ಆರಾಧಿಸುವುದು, ಪ್ರತಿ ತಲೆಮಾರಿನ ಮೊದಲ ಕೂಸಿನ ಮನೆಯಲ್ಲೂ ಆ ಮನೆತನದ ಹಿರಿಯರಿಗೆ ವಂದಿಸಲು ಮತ್ತು ಕಾಣಿಕೆ ಅರ್ಪಿಸುವ ಸಲುವಾಗಿ, ಎತ್ತರದ ಸ್ಥಳದಲ್ಲಿ ಒಂದು ಸಣ್ಣ ಯಜ್ಞ ವೇದಿಕೆ (altar) ಇರುತ್ತದೆ. ಅದಕ್ಕೆ ಬುತ್‌ಸದನ್ ಎನ್ನುವರು.

ಮಬುಯ್

ಪ್ರತಿ ವ್ಯಕ್ತಿಯೂ ಒಂದು ಮೂಲತತ್ತ್ವ ಅಥವಾ ಸತ್ತ್ವ (ಆಧ್ಯಾತ್ಮಿಕ ಅಥವಾ ಅಭೌತಿಕ) ಅಥವಾ ಮಬುಯ್ ಹೊಂದಿರುತ್ತಾನೆ. ಈ ಮಬುಯ್ ಎಂಬುದೇ ನಮ್ಮ ಚೇತನ ಮತ್ತು ನಮ್ಮ ಜೀವಬಲದ ಮೂಲಾಧಾರ. ಅದು ಅಮರ ಮತ್ತು ನಾವು ಯಾರು ಎಂಬುದನ್ನು ನಮಗೆ ಗೊತ್ತುಪಡಿಸುತ್ತದೆ.

ಕೆಲವು ಸಲ ಸತ್ತು ಹೋದ ಯಾರೋ ಒಬ್ಬನ ಮಬುಯ್ ಬದುಕಿರುವ ವ್ಯಕ್ತಿಯೊಬ್ಬನ ದೇಹದೊಳಗೆ ಸಿಕ್ಕಿ ಬೀಳುತ್ತದೆ. ಇಂತಹ ಪರಿಸ್ಥಿತಿಯಲ್ಲಿ ಸತ್ತವನ ಮಬುಯ್‌ಯನ್ನು ಮುಕ್ತಗೊಳಿಸಲು ಒಂದು ಪ್ರತ್ಯೇಕತಾ ಧಾರ್ಮಿಕಾಚರಣೆ ಮಾಡುವ ಅಗತ್ಯವಿರುತ್ತದೆ; ಇದು ಬಹಳ ಸಲ ಘಟಿಸುವುದು ಅಂತಹ ವ್ಯಕ್ತಿ ಇದ್ದಕ್ಕಿದ್ದಂತೆ ಸಾವನ್ನಪ್ಪಿದಾಗ – ಅದೂ ವಿಶೇಷವಾಗಿ ಯೌವ್ವನದಲ್ಲಿದ್ದವರು – ಮತ್ತು ಅಂತಹವನ/ಳ ಮಬುಯ್ ಸತ್ತವರ ಸಾಮ್ರಾಜ್ಯದೆಡೆಗೆ ಹೋಗಲು ಇಚ್ಛಿಸದಿದ್ದಾಗ.

ದೈಹಿಕ ಸಂಪರ್ಕದಿಂದಲೂ ಕೂಡ ಒಂದು ಮಬುಯ್ ಒಬ್ಬ ವ್ಯಕ್ತಿಯಿಂದ ಮತ್ತೊಬ್ಬನಿಗೆ ದಾಟಬಲ್ಲದು. ತನ್ನ ಮೊಮ್ಮಗಳಿಗೆ ಒಂದು ಉಂಗುರವನ್ನು ಬಿಟ್ಟುಹೋಗುವ ಅಜ್ಜಿಯೂ ಕೂಡ ತನ್ನ ಮಬುಯ್‌ನ ಒಂದು ಭಾಗವನ್ನು ಅವಳಿಗೆ ವರ್ಗಾಯಿಸುತ್ತಾಳೆ. ಛಾಯಾಚಿತ್ರಗಳೂ ಸಹ ಜನಗಳ ನಡುವೆ ಮಬುಯ್‌ಯನ್ನು ದಾಟಿಸುವ ಮಾಧ್ಯಮವಾಗಬಲ್ಲದು.

ಹೆಚ್ಚು ವಯಸ್ಸಾಗುವುದೆಂದರೆ ಹೆಚ್ಚು ಗಟ್ಟಿಯಾಗುವುದು

ಹಿಂತಿರುಗಿ ನೋಡಿದಾಗ ಅನಿಸುತ್ತೆ, ಒಗಿಮಿಯಲ್ಲಿ ನಾವು ಕಳೆದ ದಿನಗಳು ಬಹಳ ಚಟುವಟಿಕೆಯಿಂದ ಕೂಡಿದ್ದರೂ ಆರಾಮವಾಗಿದ್ದೆವು ಎಂದು. ಒಂದು ರೀತಿಯ ಸ್ಥಳೀಯರ ಜೀವನ ಶೈಲಿಯಂತೆಯೇ ನಮ್ಮದೂ, ಅವರು ಯಾವಾಗಲೂ ಬಹುಮುಖ್ಯ ಕೆಲಸಗಳಲ್ಲಿ ತೊಡಗಿ ಕಾರ್ಯನಿರತರಾದಂತೆ ಕಂಡುಬರುತ್ತಿದ್ದರು, ಆದರೆ ನಿಕಟಾವಲೋಕನದಿಂದ ಗೊತ್ತಾದುದೇನೆಂದರೆ ಅವರು ಪ್ರತಿಯೊಂದನ್ನೂ ಪ್ರಶಾಂತ ಪ್ರಜ್ಞೆಯಿಂದಲೇ ಮಾಡುತ್ತಿದ್ದರು. ಅವರು ಯಾವಾಗಲೂ ತಮ್ಮ ಇಕಿಗಾಯ್‌ನ ಬೆನ್ನು ಹಿಡಿದಿರುತ್ತಾರೆ. ಆದರೆ ಅವರು ಯಾವಾಗಲೂ ಧಾವಂತದಲ್ಲಿರುತ್ತಿರಲಿಲ್ಲ.

ಅವರು ಸಂತೋಷವಾಗಿ ಕಾರ್ಯನಿರತರಾಗಿರುತ್ತಿದ್ದರಷ್ಟೇ ಅಲ್ಲ, ನಾವು ಮತ್ತೂ ಗಮನಿಸಿದ್ದೇನೆಂದರೆ ಎರಡು ನೂರು ವರ್ಷಗಳಷ್ಟು ಹಿಂದೆಯೇ ವಾಷಿಂಗ್‌ಟನ್ ಬರ್‌ನಪ್ (೧೮೦೨–೧೮೫೯, ಅಮೆರಿಕಾ, ಕ್ರಿಶ್ಚಿಯನ್ ಪುರೋಹಿತ) ಎಂಬುವರು ಹೇಳಿದ್ದ, ಸಂತೋಷವಾಗಿರಲು ಬೇಕಿರುವ ಉಳಿದ ಸೂತ್ರಗಳನ್ನು ಅವರು ಪಾಲಿಸಿದ್ದರು: "ಈ

ಬದುಕಿನಲ್ಲಿ ಸಂತೋಷವಾಗಿರಲು ಬೇಕಿರುವ ಭವ್ಯವಾದ ಅತ್ಯವಶ್ಯಕವಾದುವುಗಳೆಂದರೆ, ಮಾಡಲು ಏನಾದರೂ ಬೇಕು, ಪ್ರೀತಿಸಲು ಏನಾದರೂ ಬೇಕು, ಮತ್ತು ಭರವಸೆಗಾಗಿ ಏನಾದರೂ ಬೇಕು ಎಂಬ ಮಂತ್ರ."

ಆ ಪಟ್ಟಣದಲ್ಲಿ ನಾವಿದ್ದು, ಹೊರಡುವ ಕೊನೆಯ ದಿನ, ಆ ಪಟ್ಟಣದ ಕೊನೆಗಿದ್ದ ಮಾರುಕಟ್ಟೆಯಲ್ಲಿ ಕೆಲವು ವಸ್ತುಗಳನ್ನು ಕೊಡುಗೆಗಳಾಗಿ ಕೊಳ್ಳಲು ಹೋದೆವು, ಅಲ್ಲಿ ಮಾರುತ್ತಿದ್ದ ವಸ್ತುಗಳೆಂದರೆ, ಬರೀ ಸ್ಥಳೀಯ ತರಕಾರಿಗಳು, ಹಸಿರು ಚಹಾ, ಮತ್ತು ಶಿಕುವಾಸಾದ ಹಣ್ಣಿನರಸ, ಜತೆಗೆ ಯನ್‌ಬರು ಕಾಡುಗಳಲ್ಲಿ ಅಡಗಿರುವ ಚಿಲುಮೆಗಳಿಂದ ತುಂಬಿ ತಂದು ಮಾರುವ "ದೀರ್ಘಾಯಷ್ಯದ ಜಲ" (Longevity Water) ಎಂದು ಪಟ್ಟಿ ಹಚ್ಚಿದ ನೀರಿನ ಬಾಟಲಿಗಳು.

ಈ ನೀರಿನ ಕೆಲವು ಬಾಟಲಿಗಳನ್ನು ನಾವೂ ಕೊಂಡು ವಾಹನಗಳ ನಿಲುಗಡೆ ಮಾಡುವ ತಂಗುದಾಣದಲ್ಲಿ ನಿಂತು ಕುಡಿದೆವು. ಕುಡಿಯುವಾಗ ಸಮುದ್ರದತ್ತ ಕಣ್ಣುಹಾಯಿಸಿ ಈ ಸಣ್ಣ ನೀರಿನ ಬಾಟಲಿಗಳು ಅವು ಭರವಸೆಯಿತ್ತಂತೆ ಅದರಲ್ಲಿರುವ ಅಮೃತವು ನಮಗೆ ಆರೋಗ್ಯ ಮತ್ತು ದೀರ್ಘಬಾಳು ತರುವಂತೆ ಆಶಿಸುತ್ತಾ ಮತ್ತು ನಮ್ಮ ಸ್ವಂತ ಇಕಿಗಾಯ್‌ನ್ನು ಕಂಡುಕೊಳ್ಳಲು ಸಹಾಯ ಮಾಡುತ್ತವೆಂದು ನಾವು ಭಾವಿಸಿದೆವು. ನಂತರ ಬುನಗಯದ ಒಂದು ಪ್ರತಿಮೆಯ ಜತೆ ನಿಂತು ಒಂದು ಛಾಯಾಚಿತ್ರ ತೆಗೆದುಕೊಂಡೆವು, ಮತ್ತು ಕೊನೆಯದಾಗಿ ಎಂಬಂತೆ ಅದರ ಹತ್ತಿರ ನಡೆದುಕೊಂಡು ಹೋಗಿ ಅಲ್ಲಿ ಕೆತ್ತಿದ್ದನ್ನು ಓದಿದೆವು:

ಜನರು ಹೆಚ್ಚು ಕಾಲ ಎಲ್ಲಿ ಬದುಕುವರೋ ಆ ಪಟ್ಟಣದಿಂದ ಒಂದು ಘೋಷಣಾಪತ್ರ:
'೮೦ನೇ ವಯಸ್ಸಿನಲ್ಲಿ ನಾನಿನ್ನೂ ಮಗು.
೯೦ನೇ ವಯಸ್ಸಿನಲ್ಲಿ ನಾ ನಿನ್ನ ನೋಡಲು ಬಂದಾಗ,
ನನಗೆ ನೂರಾಗುವವರೆಗೆ ಕಾಯಲು ಹೇಳಿ
ವಾಪಸ್ಸು ಕಳಿಸು.
ವಯಸ್ಸಾದಷ್ಟೂ ಗಟ್ಟಿಗನಾಗುವೆ;
ನಮಗೆ ವಯಸ್ಸಾದಂತೆ ನಮ್ಮ ಮಕ್ಕಳ ಮೇಲೆ
ನಾವು ಹೆಚ್ಚು ಅವಲಂಬಿತರಾಗದಿರೋಣ.
ನೀವು ದೀರ್ಘಜೀವನ ಮತ್ತು ಆರೋಗ್ಯ ಅರಸುವಿರಾದರೆ,
ನಮ್ಮ ಗ್ರಾಮಕೆ ನಿಮಗಿದೋ ಸ್ವಾಗತ,
ಪ್ರಕೃತಿ ನಿಮಗಿಲ್ಲಿ ಆಶೀರ್ವದಿಸುವುದು,
ಮತ್ತು ನಾವು ಜತೆಯಾಗಿ ಅನಾವರಣಗೊಳಿಸೋಣ
ದೀರ್ಘಾಯುವಿನ ರಹಸ್ಯವ.'
ಒಗಿಮಿಯ ಹಿರಿಯ ನಾಗರಿಕರ ಸಂಘಗಳ ಒಕ್ಕೂಟ, ಏಪ್ರಿಲ್ ೨೩, ೧೯೯೩.

ಸಂದರ್ಶನಗಳು

ಒಂದು ವಾರದ ಅವಧಿಯ ಉದ್ದಕ್ಕೂ, ನಾವು ಒಟ್ಟು ನೂರು ಸಂದರ್ಶನಗಳನ್ನು ನಡೆಸಿದೆವು, ಅವುಗಳಲ್ಲೆಲ್ಲಾ ಮುಖ್ಯವಾಗಿ ನಾವು ಸಮುದಾಯದ ಹಿರಿಯ ಸದಸ್ಯರುಗಳನ್ನು ಅವರ ಜೀವನದ ತತ್ತ್ವಾದರ್ಶಗಳು, ಅವರ ಇಕಿಗಾಯ್ ಮತ್ತು ಅವರ ದೀರ್ಘ ಜೀವನದ

ರಹಸ್ಯಗಳನ್ನು ಕುರಿತು ಕೇಳಿದೆವು. ಅವರ ಕುರಿತ ಕಿರುಸಾಕ್ಷ್ಯ ಚಿತ್ರವೊಂದರಲ್ಲಿ ಉಪಯೋಗಿಸಲು ಈ ಸಂಭಾಷಣೆಯನ್ನೆಲ್ಲ ಎರಡು ಕೆಮಿರಾಗಳನ್ನು ಬಳಸಿ ಚಿತ್ರೀಕರಿಸಿದೆವು, ಮತ್ತು ಅವುಗಳಲ್ಲಿ ಕೆಲವು ವಿಶೇಷವಾಗಿ ಅರ್ಥಪೂರ್ಣವಾದುವುಗಳನ್ನು ಮತ್ತು ಸ್ಫೂರ್ತಿದಾಯಕ ಹೇಳಿಕೆಗಳನ್ನು ಆಯ್ದು ಪುಸ್ತಕದ ಈ ಅಧ್ಯಾಯದಲ್ಲಿ ಸೇರಿಸಿದ್ದೇವೆ.

೧. ತಲೆ ಕೆಡಿಸಿಕೊಳ್ಳಬೇಡಿ :

"ದೀರ್ಘಜೀವನದ ರಹಸ್ಯವೆಂದರೆ ಯಾವುದಕ್ಕೂ ತಲೆ ಕೆಡಿಸಿ ಕೊಳ್ಳದಿರುವುದು ಮತ್ತು ನಿಮ್ಮ ಹೃದಯವನ್ನು – ಅಂದರೆ ಮನಸ್ಸನ್ನು ಯುವಕನಾಗಿರಿಸುವುದು – ಅಂದರೆ ಅದಕ್ಕೆ ವಯಸ್ಸಾಗಲು ಬಿಡಬೇಡಿ. ನಿಮ್ಮ ಮುಖದ ಮೇಲಿನ ಒಂದು ನಗುವಿನೊಂದಿಗೆ ಜನಗಳಿಗೆ ನಿಮ್ಮ ಹೃದಯ ತೆರೆಯಿರಿ. ನೀವು ಮಂದಸ್ಮಿತರಾಗಿ ನಿಮ್ಮ ಹೃದಯ ತೆರೆದಿದ್ದಾದರೆ ನಿಮ್ಮ ಮೊಮ್ಮಕ್ಕಳಾದಿಯಾಗಿ ಎಲ್ಲರೂ ನಿಮ್ಮನ್ನು ನೋಡಲು ಬಯಸುವರು."

"ರಸ್ತೆಗೆ ಹೋಗಿ ಹಾಯ್! ಹೇಗಿದ್ದೀರಿ? ಎಂದು ಮಂದಿಯನ್ನು ಮಾತನಾಡಿಸುವುದೇ ಆತಂಕವನ್ನು ದೂರವಿರಿಸುವ ಅತ್ಯುತ್ತಮ ಮಾರ್ಗ. ನಾನದನ್ನು ನಿತ್ಯವೂ ಮಾಡುತ್ತೇನೆ. ನಾನು ಹೊರಗೆ ಹೋಗುತ್ತೇನೆ ಮತ್ತು, 'ಹೇಗಿದ್ದೀರಾ! ಹಾಗೂ ಮತ್ತೆ ಭೇಟಿಯಾಗೋಣ!' ಎನ್ನುತ್ತೇನೆ. ನಂತರ ನಾನು ನನ್ನ ತರಕಾರಿ ತೋಟದತ್ತ ಗಮನ ನೀಡುತ್ತೇನೆ. ಮಧ್ಯಾಹ್ನದ ವೇಳೆ ನನ್ನ ಸ್ನೇಹಿತರ ಜತೆ ಕಾಲ ಕಳೆಯುತ್ತೇನೆ".

"ಇಲ್ಲಿ ಪ್ರತಿಯೊಬ್ಬರೂ ಸುಖದಿಂದಿರುತ್ತಾರೆ., ನಾವು ಯಾರಿಗೂ ಕಷ್ಟ ಉಂಟುಮಾಡಲು ಯತ್ನಿಸುವುದಿಲ್ಲ, ಒಟ್ಟಿಗೆ ಸೇರಿ ಕಾಲ ಕಳೆಯುವುದು ಮತ್ತು ತಮಾಷೆಯಿಂದಿರುವುದು ಮಾತ್ರ ನಮಗೆ ಮುಖ್ಯವಾಗುತ್ತದೆ".

೨. ಒಳ್ಳೆಯ ಅಭ್ಯಾಸಗಳನ್ನು ರೂಢಿಸಿಕೊಳ್ಳಿ.

"ನಾನು ಪ್ರತಿ ಮುಂಜಾನೆ ಆರು ಗಂಟೆಗೆ ಎದ್ದು ಕಿಟಕಿ ಪರದೆ ಸರಿಸಿ ನನ್ನ ತೋಟದತ್ತ ನೋಡುವುದರಲ್ಲಿ ಉಲ್ಲಾಸಪಡುತ್ತೇನೆ. ಅಲ್ಲಿ ನನ್ನ ಮನೆಗೆ ಬೇಕಾದ ತರಕಾರಿಗಳನ್ನು ಬೆಳೆಯುತ್ತೇನೆ. ನಾನು ಮನೆಯಿಂದ ಆಗಲೇ ಆಚೆ ಬಂದು ನಾನು ಬೆಳೆದಿರುವ ಮ್ಯಾಂಡರೀನ್ ಕಿತ್ತಳೆಯನ್ನು (ಬರೀ ಮ್ಯಾಂಡರೀನ್ ಎಂದೂ ಹೇಳುತ್ತಾರೆ).... ಪರೀಕ್ಷಿಸುತ್ತೇನೆ. ಅವುಗಳ ನೋಟವನ್ನು ಇಷ್ಟಪಡುತ್ತೇನೆ– ಅದು ನನಗೆ ಆರಾಮ ನೀಡುತ್ತದೆ. ಹೀಗೆ ಒಂದು ಗಂಟೆ ತೋಟದಲ್ಲಿ ಕಾಲಕಳೆದ ನಂತರ ಬೆಳಗಿನ ಉಪಹಾರ ತಯಾರಿಸಲು ಮನೆಯೊಳಗೆ ಹೋಗುತ್ತೇನೆ".

"ನಾನು ನನಗೆ ಬೇಕಾದ ತರಕಾರಿಗಳ ಗಿಡಗಳನ್ನು ನಾನೇ ಸ್ವತಃ ನೆಟ್ಟು ಬೆಳೆಯುತ್ತೇನೆ ಮತ್ತು ಅವುಗಳಿಂದಲೇ ಅಡಿಗೆ ತಯಾರಿಸುತ್ತೇನೆ. ಅದೇ ನನ್ನ ಇಕಿಗಾಯ್."

"ಇಳಿಪ್ರಾಯ ಅಥವಾ ಮುದಿವಯಸ್ಸಿನಲ್ಲೂ ತೀಕ್ಷ್ಣಮತಿಗಳಾಗಿ ಉಳಿಯುವುದರ ಕೀಲಿಕೈ ನಿಮ್ಮ ಬೆರಳುಗಳಲ್ಲೇ ಇದೆ. ನಿಮ್ಮ ಬೆರಳುಗಳಿಂದ ನಿಮ್ಮ ಮಿದುಳಿಗೆ, ಮತ್ತು ವಾಪಸ್ಸು ನಿಮ್ಮ ಬೆರಳುಗಳಿಗೆ. ನೀವು ನಿಮ್ಮ ಬೆರಳುಗಳನ್ನು ಸದಾ ಕಾರ್ಯನಿರತವಾಗಿಸಿದರೆ, ನೀವು ನೂರು ವರ್ಷಗಳನ್ನು ಸುಲಭವಾಗಿ ಕಾಣುವಿರಿ".

"ನಾನು ಪ್ರತಿನಿತ್ಯ ಬೆಳಗ್ಗೆ ನಾಲ್ಕು ಗಂಟೆಗೆ ಎಚ್ಚರಗೊಳ್ಳುತ್ತೇನೆ, ಆ ವೇಳೆಗೆ

ಸರಿಯಾಗುವಂತೆ; ನನ್ನ ಗಡಿಯಾರದ ಕರೆಗಂಟೆಯನ್ನು ಹೊಂದಿಸಿರುತ್ತೇನೆ. ಒಂದು ಬಟ್ಟಲು ಕಾಫಿ ಸೇವಿಸಿ, ಸ್ವಲ್ಪ ವ್ಯಾಯಾಮ ಮಾಡುತ್ತೇನೆ, ಅಂದರೆ ನನ್ನ ಕೈಗಳನ್ನು ಮೇಲೆತ್ತಿ ಆಡಿಸುವೆ, ಅದು ನನಗೆ ದಿನಪೂರ್ತಿ ಚೈತನ್ಯ ನೀಡುತ್ತದೆ."

"ನಾನು ಪ್ರತಿಯೊಂದು ಭಕ್ಷ್ಯದ ಚೂರು ಚೂರು ತಿನಿಸನ್ನು ರುಚಿ ನೋಡುತ್ತೇನೆ; ಬಹುಶಃ ನಾನೆಂದುಕೊಳ್ಳುತ್ತೇನೆ ಅದೇ ರಹಸ್ಯವಿರಬೇಕು. ಊಟದಲ್ಲಿ ವೈವಿಧ್ಯತೆಯನ್ನು ಇಚ್ಛಿಸುತ್ತೇನೆ, ನಾನೆಣಿಸುತ್ತೇನೆ ಅದು ರುಚಿಯನ್ನು ಹೆಚ್ಚು ಮಾಡುತ್ತದೆಂದು."

"ಕೆಲಸ ಮಾಡುತ್ತಿರುವುದು. ನೀವು ಕೆಲಸ ಮಾಡದಿದ್ದರೆ ನಿಮ್ಮ ಶರೀರ ನಿತ್ರಾಣಹೊಂದಿ ಕುಗ್ಗಿ ಹೋಗುವುದು".

"ನಾನು ಎಚ್ಚರಗೊಂಡಾಗ ನಾನು ಬುಟ್‌ಸುಡನ್‌ಗೆ – ಹಿರಿಯರ ಪೂಜಾಸ್ಥಾನ – ಹೋಗಿ ಸುವಾಸನಾ ಬತ್ತಿ ಹಚ್ಚುತ್ತೇನೆ. ನೀವು ಯಾವಾಗಲೂ ನಿಮ್ಮ ಪೂರ್ವಿಕರನ್ನು ನೆನೆಯುತ್ತಿರಬೇಕು. ನಾನು ಬೆಳಗೆದ್ದು ಮಾಡುವ ಮೊದಲ ಕೆಲಸವೇ ಅದು."

"ನಾನು ಪ್ರತಿದಿನ ಮುಂಜಾನೆ ಒಂದೇ ಸಮಯಕ್ಕೆ ಏಳುತ್ತೇನೆ, ಮತ್ತು ಬೆಳಗಿನ ವೇಳೆಯನ್ನು ತರಕಾರಿ ತೋಟದಲ್ಲಿ ಕಳೆಯುತ್ತೇನೆ. ವಾರಕ್ಕೊಮ್ಮೆ ನನ್ನ ಸ್ನೇಹಿತರ ಜತೆ ನರ್ತಿಸಲು ಹೋಗುತ್ತೇನೆ."

"ಪ್ರತಿದಿನವೂ ನಾನು ವ್ಯಾಯಾಮ ಮಾಡುತ್ತೇನೆ, ಪ್ರತಿ ಮುಂಜಾನೆಯೂ ಸ್ವಲ್ಪ ದೂರವಾದರೂ ವಾಯುವಿಹಾರಕ್ಕೆ ಹೋಗುತ್ತೇನೆ."

"ನಾನು ಮುಂಜಾನೆ ಮೇಲೆದ್ದಾಗ ನನ್ನ ಟಾಯಿಸೊ (Taiso) ವ್ಯಾಯಾಮ ಮಾಡಲು ಮರೆಯುವುದಿಲ್ಲ."

"ತರಕಾರಿಗಳನ್ನು ತಿನ್ನುವುದು – ನೀವು ಹೆಚ್ಚು ಕಾಲ ಬದುಕಲು ಅದು ನಿಮಗೆ ಸಹಾಯ ಮಾಡುತ್ತದೆ."

"ಹೆಚ್ಚು ಕಾಲ ಬದುಕಲು ನೀವು ಮೂರು ವಿಷಯಗಳನ್ನು ಮಾಡುವ ಅಗತ್ಯವಿದೆ: ಆರೋಗ್ಯದಿಂದಿರಲು ವ್ಯಾಯಾಮ, ಚೆನ್ನಾಗಿ ಊಟ ಮಾಡುವುದು, ಮತ್ತು ಜನಗಳ ಜತೆ ಕಾಲ ಕಳೆಯುವುದು."

೩. ಪ್ರತಿನಿತ್ಯವೂ ನಿಮ್ಮ ಗೆಳೆತನಗಳನ್ನು ಪೋಷಿಸಿ

"ನನ್ನ ಸ್ನೇಹಿತರ ಜತೆಗಿನ ಒಡನಾಟ, ಒಟ್ಟಿಗೆ ಸೇರುವುದು ನನ್ನ ಅತಿಮುಖ್ಯವಾದ ಇಕಿಗಾಯ್. ನಾವೆಲ್ಲ ಇಲ್ಲಿ ಒಟ್ಟಾಗಿ ಸೇರುತ್ತೇವೆ ಮತ್ತು ಮಾತುಕತೆ ಆಡುತ್ತೇವೆ –ಅದೇ ಬಹಳ ಮುಖ್ಯ, ನಾನು ನಾಳೆ ಮತ್ತೆ ಅವರನ್ನೆಲ್ಲ ಇಲ್ಲಿ ನೋಡಿಯೇ ನೋಡುತ್ತೇನೆಂದು ನನಗೆ ಯಾವಾಗಲೂ ಗೊತ್ತು ಮತ್ತು ಅದು ನನ್ನ ಜೀವನದ ಬಹಳ ಅಚ್ಚುಮೆಚ್ಚಿನ ವಿಷಯಗಳಲ್ಲಿ ಒಂದು."

"ನನ್ನ ಸ್ನೇಹಿತರು ಮತ್ತು ನೆರೆಹೊರೆಯವರ ಜತೆ ಕೂಡುವುದು, ಒಡನಾಡುವುದೇ ನನ್ನ ಮುಖ್ಯ ಹವ್ಯಾಸ."

"ದೀರ್ಘ ಜೀವನಕ್ಕೆ ರಹಸ್ಯವೆಂದರೆ, ನೀವು ಪ್ರೀತಿಸುವ ಜನರ ಜತೆ ಪ್ರತಿನಿತ್ಯವೂ ಮಾತನಾಡುವುದು."

"ಶಾಲೆಗೆ ಹೋಗುವ ಮಕ್ಕಳಿಗೆ ನಾನು 'ಹಾಯ್, ಹೇಗಿದ್ದೀರಿ! ಮತ್ತೆ ಭೇಟಿಯಾಗೋಣ' ಎಂದು ಹೇಳುತ್ತೇನೆ ಮತ್ತು ಅವರವರ ವಾಹನಗಳಲ್ಲಿ ಹೋಗುವ ಪ್ರತಿಯೊಬ್ಬರಿಗೂ ಕೈ ಬೀಸುತ್ತೇನೆ. 'ಕ್ಷೇಮದಿಂದ ಚಲಾಯಿಸಿ!' ಎಂದು ನಾ ಹೇಳುತ್ತೇನೆ. ಬೆಳಗ್ಗೆ ೭:೨೦ರಿಂದ ೮:೧೫ರ ವರೆಗೆ ನಾನು ಪೂರಾ ಸಮಯ ಮನೆಯಿಂದ ಹೊರಗೆ ತುದಿಗಾಲ ಮೇಲೆ ನಿಂತಿರುತ್ತೇನೆ, ಜನರಿಗೆ 'ಹೇಗಿದ್ದೀರಾ?' ಎಂದು ಕೇಳಲು. ಅವರೆಲ್ಲ ಒಮ್ಮೆ ಮರೆಯಾಗಲು ನಾನು ಮನೆಯೊಳಕ್ಕೆ ಬರುತ್ತೇನೆ."

"ನನ್ನ ನೆರೆಹೊರೆಯವರ ಜತೆ ಚಹ ಹೀರುತ್ತಾ ಹರಟುವುದು, ಅದು ಜೀವನದ ಅತ್ಯುತ್ತಮ ಗಳಿಗೆ. ಅದಲ್ಲದೆ ಒಟ್ಟೊಟ್ಟಿಗೆ ಹಾಡುವುದು ಕೂಡ."

"ನಾನು ಪ್ರತಿನಿತ್ಯ ಬೆಳಗ್ಗೆ ಐದು ಗಂಟೆಗೆ ಏಳುತ್ತೇನೆ, ಮನೆ ಬಿಟ್ಟು ಸಮುದ್ರದತ್ತ ನಡೆಯುತ್ತೇನೆ. ನಂತರ ಸ್ನೇಹಿತರ ಮನೆಗೆ, ಅಲ್ಲಿ ಅವರೊಟ್ಟಿಗೆ ಚಹ ಸೇವನೆ. ಅದು ದೀರ್ಘ ಜೀವನದ ಗುಟ್ಟು: ಜನರೊಟ್ಟಿಗೆ ಬೆರೆಯುವುದು ಮತ್ತು ಒಂದು ಜಾಗದಿಂದ ಮತ್ತೊಂದಕ್ಕೆ ಹೋಗಿ ಸುತ್ತಾಡುವುದು.

೪. ಆತುರವಿಲ್ಲದ ಸಮಾಧಾನ ಜೀವನ ನಡೆಸಿ

"ದೀರ್ಘ ಜೀವನಕ್ಕೆ ನನ್ನ ಗುಟ್ಟೆಂದರೆ ನನಗೆ ನಾನೇ ಯಾವಾಗಲೂ ಹೇಳಿಕೊಳ್ಳುವುದು, "ನಿಧಾನಗೊಳಿಸಿಕೊ" ಮತ್ತು "ಆರಾಮವಾಗಿರು". ನೀವು ಅವರಸರದಲ್ಲಿಲ್ಲದಿದ್ದ ಪಕ್ಷದಲ್ಲಿ ನೀವು ದೀರ್ಘಕಾಲ ಬಾಳುವಿರಿ."

"ನಾನು ಚಾಪೆ ಕಡ್ಡಿಗಳಿಂದ ವಸ್ತುಗಳನ್ನು ತಯಾರು ಮಾಡುತ್ತೇನೆ. ಅದೇ ನನ್ನ ಇಕಿಗಾಯ್. ನಾನು ಬೆಳಗ್ಗೆ ಎದ್ದ ಕೂಡಲೇ ಮಾಡುವ ಮೊದಲ ಕೆಲಸವೆಂದರೆ ಪ್ರಾರ್ಥನೆ. ನಂತರ ನನ್ನ ವ್ಯಾಯಾಮ ಮತ್ತು ಬೆಳಗಿನ ಉಪಹಾರ. ಏಳು ಗಂಟೆಗೆ ಸಮಾಧಾನದಿಂದ ಬುಟ್ಟಿ ಎಣೆಯುವ ಕೆಲಸ ಆರಂಭಿಸುತ್ತೇನೆ. ಸಂಜೆ ಐದಕ್ಕೆ ನನಗೆ ದಣಿವಾದಾಗ, ನನ್ನ ಸ್ನೇಹಿತರನ್ನು ಭೇಟಿಮಾಡಲು ಹೋಗುತ್ತೇನೆ.

"ಪ್ರತಿದಿನವೂ ಹಲವು ಬೇರೆ ಬೇರೆ ಕೆಲಸಗಳನ್ನು ಮಾಡುವುದು. ಯಾವಾಗಲೂ ಕೆಲಸದಲ್ಲಿ ನಿರತನಾಗಿರುವುದು, ಆದರೆ ಕೆಲಸಳಿಂದ ಗಾಬರಿಗೊಳ್ಳದೆ ಒಮ್ಮೆಗೆ ಒಂದೇ ಕೆಲಸ ಮಾಡುವುದು."

"ದೀರ್ಘಾಯುಷ್ಯಕ್ಕಿರುವ ಗುಟ್ಟೆಂದರೆ ಬೇಗ ಮಲಗುವುದು ಮತ್ತು ಬೇಗನೆ ಏಳುವುದು ಹಾಗೂ ವಾಯುವಿಹಾರಕ್ಕೆ ಹೋಗಿ ಬರುವುದು. ಪ್ರಶಾಂತ ಜೀವನ ನಡೆಸುವುದು ಮತ್ತು ಸಣ್ಣ ವಿಷಯಗಳಲ್ಲೂ ಹರ್ಷ ಅನುಭವಿಸುವುದು ('ಚಿನ್ನ ಚಿನ್ನ ಆಸೈ' ಅನ್ನುವುದಿಲ್ಲವೇ ಹಾಗೆ!) ವಸಂತಕಾಲ, ಬೇಸಿಗೆ, ಮಳೆಗಾಲ, ಚಳಿಗಾಲ... ಹೀಗೆ ಪ್ರತಿ ಋತುವನ್ನೂ ಸಂತೋಷದಿಂದ ಅನುಭವಿಸುವುದು."

೫. ಆಶಾವಾದಿಗಳಾಗಿರಿ

"ಪ್ರತಿದಿನ ನನಗೆ ನಾನೇ ಹೇಳಿಕೊಳ್ಳುತ್ತೇನೆ, 'ಈ ದಿನವು ಆರೋಗ್ಯ ಮತ್ತು

ಚೈತನ್ಯದಿಂದ ತುಂಬಿರುತ್ತದೆ, ಅದನ್ನು ಪೂರ್ಣವಾಗಿ ಅನುಭವಿಸಿ ಜೀವಿಸು'."

"ನನಗೆ ಈಗ ಎಂಬತ್ತೆಂಟು ವರ್ಷಗಳು, ಆದರೆ ನನಗೆ ನಾನೇ ಇನ್ನೂ ಯುವಕ ಎಂದುಕೊಳ್ಳುತ್ತೇನೆ, ನಾನು ಮಾಡುವುದು ಇನ್ನೂ ಬಹಳಷ್ಟಿದೆ."

"ನಗುತ್ತಿರು, ನಗೆಯ ಬಹಳ ಪ್ರಾಮುಖ್ಯವಾದುದ್ದು, ನಾನೆಲ್ಲಿ ಹೋದರೂ ನಗುತ್ತಿರುತ್ತೇನೆ." "ನಾನು ನೂರು ವರ್ಷ ಪೂರೈಸಬೇಕೆಂದು ಬದುಕಿದ್ದೇನೆ, ಹೌದು, ನಿಜ ನಾನಿದ್ದೇನೆ! ಅದೇ ನನಗೆ ಬಹುದೊಡ್ಡ ಪ್ರೇರಕ ಶಕ್ತಿ."

"ನಿಮ್ಮ ಮೊಮ್ಮಕ್ಕಳ ಜತೆ ನರ್ತಿಸುವುದು ಮತ್ತು ಹಾಡುವುದು ನಿಮ್ಮ ಜೀವನದಲ್ಲಿ ಅತ್ಯುತ್ತಮ ಸಂಗತಿ".

"ನಾನು ಇಲ್ಲಿ ಜನಿಸಿರುವುದಕ್ಕೆ ಬಹಳ ಭಾಗ್ಯಶಾಲಿ ಎಂದುಕೊಳ್ಳುತ್ತೇನೆ. ಅದಕ್ಕಾಗಿ ಪ್ರತಿದಿನವೂ ನಾನು ವಂದನೆ ಸಲ್ಲಿಸುತ್ತೇನೆ."

"ಜೀವನದಲ್ಲಿ ಒಗಿಮಿಯಲ್ಲಿನ ಬಹಳ ಮುಖ್ಯ ವಿಷಯವೆಂದರೆ ಯಾವಾಗಲೂ ಮಂದಸ್ಮಿತರಾಗಿರುವುದು.

"ಈ ಗ್ರಾಮವು ನನಗೇನು ಕೊಟ್ಟಿದೆಯೋ ಅದರ ಕಿಂಚಿತ್ತಾದರೂ ಅದಕ್ಕೆ ವಾಪಸ್ಸು ನೀಡಲು ಸ್ವಯಂಸೇವಕ ಕೆಲಸ ಮಾಡುತ್ತೇನೆ. ಉದಾಹರಣೆಗಾಗಿ, ಯಾರಾದರೂ ಸ್ನೇಹಿತರು ಆಸ್ಪತ್ರೆಗೆ ದಾಖಲಾಗಬೇಕಾದರೆ ನನ್ನ ಕಾರನ್ನು ಉಪಯೋಗಿಸುತ್ತೇನೆ".

ಅದರಲ್ಲೇನೂ ಅಂತಹ ರಹಸ್ಯವೇನೂ ಇಲ್ಲ, ಅದಕ್ಕೆ ಮಂತ್ರವೆಂದರೆ ಹಾಗೆ ಸುಮ್ಮನೆ ಬದುಕಿರುವುದು.

ಒಗಿಮಿಯ ಜೀವನ ಶೈಲಿಗೆ "ಕೀಲಿಕೈಗಳು"

"ನಾವು ಸಂದರ್ಶಿಸಿದ ನೂರಕ್ಕೆ ನೂರುಪಾಲು ಜನರೂ ಒಂದು ತರಕಾರಿ ತೋಟ ಹೊಂದಿದ್ದಾರೆ, ಮತ್ತು ಅವರಲ್ಲಿ ಹೆಚ್ಚಿನವರು ಚಹ ತೋಟ, ಮಾವಿನ ತೋಪು, ಶಿಕುವಾಸಾ ಹಣ್ಣಿನ ತೋಟ ಮುಂತಾದವನ್ನೂ ಹೊಂದಿದ್ದಾರೆ.

* ಪ್ರತಿಯೊಬ್ಬರೂ ಒಂದಲ್ಲ ಒಂದು ಪ್ರಾಂತದ ಸಂಘ/ಸಂಸ್ಥೆಗೆ ಸೇರಿದವರಾಗಿ ಒಂದೇ ಸಂಸಾರದಲ್ಲಿದ್ದರೆ /ಒಂದೇ ಕುಟುಂಬದಲ್ಲಿದ್ದರೆ ತಮ್ಮನ್ನು ತಾವು ಹೇಗೆ ರಕ್ಷಿಸುವರೋ ಅಂತಹ ಭಾವವನ್ನು ಅವರು ಅಲ್ಲಿ ಹೊಂದುತ್ತಾರೆ.
* ಸಣ್ಣ ಸಣ್ಣ ಸಂಗತಿ, ವಿಷಯಗಳನ್ನು ಸಂಭ್ರಮಿಸಿ ಯಾವಾಗಲೂ ಆಚರಿಸುತ್ತಾರೆ, ಸಂಗೀತ, ಹಾಡುಗಾರಿಕೆ, ಮತ್ತು ನೃತ್ಯ ಇವುಗಳು ಅವರ ದೈನಂದಿನ ಜೀವನದ ಅತ್ಯವಶ್ಯಕ ಭಾಗಗಳಾಗಿವೆ.
* ಅವರು ತಮ್ಮ ಜೀವನಲದಲ್ಲಿ ಒಂದು ಅಥವಾ ಹಲವು ಪ್ರಮುಖ ಉದ್ದೇಶಗಳನ್ನಿರಿಸಿಕೊಂಡಿರುತ್ತಾರೆ. ಅವರೊಂದು ಇಕಿಗಾಯ್ ಹೊಂದಿರುತ್ತಾರೆ, ಅವರು ಅದನ್ನು ತುಂಬಾ ಗಂಭೀರವಾಗಿ ತೆಗೆದುಕೊಳ್ಳುವುದಿಲ್ಲ, ಅವರು

ಸಡಿಲ, ಸುಲಲಿತ ಮನಸ್ಕರಾಗಿರುತ್ತಾರೆ ಮತ್ತು ಅವರು ಏನೆಲ್ಲ ಮಾಡುತ್ತಾರೋ ಅದರಲ್ಲೆಲ್ಲಾ ಹರ್ಷ ಕಾಣುವರು.

* ತಮ್ಮ ಸಂಪ್ರದಾಯಗಳು ಮತ್ತು ಸ್ಥಳೀಯ ಸಂಸ್ಕೃತಿಯ ಬಗ್ಗೆ ಅವರಿಗೆ ಹೆಮ್ಮೆಯಿದೆ.

* ಅದು ಎಂತಹ ಕ್ಷುಲ್ಲಕವಾದುದಾಗಿ ಕಂಡರೂ ಸಹ ತಾವು ಮಾಡುವುದರಲ್ಲೆಲ್ಲಾ ಅವರು ಭಾವಪೂರ್ಣರಾಗುತ್ತಾರೆ.

* ಸ್ಥಳೀಯರು 'ಯ್ಯುಯಿಮಾರು' ಎಂಬ ಬಲವಾದ ಒಂದು ಪ್ರಜ್ಞೆ ಇರಿಸಿಕೊಂಡಿದ್ದಾರೆ – ಅದೆಂದರೆ ಜನಗಳ ಮಧ್ಯೆ ಸಂಪರ್ಕವಿರುವುದನ್ನು ಗುರುತಿಸುವುದು. ಅವರು ಹೊಲಗದ್ದೆಗಳಲ್ಲಿ ಕೆಲಸ ಮಾಡುವುದರಿಂದ ಹಿಡಿದು (ಕಬ್ಬು ಕಟಾವು ಮಾಡುವುದು, ಭತ್ತದ ಸಸಿ ನಾಟಿ ಮಾಡುವುದು, ಇತ್ಯಾದಿ) ಮನೆಗಳ ನಿರ್ಮಾಣ ಮತ್ತು ಸ್ಥಳೀಯ ಸಂಸ್ಥೆಗಳ ಯೋಜನೆಗಳವರೆಗೆ ಅವರು ಪ್ರತಿಯೊಂದರಲ್ಲೂ ಪರಸ್ಪರ ಸಹಾಯ ಮಾಡಿಕೊಳ್ಳುತ್ತಾರೆ. ಆ ಪಟ್ಟಣದಲ್ಲಿ ನಮ್ಮ ಜತೆ ಕೊನೆಯ ರಾತ್ರಿ ಊಟ ಮಾಡಿ ನಮ್ಮ ಸ್ನೇಹಿತನಾದ 'ಮಿಯಾ' ನಮಗೆ ಹೇಳಿದ್ದೆಂದರೆ ತನ್ನೆಲ್ಲ ಸ್ನೇಹಿತರ ಸಹಾಯದೊಂದಿಗೆ ತಾನೊಂದು ಹೊಸಮನೆ ನಿರ್ಮಿಸುತ್ತಿರುವುದಾಗಿಯೂ, ಮತ್ತು ಮುಂದಿನ ಸಲ ನಾವು ಒಗಿಮಿಗೆ ಹೋದಾಗ ನಾವು ಅಲ್ಲಿಯೇ ತಂಗಬಹುದು ಎಂದು.

* ಅವರು ಯಾವಾಗಲೂ ಕಾರ್ಯನಿರತರಿರುತ್ತಾರೆ, ಆದರೆ ಅವರು ತೊಡಗಿರುವ ಕಾರ್ಯಗಳು ಹೇಗಿರುತ್ತವೆಂದರೆ ಅವು ಅವರಿಗೆ ಮನಸು ಸಡಿಲುಗೊಳಿಸಲು ಅವಕಾಶ ನೀಡುತ್ತವೆ. ಏನೂ ಕೆಲಸ ಮಾಡದೆ ಕಾಲ್ಮಣೆಯ (bench) ಮೇಲೆ ಸುಮ್ಮನೆ ಕುಳಿತು ಕಾಲ ಕಳೆಯುವ ಒಬ್ಬನೇ ಒಬ್ಬ ಅಜ್ಜನನ್ನೂ ನಾವು ಕಾಣಲಿಲ್ಲ. ಅವರು ಸತತವಾಗಿ ಬರುತ್ತಿರುತ್ತಾರೆ ಮತ್ತು ಹೋಗುತ್ತಿರುತ್ತಾರೆ – ಕರಒಕೆ ಹಾಡಲು, ನೆರೆಹೊರೆಯವರನ್ನು ಭೇಟಿ ಮಾಡಲು, ಅಥವಾ ಗೇಟ್‌ಬಾಲ್‌ನ ಒಂದು ಆಟ ಆಡಲು, ಈರೀತಿ.

೭
ಇಕಿಗಾಯ್ ಆಹಾರ ಕ್ರಮ
ಪ್ರಪಂಚದಲ್ಲೇ ಅತಿ ದೀರ್ಘಕಾಲ ಬದುಕುವ ಜನ ತಿನ್ನುವುದೇನು, ಕುಡಿಯುವುದೇನು!

ವಿಶ್ವ ಆರೋಗ್ಯ ಸಂಸ್ಥೆ (WHO) ಅನುಸಾರ, ಜಪಾನ್ ದೇಶವು ಪ್ರಪಂಚದಲ್ಲೇ ಅತಿ ಹೆಚ್ಚು ಜೀವನ ನಿರೀಕ್ಷಣಾ (life expectancy) ವಯೋಮಾನಾವಧಿ ಹೊಂದಿದೆ: ಅದು ಗಂಡಸರಿಗೆ ೮೫ ವರ್ಷಗಳಾಗಿಯೂ, ಹೆಂಗಸರಿಗೆ ೮೭.೩ ವರ್ಷಗಳಾಗಿಯೂ ಇದೆ. ಅದಕ್ಕಿಂತ ಹೆಚ್ಚಾಗಿ, ಈ ದೇಶವು ಪ್ರಪಂಚದಲ್ಲೇ ಮಹತ್ತರ ಪ್ರಮಾಣದ (ಅನುಪಾತದ / ratio) ಶತಾಯುಷಿಗಳನ್ನು ಹೊಂದಿದೆ: ಆ ದೇಶದಲ್ಲಿ ಪ್ರತಿ ೧೦ಲಕ್ಷ ಜನರಿಗೆ ೫೨೦ಕ್ಕಿಂತ ಹೆಚ್ಚು ಮಂದಿ ಶತಾಯುಷಿಗಳಾಗಿರುತ್ತಾರೆ (೨೦೧೯ರ ಸೆಪ್ಟೆಂಬರ್‌ನಲ್ಲಿದ್ದ ಅಂಕಿ ಅಂಶದಂತೆ.)

ಜಪಾನಿನಲ್ಲಿ, ಅದರ ಪ್ರಾಂತವಾದ ಒಕಿನಾವಾ, ಉಳಿದಂತೆ ಸ್ವೀಡನ್, ಅಮೆರಿಕಾ (USA) ಇವುಗಳ ಜೀವನ ನಿರೀಕ್ಷಣಾ ವಯೋಮಾನಗಳ ಹೋಲಿಕೆ ತೋರುವ ಪಕ್ಕದಪುಟದ ರೇಖಾಚಿತ್ರ/ಸಂಕೇತ ನಕ್ಷೆ ತೋರಿಸುವಂತೆ, ಒಟ್ಟಾರೆ ಜಪಾನ್ ದೇಶದ ಜೀವನ ನಿರೀಕ್ಷಣಾ ವಯೋಮಾನ ಹೆಚ್ಚಿದೆಯಾದರೂ, ಒಕಿನಾವಾ ಪ್ರಾಂತ್ಯದ್ದು ಮಾತ್ರ ರಾಷ್ಟ್ರೀಯ ಸರಾಸರಿಯನ್ನೂ ಮೀರಿಸುತ್ತದೆ.

ಎರಡನೆ ಮಹಾಯುದ್ಧದಲ್ಲಿ ಜಪಾನಿನಲ್ಲಿ ಅತಿಯಾದ ಸಾವುನೋವುಗಳನ್ನು ಅನುಭವಿಸಿದ ಪ್ರದೇಶಗಳಲ್ಲಿ ಒಕಿನಾವಾವೂ ಒಂದು. ಒಮ್ಮೆ ಯುದ್ಧ ಕೊನೆಗೊಂಡ ಕೂಡಲೇ, ಯುದ್ಧ ಭೂಮಿಯ ಮೇಲಿನ ಸಂಘರ್ಷಗಳಷ್ಟೇ ಅಲ್ಲದೆ, ಹಸಿವು ಹಾಗೂ ಸಂಪನ್ಮೂಲಗಳ ಕೊರತೆಗಳು ಸೇರಿಕೊಂಡು, ೧೯೪೦ ಮತ್ತು ೧೯೫೦ರ ದಶಕಗಳಲ್ಲಿ ಇಲ್ಲಿನ ಜೀವನ ನಿರೀಕ್ಷಣಾ ವಯೋಮಾನ ಬಹಳ ಹೆಚ್ಚೇನಿರಲಿಲ್ಲ. ಇಷ್ಟೆಲ್ಲದರ ನಡುವೆಯೂ, ಒಕಿನಾವಾದ ಜನರು ಈ ವಿನಾಶದಿಂದ ಸಾವರಿಸಿಕೊಳ್ಳತೊಡಗಿದಂತೆ, ಆ ದೇಶದಲ್ಲಿನ ಅತಿ ದೀರ್ಘಕಾಲ ಬದುಕಿರುವ ನಾಗರಿಕರಲ್ಲಿ ಇವರೂ ಕೆಲವರೆನಿಸಿಕೊಂಡರು.

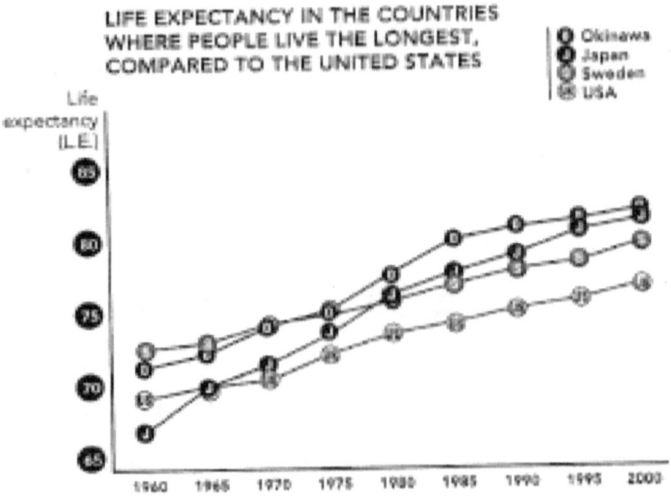

Source: World Health Organization, 1966; Japanese Ministry of Health, Labor and Welfare, 2004; U.S. Department of Health and Human Services/CDC, 2005

ಸುದೀರ್ಘ ಜೀವನಕ್ಕಾಗಿ ಜಪಾನಿಯರು ಹೊಂದಿರುವ ರಹಸ್ಯವಾದರೂ ಏನು? ಸರಾಸರಿ ನಿರೀಕ್ಷಣಾ ವಯೋಮಾನಕ್ಕೆ ಸಂಬಂಧಿಸಿದಂತೆ ಅತ್ಯುತ್ತಮದಲ್ಲಿ ಅತ್ಯುತ್ತಮವಾದಂತಹದ್ದನ್ನು ಒಕಿನಾವಾ ಏನು ಮಾಡಿದೆ?

ತಜ್ಞರು ಗಮನಿಸುವಂತೆ, ಒಂದು ವಿಷಯದಲ್ಲಿ ಇಡೀ ಜಪಾನಿನಲ್ಲೇ ಒಕಿನಾವಾದಲ್ಲಿ ಒಂದು ವಿಶೇಷತೆ ಇದೆ, ಅದೆಂದರೆ ಇಲ್ಲಿ ರೈಲುಗಾಡಿಗಳ ಸಂಚಾರವಿಲ್ಲ. ಇಲ್ಲಿನ ನಿವಾಸಿಗಳು ತಮ್ಮ ವಾಹನಗಳಲ್ಲಿ ಚಲಿಸದಾದಾಗ, ಇಲ್ಲವೇ, ಅವರು ನಡೆದೇ ಹೋಗಬೇಕು ಅಥವಾ ಸೈಕಲ್ ಸವಾರಿ ಮಾಡಬೇಕು. ಜಪಾನ್ ಸರ್ಕಾರದ ಶಿಫಾರಸ್ಸಿನಂತೆ ಒಬ್ಬ ವ್ಯಕ್ತಿ ದಿನವೊಂದಕ್ಕೆ ಹತ್ತು ಗ್ರಾಮ್‌ಗಳಿಗಿಂತ ಕಡಿಮೆ ಉಪ್ಪು ತಿನ್ನಬೇಕು ಎಂಬುದನ್ನು ಸಾಧ್ಯವಾದಷ್ಟೂ ಪಾಲಿಸುವ ಜನರೂ ಈ ಪ್ರಾಂತ್ಯದವರೇ.

ಒಕಿನಾವಾದ ಪವಾಡ ಸದೃಶ ಆಹಾರ ಕ್ರಮ

ಒಕಿನಾವಾದಲ್ಲಿನ ಹೃದಯ ರೋಗದ ಸಂಬಂಧಿತ ಸಾವಿನ ದರ ಇಡೀ ಜಪಾನಿನಲ್ಲೇ ಅತಿ ಕನಿಷ್ಠ, ಮತ್ತು ಅಲ್ಲಿನ ಆಹಾರಪದ್ಧತಿಯ ಕ್ರಮವು ಬಹುತೇಕ ಇದರ ಹಿಂದೆ ನಿಶ್ಚಯವಾಗಿಯೂ ಕೆಲಸ ಮಾಡುತ್ತದೆ. ವಿಶ್ವದಲ್ಲಿ ಪೌಷ್ಟಿಕತೆ ಕುರಿತ ತಜ್ಞರ ಸಮಿತಿಗಳಲ್ಲಿ ಒಕಿನಾವಾ ಆಹಾರ ಪದ್ಧತಿ ಕುರಿತಂತೆ ಆಗಾಗ ಚರ್ಚೆ ನಡೆಯುವುದು ಕೇವಲ ಆಕಸ್ಮಿಕ ವಿಷಯವೇನಲ್ಲ.

ಒಕಿನಾವಾದಲ್ಲಿನ ಆಹಾರ ಪದ್ಧತಿಯ ಕುರಿತಂತೆ ಬಹಳ ವಾಸ್ತವಿಕ ಹಾಗೂ ವ್ಯಾಪಕವಾಗಿ ಉಲ್ಲೇಖಿಸುವ ದತ್ತಾಂಶವು ನಮಗೆ ಲಭ್ಯವಾಗುವುದು ರ್‍ಯುಕ್ಯುಲಸ್

ವಿಶ್ವವಿದ್ಯಾನಿಲಯದ ಹೃದಯರೋಗ ತಜ್ಞರಾದ ಮಕೊಟೊ ಸುಝುಕಿಯವರು (ಜನನ : ೧೯೬೪, ಎಹಿಮೆ, ಜಪಾನ್, ಎಹಿಮೆ, ವಿ.ವಿ) ನಡೆಸಿದ ಅಧ್ಯಯನಗಳಿಂದ. ಅವರು ಪೌಷ್ಟಿಕತೆ ಮತ್ತು ವಯಸ್ಸಾಗುವುದರ ಕುರಿತಂತೆ ಒಕಿನಾವಾಕ್ಕೆ ಸಂಬಂಧಿಸಿದಂತೆ ಈಗಾಗಲೇ ಏಳುನೂರಕ್ಕೂ ಹೆಚ್ಚು ವೈಜ್ಞಾನಿಕ ಲೇಖನಗಳನ್ನು ೧೯೭೦ರಿಂದಲೇ ಪ್ರಕಟಿಸುತ್ತಾ ಬಂದಿದ್ದಾರೆ.

ಬ್ರ್ಯಾಡ್ಲಿ ಜೆ. ವಿಲ್‌ಕಾಕ್ಸ್ ಮತ್ತು ಡಿ. ಕ್ರೇಗ್ ವಿಲ್‌ಕಾಕ್ಸ್ ಎಂಬಿಬ್ಬರು ಮಕೊಟೊ ಸುಝುಕಿಯವರ ಅಧ್ಯಯನ ತಂಡವನ್ನು ಸೇರಿಕೊಂಡು ಈ ವಿಷಯದ ಮೇಲಿನ 'ಬೈಬಲ್' ಎಂದೇ ಪರಿಗಣಿತವಾಗಿರುವ 'ದಿ ಒಕಿನಾವಾ ಪ್ರೋಗ್ರಾಮ್' (ಒಕಿನಾವಾ ಕಾರ್ಯಕ್ರಮ) ಎಂಬ ಒಂದು ಪುಸ್ತಕವನ್ನೇ ಪ್ರಕಟಿಸಿದ್ದಾರೆ. ಅದರಲ್ಲಿ ಅವರು ಈ ಕೆಳಗಿನ ತೀರ್ಮಾನಗಳಿಗೆ ಬಂದಿದ್ದಾರೆ:

* ಇಲ್ಲಿನ ಸ್ಥಳೀಯರು ವ್ಯಾಪಕವಾದ ವೈವಿಧ್ಯಮಯ ಆಹಾರಗಳನ್ನು ಸೇವಿಸುತ್ತಾರೆ, ಅದರಲ್ಲೂ ವಿಶೇಷವಾಗಿ ತರಕಾರಿಗಳು. ವೈವಿಧ್ಯತೆಯೇ ಕೀಲಿಕೈಯಂತೆ ಕಾಣುತ್ತದೆ. ಒಕಿನಾವಾದ ಶತಾಯುಷಿಗಳನ್ನು ಅಧ್ಯಯನ ಮಾಡಿದಾಗ, ಮಸಾಲೆ ಪದಾರ್ಥಗಳು ಸೇರಿದಂತೆ, ಅವರು ನಿಯಮಿತವಾಗಿ ೨೦೯ ವಿವಿಧ ಬಗೆಯ ಊಟ ತಿನ್ನುವುದು ಕಂಡು ಬಂತು. ಪ್ರತಿದಿನವೂ ಅವರು ಸರಾಸರಿಯಾಗಿ ಹದಿನೆಂಟು ವಿವಿಧ ಆಹಾರ ಪದಾರ್ಥಗಳನ್ನು ತಿನ್ನುವುದು ಗೊತ್ತಾಯಿತು, ಇದು ದಿಢೀರ್ ಆಹಾರ ಸಂಸ್ಕೃತಿಯಲ್ಲಿರುವ ಪೌಷ್ಟಿಕತೆಯ ಬಡತನಕ್ಕೆ ಏಕ್‌ದಂ ವಿರುದ್ಧವಾದ ಅಂಶವಾಗಿದೆ.

* ಅವರು ಪ್ರತಿನಿತ್ಯವೂ ಕಡಿಮೆ ಎಂದರೆ ಐದು ಸಲವಾದರೂ ಹಣ್ಣು ಮತ್ತು ತರಕಾರಿಗಳನ್ನು ಬಡಿಸಿಕೊಂಡು ತಿನ್ನುತ್ತಾರೆ. ದಿನವಹಿ ಆಧಾರದ ಮೇಲೆ ಒಕಿನಾವಾನ್ನರು ಕಡಿಮೆಯೆಂದರೆ ಏಳು ವಿಧದ ಹಣ್ಣುಗಳು ಮತ್ತು ತರಕಾರಿಗಳನ್ನು ಸೇವಿಸುತ್ತಾರೆ. ನಿಮ್ಮ ಊಟದ ಮೇಜಿನ ಮೇಲೆ ಸಾಕಷ್ಟು ವೈವಿಧ್ಯಮಯ ಹಣ್ಣು-ತರಕಾರಿಗಳಿವೆಯೆ ಎಂದು ಪರೀಕ್ಷಿಸುವ ಸುಲಭ ವಿಧಾನವೆಂದರೆ "ಕಾಮನಬಿಲ್ಲನ್ನು ತಿನ್ನು"ತಿರುವೆನೆ (eating the rainbow) ಎಂದು ಖಚಿತಪಡಿಸಿಕೊಳ್ಳುವುದು. ಉದಾಹರಣೆಗಾಗಿ, ಒಂದು ಮೇಜು ಕೆಂಪು ಮೆಣಸು, ಕ್ಯಾರೆಟ್, ಸೊಪ್ಪುಗಳು (ವಿಶೇಷವಾಗಿ ಬಸಲೆ ಜಾತಿಯ ಸೊಪ್ಪು), ಹೂ ಕೋಸು ಮತ್ತು ಬದನೆ (ಮೊಟ್ಟೆಯಾಕಾರದ ನೇರಳೆ ಬಣ್ಣದ ಗುಳ್ಳ – ನಾವು ಉಡುಪಿ ಗುಳ್ಳ ಎನ್ನುವುದಿಲ್ಲವೆ ಅಂಥದ್ದು) ಇವುಗಳನ್ನು ಪ್ರಧಾನವಾಗಿ ಹೊಂದಿದ್ದರೆ, ಅದು ಮಹತ್ತಾದ ಬಣ್ಣ ಮತ್ತು ವೈವಿಧ್ಯತೆಯನ್ನು ನೀಡುತ್ತದೆ, ತರಕಾರಿಗಳು, ಆಲೂಗಡ್ಡೆ, ದ್ವಿದಳಧಾನ್ಯಗಳು ಮತ್ತು ಸೋಯಾ (Soy) ಉತ್ಪನ್ನಗಳು, ಅಂದರೆ ಟೊಫು (tofu) ತರದವು, ಒಕಿನಾವಾದವರ ಆಹಾರ ಪದ್ದತಿಯ ಪ್ರಮುಖಾಂಶವಾಗಿರುತ್ತವೆ. ಅವರ ದೈನಂದಿನ ಕೆಲೋರಿಗಳ ಪೂರೈಕೆಯ ಶೇಕಡ ೩೦ಕ್ಕಿಂತಲೂ ಹೆಚ್ಚಿನ ಭಾಗವು ತರಕಾರಿಗಳಿಂದಲೇ ಬರುತ್ತದೆ.

* ಕಾಳುಗಳು, ಧಾನ್ಯಗಳು, ಅವರ ಆಹಾರ ಪದ್ದತಿಯ ತಳಪಾಯವಾಗಿವೆ. ಜಪಾನಿನ ಜನರು ಪ್ರತಿದಿನವೂ ಅನ್ನ ಊಟ ಮಾಡುತ್ತಾರೆ, ಕೆಲವು ಸಲ ಶಾವಿಗೆಯನ್ನೂ (ಪಾಸ್ತಾದ ತೆಳು ಹಾಳೆಗಳು) ಸೇರಿಸಿಕೊಳ್ಳುತ್ತಾರೆ. ಒಕಿನಾವಾದಲ್ಲೂ ಅನ್ನವೇ ಪ್ರಧಾನ ಆಹಾರ.

* ಅವರು ಬಹಳ ಅಪರೂಪಕ್ಕೆ ಸಕ್ಕರೆ ತಿನ್ನುತ್ತಾರೆ, ಮತ್ತು ಆ ರೀತಿ ತಿಂದರೂ ಅದು ಕಬ್ಬಿನ ರಸದಿಂದ ಸಂಸ್ಕರಿಸಿದ ಸಕ್ಕರೆ (cane sugar) ಯಾಗಿರುತ್ತದೆ. ನಾವು ಒಗಿಮಿಗೆ ಹೋಗುವ ಮಾರ್ಗದಲ್ಲಿ ಪ್ರತಿದಿನವೂ ಹಲವಾರು ಕಬ್ಬಿನ ಗದ್ದೆಗಳ ಮೂಲಕ ಪಯಣಿಸುತ್ತಿದ್ದೆವು, ಮತ್ತು ನಾಕಿಜ಼ಿನ್ ಕ್ಯಾಸ್‌ಲ್ ಎಂಬಲ್ಲಿ ಒಂದೊಂದು ಬಟ್ಟಲು ಕಬ್ಬಿನ ರಸವನ್ನು ಸವಿದಿದ್ದೆವು ಕೂಡ. ಕಬ್ಬಿನ ರಸ ಮಾರಾಟ ಮಾಡುವ ಅಂಗಡಿಯ ಪಕ್ಕದಲ್ಲೇ ಕಬ್ಬಿನ ರಸದಲ್ಲಿರುವ ಕ್ಯಾನ್ಸರ್ ನಿರೋಧಕ ಗುಣಗಳ ಪಟ್ಟಿ ಮಾಡಿರುವ ಒಂದು ಫಲಕವೂ ಇರುತ್ತಿತ್ತು.

ಮೂಲಭೂತವಾದ ಈ ಆಹಾರ ಪದ್ಧತಿಯ ತತ್ತ್ವಾನುಸರಣೆಯ ಜತೆಗೆ, ಜಾಪಾನಿನ ಇತರ ಭಾಗಗಳಲ್ಲಿನಂತಲ್ಲದೆ, ಒಕಿನಾವಾದವರು ಸರಾಸರಿ ವಾರಕ್ಕೆ ಮೂರು ಬಾರಿ ತಪ್ಪದೆ ಮೀನು ತಿನ್ನುತ್ತಾರೆ; ಬೇರೆ ಪ್ರಾಂತ್ಯಗಳಲ್ಲಿ ಪದೇ ಪದೇ ಉಪಯೋಗಿಸುವ ಮಾಂಸವೆಂದರೆ ಹಂದಿ ಮಾಂಸ (Pork). ಸ್ಥಳೀಯರು ಅಂದರೆ ಒಗಿಮಿಯವರೂ ಹಂದಿ ಮಾಂಸ ಉಪಯೋಗಿಸಿದರೂ ಅವರು ಅದನ್ನು ವಾರಕ್ಕೊಮ್ಮೆಯೋ, ಎರಡು ಬಾರಿಯೋ ತಿನ್ನುತ್ತಾರೆ ಅಷ್ಟೆ.

ಈ ಕ್ರಮದಲ್ಲಿ, ಮಕೊಟೊ ಸುಝುಕಿಯವರ ಅಧ್ಯಯನಗಳು ಈ ಕೆಳಕಂಡ ಅಂಶಗಳನ್ನು ಸೂಚಿಸುತ್ತವೆ.

* ಒಕಿನಾವಾದ ಜನರು ಸಾಮಾನ್ಯವಾಗಿ, ಜಪಾನಿನ ಉಳಿದ ಜನಸಂಖ್ಯೆ ಸೇವಿಸುವ ಸಕ್ಕರೆಯ ಪ್ರಮಾಣಕ್ಕಿಂತ ಮೂರನೆ ಒಂದು ಭಾಗದಷ್ಟು ಕಡಿಮೆ ಸಕ್ಕರೆ ಸೇವಿಸುತ್ತಾರೆ. ಅಂದರೆ ಸಿಹಿತಿನಿಸುಗಳು ಮತ್ತು ಚಾಕೊಲೇಟ್ ಅವರ ಒಟ್ಟು ಆಹಾರ ಕ್ರಮದ ಭಾಗದಲ್ಲಿ ತುಂಬಾ ತುಂಬಾ ಕಡಿಮೆ ಇರುತ್ತದೆ ಎಂದಾಯ್ತು.

* ಜಪಾನಿನ ಉಳಿದ ಜನರಿಗಿಂತ ಒಕಿನಾವಾದ ಜನರು ವಾಸ್ತವವಾಗಿ ಅರ್ಧದಷ್ಟು ಮಾತ್ರ ಉಪ್ಪು ಸೇವಿಸುತ್ತಾರೆ. ಅಂದರೆ ಸರಾಸರಿ ೧೨ಗ್ರಾಂಗಳ ಬದಲಾಗಿ ಕೇವಲ ೭ಗ್ರಾಂಗಳಷ್ಟು ಮಾತ್ರ ಸೇವಿಸುತ್ತಾರೆ.

* ಕೆಲೋರಿಗಳ (ಇಂಧನ ರೂಪದ) ಲೆಕ್ಕದಲ್ಲಿ ದಿನವಹಿ ಕಡಿಮೆ ಆಹಾರ ಸೇವಿಸುತ್ತಾರೆ, ಜಪಾನಿನ ಉಳಿದ ಭಾಗದ ಪ್ರತಿದಿನದ ಸರಾಸರಿ ಸೇವನೆಯಾದ ೨೮೯೮ ಕ್ಯಾಲೋರಿಗಳ ಬದಲಿ, ಇವರು ಸೇವಿಸುವುದು ಕೇವಲ ೧೭೮೫ ಕೆಲೋರಿಗಳು. ಇರುವ ಐದು ನೀಲಿವಲಯಗಳೊಳಗೆ ಗಮನಿಸಿದರೆ ಒಕಿನಾವಾದವರದೇ, ವಾಸ್ತವವಾಗಿ, ಕಡಿಮೆ ಕೆಲೋರಿಗಳ ಒಳಹಾಯಿಕೆಯಾಗಿರುತ್ತದೆ.

ಹರ ಹಚಿಬು

ಇದು ನಮ್ಮನ್ನು ಪ್ರಥಮ ಅಧ್ಯಾಯದಲ್ಲಿ ನಾವು ಹೆಸರಿಸಿದ ಶೇಕಡ ೮೦ರ ನಿಯಮಕ್ಕೆ ವಾಪಸ್ಸು ತರುತ್ತದೆ, ಅಂದರೆ ಜಪಾನಿಯರಲ್ಲಿ ಪ್ರಚಲಿತವಿರುವ 'ಹರಹಚಿಬು' ಎಂಬ ಒಂದು ಪರಿಕಲ್ಪನೆಯತ್ತ. ಅದನ್ನು ಮಾಡುವುದು ಬಹಳಸುಲಭ: ನೀವು ಊಟ ಮಾಡುವಾಗ, ಹೆಚ್ಚು ಕಡಿಮೆ ನಿಮ್ಮ ಹೊಟ್ಟೆ ತುಂಬಿತು, ಆದರೆ ಇನ್ನೂ ಸ್ವಲ್ಪ ಹಿಡಿಸಬಹುದು ಎಂದೆನಿಸುತ್ತಿರುವಾಗಲೇ... ಸುಮ್ಮನೆ ತಿನ್ನುವುದನ್ನು ನಿಲ್ಲಿಸಿಬಿಡಿ ಅಷ್ಟೇ!.

'ಹರ ಹಚಿಬು' ಪರಿಕಲ್ಪನೆಯನ್ನು ಅನ್ವಯಿಸಿಕೊಳ್ಳುವ ಒಂದು ಸುಲಭವಾದ ದಾರಿ

ಎಂದರೆ ಊಟದ ನಂತರ ನೀಡುವ ಹಣ್ಣು, ಸಿಹಿಭಕ್ಷ್ಯಗಳನ್ನು ತೊರೆಯುವುದು. ಅಥವಾ ನಿಮ್ಮ ಮುಖ್ಯ ಊಟದ ಭಾಗದ ಗಾತ್ರವನ್ನು ತಗ್ಗಿಸಿಬಿಡುವುದು. ಇದರ ಹಿಂದಿರುವ ಮನೋಗತವೆಂದರೆ ನೀವು ಊಟ ಮುಗಿಸಿ ಬಂದ ನಂತರವೂ ನೀವು ಇನ್ನೂ ಸ್ವಲ್ಪ ಹಸಿವಿರಿಸಿಕೊಂಡಿರುವಂತೆಯೇ ಇರಬೇಕು ಎಂಬುದಕ್ಕಾಗಿ.

ಈ ಕಾರಣಕ್ಕಾಗಿಯೇ ಪಶ್ಚಿಮದವರಿಗಿಂತ, ಜಪಾನಿನಲ್ಲಿ ಊಟದ ಗಾತ್ರವು ಬಹಳ ಬಹಳ ಕಡಿಮೆ ಇರುವುದರತ್ತಲೇ ವಾಲುತ್ತದೆ. ಅಲ್ಲಿ ಊಟವನ್ನು ಹಸಿವು ಉದ್ದೀಪಕಗಳು, ಮುಖ್ಯ ಆಹಾರಭಾಗ ಮತ್ತು ನಂತರದ ಸಿಹಿ ಭಕ್ಷ್ಯ ಹಾಗೂ ಹಣ್ಣುಗಳು ಎಂದು ವಿಂಗಡಿಸಿ ಬಡಿಸುವುದಿಲ್ಲ. ಬದಲಾಗಿ ಅಲ್ಲಿ ಎಲ್ಲವನ್ನೂ ಒಮ್ಮೆಗೇ ಒಟ್ಟಾಗಿ ಸಣ್ಣ ಸಣ್ಣ ತಟ್ಟೆಗಳಲ್ಲಿ ತಂದಿಡುವುದನ್ನು ನಾವು ಸರ್ವೇಸಾಮಾನ್ಯವಾಗಿ ಕಾಣಬಹುದು: ಒಂದರಲ್ಲಿ ಅನ್ನ, ಮತ್ತೊಂದರಲ್ಲಿ ತರಕಾರಿಗಳು, ಒಂದು ಬಟ್ಟಲಲ್ಲಿ ಮಿಸೊ ಸಾರಿನ ರಸ (ಎಸರು - Soup) ಮತ್ತು ಏನಾದರೊಂದು ಕುರುಕು ತಿಂಡಿ. ಹೀಗೆ ಹಲವು ಸಣ್ಣ ಸಣ್ಣ ತಟ್ಟೆಗಳಲ್ಲಿ ಊಟ ಬಡಿಸುವುದರಿಂದ ಬಹಳ ಹೆಚ್ಚು ಊಟ ತಿನ್ನುವುದನ್ನು ತಪ್ಪಿಸಬಹುದು, ಮತ್ತು ಅದು ಈ ಅಧ್ಯಾಯದ ಆರಂಭದಲ್ಲಿ ಚರ್ಚಿಸಿದಂತೆ, ವಿವಿಧ ರೀತಿಯ ಆಹಾರಗಳನ್ನು ತಿನ್ನಲೂ ಅನುಕೂಲ ಮಾಡಿಕೊಡುತ್ತದೆ.

'ಹರಹಚಿಬು' ಎಂಬುದು ಒಂದು ಪುರಾತನ ಪರಿಪಾಠ, ೧೨ನೇ ಶತಮಾನದ 'ಜಕ್ಷೆನ್‌ಯೌಜ್ಞಿಂಕಿ' ಎಂಬ ಝೆನ್ ಬೌದ್ಧಮತದ (ಝೆನ್ ಎಂಬುದಕ್ಕೆ ಮೂಲ, ಸಂಸ್ಕೃತದ ಧ್ಯಾನ ಎನ್ನುವ ಪದ. ಅದು ಪಾಲಿ ಭಾಷೆಯಲ್ಲಿ 'ಝಾನ್' ಆಗಿ, ಅನಂತರ ಚೀನಿ ಭಾಷೆಯಲ್ಲಿ 'ಚಾನ್'. 'ಚನ್ನಾ' ಎಂಬ ರೂಪ ಪಡೆದುಕೊಂಡಿತು. ಅದೇ ಪುನಃ ಜಪಾನೀ ಭಾಷೆಯಲ್ಲಿ 'ಜೆನ್ನಾ', 'ಜೆಂಜೋ' ಎಂದಾಗಿ ಹ್ರಸ್ವಕ್ಕೆ 'ಝೆನ್' ಎಂದು ಪರಿವರ್ತಿತಗೊಂಡಿತು) ಪುಸ್ತಕವು ನಿಮಗೆ ಬಯಕೆಯಾಗುವ ಮೂರನೆ ಎರಡರಷ್ಟು ಮಾತ್ರ ತಿನ್ನುವಂತೆ ಶಿಫಾರಸ್ಸು ಮಾಡುತ್ತದೆ. ಪೂರ್ವದಲ್ಲಿರುವ ಎಲ್ಲ ಬೌದ್ಧ ದೇವಲಾಯಗಳಲ್ಲೂ ಒಬ್ಬ ತನಗೆ ಬೇಕಿರುವುದಕ್ಕಿಂತಲೂ ಕಡಿಮೆ ತಿನ್ನುವುದು ಸರ್ವೇಸಾಮಾನ್ಯ ವಿಷಯ. ಬಹುಶಃ ಒಂಬತ್ತು ಶತಮಾನಗಳಷ್ಟು ಹಿಂದೆಯೇ ಕೆಲೊರಿ (ಅಂದರೆ ಇಂಧನ ಶಕ್ತಿ)ಯ ಒಳಹಾಯಿಕೆಯನ್ನು ಮಿತಗೊಳಿಸುವಲ್ಲಿ ಇರುವ ಸೌಲಭ್ಯಗಳನ್ನು ಬೌದ್ಧಧರ್ಮವು ಮನಗಂಡಿತ್ತು.

ಹಾಗಾಗಿ, ದೀರ್ಘಾಯುಗಳಾಗಲು ಕಡಿಮೆ ತಿನ್ನಿ.

ಈ ಮನೋಗತವನ್ನು ಬಹುಶಃ ಯಾರೂ ಒಪ್ಪದಿರಲಾರರು, ಅಥವಾ ಎಲ್ಲೋ ಕೆಲವರು ಇದಕ್ಕೆ ಸವಾಲೆಸೆಯಬಹುದೇನೋ. ಅಪೌಷ್ಟಿಕತೆ ಉಂಟು ಮಾಡುವ ಮಟ್ಟಕ್ಕೆ ನಮ್ಮನ್ನು ಒಯ್ಯುವಷ್ಟು ದೂರಕ್ಕೆ ಇದನ್ನು ನಾವು ಎಳೆಯದಿದ್ದರೆ, ನಿಜಕ್ಕೂ, ನಮ್ಮ ಶರೀರ ಕೇಳುವುದಕ್ಕಿಂತ ಕಡಿಮೆ ಕೆಲೋರಿಗಳನ್ನು ಸೇವಿಸುವುದರಿಂದ ಆಯುಷ್ಯ ಹೆಚ್ಚು ಮಾಡಿಕೊಳ್ಳಬಹುದು ಎಂದು ತೋರುತ್ತದೆ. ಕಡಿಮೆ ಕೆಲೋರಿಗಳನ್ನು ಸೇವಿಸುವಾಗಲೂ ನಾವು ಆರೋಗ್ಯವಂತರಾಗಿ ಉಳಿಯಲು ಹೆಚ್ಚು ಪೌಷ್ಟಿಕ ಮೌಲ್ಯವುಳ್ಳ ಆಹಾರವನ್ನು (ವಿಶೇಷವಾಗಿ ಅತ್ಯುತ್ತಮ ಆಹಾರವನ್ನೇ) ತಿನ್ನಬೇಕು, ಮತ್ತು ನಮ್ಮ ಒಟ್ಟಾರೆ ಕೆಲೋರಿಗಳ ಒಳಹಾಯಿಕೆ ಲೆಕ್ಕಕ್ಕೆ ಸೇರ್ಪಡೆಯಾಗುವ, ಆದರೆ ಪೌಷ್ಟಿಕತೆ ಮೌಲ್ಯಕ್ಕೆ ಅತಿ ಕನಿಷ್ಠ ಅಥವಾ ಇಲ್ಲವೇ ಇಲ್ಲ, ಎನ್ನುವಷ್ಟು ಕೊಡುಗೆ ನೀಡುವಂತಹವುಗಳನ್ನು ನಿವಾರಿಸಿಕೊಳ್ಳುವುದೇ ಅದರ ಕೀಲಿಕೈ.

ನಾವು ಉದ್ದಕ್ಕೂ ಚರ್ಚಿಸುತ್ತಿರುವ ಕೆಲೋರಿ ನಿರ್ಬಂಧವೇ ನಿಮ್ಮ ಬದುಕಿಗೆ ವರ್ಷಗಳನ್ನು ಸೇರಿಸಲು ಇರುವ ಬಹಳ ಪರಿಣಾಮಕಾರಿ ಮಾರ್ಗಗಳಲ್ಲಿ ಒಂದು. ಶರೀರವು ನಿಯಮಿತವಾಗಿ ಸಾಕಷ್ಟು, ಅಥವಾ ಅದಕ್ಕಿಂತ ಹೆಚ್ಚು ಕೆಲೋರಿಗಳನ್ನು (೪ಡಿಗ್ರಿ ಸೆಂಟಿಗ್ರೇಡ್ ಶಾಖದಲ್ಲಿರುವ ಒಂದು ಗ್ರ್ಯಾಮ್ ತೂಕದ ನೀರನ್ನು ಒಂದು ಡಿಗ್ರಿ ಸೆಂಟಿಗ್ರೇಡ್ ಶಾಖವೇರುವಂತೆ, ಎಂದರೆ ಒಟ್ಟು ೫ ಡಿಗ್ರಿ ಸೆಂಟಿಗ್ರೇಡ್ ಶಾಖವೇರುವಂತೆ ಕಾಯಿಸುವುದಕ್ಕೆ ಬೇಕಾಗುವ ಉಷ್ಣ) ಸೇರಿಸುತ್ತಾ ಹೋದ ಪಕ್ಷದಲ್ಲಿ ಅದು ಜಡ/ಮಾಂದ್ಯವಾಗುತ್ತದೆ, ಮತ್ತು ಆಯಾಸಗೊಂಡು, ತಿಂದಿದ್ದನ್ನು ಜೀರ್ಣಿಸಿಕೊಳ್ಳುವುದಕ್ಕೆಂದೇ ಗಮನಾರ್ಹ ಪ್ರಮಾಣದ ಚೈತನ್ಯವನ್ನು ವ್ಯಯಿಸುತ್ತದೆ.

ಕೆಲೋರಿ ನಿರ್ಬಂಧತೆಯ ಮತ್ತೊಂದು ಪ್ರಯೋಜನವೆಂದರೆ ಅದು "ಇನ್ಸುಲಿನ್‌ನಂತಹ ಬೆಳವಣಿಗೆಯ ಅಂಶ–೧ (Insulin- like growth factor-1 or IGF-1) ಎಂಬುದರ ಮಟ್ಟವನ್ನು ಇಳಿಸುತ್ತದೆ. ಐಜಿಎಫ್–೧ ಎಂಬುದು ಒಂದು ಪ್ರೋಟಿನ್ (ಸಸಾರಜನಕ ಪದಾರ್ಥ) ಆಗಿದ್ದು ವಯಸ್ಸಾಗುವ ಪ್ರಕ್ರಿಯೆಯಲ್ಲಿ ಇದು ಗಮನಾರ್ಹ ಪಾತ್ರವಹಿಸುತ್ತದೆ; ಮಾನವರು ಮತ್ತು ಪ್ರಾಣಿಗಳಿಗೆ ವಯಸ್ಸಾಗುತ್ತಾ ಹೋಗುವುದಕ್ಕೆ ಅವುಗಳ ರಕ್ತದಲ್ಲಿರುವ ಅಧಿಕ ಪ್ರಮಾಣದ ಈ ಸಸಾರಜನಕ ಪದಾರ್ಥವೇ ಕಾರಣವೆಂದು ತೋರುತ್ತದೆ.

ಕೆಲೋರಿ ನಿರ್ಬಂಧತೆಯು ಮಾನವರ ಜೀವನದ ವ್ಯಾಪ್ತಿ / ಹರಿವು / ವಿಸ್ತಾರವನ್ನು ಹಿಗ್ಗಿಸವುದೇ ಎಂಬುದು ಇನ್ನೂ ತಿಳಿದುಬಂದಿಲ್ಲ, ಆದರೆ ಮಿತವಾದ, ಯಥೋಚಿತವಾದ ಪೌಷ್ಟಿಕತೆಯೊಂದಿಗಿನ ಕೆಲೋರಿ ನಿರ್ಬಂಧತೆಯು ಬೊಜ್ಜುತನ, ನಮೂನೆ ೨ರ ಸಕ್ಕರೆ ರೋಗ (ಮಧುಮೇಹ), ಉರಿಯೂತ, ರಕ್ತದ ಏರೊತ್ತಡ, ಮತ್ತು ಹೃದಯ ಸಂಬಂಧೀ ಕಾಯಿಲೆಗಳ ವಿರುದ್ಧ ಶಕ್ತಿಶಾಲಿಯಾದ ರಕ್ಷಣಾತ್ಮಕ ಪರಿಣಾಮ ಉಳ್ಳದ್ದಾಗಿರುತ್ತದೆಯಲ್ಲದೆ, ಕ್ಯಾನ್ಸರ್ (ಅರ್ಬುದ ರೋಗ) ಜತೆಗೂಡಿರುವ ದೇಹಪೋಷಕ ದ್ರವ್ಯವು ದೇಹಭಾಗವಾಗಿ ಪರಿವರ್ತಿತವಾಗುವಾಗ ಇರುವ ಅಪಾಯದ ಅಂಶಗಳನ್ನು (metabolic risk factors) ಕಡಿತಗೊಳಿಸುತ್ತದೆ.

ಪ್ರತಿನಿತ್ಯವೂ ಶೇಕಡಾ ೮೦ರ ನಿಯಮ ಪಾಲಿಸುವುದಕ್ಕೆ ವಿಕಲ್ಪ (alternative) ಎಂದರೆ ಪ್ರತಿವಾರವೂ ಒಂದು ಎರಡು ದಿನಗಳು ಉಪವಾಸ ಮಾಡುವುದು. ೫ ಮತ್ತು ೨ರ ಪ್ರಮಾಣದ (೫:೨) ಅಂದರೆ ೫ದಿನ ಊಟ ಮತ್ತು ೨ದಿನದ ಉಪವಾಸದ ಪದ್ಧತಿಯು ಶಿಫಾರಸ್ಸು ಮಾಡುವುದೇನೆಂದರೆ, ಪ್ರತಿವಾರದ ಎರಡು ದಿನದ ಉಪವಾಸ ಕಾಲದಲ್ಲಿ ಐದುನೂರು ಕೆಲೋರಿ ಗಳಿಗಿಂತ ಕಡಿಮೆ ಆಹಾರ ಸೇವಿಸುವುದು ಮತ್ತು ಉಳಿದ ಐದು ದಿನಗಳೂ ಸಹಜ ಊಟ ತಿಂಡಿ ಸೇವಿಸುವುದು.

ಈ ಪದ್ಧತಿಯ ಹಲವು ಪ್ರಯೋಜನಗಳಲ್ಲಿ, ಉಪವಾಸವಿರುವುದು ನಮ್ಮ ಪಚನ ಕ್ರಿಯಾವ್ಯವಸ್ಥೆಯನ್ನು ಶುಚಿಗೊಳಿಸುವುದಲ್ಲದೆ ಅದಕ್ಕೆ ಬೇಕಾಗುವ ವಿಶ್ರಾಂತಿಯನ್ನೂ ನೀಡುತ್ತದೆ.

ಒಕಿನಾವಾ ಆಹಾರ ಪದ್ಧತಿಯಲ್ಲಿ ಕಂಡುಬರುವ ೧೫ ಸ್ವಾಭಾವಿಕ ಉತ್ಕರ್ಷಣ ವಿರೋಧಿಗಳು

ಜೀವ ಕೋಶಗಳಲ್ಲಿನ ಉತ್ಕರ್ಷಣ ಪ್ರಕ್ರಿಯೆಯನ್ನು ನಿಧಾನಗೊಳಿಸುವ

ಮೂಲವಸ್ತುಗಳಿಗೆ ಉತ್ಕರ್ಷಣ ವಿರೋಧಿಗಳೆನ್ನುತ್ತೇವೆ. ಇವುಗಳು ವಯಸ್ಸಾಗುವಿಕೆಯನ್ನು ತ್ವರಿತಗೊಳಿಸುವ (ವೇಗೋತ್ಕರ್ಷಗೊಳಿಸುವ) ಮತ್ತು ಅಪಾಯ ತಂದೊಡ್ಡುವ ಮುಕ್ತಧಾತುಗಳನ್ನು ನಿಷ್ಕ್ರಿಯಗೊಳಿಸುತ್ತವೆ. ಹಸಿರು ಚಹಾದ ಉತ್ಕರ್ಷಣ ವಿರೋಧೀ ಶಕ್ತಿಯು ಬಹು ಪ್ರಸಿದ್ಧ, ಮತ್ತು ಅದನ್ನು ಕುರಿತು ಬಹು ವಿಸ್ತಾರವಾಗಿ ಮುಂದೆ ಚರ್ಚಿಸಲಾಗುವುದು.

ಅವುಗಳಲ್ಲಿನ ಉತ್ಕರ್ಷಣ ವಿರೋಧೀ ಗುಣವಿರುವ ಅಂಶಗಳು ಸಮೃದ್ಧಿಯಾಗಿರುವುದರಿಂದ ಮತ್ತು ಅವುಗಳನ್ನು ಆ ಪ್ರದೇಶದಲ್ಲಿ ಹೆಚ್ಚು -ಕಡಿಮೆ ಪ್ರತಿನಿತ್ಯವೂ ತಿನ್ನುವುದರಿಂದ, ಈ ಕೆಳಗಿನ ಹದಿನೈದು ಆಹಾರಗಳನ್ನು ಒಕಿನಾವಾದವರ ಚೈತನ್ಯ/ಪ್ರಾಣಧಾರಣ ಶಕ್ತಿಗೆ ಕೀಲಿಕೈ ಎಂದು ಪರಿಗಣಿಸಲಾಗಿದೆ:-

* ಟೊಫು (ಸೋಯಾ ಮೊಸರಿನ ಗರಣೆಗಳು)
* ಮಿಸೊ (ಸೊಯಾ ಅವರೆಯ ಗಟ್ಟಿಯಾದ ನಾದಿದ ಹಿಟ್ಟು)
* ಟುನಾ (ಬೆಚ್ಚನ ಸಮುದ್ರದ ಒಂದು ಜಾತಿಯ ಮೀನು : tuna)
* ಕ್ಯಾರೆಟ್ (ಕೆಂಪು ಮೂಲಂಗಿ: ತರಕಾರಿ)
* ಗೊಯಾ (ಕಹಿ ಕಲ್ಲಂಗಡಿ ಹಣ್ಣು)
* ಕೊಂಬು (ಕಂದು ಬಣ್ಣದ ಸಮುದ್ರದ ಕಳೆ – sea weed-kelp)
* ಕ್ಯಾಬೇಜು (ಎಲೆಕೋಸು)
* ನೊರಿ (ಸಮುದ್ರದ ಕಳೆ)
* ಈರುಳ್ಳಿ
* ಮೊಳಕೆ ಬಂದ ಸೋಯಾ ಕಾಳು
* ಕಾಳು ಮೆಣಸು
* ಹೆಚಿಮಾ (ಸೌತೆಯಂತಹ ಕಾಯಿ)
* ಸೋಯಾ ಅವರೆ (ಬೇಯಿಸಿದ ಅಥವಾ ಹಸಿಯಾದ)
* ಸಿಹಿಗೆಣಸು
* ಸನ್‌ಪಿನ್-ಚಾ (ಮಲ್ಲಿಗೆ ಚಹಾ)

ಸನ್‌ಪಿನ್-ಚಾ: ಒಕಿನವದಲ್ಲಿ ಮನೆಮಾತಾಗಿರುವ ಕಷಾಯ:

ಬೇರೆಲ್ಲ ವಿಧದ ಚಹಕ್ಕಿಂತಲೂ ಒಕಿನಾವಾದ ಜನರು ಸನ್‌ಪಿನ್-ಚಾ- ಹಸಿರು ಚಹ ಮತ್ತು ಮಲ್ಲಿಗೆ ಹೂಗಳ ಒಂದು ಮಿಶ್ರಣವನ್ನೇ – ಹೆಚ್ಚು ಸೇವಿಸುತ್ತಾರೆ. ಪಶ್ಚಿಮದಲ್ಲಿ ಇದಕ್ಕೆ ಬಹಳ ಹತ್ತಿರವಾದ ಪೇಯವೆಂದರೆ ಸಾಮಾನ್ಯವಾಗಿ ಚೀನಾದಿಂದ ಬರುವ ಮಲ್ಲಿಗೆ ಚಹಾ. ಒಕಿನವದ ವಿಜ್ಞಾನ ಮತ್ತು ತಂತ್ರಜ್ಞಾನ ಸಂಸ್ಥೆಯಲ್ಲಿ ೧೯೯೮ರಲ್ಲಿ 'ಹಿರೊಕೊ ಶೋ' ಎಂಬುವರು ನಡೆಸಿದ ಒಂದು ಅಧ್ಯಯನವು ಸೂಚಿಸುವಂತೆ ಮಲ್ಲಿಗೆ ಹೂವಿನ ಚಹಾ ಸೇವನೆಯು ರಕ್ತದ ಕೊಲೆಸ್ಟೆರಾಲ್ ಮಟ್ಟವನ್ನು ಕಡಿತಗೊಳಿಸುತ್ತದೆ.

'ಸನ್‌ಪಿನ್-ಚಾ'ವನ್ನು ಹಲವು ವಿವಿಧ ರೂಪಗಳಲ್ಲಿ ಒಕಿನಾವಾದಲ್ಲಿ ಕಾಣಬಹುದು, ಮತ್ತು ಚಿಲ್ಲರೆ ನಾಣ್ಯ ಹಾಕಿ ವಸ್ತುಗಳನ್ನು ಪಡೆಯಬಹುದಾದ ಬೀದಿಗಳಲ್ಲಿರುವ ಯಂತ್ರಗಳಲ್ಲಿಯೂ ಅದು ದೊರೆಯುತ್ತದೆ. ಹಸಿರು ಚಹದ ಎಲ್ಲ ಉತ್ಕರ್ಷಣವಿರೋಧೀ ಅನುಕೂಲತೆಗಳ ಜತೆಗೆ, ಮಲ್ಲಿಗೆಯ ಪ್ರಯೋಜನಗಳನ್ನು ಅದು ಹೆಮ್ಮೆಯಿಂದ ಪ್ರಸ್ತುತಪಡಿಸುತ್ತದೆ, ಅವುಗಳಲ್ಲಿ ಈ ಕೆಳಗಿನವೂ ಸೇರಿವೆ:

* ಹೃದಯ ಸ್ತಂಭನದ ಗಂಡಾಂತರವನ್ನು ಕಡಿತಗೊಳಿಸುತ್ತದೆ.
* ರೋಗನಿರೋಧಕ ಶಕ್ತಿಯನ್ನು ಸದೃಢಗೊಳಿಸುತ್ತದೆ.
* ಒತ್ತಡವನ್ನು ಹೊರಹಾಕುವುದರಲ್ಲಿ ಸಹಾಯ ಮಾಡುತ್ತದೆ.
* ಕೊಲೆಸ್ಟೆರಾಲ್ ಮಟ್ಟವನ್ನು ಇಳಿಸುವುದು.

ಒಕಿನಾವಾದವರು ಪ್ರತಿದಿನವೂ ಸರಾಸರಿ ಮೂರು ಬಟ್ಟಲು 'ಸನ್‌ಪಿನ್-ಚಾ' ಪೇಯ ಕುಡಿಯುತ್ತಾರೆ.

ಪಶ್ಚಿಮ ದೇಶಗಳಲ್ಲಿ ತದ್ರೂಪು ಅದೇ ಪ್ರಮಾಣದ ಮಿಶ್ರಣವನ್ನು ಕಾಣುವುದು ಬಹುಶಃ ಕಠಿಣವಿರಬಹುದು, ಆದರೆ ನಾವು ಮಲ್ಲಿಗೆ ಚಹದ ಪೇಯ ಕುಡಿಯಬಲ್ಲೆವು, ಅಥವಾ ಬದಲಿಯಾಗಿ ಉತ್ಕೃಷ್ಟ ಗುಣಮಟ್ಟದ ಹಸಿರು ಚಹಾವನ್ನು ಸಹ.

ಹಸಿರು ಚಹಾದ ರಹಸ್ಯಗಳು:

ಶತಮಾನಗಳಿಂದಲೂ ಹಸಿರು ಚಹಾದಲ್ಲಿ ಗಣನೀಯ ಪ್ರಮಾಣದ ಔಷಧೀಯ ಗುಣಗಳಿವೆ ಎಂದು ವಿಶ್ವಾಸವಿರಿಸಲಾಗಿದೆ. ಇತ್ತೀಚಿನ ಅಧ್ಯಯನಗಳು ಅದರ ಹಲವು ಪ್ರಯೋಜನಗಳನ್ನು ಖಚಿತಪಡಿಸಿವೆ, ಮತ್ತು ಅದನ್ನು ಆಗಾಗ ಯಾರು ಸೇವಿಸುತ್ತಾರೋ ಅವರ ದೀರ್ಘಾಯುಷ್ಯ ಕುರಿತಂತೆ ಈ ಅಧ್ಯಯನ ನಡೆಸಿದವರು ಅದರ ಪ್ರಾಮುಖ್ಯತೆಯ ಬಗ್ಗೆ ಹಾಗೆಂದು ಪ್ರಮಾಣೀಕರಿಸಿದ್ದಾರೆ ಕೂಡ.

ಸಹಸ್ರಮಾನದಿಂದ ಇದನ್ನು ಸೇವಿಸುತ್ತಿರುವ ಮೂಲ ದೇಶವಾದ ಚೀನಾದಿಂದ ಈ ಹಸಿರು ಚಹಾವು ಇತ್ತೀಚಿನ ಕೆಲವು ಶತಮಾನಗಳವರೆಗೂ ಪ್ರಪಂಚದ ಇತರ ಭಾಗಗಳಿಗೆ ಕಾಲಿಟ್ಟಿರಲೇ ಇಲ್ಲ. ಹುದುಗು ಬರಿಸದೆ ಹಾಗೆ ಗಾಳಿಯಲ್ಲೇ ಒಣಗಿಸುವ ಪ್ರಕ್ರಿಯೆಯಿಂದಾಗಿ, ಚೆನ್ನಾಗಿ ಒಣಗಿ ಪುಡಿ ಪುಡಿಯಾಗುವುದರಿಂದ ಬೇರೆ ಚಹಗಳಂತಲ್ಲದೆ ಇದು ತನ್ನ ಕ್ರಿಯಾಶೀಲ ಮೂಲಧಾತುಗಳನ್ನು ಹಾಗೆಯೇ ಉಳಿಸಿಕೊಳ್ಳುತ್ತದೆ. ಅದು ಕೆಲವು ಅರ್ಥಪೂರ್ಣ ಆರೋಗ್ಯ ಅನುಕೂಲತೆಗಳನ್ನು ನೀಡುತ್ತದೆ, ಅವೆಂದರೆ:

* ಕೊಲೆಸ್ಟೆರಾಲ್‌ನ್ನು ನಿಯಂತ್ರಿಸುವುದು.
* ರಕ್ತದಲ್ಲಿನ ಸಕ್ಕರೆ ಅಂಶದ ಮಟ್ಟವನ್ನು ಇಳಿಸುವುದು.
* ರಕ್ತ ಪರಿಚಲನೆಯನ್ನು ಉತ್ತಮಪಡಿಸುವುದು.
* ಫ್ಲೂ ವಿರುದ್ಧ ರಕ್ಷಣೆ ನೀಡುವುದು (ದುರ್ಭರ ನೆಗಡಿಯಿಂದ ಸುಸ್ತಾಗುವ ಒಂದು ಸಾಂಕ್ರಾಮಿಕ ರೋಗ : To suffer from severe cold: Flu or Influenza, epidemic (ವಿಟಮಿನ್ ಸಿ: 'ಸಿ' ಜೀವಸತ್ವ)
* ಮೂಳೆಗಳ ಆರೋಗ್ಯವನ್ನು ಉತ್ತೇಜಿಸುವುದು (ಫ್ಲೂರೈಡ್ – ಹಲ್ಲುಗಳು ಕ್ಷಯವಾಗದಂತೆ ತಡೆಯುವುದು)
* ಕೆಲವೊಂದು ಬ್ಯಾಕ್ಟೀರಿಯಾ (ಏಕಾಣುಜೀವಿಗಳು) ಸೋಂಕುಗಳ ವಿರುದ್ಧ ರಕ್ಷಣೆ ನೀಡುವುದು.
* ಅತಿ ನೇರಳೆ ಕಿರಣಗಳಿಂದ (ultra voilet rays) ಆಗುವ ಲುಕ್ಸಾನಿನಿಂದ ರಕ್ಷಣೆ ನೀಡುವುದು.

*   ಶುದ್ಧೀಕರಣ ಮತ್ತು ಮೂತ್ರ ಸ್ರಾವಕ ಉತ್ತೇಜಕ (diuretic) ಪರಿಣಾಮ ಗಳನ್ನು ಮಾಡುವುದು.

ಹೆಚ್ಚು ಪ್ರಮಾಣದ ಬಹು ಕಾರ್ಬಲಿಕ್ ಆಮ್ಲ (ಅನೇಕ ಸಾವಯವ ದ್ರವಗಳಲ್ಲಿ ದೊರೆಯುವ ಒಂದು ಘಟಕ: Poly Phenols) ಸಾರೀಕರಣ ಗೊಂಡಿರುವ "ಶ್ವೇತಚಹ"ವು ಕೂಡ ವಯಸ್ಸಾಗುವುದನ್ನು ತಡೆಯಲು ಇರುವ ಒಂದು ಬಹಳ ಪರಿಣಾಮಕಾರಿ ಪೇಯವೇ. ವಸ್ತುಸ್ಥಿತಿಯೆಂದರೆ, ಅದನ್ನು ಪ್ರಪಂಚದಲ್ಲೇ ಮಹತ್ತರ ಉತ್ಕರ್ಷಣ ವಿರೋಧೀ ಶಕ್ತಿಯುಳ್ಳ ಸ್ವಾಭಾವಿಕ ಉತ್ಪನ್ನವೆಂದು ಪರಿಗಣಿಸಲಾಗಿದೆ ಎಷ್ಟರಮಟ್ಟಿಗೆಂದರೆ, ಒಂದು ಬಟ್ಟಲು ಶ್ವೇತಚಹವು ಹೆಚ್ಚು ಕಮ್ಮಿ ಒಂದು ಡಝನ್ ಬಟ್ಟಲುಗಳಷ್ಟು ಕಿತ್ತಳೆ ಹಣ್ಣಿನ ರಸದಲ್ಲಿರುವಷ್ಟು ತಾಕತ್ತನ್ನು ತುಂಬಿಕೊಂಡಿದೆಯೇ ಎನ್ನುವಷ್ಟು.

ಸಾರಾಂಶವೆಂದರೆ: ಹಸಿರು ಅಥವಾ ಶ್ವೇತ ಚಹವನ್ನು ಪ್ರತಿದಿನವೂ ಸೇವಿಸುವುದರಿಂದ ನಮ್ಮ ದೇಹದಲ್ಲಿನ ಮುಕ್ತ ಮೂಲಧಾತುಗಳನ್ನು (Free radicals) ಕಡಿತಗೊಳಿಸಲು ಸಹಾಯವಾಗಬಲ್ಲುದು, ತನ್ಮೂಲಕ ನಮ್ಮನ್ನು ಬಹಳ ಕಾಲ ಯುವಕರನ್ನಾಗಿರಿಸುತ್ತದೆ ಕೂಡ.

ಶಕ್ತಿಶಾಲಿ ಶಿಕುವಾಸಾ

ಶಿಕುವಾಸಾ ಎಂಬುದು ಒಕಿನವದ ಜಂಬೀರ ಜಾತಿಯ ಸರ್ವೋತ್ಕೃಷ್ಟ ಹುಳಿಹಣ್ಣು (Citrus Fruit), ಮತ್ತು ಇಡೀ ಜಪಾನಿನಲ್ಲೇ ಒಗಿಮಿಯು ಅದನ್ನು ಹೆಚ್ಚು ಉತ್ಪಾದಿಸುವ ಪ್ರದೇಶವಾಗಿದೆ.

ಈ ಹಣ್ಣು ಅತಿಯಾದ ಆಮ್ಲೀಯ ಗುಣವುಳ್ಳದ್ದು: ಮೊದಲು ನೀರು ಹಾಕಿ ಅದನ್ನು ದುರ್ಬಲಗೊಳಿಸದಿದ್ದರೆ ನೇರವಾಗಿ ಶಿಕುವಾಸಾದ ರಸವನ್ನು ಹಾಗೇ ನೇರವಾಗಿ ಸೇವಿಸಲು ಸಾಧ್ಯವೇ ಇಲ್ಲ. ಅದರ ಸ್ವಾದವು ನಿಂಬೆಹಣ್ಣು ಮತ್ತು ಮಂಡರಿನ್ ಕಿತ್ತಳೆ ಹಣ್ಣು – ಈ ಎರಡರ ಮಧ್ಯದಲ್ಲಿನ ರುಚಿಯಂತಿರುತ್ತದೆ, ಏಕೆಂದರೆ ಅದು ಈ ಎರಡು ಹಣ್ಣುಗಳ ಸಂತತಿಗೆ ಸಾದೃಶ್ಯ ಹೊಂದಿದೆ.

ಶಿಕುವಾಸಾ ಹಣ್ಣುಗಳು ಹೆಚ್ಚಿನ ಮಟ್ಟದ ನೊಬಿಲೆಟಿನ್ (ಜಂಬೀರ ಜಾತಿಯ ಹಣ್ಣಿನ ಹೋಲಿಕೆಯ ಮತ್ತು ಉತ್ಕರ್ಷಣ ವಿರೋಧಿಯಾದ ಫ್ಲವಿನಾಯ್ಡ್‌ನಿಂದ ಸಮೃದ್ಧಿಯಾದ) ನ್ನು ಸಹ ಹೊಂದಿದೆ.

ಎಲ್ಲ ಜಂಬೀರಜಾತಿಯ ಅಂದರೆ ಹುಳಿ ಹಣ್ಣುಗಳೂ – ದ್ರಾಕ್ಷಿಹಣ್ಣು, ಕಿತ್ತಳೆ, ನಿಂಬೆ – ನೊಬಿಲೆಟಿನ್ ಭರಿತವಾಗಿರುತ್ತವೆ, ಆದರೆ ಒಕಿನಾವಾದ ಶಿಕುವಾಸಾ ಹಣ್ಣುಗಳು ಕಿತ್ತಳೆ ಹಣ್ಣುಗಳಿಗಿಂತ ನಲ್ವತ್ತು ಪಟ್ಟು ಹೆಚ್ಚು ನೊಬಿಲೆಟಿನ್ ಅಂಶ ಹೊಂದಿರುತ್ತವೆ. ನೊಬಿಲಿಟಿನ್ ಸೇವಿಸುವುದರಿಂದಾಗಿ ಅಪಧಮನಿಗಳು ಮಂದವಾಗುವುದರಿಂದ, ಅರ್ಬುದ ರೋಗ ಬರುವುದರಿಂದ, ನಮೂನೆ – ೨ರ ಮಧುಮೇಹ (Type-2 Diabetes) ಬರುವುದರಿಂದ, ಮತ್ತು ಸರ್ವೇಸಾಮಾನ್ಯವಾಗಿ ಬೊಜ್ಜುತನ ಬರುವುದರಿಂದ ನಮ್ಮನ್ನು ನಾವು ರಕ್ಷಿಸಿಕೊಳ್ಳಬಹುದೆಂಬುದು ಸಾಬೀತಾಗಿದೆ.

ಶಿಕುವಾಸಾ ಹಣ್ಣುಗಳು 'ಸಿ' ಮತ್ತು 'ಬಿ೧' ಜೀವಸತ್ವಗಳು, ಬೀಟಾ ಕೆರಟಿನ್ (ಅಂದರೆ ಮುಖ್ಯವಾಗಿ 'ಎ' ಜೀವಸತ್ವ) ಮತ್ತು ಖನಿಜಗಳನ್ನು ಹೊಂದಿರುತ್ತದೆ. ಇವುಗಳನ್ನು ಸಾಂಪ್ರದಾಯಿಕ ಅಡಿಗೆಗಳ ತಯಾರಿಯಲ್ಲಿ ಮತ್ತು ಆಹಾರದಲ್ಲಿ ಸ್ವಾದ ಹೆಚ್ಚಿಸಲು, ಹಾಗೂ

ಕಿವುಚಿ ಹಣ್ಣಿನ ರಸ ತಯಾರಿಸಲು ಉಪಯೋಗಿಸುತ್ತಾರೆ. ಆ ಪಟ್ಟಣದ (ಒಗಿಮಿ) 'ಅಜ್ಜಿತಾತಂದಿರ' ಹುಟ್ಟುಹಬ್ಬದ ಸಮಾರಂಭಗಳಲ್ಲಿ ಸಂಶೋಧನೆ ನಡೆಸುವಾಗ ನಮಗೆ ಶಿಕುವಾಸಾದಿಂದ ತಯಾರಿಸಿದ ಕೇಕ್‌ಗಳನ್ನೇ ಬಳಸಿದ್ದರು.

ಪಾಶ್ಚಿಮಾತ್ಯರಿಗಾಗಿ ಉತ್ಕರ್ಷಣ ವಿರೋಧಿ ನಿಯಮ ಅಥವ ಸೂತ್ರ

೨೧೧೧ರಲ್ಲಿ ಇಂಗ್ಲೆಂಡಿನ 'ಡೇಲಿ ಮಿರರ್' ಪತ್ರಿಕೆಯು ವಯಸ್ಸಾಗುವುದರ ವಿರುದ್ಧ ಹೋರಾಡಲು ತಜ್ಞರು ಶಿಫಾರಸ್ಸು ಮಾಡಿದ ಊಟ ತಿಂಡಿಗಳ ಒಂದು ಪಟ್ಟಿಯನ್ನೇ ಪ್ರಕಟಿಸಿತು. ಇವುಗಳಲ್ಲಿ ಪಶ್ಚಿಮ ದೇಶಗಳಲ್ಲಿ ಕೂಡಲೇ / ಯಾವಾಗಲೂ ದೊರಕುವ ಆಹಾರ / ತಿನಿಸುಗಳೆಂದರೆ:

* ಹೂ ಕೋಸನ್ನು ಹೋಲುವ ಬ್ರಕ್ಕಲಿ ಮತ್ತು ಅಗಲವಾದ ಬಿಳಿಯ ಕಡ್ಡಿ ಮತ್ತು ಹಸಿರು ದಳಗಳುಳ್ಳ ಬೀಟ್‌ನಂತಹ ತರಕಾರಿ (ಸ್ವಿಸ್ ಚಾರ್ಡ್ ಎಂದೂ ಕರೆಯುತ್ತಾರೆ). ಇವುಗಳಲ್ಲಿ ಅಧಿಕ ಪ್ರಮಾಣದ ನೀರು, ಖನಿಜಗಳು ಮತ್ತು ನಾರಿನಂಶ ಶೇಖರವಾಗಿರುತ್ತದೆ.
* ಪಾಟಲವರ್ಣದ ಮಾಂಸವುಳ್ಳ, ಮೊಟ್ಟೆಯಿಡಲು ನದಿಗೆ ಏರುವ ಸಾಮನ್ (Salmon) ಮೀನು, ಹಸಿರು ನೀಲಿ ಬೆನ್ನುಳ್ಳ ಕಡಲ ಮೀನು (Mackeral), ಬೆಚ್ಚನೆ ಸಮುದ್ರಗಳಲ್ಲಿರುವ ಒಂದು ಜಾತಿಯ ಟುನ ಎಂಬ ಮೀನು (Tuna) ಮತ್ತು ಹೆರ್ರಿಂಗ್ ಜಾತಿಯ ಮೀನು (Sardine) ಎಂಬಿತ್ಯಾದಿ ತೈಲಭರಿತ ಮೀನುಗಳು– ಅವುಗಳ ಕೊಬ್ಬಿನಲ್ಲಿರುವ: ಅಂದರೆ ಒಮೆಗಾಫ್ಯಾಟಿ ಆ್ಯಸಿಡ್: ಅವುಗಳಲ್ಲಿರುವ ಉತ್ಕರ್ಷಣ ವಿರೋಧಿ ಗುಣಕ್ಕಾಗಿ.
* ಹುಳಿಹಣ್ಣುಗಳು, ಮೇಲೆ ಹಳದಿ ಬೀಜ ತುಂಬಿದ; ಕೆಂಬಣ್ಣದ; ಸಿಹಿತಿರುಳು ಹಣ್ಣು ಮಾಸಲುಗೆಂಪಿನ ನೆಲ ಮುಳ್ಳೀ ಹಣ್ಣು (Strawberries), ಮತ್ತು ಕಿತ್ತಳೆಯ ಬಣ್ಣದ್ದಾಗಿಯ ಓಟೆಯಿರುವ ಒಂದು ಜಾತಿಯ ಹಣ್ಣು (apricot); ಇವುಗಳು ವಿವಿಧ ಅನ್ನಾಂಗಗಳ ಘನವಾದ ಆಗರ ಮತ್ತು ದೇಹದಿಂದ ವಿಷಕಾರಿ ತ್ಯಾಜ್ಯಗಳನ್ನು ಹೊರದೂಡಲು ಸಹಾಯ ಮಾಡುತ್ತವೆ.
* ಪೊದೆಯಲ್ಲಿ ಬೆಳೆಯುವ ಸಣ್ಣ ನೀಲಿ ಹಣ್ಣುಗಳು, ನೇರಳೆ ಬಣ್ಣದ ಹಣ್ಣುಗಳು ಮತ್ತು ಗೋಜಿ ಬೆರ್ರಿ ಹಣ್ಣುಗಳು (ಇದೂ ಪೊದೆಯಲ್ಲಿ ಬೆಳೆಯುವ ಕೆಂಪುಹಣ್ಣು). ಇವುಗಳೂ ಸಹ ಫೈಟೊ ರಾಸಾಯನಿಕ ಉತ್ಕರ್ಷಣ ವಿರೋಧೀ ಅಂಶಗಳನ್ನು ವಿಪುಲವಾಗಿ ಹೊಂದಿರುತ್ತದೆ.
* ವಿವಿಧ ಅನ್ನಾಂಗಗಳನ್ನು ಮತ್ತು ಉತ್ಕರ್ಷಣ ವಿರೋಧೀ ಅಂಶಗಳನ್ನು ಹೊಂದಿ ನಿಮಗೆ ಚೈತನ್ಯ ಒದಗಿಸುವ ಒಣಹಣ್ಣುಗಳು (Dry fruits).
* ನಿಮಗೆ ಚೈತನ್ಯ ನೀಡುವ ಮತ್ತು ಖನಿಜಾಂಶ ಹೊಂದಿರುವ ಓಟ್ಸ್ ಮತ್ತು ಗೋಧಿಯಂತಹ ಧಾನ್ಯಗಳು.

* ನಿಮ್ಮ ತ್ವಚೆಯ ಆರೋಗ್ಯವನ್ನು ಕಾಪಾಡುವ ಉತ್ಕರ್ಷಣ ವಿರೋಧೀ ಪರಿಣಾಮಗಳನ್ನು ಹೊಂದಿರುವ ಆಲಿವ್ ಎಣ್ಣೆ.

* ಉತ್ಕರ್ಷಣ ವಿರೋಧೀ ಗುಣಗಳಿಗಾಗಿ ಮತ್ತು ರಕ್ತ ಸಂಚಾರ ನಾಳಗಳ ಹಿಗ್ಗುವಿಕೆಗೆ ಅನುಕೂಲ ಮಾಡುವ ಅದರ ಗುಣಗಳಿಂದಾಗಿ, ಮಿತವಾಗಿ ಬಳಸುವುದಾದಲ್ಲಿ, ಕೆಂಪು ದ್ರಾಕ್ಷಾರಸ (ವೈನ್).

ನಮ್ಮ ದೈನಂದಿನ ಊಟ ತಿಂಡಿಗಳಲ್ಲಿ ನಾವು ಕೈ ಬಿಡಬೇಕಾದ ಆಹಾರಗಳೆಂದರೆ ಶುದ್ಧೀಕರಿಸಿದ ಸಕ್ಕರೆ ಮತ್ತು ಕಾಳುಗಳು, ಸಂಸ್ಕರಿತ ಬೇಕರಿ ತಿನಿಸುಗಳು, ಮತ್ತು ಈಗಾಗಲೇ ತಿನ್ನಲು ಸಿದ್ಧವಾಗಿಸಿರುವ ಆಹಾರಗಳು (ready to eat), ಇದರ ಜತೆಗೆ ಹಸುವಿನ ಹಾಲು ಮತ್ತು ಅದರ ಎಲ್ಲ ಉತ್ಪನ್ನಗಳು. ಈ ಆಹಾರ ಕ್ರಮವನ್ನು ಪಾಲಿಸುವುದಾದಲ್ಲಿ ನೀವು ಚಿರ ಯೌವ್ವನಿಗರಾಗಿ ಉಳಿಯಲು ಅದು ಸಹಾಯ ಮಾಡುತ್ತದೆ ಮತ್ತು ವಯಸ್ಸಿಗೆ ಮೊದಲೇ ಮುಪ್ಪಡರುವ ಪ್ರಕ್ರಿಯೆಯನ್ನು ನಿಧಾನಗೊಳಿಸುತ್ತದೆ.

೮

ಸೌಮ್ಯ ಚಲನೆಗಳು, ದೀರ್ಘ ಜೀವನ

ಆರೋಗ್ಯ ಮತ್ತು ದೀರ್ಘಾಯುಷ್ಯವನ್ನು ಉತ್ತೇಜಿಸುವ ಪೂರ್ವ ದೇಶಗಳಲ್ಲಿನ ವ್ಯಾಯಾಮಗಳು

ನೀಲಿ ವಲಯಗಳಲ್ಲಿ ನಡೆಸಿದ ಅಧ್ಯಯನಗಳು ಸೂಚಿಸಿದಂತೆ ದೀರ್ಘಕಾಲ ಬದುಕಿದವರು ಯಾರೆಂದರೆ ಬಹಳ ಹೆಚ್ಚು ವ್ಯಾಯಾಮ ಮಾಡಿದವರಲ್ಲ, ಆದರೆ ಅದಕ್ಕೆ ಬದಲಾಗಿ ಯಾರು ಹೆಚ್ಚು ಚಲನಶೀಲರಾಗಿದ್ದಾರೋ ಅವರು.

ದೀರ್ಘಾಯುಷ್ಯಕ್ಕೆ ಹೆಸರಾದ ಗ್ರಾಮವಾದ ಒಗಿಮಿಗೆ ನಾವು ಭೇಟಿ ನೀಡಿದಾಗ, ಎಂಬತ್ತು, ತೊಂಭತ್ತು ವರ್ಷಗಳಿಗಿಂತಲೂ ಹೆಚ್ಚು ವಯಸ್ಸಾದವರೂ ಕೂಡ ಇನ್ನೂ ಬಹಳ ಕಾಲ ಕ್ರಿಯಾಶೀಲರಾಗಿದ್ದುದು ನಮ್ಮ ಗಮನಕ್ಕೆ ಬಂತು. ಅವರು ಸುಮ್ಮನೆ ಮನೆಯಲ್ಲೇ ಕುಳಿತು, ಕಿಟಕಿಯಿಂದಾಚೆಗೆ ಶೂನ್ಯದೃಷ್ಟಿ ಹರಿಸುತ್ತಲಾಗಲೀ, ದಿನಪತ್ರಿಕೆ ಓದುತ್ತಲಾಗಲೀ ಕಾಲ ಹರಣ ಮಾಡುವುದಿಲ್ಲ. ಒಗಿಮಿಯ ನಿವಾಸಿಗಳು ಬಹಳ ನಡೆದಾಡುತ್ತಾರೆ, ತಮ್ಮ ನೆರೆಹೊರೆಯವರೊಡಗೂಡಿ ಕರೊಕೆ (Karaoke) ಮಾಡುತ್ತಾರೆ, ಬೆಳಿಗ್ಗೆ ಬೇಗನೆ ಹಾಸಿಗೆ ಬಿಟ್ಟೇಳುತ್ತಾರೆ, ಮತ್ತು ಬೆಳಗಿನ ಉಪಹಾರವಾದ ಕೂಡಲೆ – ಅಥವಾ ಅದಕ್ಕೂ ಮೊದಲೇ – ಕಳೆ, ಅನಗತ್ಯ ಹುಲ್ಲು, ಕಸಕಡ್ಡಿ ತೆಗೆಯಲು, ಸ್ವಚ್ಛಗೊಳಿಸಲು ತಮ್ಮ ತೋಟಗಳತ್ತ ನಡೆಯುತ್ತಾರೆ. ಅವರು ವ್ಯಾಯಾಮ ಶಾಲೆಗೆ ಹೋಗುವುದಿಲ್ಲ ಅಥವಾ ಬಹಳ ತೀವ್ರತಮವಾದ ವ್ಯಾಯಾಮಗಳನ್ನೂ ಮಾಡುವುದಿಲ್ಲ, ಆದರೆ ತಮ್ಮ ನಿತ್ಯಗಟ್ಟಳೆಯ ದಿನಚರಿಯಲ್ಲಿ ಇಡೀ ದಿನ ಹೆಚ್ಚು ಕಡಿಮೆ ಅವರು ಸುಮ್ಮನೆ ಕೂರುವುದೇ ಇಲ್ಲ.

ನಿಮ್ಮ ಕುರ್ಚಿಯಿಂದ ಮೇಲೇಳುವಷ್ಟೇ ಸುಲಭ

"ತಿಂದ ಆಹಾರವು ಪಚನವಾಗುವ ಕ್ರಿಯೆಗೆ, ಅಂದರೆ ನಾವು ಸೇವಿಸುವ ದೇಹಪೋಷಕ ದ್ರವ್ಯವು ನಮ್ಮ ದೇಹ ಅಂದರೆ ಜೀವಿಯ ದೇಹದ ಭಾಗವಾಗಿ ಮಾರ್ಪಡುವುದನ್ನು ರಸಾಯನಿಕ ಪ್ರಕ್ರಿಯೆಯ

ಭಾಷೆಯಲ್ಲಿ ಮೆಟಬ್ಲಲಿಸಂ (Metabolism) ಎನ್ನುತ್ತೇವೆ. ಈ ಕ್ರಿಯೆಯು ನಾವು ಒಂದೆಡೆ ಕುಳಿತ ೩೦ ನಿಮಿಷಗಳ ಒಳಗೆ ಶೇಕಡಾ ೯೦ರಷ್ಟು ನಿಧಾನವಾಗಿ ಬಿಡುತ್ತದೆ. ನಿಮ್ಮ ಅಪಧಮನಿ ಗಳಲ್ಲಿರುವ ಕೆಟ್ಟ ಕೊಬ್ಬನ್ನು ನಿಮ್ಮ ಸ್ನಾಯುಗಳಿಗೆ ಚಲಿಸುವಂತೆ ಮಾಡಿ ಅಲ್ಲಿ ಕರಗುವಂತಾಗಿಸಲು ಸಹಾಯ ಮಾಡುವ ರಾಸಾಯನಿಕ ಕಿಣ್ವಗಳು (enzymes) ನಿಧಾನಗೊಳ್ಳುತ್ತವೆ. ಮತ್ತು ಎರಡು ಗಂಟೆಗಳ ನಂತರ, ದೇಹಕ್ಕೆ ಪೂರಕವಾದ ಒಳ್ಳೆಯ ಕೊಬ್ಬು (good Cholesterol) ಶೇಕಡ ೨೦ರಷ್ಟು ಕಡಿಮೆಯಾಗುತ್ತದೆ. ಕೇವಲ ಐದು ನಿಮಿಷಗಳಷ್ಟು ಕಾಲ ಮೇಲೆದ್ದು ಓಡಾಡಿದರೆ ಸಾಕು ಮತ್ತೆ ಅದನ್ನೆಲ್ಲ ಯಥಾಸ್ಥಿತಿಗೆ ತರುತ್ತದೆ. ಈ ವಿಷಯಗಳು ಎಷ್ಟು ಸರಳವೆಂದರೆ ಹೆಚ್ಚು ಕಡಿಮೆ ಅದನ್ನು ಕುರಿತು ಮಾತನಾಡುವುದೇ ಪೆದ್ದುತನ" ಎನ್ನುತ್ತಾರೆ, ಗಾವಿನ್ ಬ್ರ್ಯಾಡ್ಲಿಯವರು, ತಾವು ೨೦೧೫ರಲ್ಲಿ 'ವಾಷಿಂಗ್‌ಟನ್ ಪೋಸ್ಟ್' ಪತ್ರಿಕೆಯ ಬ್ರಿಜಿಡ್ ಸ್ಕುಲ್ಟೆ ಅವರಿಗೆ ನೀಡಿದ ಸಂದರ್ಶನವೊಂದರಲ್ಲಿ. ಬ್ರಾಡ್ಲಿಯವರು ಈ ವಿಷಯ ಕುರಿತ ಉತ್ತಮೋತ್ತಮ ತಜ್ಞರಲ್ಲಿ ಒಬ್ಬರು, ಅಲ್ಲದೆ ಇವರು, ಯಾವಾಗಲೂ ಸುಮ್ಮನೆ ಕುಳಿತಿರುವುದು ನಮ್ಮ ಆರೋಗ್ಯದ ಮೇಲೆ ಎಂತಹ ಹಾನಿಕಾರಕ ದುಷ್ಪರಿಣಾಮ ಬೀರುತ್ತದೆ ಎಂಬುದರ ಕುರಿತು ಅರಿವು ಬೆಳೆಸಲು ಮುಡಿಪಾಗಿರುವ ಅಂತಾರಾಷ್ಟ್ರೀಯ ಸಂಸ್ಥೆಯೊಂದರ ನಿರ್ದೇಶಕರೂ ಹೌದು.

ನಾವು ನಗರವೊಂದರಲ್ಲಿ ವಾಸಿಸುತ್ತಿದ್ದರೆ, ಪ್ರತಿದಿನವೂ ನೈಸರ್ಗಿಕ ಹಾಗೂ ಆರೋಗ್ಯಕರವಾದ ಮಾರ್ಗಗಳಲ್ಲೇ ಓಡಾಡಲು ಬಹುಶಃ ನಮಗೆ ಕಠಿಣವಾಗಬಹುದು. ಆದರೆ ಶರೀರಕ್ಕೆ ಒಳ್ಳೆಯದೆಂದು ಶತಶತಮಾನಗಳಿಂದ ಸಾಬೀತಾಗಿರುವ ವ್ಯಾಯಾಮಗಳತ್ತ ನಾವು ಮುಖಮಾಡಬಲ್ಲೆವು.

ದೇಹ, ಮನಸ್ಸು ಮತ್ತು ಆತ್ಮ ಈ ಮೂರನ್ನು ತೋಲಕ್ಕೆ ತರುವ ಪೂರ್ವದೇಶಗಳ ಶಿಸ್ತಿನ ವ್ಯಾಯಾಮಗಳು ಪಶ್ಚಿಮದ ದೇಶಗಳಲ್ಲೂ ಸಾಕಷ್ಟು ಜನಪ್ರಿಯವಾಗಿವೆ, ಆದರೆ, ಅವು ಹುಟ್ಟಿದ ಮೂಲದೇಶಗಳಲ್ಲಂತೂ ಆರೋಗ್ಯವನ್ನು ಉತ್ತೇಜಿಸಲು ಯುಗ ಯುಗಗಳಿಂದಲೂ ಅಭ್ಯಾಸಮಾಡಲಾಗುತ್ತಿದೆ.

ಯೋಗ – ಭಾರತದಲ್ಲಿ ಜನ್ಮ ತಾಳಿದ್ದು, ಜಪಾನಿನಲ್ಲಿ ಬಹಳ ಜನಪ್ರಿಯವಾಗಿದ್ದಾಗ್ಯೂ – ಮತ್ತು ಹತ್ತು ಹಲವು ಶಿಕ್ಷಣ ಧಾರೆಗಳ ಪೈಕಿ ಚೀನಾದ 'ಚಿಗಾಂಗ್' (ದೇಹ ಭಂಗಿ ಮತ್ತು ಚಲನೆ, ಉಸಿರಾಟ ಮತ್ತು ಧ್ಯಾನ ಇವುಗಳ ಮಿಶ್ರಣ) ಮತ್ತು 'ಟಾಯಿ ಚಿ' (ಟಾಯಿಚಿ ಕ್ವಾನ್ ಎಂಬುದರ ಹ್ರಸ್ವರೂಪ ಮತ್ತು ಇದು ಚೀನಾದ ಒಂದು ಆಂತರಿಕ ಸಮರ ಕಲೆ) ಎಂಬಿವುಗಳು ಒಬ್ಬ ವ್ಯಕ್ತಿಯ ದೇಹ ಮತ್ತು ಮನಸ್ಸಿನ ಮಧ್ಯೆ ಸಾಮರಸ್ಯ ಸೃಷ್ಟಿಗೆ ಯತ್ನಿಸುತ್ತವೆ. ಹೀಗಾದಾಗ ಅಂತಹವರು ಶಕ್ತಿ, ಉಲ್ಲಾಸ ಮತ್ತು ಪ್ರಶಾಂತತೆಯಿಂದ ಪ್ರಪಂಚವನ್ನೆದುರಿಸಲು ಶಕ್ತರಾಗಬಲ್ಲರು.

ಈ ವಿದ್ಯೆಗಳನ್ನು ಚಿರಯೌವ್ವನದ ಸಂಜೀವಿನಿಯೆಂದು ಬಿಂಬಿಸಲಾಗಿದ್ದು, ವಿಜ್ಞಾನವು ಈ ವಾದವನ್ನು ಪುರಸ್ಕರಿಸಿದೆ ಕೂಡ.

ಈ ಸೌಮ್ಯರೀತಿಯ ಚಲನೆಗಳು ಅಸಾಧರಣವಾದ ಆರೋಗ್ಯದ ಅನುಭವಗಳನ್ನು ನೀಡಿದೆ ಮತ್ತು ಒಳ್ಳೆಯ ಆರೋಗ್ಯ ಸ್ಥಿತಿಯಲ್ಲುಳಿಸಲು ಹೆಣಗಾಡುವ ವಯಸ್ಸಾದ ಮಂದಿಗೆ ಇದು ಬಹಳ ಯೋಗ್ಯವಾದುದು.

ಬೇರೆ ವಿಷಯಗಳ ಜತೆಗೆ, 'ಟಾಯಿ ಚಿ' ವ್ಯಾಯಾಮದ ಅಭ್ಯಾಸವು ಮೂಳೆಗಳು ತೆಳುವಾಗುವ ಮತ್ತು ಶಿಥಿಲಗೊಳ್ಳುವ (ಸಾಂದ್ರತೆ ಕಡಿಮೆ ಯಾಗುವುದರಿಂದ (osteoporosis) (ವೇಗ) ಮತ್ತು ಪಾರ್ಕಿನ್‌ಸನ್ ರೋಗದ (divorce of body and mind - ಶರೀರ ಮತ್ತು ಬುದ್ಧಿ ಈ ಎರಡರ ವಿಚ್ಛೇದನ (ವೇಗ) – ಇವುಗಳ ಬೆಳವಣಿಗೆಯನ್ನು ಕಡಿತಗೊಳಿಸಲು, ರಕ್ತ ಪರಿಚಲನೆಯನ್ನು ಉತ್ಕರ್ಷಗೊಳಿಸಲು, ಸ್ನಾಯುಗಳ ಹದ ಮತ್ತು ಬಾಗುವಿಕೆಯನ್ನು ಉತ್ತಮ ಪಡಿಸಲು ಅನುಕೂಲ ಮಾಡುತ್ತದೆ. ಅದರಿಂದಾಗುವ ಭಾವೋತ್ಕರ್ಷದ ಪ್ರಯೋಜನಗಳೂ ಅಷ್ಟೇ ಮುಖ್ಯವಾಗಿವೆ : ಅದು ಒತ್ತಡ ಮತ್ತು ಖಿನ್ನತೆಗಳ ವಿರುದ್ಧ ಮಹಾನ್ ರಕ್ಷಾ ಕವಚ ಕೂಡ.

ನೀವು ಪ್ರತಿನಿತ್ಯ ಒಂದೊಂದು ಗಂಟೆ ವ್ಯಾಯಾಮ ಶಾಲೆಗೆ (ಜಿಮ್) ಹೋಗುವ ಅಗತ್ಯವಿಲ್ಲ ಅಥವಾ ಗಂಟೆಗಟ್ಟಲೆ ಮ್ಯಾರತಾನ್ ಓಡಬೇಕಿಲ್ಲ (ಮ್ಯಾರತಾನ್ ಎಂಬುದು ಗ್ರೀಸ್ ದೇಶದ ಒಂದು ಪಟ್ಟಣದ ಹೆಸರು. ಕ್ರಿ.ಪೂ. ೪೯೦ರಲ್ಲಿ ಮ್ಯಾರತಾನ್‌ನಲ್ಲಿ ನಡೆದ ಯುದ್ಧದ ವಿಜಯ ವಾರ್ತೆಯನ್ನು ಅಲ್ಲಿಂದ ಅಥೆನ್ಸ್ ಪಟ್ಟಣಕ್ಕೆ ಒಯ್ಯುವುದಕ್ಕಾಗಿ ಗ್ರೀಕನೊಬ್ಬ ೨೬ಮೈಲು ಮತ್ತು ೩೮೫ ಗಜಗಳಷ್ಟು ದೂರ ಓಡಿದ ಸಾಹಸವನ್ನು ನೆನಪಿಗೆ ತರುವಂತಹದ್ದು). ಜಪಾನಿನ ಶತಾಯುಷಿಗಳು ತೋರಿಸಿರುವಂತೆ, ನೀವು ಮಾಡಬೇಕಿರುವುದೇನೆಂದರೆ ನಿಮ್ಮ ದಿನಚರಿಗೆ ಒಂದಿಷ್ಟು ಚಲನೆ ಸೇರಿಸಿಕೊಳ್ಳಿ, ಅಷ್ಟೇ. ಪೂರ್ವದ ದೇಶಗಳ ಈ ಯಾವುದಾದರೂ ಪದ್ಧತಿಗಳನ್ನು ನಿಯಮಿತ ಆಧಾರದಲ್ಲಿ ರೂಢಿಸಿಕೊಂಡರೆ ಆ ರೀತಿಯ ವ್ಯಾಯಾಮಕ್ಕೆ ಅದು ಮಹಾನ್ ಸಾಧನೆಯಾಗುತ್ತದೆ. ನಾವು ಅಧ್ಯಾಯ ೪ರಲ್ಲಿ ಆಗಲೇ ನೋಡಿದಂತೆ, ಇದರ ಒಂದು ಅಧಿಕ ಸೌಲಭ್ಯವೆಂದರೆ ಅವುಗಳೆಲ್ಲ ನಿರ್ದಿಷ್ಟವಾಗಿ ರೂಪಿತವಾದ ಹೆಜ್ಜೆಗಳು, ಮತ್ತು ಸ್ಪಷ್ಟತೆಯಿರುವ ನಿಯಮಗಳಿಂದ ಕೂಡಿದ ಇಂತಹ ಪದ್ದತಿಗಳು ನಮ್ಮ ವ್ಯಾಯಾಮದ ಹರಿವಿಗೆ (Flow) ಬಹಳ ಒಳ್ಳೆಯವು. ಈ ಪದ್ಧತಿಗಳಲ್ಲಾವುದನ್ನಾದರೂ ನೀವು ಇಷ್ಟಪಡದಿದ್ದರೆ, ನೀವು ಪ್ರೀತಿಸುವ ಮತ್ತು ಅದಾವುದು ನಿಮ್ಮನ್ನು ಚಲನೆಯಲ್ಲಿರುವಂತೆ ಮಾಡುವುದೋ ಅಂತಹ ಯಾವುದೇ ಅಭ್ಯಾಸವನ್ನು ಆಯ್ಕೆ ಮಾಡಿಕೊಳ್ಳಲು ಸಂಕೋಚ ಪಡದಿರಿ.

ಇನ್ನು ಮುಂದಿನ ಪುಟಗಳಲ್ಲಿ ಆರೋಗ್ಯ ಮತ್ತು ದೀರ್ಘಾಯುಷ್ಯವನ್ನು ಉತ್ತೇಜಿಸುವ ಅಭ್ಯಾಸಗಳತ್ತ ನಮ್ಮ ಗಮನ ಹರಿಸೋಣ – ಆದರೆ ಅದಕ್ಕೆ ಮೊದಲು, ಒಂಚೂರು ರುಚಿ ಹುಟ್ಟಿಸುವಂತಹದ್ದು: ನಿಮ್ಮ ದಿನವನ್ನು ಆರಂಭಿಸಲು ಅದ್ಭುತವಾದ ಜಪಾನೀ ವ್ಯಾಯಾಮ ನೋಡೋಣ.

ರೇಡಿಯೋ ಟಾಯಿಸೊ

ಬೆಳಗಿನ ವೇಳೆ ಶರೀರವನ್ನು ಬಿಸಿಯೇರಿಸುವ ಈ ವ್ಯಾಯಾಮಗಳು ಎರಡನೆ ವಿಶ್ವಯುದ್ಧಕ್ಕಿಂತ ಮೊದಲಿನಿಂದಲೂ ಇದ್ದಾವೆ. ಇದರ "ರೇಡಿಯೋ" ಎಂಬ ಹೆಸರು ಬಂದಿರುವುದು ಪ್ರತಿಯೊಂದು ವ್ಯಾಯಾಮಕ್ಕೂ ಅಗತ್ಯವಿರುವ ಸಲಹೆ–ಸೂಚನೆಗಳು ರೇಡಿಯೋ ಮುಖಾಂತರ ಬಿತ್ತರವಾಗುತ್ತಿದ್ದ ಕಾಲದಲ್ಲಿ, ಆದರೆ ಈಗ ಜನರು ಸಾಮಾನ್ಯವಾಗಿ

ಈ ಕಸರತ್ತು/ ಚಲನೆಗಳನ್ನು ಸಂಬಂಧಿತ ದೂರದರ್ಶನ ವಾಹಿನಿಗಳನ್ನು ಅಳವಡಿಸಿಕೊಂಡು ಅಥವಾ ಅಂತರ್ಜಾಲದ ವಿಡಿಯೋದಲ್ಲಿ ಪ್ರಸಾರವಾಗುವ ಇಂತಹ ಪ್ರಾತ್ಯಕ್ಷಿಕೆಗಳಲ್ಲಿನ ಹೆಜ್ಜೆಗಳಿಗೆ ಹೊಂದಿಸಿಕೊಂಡು ಅಭ್ಯಾಸಮಾಡುತ್ತಾರೆ.

"ರೇಡಿಯೊ ಟಾಯಿಸೊ"ದಂತೆ ವ್ಯಾಯಾಮ ಮಾಡುವ ಮುಖ್ಯ ಉದ್ದೇಶಗಳಲ್ಲಿ ಒಂದೆಂದರೆ, ಇದರಲ್ಲಿ ಭಾಗವಹಿಸುವವರ ನಡುವೆ ಐಕ್ಯತಾ ಭಾವವನ್ನು ಉತ್ತೇಜಿಸುವ ಸಲುವಾಗಿ. ವ್ಯಾಯಾಮಗಳನ್ನು ಯಾವಾಗಲೂ ಗುಂಪಿನಲ್ಲೇ ಮಾಡಲಾಗುತ್ತದೆ, ವಾಡಿಕೆಯಂತೆ ಶಾಲೆಗಳಲ್ಲಿ ತರಗತಿಗಳು ಪ್ರಾರಂಭವಾಗುವ ಮುನ್ನ, ಮತ್ತು ವ್ಯವಹಾರ ಮಳಿಗೆಗಳಲ್ಲಿ ಆ ದಿನದ ಆರಂಭಕ್ಕೆ ಮುನ್ನ."

ಶೇಕಡಾ ೩೦%ರಷ್ಟು ಮಂದಿ ಜಪಾನಿಗರು ಪ್ರತಿ ಮುಂಜಾನೆ ಕೆಲವು ನಿಮಿಷಗಳ ಕಾಲ "ರೇಡಿಯೋ ಟೇಯಿಸೋ"ವನ್ನು ಅಭ್ಯಾಸ ಮಾಡುತ್ತಾರೆಂದು ಅಂಕಿಅಂಶಗಳು ತೋರಿಸುತ್ತವೆ, ಆದರೆ ಒಗಿಮಿಯಲ್ಲಿ ನಾವು ಸಂದರ್ಶಿಸಿದ ಪ್ರತಿಯೊಬ್ಬರಲ್ಲಿಯೂ ಬಹುತೇಕ "ರೇಡಿಯೋ ಟೇಯಿಸೋ" ಇದ್ದುದು ಸರ್ವೇಸಾಮಾನ್ಯವಾಗಿತ್ತು. ನಾವು ಭೇಟಿ ನೀಡಿದ ರೋಗೋಪಚಾರ ಗೃಹಗಳಲ್ಲಿಯೂ ಸಹ ಅಲ್ಲಿನ ವಾಸಿಗಳು ಪ್ರತಿದಿನ ಕಡಿಮೆಯೆಂದರೆ ಐದು ನಿಮಿಷವಾದರೂ ಈ ವ್ಯಾಯಾಮ ಮಾಡುವುದನ್ನು ನಾವು ನೋಡಿದೆವು, ಅವರಲ್ಲಿ ಕೆಲವರು ಈ ವ್ಯಾಯಾಮವನ್ನು ತಮ್ಮ ಗಾಲಿಕುರ್ಚಿಗಳಲ್ಲಿದ್ದುಕೊಂಡೇ ಮಾಡಿದ್ದಾಗ್ಯೂ ಕೂಡ. ಅವರ ದಿನಂಪ್ರತಿಯ ವ್ಯಾಯಾಮದಲ್ಲಿ ನಾವೂ ಸೇರಿಕೊಂಡವು ಮತ್ತು ಆ ದಿನವೆಲ್ಲ ನಾವು ಉಲ್ಲಸಿತರೂ, ಹೊಸ ಕಳೆಯಿಂದ ಕೂಡಿದವರೂ ಆಗಿದ್ದೆವು.

ಈ ವ್ಯಾಯಾಮಗಳನ್ನು ಗುಂಪಿನಲ್ಲಿ ಮಾಡಿದಾಗ, ಸಾಮಾನ್ಯವಾಗಿ ಅದು ಒಂದು ಆಟದ ಮೈದಾನದಲ್ಲಿ ಅಥವಾ ಒಂದು ದೊಡ್ಡ ಸಭಾಂಗಣದಲ್ಲಿರುತ್ತದೆ, ಮತ್ತು ವಿಶೇಷವಾಗಿ ಒಂದು ರೀತಿಯ ಧ್ವನಿವರ್ಧಕದ ವ್ಯವಸ್ಥೆಯಿರುತ್ತದೆ.

ನೀವು ಎಲ್ಲವನ್ನು ಮಾಡುತ್ತೀರೋ ಅಥವಾ ಅವುಗಳಲ್ಲಿ ಕೆಲವೇ ಕೆಲವನ್ನು ಮಾಡುತ್ತೀರೋ ಎಂಬುದರ ಮೇಲೆ ಅವಲಂಬಿತವಾಗಿ ಈ ಎಲ್ಲ ವ್ಯಾಯಾಮಗಳು ಒಟ್ಟು ಐದು ಅಥವಾ ಹತ್ತು ನಿಮಿಷಗಳ ಕಾಲ ತೆಗೆದುಕೊಳ್ಳುತ್ತವೆ. ಅವುಗಳು ಚಲನಾತ್ಮಕವಾಗಿ ಕೈ ಕಾಲುಗಳ ಚಾಚುವಿಕೆ, ಹಿಗ್ಗಿಸುವಿಕೆ ಮತ್ತು ಅಸ್ಥಿ ಸಂಧಿಗಳ ಚಾಲನೆ, ಇವುಗಳ ಮೇಲೆ ಕೇಂದ್ರೀಕೃತವಾಗಿರುತ್ತವೆ. ಹಾಗೇ ನಿಮ್ಮ ತೋಳುಗಳನ್ನು ವೃತ್ತಾಕಾರದ ಚಲನೆಯಲ್ಲಿ ನಿಮ್ಮ ತಲೆಯ ಮೇಲಕ್ಕೆ ಏರಿಸಿ ಮತ್ತೆ ಅವುಗಳನ್ನು ಕೆಳಕ್ಕೆ ತರುವುದು "ರೇಡಿಯೋ ಟೇಯಿಸೋ" ವ್ಯಾಯಾಮಗಳಲ್ಲಿನ ಒಂದು ಅತಿಮುಖ್ಯವಾದ ಮಾದರಿ ವ್ಯಾಯಾಮವಾಗಿದೆ. ಅದು ಶರೀರವನ್ನು ಎಚ್ಚರಗೊಳಿಸುವ ಒಂದು ಸಾಧನವಾಗಿದ್ದು, ತೀವ್ರತೆ ಕಡಿಮೆ ಇರುವ, ಸುಲಭದ ಒಂದು ಚಾಲನಾ ಕಸರತ್ತು ಮತ್ತು ಅದು ಎಷ್ಟು ಅಸ್ಥಿಸಂಧಿಗಳಿಗೆ ವ್ಯಾಯಾಮ ಮಾಡಿಸಬಹುದೋ ಅಷ್ಟಕ್ಕೂ ಕೇಂದ್ರೀಕರಿಸುತ್ತದೆ.

ಇದೇನು ಮಹಾ, ಬಹಳ ದೊಡ್ಡ ವ್ಯಾಯಾಮವೇ ಎನಿಸಬಹುದು, ಆದರೆ ನಮ್ಮ ಆಧುನಿಕ ಜೀವನದಲ್ಲಿ ಪರಿಸ್ಥಿತಿ ಹೇಗಿದೆಯೆಂದರೆ ನಮ್ಮ ತೋಳುಗಳನ್ನು ನಮ್ಮ ಕಿವಿಗಳವರೆಗೂ ಏರಿಸದೆ ನಾವು ದಿನಗಟ್ಟಲೆ ಕಳೆಯ ಬಲ್ಲವರಾಗಿದ್ದೇವೆ. ಇದರ ಬಗ್ಗೆ ವಿಚಾರ ಮಾಡಿ: ಗಣಕ ಯಂತ್ರ ಬಳಸುವಾಗ, ಸ್ಮಾರ್ಟ್‌ಫೋನ್ ಬಳಸುವಾಗ, ಪುಸ್ತಕ ಓದುವಾಗ, ನಮ್ಮ ತೋಳುಗಳು ಕೆಳಗಿರುತ್ತವೆ. ಬಹಳ ಅಪರೂಪಕ್ಕೆ ನಾವು ತೋಳುಗಳನ್ನು ಮೇಲೆತ್ತುವ

ಸಂದರ್ಭವೆಂದರೆ ಅಲಮಾರಿನಲ್ಲೋ ಅಥವಾ ಕಪಾಟಿನಲ್ಲೋ ಯಾವುದಾದರೂ ಒಂದು ವಸ್ತುವನ್ನು ತೆಗೆಯಲು ಕೈ ಚಾಚಿದಾಗ ಮಾತ್ರ. ನಮ್ಮ ಪೂರ್ವಿಕರು ಮರಗಳಿಂದ ವಸ್ತುಗಳನ್ನು ಸಂಗ್ರಹಿಸುವಾಗಲೆಲ್ಲ ತಮ್ಮ ಕೈಗಳನ್ನು ತಮ್ಮ ತಲೆಯ ಮೇಲೇರಿಸುತ್ತಿದ್ದರು ಎಂಬ ಅಂಶವನ್ನು ಇದನ್ನು ಇದಕ್ಕೆ ಹೋಲಿಸಿ ನೋಡಿ. “ರೇಡಿಯೋ ಟೇಯಿಸೋ” ನಮ್ಮ ದೇಹದ ಎಲ್ಲ ಮೂಲ ಚಲನೆಗಳನ್ನು ಅಭ್ಯಾಸಮಾಡಲು ನಮಗೆ ಸಹಾಯ ಮಾಡುತ್ತದೆ.

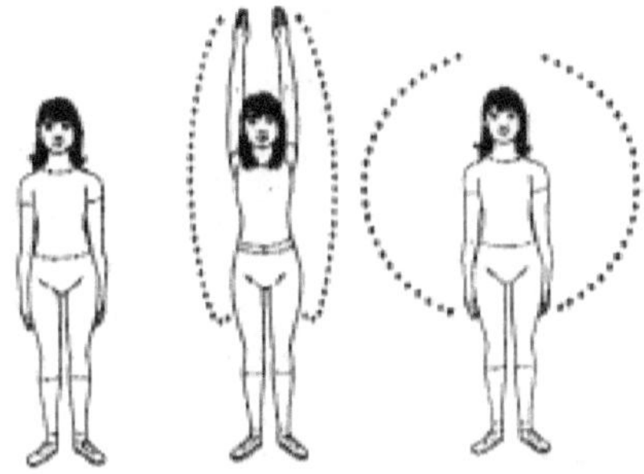

Basic version of the radio taiso exercises (5 minutes).

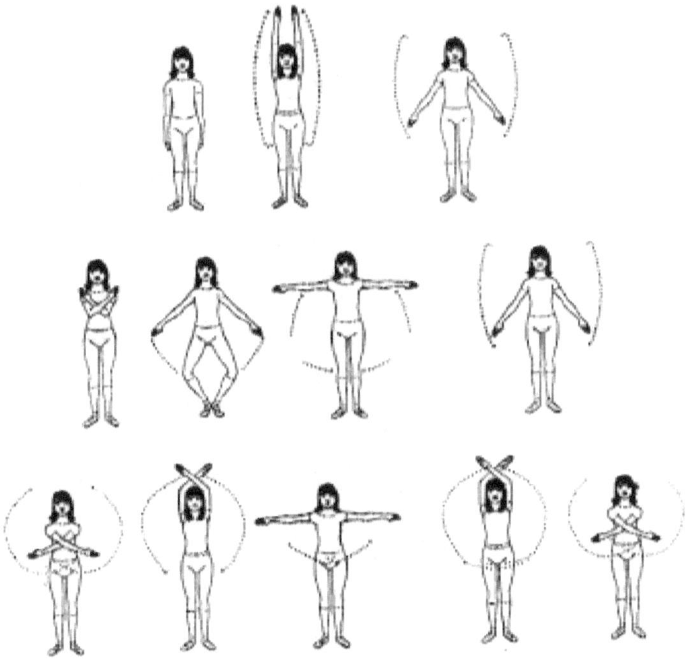

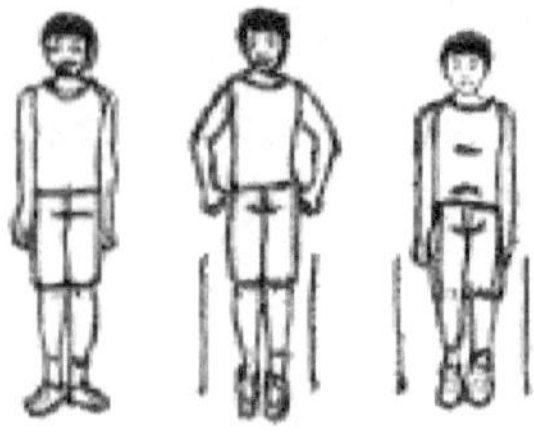

ಯೋಗ

ಜಪಾನಿನಲ್ಲಿಯೂ ಮತ್ತು ಪಶ್ಚಿಮ ದೇಶಗಳಲ್ಲಿಯೂ ಜನಪ್ರಿಯವಾಗಿರುವ ಯೋಗವನ್ನು ಬಹುಮಟ್ಟಿಗೆ ಯಾರು ಬೇಕಾದರೂ ಮಾಡಬಲ್ಲುದಾಗಿದೆ. ಅದರ ಕೆಲವು ಭಂಗಿಗಳನ್ನು ಗರ್ಭಿಣಿಯರಿಗೂ ಮತ್ತು ಅಂಗವೈಕಲ್ಯವಿರುವ ವೃತ್ತಿಗಾರರಿಗೂ ಸಹ ಹೊಂದಿಕೆಯಾಗುವಂತೆ ಅಳವಡಿಸಲಾಗಿದೆ.

ನಮ್ಮ ಮಾನಸಿಕ ಹಾಗೂ ಭೌತಿಕ ಮೂಲಧಾತುಗಳನ್ನು ಸಂಯೋಗಿಸಲು ಹಲವು ಸಹಸ್ರಮಾನಗಳ ಹಿಂದೆಯೇ ಅಭಿವೃದ್ಧಿಪಡಿಸಲಾದ ಈ ಯೋಗವು ಬಂದಿದ್ದು ಭಾರತದಿಂದ. ಯೋಗ ಎಂಬ ಪದ ಹುಟ್ಟಿರುವುದೇ 'ನೊಗ' (Yoke) ಎಂಬ ಸಂಸ್ಕೃತ ಪದದಿಂದ. ಹೊಲಗದ್ದೆಗಳಲ್ಲಿ ಉಳುಮೆ ಮಾಡಲು ಅಥವಾ ಗಾಡಿ ಎಳೆಯಲು ಕಟ್ಟುವ ಎರಡು ಪ್ರಾಣಿಗಳನ್ನು (ಸಾಮಾನ್ಯವಾಗಿ ಎತ್ತುಗಳು) ಒಂದಕ್ಕೊಂದಕ್ಕೆ ಜೋಡಿಸಲು ಅವುಗಳ ಹೆಗಲ ಮೇಲೆ ಇರಿಸುವ ಒಂದು ಅಡ್ಡ ಪಟ್ಟಿ ಮರದ ತುಂಡೇ ಈ ನೊಗ. ಶರೀರ ಮತ್ತು ಮನಸ್ಸನ್ನು ಒಂದೇ ಮಾರ್ಗದಲ್ಲಿ ಐಕ್ಯಗೊಳಿಸಲು ಯೋಗವು ಹೆಣಗುತ್ತದೆ, ಅಲ್ಲದೆ ನಮ್ಮ ಸುತ್ತಮುತ್ತಲಿನ ವಿಶ್ವದ ಜತೆ ಆರೋಗ್ಯಪೂರ್ಣ ಜೀವನ ಶೈಲಿಯೊಂದಿಗೆ ಸಾಮರಸ್ಯದಿಂದಿರುವಂತೆ ಮಾರ್ಗದರ್ಶಿಯಾಗಿರುತ್ತದೆ.

ಯೋಗದ ಬಹುಮುಖ್ಯ ಉದ್ದೇಶಗಳೆಂದರೆ :-

* ನಮ್ಮನ್ನು ನಮ್ಮ ಮಾನವ ಸಹಜ ಸ್ವಭಾವದತ್ತ ತರುವುದು.
* ಮಾನಸಿಕ ಹಾಗೂ ದೈಹಿಕ ಶುದ್ಧೀಕರಣ ಮಾಡುವುದು.
* ನಮ್ಮನು ಹೆಚ್ಚು ಹೆಚ್ಚು ದೈವದ ಹತ್ತಿರ ಒಯ್ಯುವುದು.
* **ಯೋಗದ ಶೈಲಿಗಳು** : ಒಂದೇ ರೀತಿಯ ಗಮ್ಯಗಳತ್ತ ವಾಲಿದ್ದರೂ ಯಾವ ಸಂಪ್ರದಾಯ ಮತ್ತು ಪಠ್ಯದಿಂದ ಅಭಿವೃದ್ಧಿಪಡಿಸಲಾಗಿದೆಯೋ ಅದಕ್ಕನುಗುಣವಾಗಿ ಬದಲಾಗುವ ವಿವಿಧ ನಮೂನೆಯ ಹಲವು ಯೋಗ ವಿಧಾನಗಳಿವೆ. ಪರಿಣಿತ ಯೋಗ ಗುರುಗಳು ಹೇಳುವಂತೆ, ನಮ್ಮ ಅತ್ಯುತ್ತಮ ಒಳಿತಿನ ಉತ್ತುಂಗ ತಲುಪಲು ಅವುಗಳಲ್ಲಿ ನಾವು ಯಾವ ದಾರಿ ಹಿಡಿಯುತ್ತೇವೋ ಅದರಲ್ಲಿ ಮಾತ್ರ ವ್ಯತ್ಯಾಸಗಳು ಅಡಗಿರುತ್ತವೆ.
* **ಜ್ಞಾನಯೋಗ** : ವಿವೇಕದ ಯೋಗ; ಶಿಸ್ತು ಮತ್ತು ಮಾನಸಿಕ ಬೆಳವಣಿಗೆಗಾಗಿ ಹುಡುಕಾಟ.
* **ಕರ್ಮ ಯೋಗ:** ಒಬ್ಬ ವ್ಯಕ್ತಿಗೆ ಮತ್ತು ಅವನ ಸಮುದಾಯಕ್ಕೆ ಸೌಲಭ್ಯ ತರುವ ಕರ್ಮದ, ಕೆಲಸಗಳ ಮತ್ತು ಕರ್ತವ್ಯಗಳ ಮೇಲೆ ಕೇಂದ್ರೀಕೃತ ವಾಗಿರುತ್ತದೆ.
* **ಭಕ್ತಿಯೋಗ:** ಭಕ್ತಿಯ ಮೇಲೆ ಮತ್ತು ದೈವಕ್ಕೆ ಶರಣಾಗತಿ ಹೊಂದುವುದರ ಮೇಲೆ ಅವಲಂಬಿತ.
* **ಮಂತ್ರಯೋಗ:** ಶರೀರ ಮತ್ತು ಮನಸ್ಸು ಎರಡೂ ಸಡಿಲಗೊಂಡು ಆರಾಮವಾಗುವ ಮನೋಸ್ಥಿತಿ ತಲುಪಲು ಮಂತ್ರೋಚ್ಚಾರಣೆಯ ಮೇಲೆ ಕೇಂದ್ರೀಕೃತವಾಗುವುದು.

* **ಕುಂಡಲಿನಿ ಯೋಗ:** ಬೇರೆ ಬೇರೆ ಬಗೆಯ ಹೆಜ್ಜೆಗಳನ್ನು ಒಟ್ಟುಗೂಡಿಸಿ ಕೊಂಡು ಇಚ್ಛಿಸುವ ಮಾನಸಿಕ ಸ್ಥಿತಿ ಮುಟ್ಟುವುದು.
* **ರಾಜಯೋಗ:** ಇದು ರಾಜಪಥವೆಂದೂ ಹೆಸರಾಗಿದೆ; ಇದು ಹಲವು ಹೆಜ್ಜೆಗಳ ವ್ಯಾಪ್ತಿಯನ್ನು ಒಳಗೊಂಡಿದ್ದು ತನ್ನೊಂದಿಗೆ ಇತರರೊಂದಿಗೆ ಭಾವೈಕ್ಯ ಸಾಧಿಸುವತ್ತ ಹೊಂದಿಕೊಳ್ಳುವುದು.
* **ಹಠಯೋಗ:** ಪಶ್ಚಿಮ ರಾಷ್ಟ್ರಗಳಲ್ಲಿ ಮತ್ತು ಜಪಾನಿನಲ್ಲಿ ಬಹಳ ವ್ಯಾಪಕವಾಗಿ ಅನುಸರಣೆಯಲ್ಲಿರುವ ರೂಪ; ಸಮತೋಲನ ಶೋಧಿಸುವ ದಿಕ್ಕಿನಲ್ಲಿ ಹಲವು ಆಸನಗಳು ಅಥವಾ ಭಂಗಿಗಳನ್ನು ಜತೆಗೂಡಿಸುವುದು ಈ ಯೋಗದ ಪ್ರಮುಖ ಲಕ್ಷಣವಾಗಿದೆ.

ಸೂರ್ಯ ನಮಸ್ಕಾರ ಮಾಡುವುದು ಹೇಗೆ?

ಹಠಯೋಗದಲ್ಲಿ ಸೂರ್ಯ ನಮಸ್ಕಾರವು ಅತ್ಯುತ್ತಮ ವ್ಯಾಯಾಮ ಸಂಕೇತಗಳಲ್ಲಿ ಒಂದು. ಅದನ್ನು ಮಾಡಲು, ನೀವು ಸುಮ್ಮನೆ ಈ ಕೆಳಗಿನ ಹನ್ನೆರಡು ಮೂಲ ಚಲನೆಗಳನ್ನು ಪಾಲಿಸಿದರೆ ಸಾಕೇ ಸಾಕು:

೧. ನಿಮ್ಮ ಪಾದಗಳು ಕೂಡಿರಲಿ, ನೇರವಾಗಿ ನಿಲ್ಲಿ, ಆದರೆ ನಿಮ್ಮ ಸ್ನಾಯುಗಳನ್ನು ಸಡಿಲಗೊಳಿಸಿ. ನಿಮ್ಮ ಎರಡೂ ಕೈಗಳ ಹಸ್ತಗಳನ್ನು ಒಟ್ಟುಗೂಡಿಸಿ ನಿಮ್ಮ ಎದೆಯ ಮುಂದೆ ತನ್ನಿ; ಉಸಿರು ಹೊರಗೆ ಬಿಡಿ.

೨. ಈ ಸ್ಥಿತಿಯಲ್ಲಿ, ಉಸಿರು ಒಳಗೆಳೆದುಕೊಳ್ಳುತ್ತಾ ನಿಮ್ಮ ತೋಳುಗಳನ್ನು ನಿಮ್ಮ ಶಿರದ ಮೇಲೆತ್ತುತ್ತಾ ಸ್ವಲ್ಪ ಹಿಂದೆ ಬಾಗಿರಿ.

೩. ನಿಮ್ಮ ಮಂಡಿಗಳನ್ನು ಮಡಿಚದೆ ನೀವು ಮುಂದೆ ಬಾಗುತ್ತಾ ನಿಮ್ಮ ಹಸ್ತಗಳು ನೆಲಮುಟ್ಟುವವರೆಗೂ ಉಸಿರುಬಿಡಿ.

೪. ನಿಮ್ಮ ಒಂದು ಕಾಲನ್ನು ಹಿಂದೆ ಚಾಚಿ, ಅದರ ಮಂಡಿ ಮತ್ತು ಬೆರಳುಗಳನ್ನು ನೆಲ ತಾಗಿಸಿ; ಉಸಿರು ಒಳತೆಗೆದುಕೊಳ್ಳಿ.

೫. ಉಸಿರನ್ನು ಹಾಗೇ ಇರಿಸಿಕೊಂಡು, ಇನ್ನೊಂದು ಕಾಲನ್ನೂ ಹಿಂದಕ್ಕೆ ತರುತ್ತಾ ನಿಮ್ಮ ಕಾಲುಗಳು ಮತ್ತು ತೋಳುಗಳನ್ನು ನೇರವಾಗಿಸಿರಿ

೬. ಉಸಿರು ಬಿಡುತ್ತಾ, ನಿಮ್ಮ ಮಂಡಿಗಳನ್ನು ನೆಲಕ್ಕೆ ಇರಿಸುತ್ತಾ, ನಿಮ್ಮ ತೋಳುಗಳನ್ನು ಮಡಿಚಿ ಮತ್ತು ನಿಮ್ಮ ಎದೆಯನ್ನು ನೆಲಕ್ಕೆ ತಾಗಿಸಿ ಸ್ವಲ್ಪ ಮುಂಚಾಚಿರಿ, ಈಗ ನಿಮ್ಮ ಗದ್ದ ಅಥವಾ ಹಣೆಯನ್ನು ನೆಲಕ್ಕೆ ತಾಗಿಸಿರಿ.

೭. ನಿಮ್ಮ ತೋಳುಗಳನ್ನು ನೇರಗೊಳಿಸುತ್ತಾ, ನಿಮ್ಮ ಶರೀರದ ಕೆಳಭಾಗವನ್ನು ನೆಲದಲ್ಲಿರಿಸುತ್ತ, ನಿಮ್ಮ ಬೆನ್ನುಹುರಿಯನ್ನು ಹಿಂದಕ್ಕೆ ಬಾಗಿಸಿರಿ; ಉಸಿರು ಒಳತೆಗೆಯಿರಿ.

೮. ನಿಮ್ಮ ಕೈಗಳು ಮತ್ತು ಪಾದಗಳು ನೆಲದ ಮೇಲಿದ್ದಂತೆಯೇ, ನಿಮ್ಮ ತೋಳುಗಳು ಮತ್ತು ಕಾಲುಗಳು ನೇರವಾಗುವವರೆಗೂ ನಿಮ್ಮ ಪಿರ್‍ರೆಯನ್ನು ಮೇಲೆತ್ತಿ ಮತ್ತು ಆಗ ನಿಮ್ಮ ಶರೀರವು ಬುಡಮೇಲಾದ V ಆಕಾರ ತಾಳುತ್ತದೆ. ಈ ಕ್ರಿಯೆಯ ಉದ್ದಕ್ಕೂ

ಉಸಿರನ್ನು ಹೊರಬಿಡುತ್ತೀರಿ.

೯. ನೀವು ಆಗ ಹಿಂದಕ್ಕೆ ಸರಿಸಿದ್ದ ಅದೇಕಾಲನ್ನು ಮುಂದೆ ತಂದು ಬಾಗಿಸಿ, ಹೇಗೆಂದರೆ, ನಿಮ್ಮ ಮಂಡಿ ಹಾಗೂ ಪಾದ ಇವೆರಡೂ ನಿಮ್ಮ ಶಿರದ ಹಿಂದೆ ಮತ್ತು ನಿಮ್ಮ ಕೈಗಳ ಮಧ್ಯೆ ಇರುವಂತೆ (aligned). ಉಸಿರೆಳೆದುಕೊಳ್ಳಿ.

೧೦. ಭಂಗಿ – ೩ರಲ್ಲಿರುವಂತೆ ನಿಮ್ಮ ಕೈಗಳನ್ನು ನೆಲದ ಮೇಲೆ ಇರಿಸುತ್ತಾ, ನೀವು ಹಿಂದಿನ ಪಾದವನ್ನೂ ಮುಂದೆ ತರುವಾಗ ಉಸಿರು ಹೊರಗೆ ಬಿಡಿ ಮತ್ತು ನಿಮ್ಮ ಕಾಲುಗಳನ್ನು ನೇರಗೊಳಿಸಿ.

೧೧. ಉಸಿರು ಒಳಗೆಳೆಯುತ್ತಾ, ಭಂಗಿ–೨ರಲ್ಲಿ ನೀವು ಮಾಡಿದಂತೆ, ಎರಡೂ ಕೈಗಳ ಹಸ್ತಗಳನ್ನು ಕೂಡಿಸಿಕೊಂಡು ನಿಮ್ಮ ತೋಳುಗಳನ್ನು ನಿಮ್ಮ ಶಿರದ ಮೇಲೆ ತನ್ನಿ ಮತ್ತು ಸ್ವಲ್ಪ ಹಿಂದೆ ಬಾಗಿರಿ.

೧೨. ಉಸಿರು ಹೊರಗೆ ಬಿಡುತ್ತಾ, ಮೂಲ ಸ್ಥಿತಿಗೆ(ಭಂಗಿ ೧) ನಿಮ್ಮ ತೋಳುಗಳನ್ನು ತನ್ನಿ.

ನೀವು ಹಾಗೆ ಸೂರ್ಯನಿಗೆ ವಂದಿಸಿದಿರಿ; ಎಂದರೆ ಹೀಗೆ ನೀವು ಈಗ ಉಲ್ಲಾಸಮಯವಾದ ದಿನವೊಂದನ್ನು ಹೊಂದಲು ಸಿದ್ಧರಾದಿರಿ ಎಂದೇ ಅರ್ಥ.

ಟಾಯಿ ಚಿ

ಟಾಯಿ ಚಿ ಚುಹಾನ್ (ಅಥವಾ ಟೇಯಿಜಿಕ್ವಾನ್) ಎಂದೂ ಹೆಸರಾದ ಈ 'ಟಾಯಿ ಚಿ' ಯು ಚೀನಾದೇಶದ ಒಂದು ಸಮರ ಕಲೆ. ಇದನ್ನು ನೂರಾರು ವರ್ಷಗಳಷ್ಟು ಹಿಂದಕ್ಕೆ ಬೌದ್ಧಮತ ಮತ್ತು ಕನ್‌ಫ್ಯೂಷಿಯನ್ ಮತಗಳಿಗೆ ಗುರುತಿಸಬಹುದಾಗಿದೆ; ಜಪಾನಿನಲ್ಲಿಯೂ ಕೂಡ ಇದು ಬಹಳ ಜನಪ್ರಿಯವಾಗಿದೆ.

ಚೀನಾ ಜನರ ಸಂಪ್ರದಾಯದನುಸಾರ ಹತ್ತೊಂಬತ್ತನೆಯ ಶತಮಾನದಲ್ಲೇ ಯಾಂಗ್ ಲುಚನ್ ಎಂಬುವವರು ಇದನ್ನು ಪ್ರಪಂಚದ ಇತರ ಭಾಗಗಳಿಗೆ ಪರಿಚಯಿಸಿದ್ದರೂ, ಝೊಂಗ್ ಸನ್‌ಫೆಂಗ್ ಎಂಬ ಟಾವೊ ಗುರು ಹಾಗೂ ಸಮರ ಕಲೆಯ ವೃತ್ತಿಪರರೊಬ್ಬರು ಇದರ ಕರ್ತೃವಾಗಿದ್ದಾರೆ.

'ಟಾಯಿ ಚಿ'ಯು ಮೂಲದಲ್ಲಿ ಒಂದು "ನೀಯಿಜಿಯ" (neijia) ಅಥವಾ ಆಂತರಿಕ ಸಮರಕಲೆ, ಅಂದರೆ ಮುಖ್ಯವಾಗಿ ಅದರ ಗಮ್ಯ / ಗುರಿ ವೈಯಕ್ತಿಕ ಬೆಳವಣಿಗೆ ಇದೆ. ಈ ಕಲೆಯೂ ಸ್ವರಕ್ಷಣೆಯ ಮೇಲೆಯೇ ಕೇಂದ್ರೀಕೃತಗೊಂಡು ಎಷ್ಟು ಸಾಧ್ಯವೋ ಅಷ್ಟು ಕಡಿಮೆ ಪ್ರಮಾಣದ ಬಲಪ್ರಯೋಗದಿಂದ ಮತ್ತು ಚಾಕಚಕ್ಯತೆಗೆ ಹೆಚ್ಚು ಒತ್ತು ನೀಡಿ, ತನ್ನ ಎದುರಾಳಿಗಳನ್ನು ಸೋಲಿಸುವುದರತ್ತ ಗಮನವೀಯುವಂತೆ ಇದನ್ನು ಅಭ್ಯಾಸ ಮಾಡುವವರಿಗೆ ಅದು ಕಲಿಸುತ್ತದೆ.

ಶರೀರ ಮತ್ತು ಮನಸ್ಸುಗಳನ್ನು ಮಾಯಿಸುವ ಸಾಧನವಾಗಿಯೂ ಕಾಣಬಹುದಾದ 'ಟಾಯಿ ಚಿ' ಕಲೆಯನ್ನು ಮೇಲಿಂದ ಮೇಲೆ ಆರೋಗ್ಯ ಮತ್ತು ಆಂತರಿಕ ನೆಮ್ಮದಿಯನ್ನು ಪೋಷಿಸಲೂ ಹೆಚ್ಚಾಗಿ ಬಳಸಲಾಗುವುದು. ತನ್ನ ನಾಗರಿಕರನ್ನು ಹೆಚ್ಚು ಕ್ರಿಯಾಶೀಲರನ್ನಾಗಿರಿಸಲು ಪ್ರೋತ್ಸಾಹಿಸುವ ಸಲುವಾಗಿ ಚೀನಾ ಸರ್ಕಾರವು ಇದನ್ನು ವ್ಯಾಯಾಮದ ಒಂದು ಭಾಗವಾಗಿ ಉತ್ತೇಜಿಸಿದೆ, ಮತ್ತು ಹಾಗಾಗಿ ಇದು ಸಮರ ಕಲೆಗಳ ಜತೆ ತನ್ನ ಮೂಲ ಸಂಬಂಧವನ್ನು ಕಳಚಿಕೊಂಡಿದೆ; ಬದಲಾಗಿ, ಅದು ಈಗ ಎಲ್ಲರಿಗೂ ಸುಲಭಕ್ಕೆ ಸಿಗುವ ಆರೋಗ್ಯ ಮತ್ತು ಯೋಗಕ್ಷೇಮದ ಒಂದು ಆಕರವಾಗಿದೆ.

ಟಾಯಿಚಿಯ ಶೈಲಿಗಳು

'ಟಾಯಿ ಚಿ'ಯ ವಿವಿಧ ಪಂಥಗಳು ಮತ್ತು ಶೈಲಿಗಳಿವೆ. ಅದರಲ್ಲಿ ಅತ್ಯುತ್ತಮವಾದುದೆಂದರೆ:

ಚೆನ್‌ಶೈಲಿ: ನಿಧಾನಗತಿಯ ಚಲನೆಗಳು ಮತ್ತು ಬಹಳ ತೀವ್ರಗತಿಯ ಚಲನೆಗಳು – ಇವೆರಡರ ನಡುವೆ ಪರ್ಯಾಯಗೊಳ್ಳುತ್ತದೆ.

ಯಾಂಗ್‌ಶೈಲಿ: ಬಹಳ ವ್ಯಾಪಕವಾದ ರೂಪಗಳಲ್ಲಿ ಒಂದು; ನಿಧಾನಗತಿಯ ಹರಿಯುವಿಕೆಯ ಸ್ವಭಾವದ ಚಲನೆಗಳು ಇದರ ಲಕ್ಷಣಗಳು.

ವು–ಶೈಲಿ: ಸಣ್ಣ, ನಿಧಾನ, ಸಾವಕಾಶವಾಗಿ ಮಾಡುವ ಚಲನೆಗಳುಳ್ಳ ಶೈಲಿ.

ಹಾವೋ ಶೈಲಿ: (Hao style) : ಇದು ಚೀನಾದಲ್ಲೂ ಸಹ ಅತಿ ಕಡಿಮೆ ರೂಢಿಯಲ್ಲಿರುವ 'ಟಾಯಿ ಚಿ'ಯ ರೂಪ, ಆಂತರಿಕ ಚಲನೆಗಳ ಮೇಲೆ ಗಿರಕಿ ಹೊಡೆಯುತ್ತದೆ,

ಹೆಚ್ಚು ಕಡಿಮೆ ಅತಿಸಣ್ಣ ಬಾಹ್ಯಚಲನೆಗಳ ಜತೆಜತೆಗೆ. ಇವುಗಳ ನಡುವೆ ಈ ರೀತಿಯ ವ್ಯತ್ಯಾಸಗಳಿದ್ದಾಗ್ಯೂ ಈ ಎಲ್ಲ ಶೈಲಿಗಳೂ ಒಂದೇ ತರಹದ ಧ್ಯೇಯಗಳನ್ನು ಹೊಂದಿವೆ:

೧. ನಿಶ್ಚಲತೆಯ ಮುಖಾಂತರ ಚಲನೆಯನ್ನು ನಿಯಂತ್ರಿಸುವುದು.

೨. ಸೂಕ್ಷ್ಮಕೌಶಲ ಅಥವಾ ಕೈಚಳಕ ಮುಖಾಂತರ ಬಲವನ್ನು ನಿವಾರಿಸಿ ಕೊಳ್ಳುವುದು.

೩. ಎರಡನೆಯವನಾಗಿ ಚಲಿಸಲಾರಂಭಿಸಿ ಮೊದಲನೆಯವನಾಗಿ ತಲುಪುವುದು.

೪. ನೀವಾರೆಂದು ಮತ್ತು ನಿಮ್ಮ ವಿರೋಧಿ ಯಾರೆಂದು ತಿಳಿಯುವದು.

'ಟಾಯಿ ಚಿ'ಯ ಹತ್ತು ಮೂಲತತ್ತ್ವಗಳು

ಗುರು ಯಾಂಗ್ ಚೆಂಗ್‌ಫು (೧೮೮೩-೧೯೩೬; ಬೀಜಿಂಗ್, ಚೀನಾ, ಮೃದು ಶೈಲಿಯ ಸಮರಕಲೆಯ ಗುರು, ಬರೆದ ಪುಸ್ತಕ: "ದಿ ಎಸ್ಸೆನ್ಸ್ ಆ್ಯಂಡ್ ಅಪ್ಲಿಕೇಷನ್ಸ್ ಆಫ್ ಟ್ಯಾಜಿಕ್ವಾನ್") ರವರ ಅನುಸಾರ, 'ಟಾಯಿಚಿ'ಯ ಸರಿಯಾದ ರೂಢಿ ಕ್ರಮವೆಂದರೆ ಈ ಕೆಳಗಿನ ಹತ್ತು ಮೂಲತತ್ತ್ವಗಳನ್ನು ಪಾಲಿಸುವುದು:

೧. ನಿಮ್ಮ ಶಿರದ ನೆತ್ತಿ ಭಾಗವನ್ನು ಮೇಲೆ ಎತ್ತಿ ಹಿಡಿದು ನಿಮ್ಮ ಎಲ್ಲ ಚೈತನ್ಯವನ್ನು ಅದರತ್ತ ಕೇಂದ್ರೀಕರಿಸಿ.

೨. ನಿಮ್ಮ ವಕ್ಷ ಭಾಗವನ್ನು ಬಿಗಿಗೊಳಿಸಿ ಮತ್ತು ನಿಮ್ಮ ಶರೀರದ ಕೆಳಭಾಗವನ್ನು ಹಗುರಗೊಳಿಸಲು ನಿಮ್ಮ ಬೆನ್ನನ್ನು ಹಿಗ್ಗಲಿಸಿ.

೩. ನಿಮ್ಮ ಸೊಂಟಭಾಗವನ್ನು ಸಡಿಲುಗೊಳಿಸಿ ಮತ್ತು ಅದು ನಿಮ್ಮ ಶರೀರಕ್ಕೆ ದಾರಿ ತೋರುವಂತೆ ಮಾಡಿ.

೪. ನಿಮ್ಮ ಶರೀರದ ತೂಕ ಹೇಗೆ ಪ್ರಸರಿಸಿದೆ ಎಂಬುದನ್ನು ತಿಳಿದು, ಭಾರವಾಗುವಿಕೆ ಮತ್ತು ಹಗುರಗೊಳ್ಳುವಿಕೆ ಈ ಎರಡರ ನಡುವಣ ಭಿನ್ನ-ಭೇದ ಅರಿಯಲು ಕಲಿಯಿರಿ.

೫. ತೋಳುಗಳಿಗೆ ಮುಕ್ತ ಚಲನೆಗೆ ಅವಕಾಶ ನೀಡಲೊಸುಗ ಮತ್ತು ಚೈತನ್ಯದ ಹರಿವನ್ನು ಉತ್ತೇಜಿಸುವ ಸಲುವಾಗಿ ಭುಜಗಳನ್ನು ಸಡಿಲುಗೊಳಿಸಿರಿ.

೬. ದೇಹಬಲಕ್ಕಿಂತ ಮನಸ್ಸಿನ ಚುರುಕುತನಕ್ಕೆ ಹೆಚ್ಚಿನ ಬೆಲೆ ನೀಡಿ.

೭. ಹೊಂದಿಕೆಯಿಂದ ಕಾರ್ಯವೆಸಗುವಂತೆ ಮಾಡಲು ಶರೀರದ ಮೇಲ್ಭಾಗದ ಮತ್ತು ಕೆಳ ಭಾಗಗಳೆರಡನ್ನೂ ಐಕ್ಯಗೊಳಿಸಿ.

೮. ಮನಸ್ಸು, ಶರೀರ ಮತ್ತು ಉಸಿರಾಟಗಳನ್ನು ಮೇಳೈಸುವಂತೆ ಮಾಡಲು ಆಂತರಿಕ ಮತ್ತು ಬಾಹಿಕಗಳೆರಡನ್ನು ಐಕ್ಯಗೊಳಿಸಿ.

೯. ನಿಮ್ಮ ಚಾಲನೆಯ ಹರಿವನ್ನು ಕಡಿತಗೊಳಿಸಬೇಡಿ; ಅದರ ಸ್ರಾವ ಮತ್ತು ಸಾಮರಸ್ಯಗಳನ್ನು ಉಳಿಸಿಕೊಳ್ಳಿ.

೧೦. ಚಲನೆಯಲ್ಲಿ ನಿಶ್ಚಲತೆಯ ಕಡೆಗೆ ನೋಡಿ, ಕ್ರಿಯಾಶೀಲ ಶರೀರವೊಂದು ಪ್ರಶಾಂತ ಮನಸ್ಸಿನತ್ತ ಕರೆದೊಯ್ಯುತ್ತದೆ.

ಮೋಡಗಳನ್ನು ಅನುಕರಿಸುವುದು

ಟಾಯಿಚಿ ವಿಧಾನದಲ್ಲಿ ಚೆನ್ನಾಗಿ ಪ್ರಸಿದ್ಧಿಯಲ್ಲಿರುವ ಚಾಲನೆಗಳಲ್ಲಿ ಒಂದೆಂದರೆ ಕೈಗಳನ್ನು ಮೋಡಗಳು ಚಲಿಸುತ್ತಿರುವಂತೆ ಆಡಿಸುವುದು ಅಥವಾ ಬೀಸುವುದು. ಅದರ ಹೆಜ್ಜೆಗಳು ಹೀಗಿವೆ:–

೧. ನಿಮ್ಮ ತೋಳುಗಳನ್ನು ನಿಮ್ಮ ಮುಂದೆ ಚಾಚಿ ಮತ್ತು ಹಸ್ತಗಳು ನೆಲ ನೋಡುತ್ತಿರಲಿ.

೨. ಮರದ ಬೊಡ್ಡೆಯೊಂದನ್ನು ತಬ್ಬುತ್ತಿದ್ದೀರೇನೋ ಎಂಬಂತೆ ನಿಮ್ಮ ಹಸ್ತಗಳನ್ನು ಒಳಕ್ಕೆ ತಿರುಗಿಸಿ.

೩. ನಿಮ್ಮ ತೋಳುಗಳನ್ನು ಒಂದು ಪಾರ್ಶ್ವಕ್ಕೆ ಬಿಡಿಸಿ.

೪. ಎಡ ತೋಳನ್ನು ಮೇಲಕ್ಕೆ ಮಧ್ಯದವರೆಗೆ ತನ್ನಿ, ಮತ್ತು ಬಲ ತೋಳನ್ನು ಕೆಳಕ್ಕೆ ಮಧ್ಯದವರೆಗೆ ತನ್ನಿ.

೫. ನಿಮ್ಮ ಶರೀರದ ಮುಂದೆ ಒಂದು ಚೆಂಡಿನ ಆಕಾರವನ್ನು ಚಿತ್ರಿಸಿಕೊಳ್ಳಿ.

೬. ನಿಮ್ಮ ಎಡಹಸ್ತವನ್ನು ನಿಮ್ಮ ಮುಖದತ್ತ ತಿರುಗಿಸಿ.

೭. ನಿಮ್ಮ ಭಾರವನ್ನು ನಿಮ್ಮ ಎಡಪಾದಕ್ಕೆ ವರ್ಗಾಯಿಸಿ ಮತ್ತು ನಿಮ್ಮ ಕೈಗಳ ಚಲನೆಯನ್ನು ನಿಮ್ಮ ಕಣ್ಣುಗಳು ಗಮನಿಸುತ್ತಿರುವಂತೆಯೇ ನಿಮ್ಮ ಪಿರ್ರೆಯನ್ನು ಆ ಪಾರ್ಶ್ವದತ್ತ ತಿರುಗಿಸಿ.

೮. ನಿಮ್ಮ ಎಡಗೈಯನ್ನು ನಿಮ್ಮ ಸೊಂಟಕ್ಕೆ ತನ್ನಿ ಮತ್ತು ನಿಮ್ಮ ಬಲಗೈಯನ್ನು ನಿಮ್ಮ ಮುಖದ ಮುಂದೆ ತನ್ನಿ.

೯. ನಿಮ್ಮ ತೂಕವನ್ನು ನಿಮ್ಮ ಬಲಪಾದಕ್ಕೆ ವರ್ಗಾಯಿಸಿ.

೧೦. ನಿಮ್ಮ ಬಲಗಡೆಗೆ ನಿಮ್ಮ ಪಿರ್ರೆ ತಿರುಗಿಸಿ, ಇಷ್ಟು ಪೂರಾ ವೇಳೆಯೂ ನೀವು ಮೇಲೆತ್ತಿದ ಬಲಗೈಯನ್ನೇ ನೋಡುತ್ತೀರಿ.

೧೧. ಈ ಚಲನೆಯನ್ನು ನಿಧಾನವಾಗಿ ಪುನರಾವರ್ತಿಸಿ. ನಿಮ್ಮ ಕೈಗಳನ್ನು ಯಥಾಸ್ಥಿತಿಗೆ ತರುತ್ತಾ ನಿಮ್ಮ ಭಾರವನ್ನು ಒಂದು ಪಾದದಿಂದ ಇನ್ನೊಂದಕ್ಕೆ ವರ್ಗಾಯಿಸಿ.

೧೨. ನಿಮ್ಮ ತೋಳುಗಳನ್ನು ನಿಮ್ಮ ಮುಂದೆಯೇ ಮತ್ತೆ ಹೊರಕ್ಕೆ ಚಾಚಿ ಮತ್ತು ನಿಮ್ಮ ಮೂಲ ಸ್ಥಿತಿಗೆ ಬರುತ್ತಾ ಅವನ್ನು ನಿಧಾನವಾಗಿ ಕೆಳಕ್ಕೆ ತನ್ನಿ.

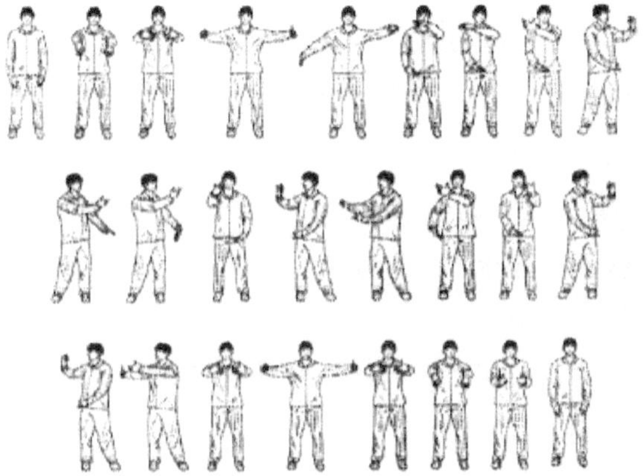

ಚಿಗಾಂಗ್

ಚಿಕುಂಗ್ ಎಂದೂ ಪ್ರಸಿದ್ಧವಾಗಿರುವ ಈ ಹೆಸರಿನಲ್ಲಿ 'ಚಿ' (ಜೀವಜಲ, ಅಥವಾ ಶಕ್ತಿ / ಚೈತನ್ಯ) ಮತ್ತು ಗಾಂಗ್ (ಕೆಲಸ) ಎಂಬ ಎರಡು ಭಾಗಗಳು ಸೇರಿದ್ದು, ನಮೂನೆ ಅಥವಾ ರೂಪವು ಒಬ್ಬ ವ್ಯಕ್ತಿಯ ಜೀವಬಲದೊಂದಿಗೆ ಕೆಲಸ ಮಾಡುತ್ತದೆ ಎಂಬ ಒಟ್ಟರ್ಥ ಸೂಚಿಸುತ್ತದೆ. ಬೇರೆ ಪದ್ಧತಿಗಳಿಗೆ ಹೋಲಿಸಿದಾಗ ಇದು ಆಧುನಿಕವಾದುದೆನಿಸಿದರೂ ಅದರಲ್ಲೂ ವಿಶೇಷವಾಗಿ ಅದರ ಚಾಲ್ತಿ ಹೆಸರಿನಲ್ಲಿ, ಚಿಗಾಂಗ್ ಕಲೆಯ ಟಾವೊಯಿನ್ (Taoyin) ಎಂಬುದರ ಮೇಲೆ ಆಧಾರಿತವಾಗಿದೆ – ಅಂದರೆ ಇದು ಮಾನಸಿಕ ಮತ್ತು ಭೌತಿಕ ಯೋಗಕ್ಷೇಮ ಪೋಷಿಸಲು ಮುಡಿಪಾದ ಒಂದು ಪ್ರಾಚೀನ ಕಲೆ.

ನಿಂತ, ಕೂತ ಅಥವಾ ಒರಗಿದ ಸ್ಥಿತಿಯಲ್ಲಿ ಉಸಿರಾಟವನ್ನು ಉತ್ತೇಜಿಸುವ ಸ್ಥಾಯೀ ಮತ್ತು ಚಲನ ಶೀಲ ದೈಹಿಕ ವ್ಯಾಯಾಮಗಳನ್ನು ಚಿಗಾಂಗ್ ಒಳಗೊಂಡಿದೆ. ಹಲವಾರು ವಿವಿಧ ಶೈಲಿಯ ಚಿಗಾಂಗ್‌ಗಳು ಇವೆ, ಆದರೆ ಅವೆಲ್ಲವೂ ಅರಸುವುದು 'ಚಿ' ಅಂದರೆ ಜೀವಬಲ ಅಥವಾ ಚೈತನ್ಯವನ್ನು ಸಶಕ್ತಗೊಳಿಸಲು ಮತ್ತು ನವಚೈತನ್ಯ ತುಂಬಲು. ಅದರ ಚಲನೆಗಳು ವಿಶೇಷವಾಗಿ ಮೃದುವಾದರೂ, ಅಭ್ಯಾಸ ಮಾತ್ರ ಬಹಳ ತೀವ್ರತರವಾದದ್ದು.

ಚಿಗಾಂಗ್‌ನ ಪ್ರಯೋಜನಗಳು:

ಹಲವಾರು ಅಂತರಾಷ್ಟ್ರೀಯ ವೈಜ್ಞಾನಿಕ ಅಧ್ಯಯನಗಳ ಪ್ರಕಾರ ಚಿಗಾಂಗ್ – ಟಾಯಿಚಿ ಮತ್ತು ಯೋಗ – ಪರಿಣಾಮಕಾರಿಯಾದ ಆರೋಗ್ಯ ಪ್ರಯೋಜನಗಳನ್ನು ನೀಡುತ್ತದೆ. ಸ್ಯಾನ್ ಫ್ರಾನ್ಸಿಸ್ಕೋದ ಚಿಗಾಂಗ್ ಸಂಸ್ಥೆಯ ಡಾ॥ ಕೆನ್ನೆತ್ ಎಂ. ಸಾನ್‌ಸಿಯೆರವರು (೧೯೨೦–೨೦೧೩, Ph.D in Chemistry) "ಚಿಗಾಂಗ್‌ನ ವೈದ್ಯಕೀಯ ಆನ್ವಯಿಕಗಳು" ಎಂಬ ತಮ್ಮ ಲೇಖನದಲ್ಲಿ ಗಮನಿಸಿರುವಂತೆ, ವೈಜ್ಞಾನಿಕ ಸಂಶೋಧನೆಯ ಮೂಲಕ ಸಾಧಿತವಾದವುಗಳಲ್ಲಿ ಈ ಕೆಳಗಿನ ಪ್ರಯೋಜನಗಳು ಎದ್ದು ಕಾಣುತ್ತವೆ:

* ಮಿದುಳಿನ ಅಲೆಗಳ ಮಾರ್ಪಾಡು.
* ಉತ್ತಮಗೊಂಡ ಲೈಂಗಿಕ ಚೋದಕಸ್ರಾವಗಳ ತೋಲನ
* ಹೃದಯ ಸ್ತಂಭನಗಳಿಂದಾಗುವ ಸಾವಿನ ದರಗಳ ಇಳಿಕೆ
* ಅಧಿಕ ರಕ್ತದೊತ್ತಡವಿರುವ ರೋಗಿಗಳಲ್ಲಿ ರಕ್ತದೊತ್ತಡದ ಇಳಿಕೆ
* ಮೂಳೆಯ ಸಾಂದ್ರತೆಯ ಹೆಚ್ಚಳ
* ಉತ್ತಮಗೊಂಡ ರಕ್ತಪರಿಚಲನೆ
* ಅರಳುಮರಳು ಜತೆಗಿನ ಲಕ್ಷಣಗಳ ಪ್ರಕ್ರಿಯೆ ಮಂದಗೊಳ್ಳುವುದು (ಅಂದರೆ ನಿಧಾನಗೊಳ್ಳುವುದು)
* ದೈಹಿಕ ಕ್ರಿಯೆಗಳ ಸಾಮರ್ಥ್ಯ ಮತ್ತು ಸಮತೋಲನ ಹೆಚ್ಚಾಗುವುದು
* ಮಿದುಳಿನ ರಕ್ತ ಪೂರೈಕೆಯ ಹೆಚ್ಚಳ; ಮನಸ್ಸು-ದೇಹಗಳ ಸಂಬಂಧ ಸಾಧನೆ ಹೆಚ್ಚಾಗುವುದು.
* ಹೃದಯ ಕ್ರಿಯೆಯ ಉತ್ತಮಗೊಳ್ಳುವುದು.
* ಅರ್ಬುದ ರೋಗದ (ಕ್ಯಾನ್ಸರ್) ಚಿಕಿತ್ಸೆಗಳಿಂದಾಗುವ ಅನುಷಂಗಿಕ ಪರಿಣಾಮಗಳ ತಗ್ಗುವಿಕೆ.

ಈ ಕಲೆಗಳನ್ನು ಅಭ್ಯಾಸಮಾಡುವುದರಿಂದ ಅದು ನಮ್ಮ ಶರೀರವನ್ನು ಸೂಕ್ತ ಆಕಾರದಲ್ಲಿರಿಸುವುದಷ್ಟೇ ಅಲ್ಲದೆ, ಅದು ನಮ್ಮ ಜೀವನವನ್ನು ಲಂಭಿಸಿಕೊಳ್ಳಲೂ ಸಹಾಯಮಾಡುತ್ತದೆ.

ಚಿಗಾಂಗ್ ಅಭ್ಯಾಸ ಮಾಡುವುದಕ್ಕೆ ಇರುವ ವಿಧಾನಗಳು

ಚಿಗಾಂಗ್‌ನ್ನು ಕ್ರಮಬದ್ಧ ಅಭ್ಯಾಸ ಮಾಡಬೇಕಾದರೆ, ನಮ್ಮ ಇಡೀ ಶರೀರದಲ್ಲಿ ನಮ್ಮ ಜೀವ ಚೈತನ್ಯವು ಹರಿಯುತ್ತಿರುತ್ತದೆ ಎಂದು ನಾವು ಜ್ಞಾಪಕದಲ್ಲಿಡಬೇಕು.

ಅದರ ಹಲವು ಭಾಗಗಳನ್ನು ಹೇಗೆ ವಿಧಿಬದ್ಧಗೊಳಿಸಬೇಕೆಂಬುದನ್ನು ನಾವು ತಿಳಿದಿರಬೇಕು:

೧. **ಟ್ಯಾಯು ಶೆನ್ಸ್:** ಸರಿಯಾದ ಭಂಗಿಯನ್ನು ಅಳವಡಿಸಿಕೊಂಡು (ಶರೀರವನ್ನು ವಿಧಿಬದ್ಧಗೊಳಿಸಬೇಕು) - ನೆಲಕ್ಕೆ ಬಿಗಿಯಾಗಿ, ದೃಢವಾಗಿ ಬೇರೂರಿರುವುದು ಬಹಳಮುಖ್ಯ.

೨. **ಟ್ಯಾಯು ಶೈಯಿ:** ಅದು ಪ್ರಶಾಂತ, ಸಂತತ ಮತ್ತು ಶಾಂತವಾಗುವವರೆಗೂ (ಉಸಿರಾಟವನ್ನು ವಿಧಿಬದ್ಧಗೊಳಿಸಬೇಕು).

೩. **ಟ್ಯಾಯು ಹ್‌ಸಿನ್:** (ಮನಸ್ಸನ್ನು ವಿಧಿಬದ್ಧಗೊಳಿಸುವುದು) ಬಹಳ ತೊಡಕಾದ ಭಾಗ, ಏಕೆಂದರೆ ಮನಸ್ಸನ್ನು ವಿಚಾರಗಳಿಂದ (ಯೋಚನೆಗಳಿಂದ) ಖಾಲಿಗೊಳಿಸುವುದು ಎಂದು ಅದರ ಅರ್ಥ.

೪. **ಟ್ಯಾಯು ಚಿ:** (ಜೀವಬಲವನ್ನು ವಿಧಿಬದ್ಧಗೊಳಿಸುವುದು) ಈ ಜೀವಬಲವು ಸಹಜವಾಗಿ ಸರಾಗವಾಗಿ ಹರಿವಂತೆ ಮಾಡಲು ಈ ಹಿಂದೆ ವಿವರಿಸಿದ ಮೂರು ಕ್ರಿಯೆಗಳನ್ನು ವಿಧಿಬದ್ಧಗೊಳಿಸುವುದು.

೫. **ಟ್ಯಾಯು ಶೆನ್:** (ಚೈತನ್ಯವನ್ನು ವಿಧಿಬದ್ಧಗೊಳಿಸುವುದು); "ಟೇಯಿಜಿ ಚಿಗಾಂಗ್‌ನ ಸಾರ" ಎಂಬ ತಮ್ಮ ಪುಸ್ತಕದಲ್ಲಿ ಯಾಂಗ್‌ಜ್ವಿಂಗ್ – ಮಿಂಗ್‌ರವರು ವಿವರಿಸುವಂತೆ, ಒಂದು ಸೆಣಸಾಟದಲ್ಲಿ ಚೈತನ್ಯವು ಬಲವೂ ಹೌದು ಮತ್ತು ಅದರ ಬೇರೂ ಹೌದು.

ಐದು ಭಾಗಗಳಲ್ಲಿ ಸಾಮಾನ್ಯವಾಗಿ ಕಂಡುಬರುವ 'ಟ್ಯಾಯು' (Tyau) ಎಂದರೆ Thanks, ಅಂದರೆ ವಂದನೆಗಳು ಎಂದರ್ಥ.

ಈ ರೀತಿಯಾಗಿ, ಇಡೀ ಜೀವಿಯು ಒಟ್ಟಾಗಿ ಒಂದು ಗಮ್ಯದತ್ತ ಕೆಲಸಮಾಡಲು ಸಿದ್ಧಗೊಳಿಸುವುದು.

ಚಿಗಾಂಗ್‌ನ ಐದು ಮೂಲವಸ್ತುಗಳು

ಚಿಗಾಂಗ್‌ನ ಬಹಳ ಪ್ರಸಿದ್ಧವಾದ ಅಭ್ಯಾಸಗಳಲ್ಲಿ ಒಂದೆಂದರೆ ಐದು ಮೂಲಧಾತುಗಳನ್ನು ಪ್ರತಿನಿಧಿಸುವ ಒಂದು ಸರಣಿ: ಪೃಥ್ವಿ, ಜಲ, ವೃಕ್ಷ, ಲೋಹ ಮತ್ತು ಅಗ್ನಿ. ಮಿದುಳು ಮತ್ತು ವಿವಿಧ ಅಂಗಗಳ ಕ್ರಿಯೆಯನ್ನು ಉತ್ತಮಗೊಳಿಸಲು ಈ ಐದೂ ಚೈತನ್ಯ ಪ್ರವಾಹಗಳನ್ನು ತೋಲದಲ್ಲಿಡಲು ಈ ಚಲನಸರಣಿಯು ಪ್ರಯತ್ನಿಸುತ್ತದೆ.

ಈ ಚಲನೆಗಳನ್ನು ಅಭ್ಯಾಸಮಾಡಲು ಹಲವು ಮಾರ್ಗಗಳಿವೆ. ಈ ಪ್ರಕರಣದಲ್ಲಿ ನಾವು ಬಾರ್ಸಿಲೋನದಲ್ಲಿನ ಚಿಗಾಂಗ್ ಕೇಂದ್ರದಲ್ಲಿನ ಪ್ರೊ. ಇಸಾಬೆಲ್ ಗಾರ್ಸಿಯಾ ಮಾನ್‌ರಿಯಲ್ ಅವರ ಮಾದರಿಯನ್ನು ಅನುಸರಿಸುತ್ತಿದ್ದೇವೆ :-

ಪ್ರವೃತ್ತಿ

೧. ನಿಮ್ಮ ಕಾಲುಗಳನ್ನು ಅಗಲಿಸಿ ನಿಲ್ಲಿ ಮತ್ತು ನಿಮ್ಮ ಪಾದಗಳು ನಿಮ್ಮ ಭುಜಗಳ ನೇರಕ್ಕಿರಲಿ.

೨. ಭಂಗಿಯನ್ನು ಬಲಗೊಳಿಸುವ ಸಲುವಾಗಿ ನಿಮ್ಮ ಪಾದಗಳನ್ನು ಸ್ವಲ್ಪ ಹೊರಚಾಚಿರಿ.

೩. ನಿಮ್ಮ ಭುಜಗಳನ್ನು ಸಡಿಲುಗೊಳಿಸಿ ಮತ್ತು ಕೆಳಗಿಳಿಸಿರಿ ಹಾಗು ನಿಮ್ಮ ತೋಳುಗಳು ನಿಮ್ಮ ಎರಡೂ ಪಕ್ಕಗಳಲ್ಲಿ ಸಡಿಲವಾಗಿರಲಿ, ಆದರೆ ನಿಮ್ಮ ಶರೀರದಿಂದ ಕೊಂಚ ದೂರಕ್ಕೆ (ಇದೇ ವುಕಿ=WuQi, ಅಥವಾ ಬೇರೂರಿರುವ ಭಂಗಿ ಎಂಬುದು) ಇರಲಿ.

೪. ಉಸಿರು ಒಳಗೆಳೆಯುತ್ತಾ, ನಿಮ್ಮ ತೋಳುಗಳನ್ನು ನಿಮ್ಮ ಮುಂದೆ ಭುಜದ ಸಮಕ್ಕೆ ಬರುವವರೆಗೂ ಮೇಲಕ್ಕೇರಿಸಿ, ನಿಮ್ಮ ಹಸ್ತಗಳು ನೆಲದತ್ತ ಮುಖ ಮಾಡಿರಲಿ.

೫. ನಿಮ್ಮ ಮಂಡಿಗಳನ್ನು ಬಾಗಿಸುತ್ತಾ ಉಸಿರು ಹೊರಗೆ ಬಿಡಿ ಮತ್ತು ನಿಮ್ಮ ತೋಳುಗಳು ನಿಮ್ಮ ಉದರದ ಸಮಕ್ಕೆ ಬರುವವರೆಗೆ ಕೆಳಕ್ಕೆ ತನ್ನಿ, ನಿಮ್ಮ ಹಸ್ತಗಳು ನಿಮ್ಮತ್ತ ನೋಡುತ್ತಿರಲಿ.

೬. ನಿಮ್ಮ ಉಸಿರಾಟದ ಮೇಲೆ ಕೇಂದ್ರೀಕರಿಸುತ್ತಾ, ಈ ಸ್ಥಿತಿಯಲ್ಲೇ ಕೆಲವು ಸೆಕೆಂಡುಗಳು ಇರುವುದು.

ಜಲ

೧. ಭುವಿಯ ಭಂಗಿಯಿಂದ ಆರಂಭಿಸಿ, ನಿಮ್ಮ ಮಂಡಿಗಳನ್ನು ಚಕ್ಕಲಮಕ್ಕಲ (Squat) ಹಾಕುವಂತೆ ಬಾಗಿಸಿ, ನಿಮ್ಮ ವಕ್ಷ ಭಾಗವನ್ನು ನೇರವಾಗಿರಿಸಿ, ಮತ್ತು ಈ ಕ್ರಿಯೆ ನಡೆಯುವ ಪೂರ್ತ ಹೊತ್ತು ಉಸಿರು ಹೊರಗೆ ಬಿಡುತ್ತೀರಿ.

೨. ನಿಮ್ಮ ಬೆನ್ನುಹುರಿಯ ತಳಭಾಗದ ಮೂಳೆಯನ್ನು (Coccyx : ಕಾಕ್ಸಿಕ್ಸ್) ಕೆಳಕ್ಕೆ ಅದುಮುತ್ತಾ ನಿಮ್ಮ ಟೊಂಕದ ಭಾಗದ ಮೂಳೆಯನ್ನು ಹಿಗ್ಗಲಿಸಿ.

೩. ಉಸಿರು ಒಳಗೆಳೆಯುತ್ತಾ, ಭುವಿಯ ಭಂಗಿಗೆ ವಾಪಸ್ಸು ಬರಲು ನಿಲ್ಲಿ.

೪. ಒಟ್ಟು ಮೂರು ಸಲ ಆಗುವಂತೆ, ಎರಡು ಬಾರಿ ಪುನಾರವರ್ತಿಸಿ.

ವೃಕ್ಷ

೧. ಭುವಿಯ ಭಂಗಿಯಿಂದ ಆರಂಭಿಸಿ, ನಿಮ್ಮ ಹಸ್ತಗಳನ್ನು ಮೇಲಕ್ಕೆ ತಿರುಗಿಸಿ ಮತ್ತು ನಿಮ್ಮ ತೋಳುಗಳನ್ನು ಪಕ್ಕಕ್ಕೆ ಬಿಡಿಸಿ, ಉಸಿರು ತೆಗೆದುಕೊಳ್ಳುತ್ತಾ ನಿಮ್ಮ ಭುಜದ ಮೂಳೆಯ ಸಮಕ್ಕೆ ನಿಮ್ಮ ಕೈಗಳು ಬರುವವರೆಗೂ ಒಂದು ವೃತ್ತ ರಚಿಸಿರಿ. ನಿಮ್ಮ ಹಸ್ತಗಳು ಮತ್ತು ನಿಮ್ಮ ಭುಜವನ್ನು ಸಡಿಲವಿರಿಸುತ್ತಾ ಮೊಣಕೈ ಕೆಳಗೆ ನೋಡುವಂತೆ, ನಿಮ್ಮ ಕೈಗಳನ್ನು ತಿರುಗಿಸಿ.

೨. ನೀವು ನಿಮ್ಮ ಮೂಲಸ್ಥಿತಿಗೆ ಬರುವವರೆಗೂ, ಕೆಳಮುಖವಾಗಿ ಒಂದು ವೃತ್ತವನ್ನು ರಚಿಸುತ್ತಾ, ಉಸಿರು ಹೊರಗೆ ಬಿಡುತ್ತಾ ಮೇಲಿನ ವ್ಯಾಯಾಮವನ್ನೇ ವಿರುದ್ಧ ದಿಕ್ಕಿನಲ್ಲಿ (Reverse) ಮಾಡಿರಿ.

೩. ಒಟ್ಟು ಮೂರು ಸಲ ಆಗುವಂತೆ ಇನ್ನೆರಡು ಬಾರಿ ಪುನರಾವರ್ತಿಸಿ.

ಲೋಹ

೧. ಭುವಿಯ ಭಂಗಿಯಿಂದ ಆರಂಭಿಸಿ, ನಿಮ್ಮ ಕೈಗಳು ನಿಮ್ಮ ಎದೆಯ ಮೂಳೆಯ ಜತೆ ಸಮವಾಗಿರುವವರೆಗೆ ನಿಮ್ಮ ತೋಳುಗಳನ್ನು ಮೇಲೆತ್ತಿರಿ.

೨. ನಿಮ್ಮ ಕೈಬೆರಳುಗಳು ಮೇಲೆ ನೋಡುತ್ತಾ ಸಡಿಲವಿರುವಂತೆಯೇ ಮತ್ತು ಸ್ವಲ್ಪ ಬೇರೆ ಬೇರೆ ಇರುವಂತೆಯೇ, ಸುಮಾರು ನಾಲ್ಕು ಇಂಚುಗಳಷ್ಟು ಪರಸ್ಪರ ದೂರವಿರುವಂತೆ ನಿಮ್ಮ ಹಸ್ತಗಳನ್ನು ಒಂದರೆದುರು ಮತ್ತೊಂದು ತನ್ನಿ.

೩. ಉಸಿರು ಒಳಗೆ ಎಳೆಯುತ್ತಾ, ನಿಮ್ಮ ಕೈಗಳನ್ನು ಆಯಾಯ ಭುಜದ ಹತ್ತಿರ ಬರುವವರೆಗೆ ಹಿಂದಕ್ಕೆ ಚಲಿಸಿ.

೪. ಉಸಿರನ್ನು ಹೊರಕ್ಕೆ ಬಿಡುತ್ತಾ, ನಿಮ್ಮ ಕೈಗಳು ಸ್ಥಿತಿ–೨ಕ್ಕೆ ಹಿಂದೆ ಬರುವವರೆಗೂ ಒಂದಕ್ಕೊಂದು ಎದುರು ಬದುರು ತನ್ನಿ.

೫. ಚೈತನ್ಯಶಕ್ತಿಯು ಏಕಾಗ್ರವಾಗುವುದನ್ನು ಗಮನಿಸುತ್ತಾ ನಿಮ್ಮ ಶ್ವಾಸಕೋಶಗಳ ಮುಂದೆ ನಿಮ್ಮ ಕೈಗಳನ್ನು ಒಟ್ಟಿಗೆ ತನ್ನಿ; ಒಟ್ಟು ಮೂರು ಬಾರಿ ಆಗುವಂತೆ, ಇನ್ನೆರಡು ಸಲ ಪುನರಾವರ್ತಿಸಿ.

ಅಗ್ನಿ

೧. ಭುವಿಯ ಭಂಗಿಯಿಂದ ಆರಂಭಿಸಿ, ಉಸಿರು ಒಳಗೆಳೆಯುತ್ತಾ ಒಂದು ಕೈ ಮತ್ತೊಂದು ಕೈಗಿಂತ ಕೊಂಚ ಮೇಲಿರುವಂತೆ ಮತ್ತು ನಿಮ್ಮ ಹಸ್ತಗಳು ಒಂದನ್ನೊಂದು ನೋಡುತ್ತಿರುವಂತೆ, ನಿಮ್ಮ ಕೈಗಳನ್ನು ನಿಮ್ಮ ಹೃದಯದ ನೇರಕ್ಕೆ ತನ್ನಿ.

೨. ನಿಮ್ಮ ಹೃದಯದ ಶಕ್ತಿಯನ್ನು ನೀವು ಅನುಭವಿಸುತ್ತಿದ್ದೀರೇನೋ ಎಂಬಂತೆ ನಿಮ್ಮ ಕೈಗಳನ್ನು ಚಕ್ರಾಕಾರದಲ್ಲಿ ಸುತ್ತಿಸಿ.

೩. ನಿಮ್ಮ ಮುಂಡಭಾಗವನ್ನು (Torso) ಸಡಿಲವಾಗಿರಿಸುತ್ತಾ ಮತ್ತು ನಿಮ್ಮ ಮುಂದೋಳುಗಳನ್ನು ನೆಲಕ್ಕೆ ಸಮಾನಾಂತರವಾಗಿರಿಸುತ್ತಾ, ನಿಮ್ಮ ಸೊಂಟವನ್ನು ನಿಧಾನವಾಗಿ ಎಡಕ್ಕೆ ತಿರುಗಿಸಿ.

೪. ನಿಮ್ಮ ಹಸ್ತಗಳು ಒಂದನ್ನೊಂದು ನೋಡುತ್ತಿರುವಂತೆಯೇ, ನಿಮ್ಮ ಕೈಗಳನ್ನು ಬೇರೆ ಬೇರೆ ಮಾಡಿ ಅದರಲ್ಲಿ ಒಂದನ್ನು ನಿಮ್ಮ ಭುಜದ ಸಮಕ್ಕೆ ಬರುವವರೆಗೂ ಮೇಲೆ ತನ್ನಿ, ಮತ್ತೊಂದನ್ನು ನಿಮ್ಮ ಉದರದ ಮುಂಭಾಗಕ್ಕೆ ಬರುವವರೆಗೂ ಕೆಳಗೆ ತನ್ನಿ.

೫. ನಿಮ್ಮ ಮುಂಡಭಾಗವನ್ನು (torso) ಸಡಿಲವಾಗಿರಿಸುತ್ತಾ ನಿಮ್ಮ ಮುಂದೋಳುಗಳನ್ನು ನೆಲಕ್ಕೆ ಸಮಾನಾಂತರವಾಗಿರಿಸುತ್ತಾ, ನಿಮ್ಮ ಸೊಂಟವನ್ನು ನಿಧಾನವಾಗಿ ಬಲಕ್ಕೆ ತಿರುಗಿಸಿ.

೬. ಉಸಿರನ್ನು ಹೊರಕ್ಕೆ ಬಿಡುತ್ತಾ ನಿಮ್ಮ ಕೈಗಳು ಒಟ್ಟಿಗೆ ವಾಪಸ್ಸು ನಿಮ್ಮ ಹೃದಯದ ಮುಂಭಾಗಕ್ಕೆ ಬರಲಿ.

೭. ನಿಮ್ಮ ಹಸ್ತಗಳು ಒಂದನ್ನೊಂದು ನೋಡುತ್ತಿರುವಂತೆಯೇ, ನಿಮ್ಮ ಕೈಗಳನ್ನು ಬೇರೆ ಬೇರೆ ಮಾಡಿ, ಅದರಲ್ಲಿ ಒಂದನ್ನು ನಿಮ್ಮ ಭುಜದ ಸಮಕ್ಕೆ ಬರುವವರೆಗೂ ಮೇಲಕ್ಕೆ ತನ್ನಿ, ಮತ್ತೊಂದನ್ನು ನಿಮ್ಮ ಉದರದ ಮುಂಭಾಗಕ್ಕೆ ಬರುವವರೆಗೂ ಕೆಳಕ್ಕೆ ತನ್ನಿ.

ಸರಣಿ ಮುಗಿಸುವುದು

೧. ಭುವಿಯ ಭಂಗಿಯಿಂದ ಆರಂಭಿಸಿ, ಹಸ್ತುಗಳು ಕೆಳಕ್ಕೆ ನೋಡುತ್ತಿರು ವಂತೆಯೇ, ನಿಮ್ಮ ಕೈಗಳನ್ನು ನಿಮ್ಮ ಭುಜದ ನೇರಕ್ಕೆ ತರುತ್ತಾ ಉಸಿರು ಒಳಗೆ ಎಳೆದುಕೊಳ್ಳಿ.

೨. ಉಸಿರು ಹೊರಗೆ ಬಿಡುತ್ತಾ, ಆರಂಭದ ವುಕಿ (WuQi) ಭಂಗಿಗೆ ವಾಪಸ್ಸಾಗುತ್ತಾ, ನಿಮ್ಮ ತೋಳುಗಳನ್ನು ವಿಶ್ರಾಂತಿಗಾಗಿ ನಿಮ್ಮ ಪಕ್ಕಕ್ಕೆ ಕೆಳಗಿಳಿಸಿ.

ಶಿಯಾಟ್ಸು

ಮುಖ್ಯವಾಗಿ ದೇಹದ ಕೀಲುಗಳ ಉರಿಯೂತದ ಚಿಕಿತ್ಸೆಗಾಗಿ (Japanese body massage modality called anma: ಜಪಾನಿನ ಅಂಗಮರ್ಧನ ವ್ಯವಸ್ಥೆಯ ಒಂದು ವಿಧಾನ: ಅನ್‌ಮ) ಇಪ್ಪತ್ತನೆ ಶತಮಾನದ ಆರಂಭದಲ್ಲಿ ಜಪಾನಿನಲ್ಲಿ ಸೃಷ್ಟಿಯಾದ ಈ ಪದ್ಧತಿಯು – ಶಿಯಾಟ್ಸು – ಕೈಗಳ, ಹಸ್ತಗಳ ಮತ್ತು ಹೆಬ್ಬೆರಳುಗಳಿಂದ ಒತ್ತಡ ಹಾಕುವುದರ ಮೂಲಕ ಶಕ್ತಿಯ ಹರಿವನ್ನು ಸಾಧಿಸುವಂತಹ ಒಂದು ಕ್ರಿಯೆಯೂ ಆಗಿದೆ. ಕೈ ಕಾಲುಗಳನ್ನು ವಿಸ್ತರಿಸುವ / ಚಾಚುವ ವ್ಯಾಯಾಮಗಳು ಮತ್ತು ಉಸಿರಾಟದ ವ್ಯಾಯಾಮಗಳ ಜತೆ ಸೇರಿಕೊಂಡು ಈ ಚಿಕಿತ್ಸಾ ಪದ್ಧತಿಯು ದೇಹದ ವಿವಿಧ ಮೂಲಧಾತುಗಳ ನಡುವೆ ಒಂದು ಸಮಸ್ಥಿತಿ ಸೃಷ್ಟಿಗಾಗಿ ಪ್ರಯತ್ನಿಸುತ್ತದೆ.

> "ಟಾವೊಯಿನ್‌ಗೆ (ಟಾವೊಯಿನ್ ಎಂಬುದು ಮಾನಸಿಕ ಮತ್ತು ದೈಹಿಕ ಯೋಗಕ್ಷೇಮ ಪೋಷಣೆಗೆ ಸಂಬಂಧಿಸಿದಂತೆ ಪುರಾತನ ಕಲೆ ಕುರಿತು ಉಲ್ಲೇಖಿಸುವ ಒಂದು ಸಾಮಾನ್ಯ ಪದ http://www.gutenberg.org/ebooks/authors/search/?quey=Ge, +Hong.) ಒಂದು ಹೆಸರಿದೆ, ಅದು ಯಾವುದನ್ನೋ ಅನುಕರಿಸುತ್ತಿದೆ, ಅಥವಾ ಅದನ್ನು ಜೇಡ್‌ನಲ್ಲಿ (ಹಸಿರು, ನೀಲಿ ಅಥವಾ ಬಿಳಿಯ ಗಡುಸಾದ ಒಂದು ಪ್ರಶಸ್ತ ಶಿಲೆ) ಕೆತ್ತಲಾಗಿದೆ ಎಂಬುದೂ ಮುಖ್ಯವಲ್ಲ. ಯಾವುದು ಮುಖ್ಯವೆಂದರೆ ಯಾವ ತಂತ್ರ ಮತ್ತು ಸಾರವನ್ನು ನಿಜವಾಗಿ ಅಭ್ಯಾಸ ಮಾಡಲಾಗುತ್ತದೆ ಎನ್ನುವುದು. ಕೈಕಾಲುಗಳನ್ನು ಚಾಚುವುದು, ವಿಸ್ತರಿಸುವುದು, ಸಂಕುಚಿತಗೊಳಿಸುವುದು, ಶಿರವನ್ನು ಬಾಗಿಸುವುದು ಮತ್ತು ಮೇಲೆತ್ತುವುದು, ಹೆಜ್ಜೆಗಳನ್ನಿಡುವುದು, ಅಂಗಾತ ಮಲಗುವುದು, ವಿಶ್ರಾಂತಿ ಪಡೆಯುವುದು ಅಥವಾ ನೇರನಿಲ್ಲುವುದು, ನಡೆಯುವುದು ಅಥವಾ ನಿಧಾನಗತಿಯಲ್ಲಿ ಹೆಜ್ಜೆಗಳನ್ನಿಡುವುದು. ಅರಚುವುದು ಅಥವಾ ಉಸಿರಾಡುವುದು – ಈ ಎಲ್ಲವೂ ಟಾವೊಯಿನ್ ಮಾಡಬಲ್ಲದು" – ಜಿ. ಹಾಂಗ್ (೨೮೩–೩೪೩, ಚೀನಾದ ಹೆಸರಾಂತ ರಸವಾದಿ, ಸರ್ವಪಂಥ ಸಾರಗ್ರಹಿ ತತ್ವಶಾಸ್ತ್ರಜ್ಞ)

ಚೆನ್ನಾಗಿ ಉಸಿರಾಡಿ, ಹೆಚ್ಚುಕಾಲ ಬದುಕಿ

ಪಶ್ಚಿಮ ರಾಷ್ಟ್ರಗಳಲ್ಲಿ "ಪರಿಪೂರ್ಣತೆ ಸಾಧಿಸುವುದರ ಕುರಿತು ಹತ್ತು ಪುಸ್ತಕಗಳು" (Ten Books on the Cultivation of Perfection") ಎಂದು ಪ್ರಸಿದ್ಧಿ ಪಡೆದಿರುವ "ಷಿಯುರ್ಝೆನ್‌ಶಿಶು" ಎಂಬ ಪುಸ್ತಕವು ಸರಿಸುಮಾರು ಹದಿಮೂರನೆ ಶತಮಾನದ ಕಾಲಮಾನಕ್ಕೆ ಸೇರಿದ್ದು. ಇದನ್ನು ಮನಸ್ಸು ಮತ್ತು ಶರೀರವನ್ನು ಬೆಳೆಸಲು ಕುರಿತಂತೆ ವಿವಿಧ ಮೂಲಗಳಿಂದ ಸಂಗ್ರಹಿಸಲಾದ ದ್ರವ್ಯಗಳ ಒಂದು ಸಂಹಿತೆ (Compendium) ಎನ್ನಲಾಗಿದೆ.

ಅದು ಹಲವು ಪ್ರಸಿದ್ಧರ ನುಡಿಗಳ ಜತೆಗೆ, ಆರನೆ ಶತಮಾನದಲ್ಲಿ ಜೀವಿಸಿದ್ದ ಒಬ್ಬ ವೈದ್ಯ ಹಾಗೂ ಪ್ರಬಂಧಕಾರನಾಗಿದ್ದ ಕೀರ್ತಿವಂತ 'ಸುನ್ ಸಿಮಿಯಾವೋ'ರನ್ನೂ (೫೮೧–೬೮೨, ಟೊಂಗ್‌ಚುಆನ್, ಚೀನಾ, ಚೀನಾದ ಒಬ್ಬ ವೈದ್ಯಶಾಸ್ತ್ರಜ್ಞ, ಚೀನಾದ ಔಷಧಶಾಸ್ತ್ರದ ರಾಜ ಎಂದು ಹೆಸರು, ಸುಯಿ ಮತ್ತು ಟ್ಯಾಂಗ್ ರಾಜವಂಶಗಳ ಕುರಿತ ಇತಿಹಾಸಕಾರ) ಇದು

ಉಲ್ಲೇಖಿ ಸುತ್ತದೆ. ಆರು ರೋಗ ನಿವಾರಣೆ ಶಬ್ದಗಳೆಂದು ಸುನ್ ಸಿಮಿಯಾವೊರಿಂದಲೇ ಕರೆಯಲಾಗುವ ತಂತ್ರವೊಂದರ ಪ್ರತಿಪಾದಕರು ಅವರು. ಈ ತಂತ್ರವು ನಮ್ಮ ಅತ್ಮಗಳನ್ನು ಪ್ರಶಾಂತ ಜಾಗದತ್ತ ತರುವುದಕ್ಕಾಗಿ ಶರೀರದ ಅಂಗಾಂಗಗಳ ಚಾಲನೆ, ಉಸಿರಾಟ ಮತ್ತು ಶಬ್ದಉಚ್ಚರಿಸುವುದು ಸಮನ್ವಯ ಸಾಧಿಸುವುದನ್ನು ಒಳಗೊಂಡಿದೆ.

ಆ ಆರು ಶಬ್ದಗಳೆಂದರೆ: 'Xu' ಎಂಬುದನ್ನು shh(ಶ್) ಎಂಬಂತೆ ಆಳವಾದ ನಿಟ್ಟುಸಿರಿನಂತೆ ಉಚ್ಚರಿಸುವುದು. ಇದು ಯಕೃತ್‌ಗೆ (Liver) ಸಂಬಂಧಿಸಿದ್ದಾಗಿದೆ.

'He' ಎಂಬುದನ್ನು 'her' (ಹರ್) ಎಂಬಂತೆ ಒಂದು ಆಕಳಿಕೆ ಹೊರಡಿಸಿ ದಂತೆ ಉಚ್ಚರಿಸುವುದು; ಇದು ಹೃದಯಕ್ಕೆ (Heart) ಸಂಬಂಧಿಸಿದ್ದಾಗಿದೆ.

'Si' ಎಂಬುದನ್ನು Sir (ಸರ್) ಎಂಬಂತೆ ನಿಧಾನವಾಗಿ ಉಸಿರು ಹೊರಹಾಕಿದಂತೆ ಉಚ್ಚರಿಸುವುದು; ಇದು ಶ್ವಾಸಕೋಶಗಳಿಗೆ (Lungs) ಸಂಬಂಧಿಸಿದ್ದಾಗಿದೆ.

'chui' ಎಂಬುದನ್ನು Chwee (ಚ್ಯೂಯೀ) ಎಂಬಂತೆ ಬಲುವಾಗಿ ಉಸಿರನ್ನು ಹೊರಹಾಕಿದಂತೆ ಉಚ್ಚರಿಸುವುದು, ಇದು ಮೂತ್ರಪಿಂಡಗಳಿಗೆ (Kidneys) ಸಂಬಂಧಿಸಿದ್ದಾಗಿದೆ.

'Hoo' ಎಂಬುದನ್ನು 'who' (ಹೂ) ಎಂಬಂತೆ ಉಚ್ಚರಿಸುವುದು; ಇದು ಪ್ಲೀಹ (ಗುಲ್ಮ ಅಥವಾ ತೊಳ್ಳೆಗೆ)ಕ್ಕೆ ಸಂಬಂಧಿಸಿದ್ದಾಗಿದೆ.

'Xi' ಎಂಬುದನ್ನು 'She' (ಶೀ) ಎಂಬಂತೆ ಉಚ್ಚರಿಸುವುದು, ಇದು ಇಡೀ ಶರೀರಕ್ಕೆ ಸಂಬಂಧಿಸಿದ್ದಾಗಿರುತ್ತದೆ.

ಋತುಮಾನಕ್ಕನುಗುಣವಾಗಿ, ಹೇಗೆ ಒಳ್ಳೆಯ ಜೀವನ ನಡೆಸಬಹುದೆಂಬುದಕ್ಕೆ 'ಸುನ್‌ಸಿಮಿಯಾವೋ'ರವರ ಈ ಕೆಳಗಿನ ಪದ್ಯ ಸುಳಿವುಗಳನ್ನು ನೀಡುತ್ತದೆ. ಅದು ನಮಗೆ ಉಸಿರಾಟದ ಪ್ರಾಮುಖ್ಯತೆಯನ್ನು ಜ್ಞಾಪಿಸುತ್ತದೆ, ಮತ್ತು ನಾವು ಉಸಿರಾಡುತ್ತಿರುವಾಗಲೇ ಪ್ರತಿಯೊಂದು ರೋಗ ನಿವಾರಣೆ ಶಬ್ದಗಳ ಜತೆ ನಾವು ನಮ್ಮ ದೇಹದ ಅಂಗಾಂಗಗಳನ್ನು ಹೇಗೆ ಕಲ್ಪಿಸಿಕೊಳ್ಳಬಹುದೆಂದೂ ಸಹ ಸೂಚಿಸುತ್ತದೆ :

ವಸಂತದಲಿ, ಸ್ಪಷ್ಟ ಕಂಗಳಿಗಾಗಿ 'ಷು'ವನ್ನು ಉಸಿರಾಡು
ಜತೆಗೆ ವೃಕ್ಷ ನಿನ್ನ ಪಿತ್ತಜನಕಾಂಗಕದು ನೆರವಾಗಬಲ್ಲದು.
ಹೃದಯದೊಂದಿಗೆ ಅಗ್ನಿಯೂ ನೆಮ್ಮದಿಯಲಿರುವಂತೆ,
ಬೇಸಿಗೆಯಲಿ 'ಹೀ'ಗಾಗಿ ಕೈಚಾಚು.
ಮಾಗಿಯಲಿ, ಸ್ಥಿರತೆಗಾಗಿ ಮತ್ತು ಲೋಹ ಒಗ್ಗೂಡಿಸಲು,
ಶ್ವಾಸಕೋಶಗಳ ಆರ್ದ್ರವಿರಿಸುತ 'ಸಿ'ಯ ಉಸಿರಾಡು,
ನಂತರ, ಮೂತ್ರಪಿಂಡಗಳಿಗಾಗಿ, 'ಚುಯಿ' ಉಸಿರಾಡುತ
ನಿನ್ನಂತರಂಗದ ಜಲವ ಪ್ರಶಾಂತವಾಗಿರಿಸು.
ಎಲ್ಲ ಬೇಗುದಿ ತೊಂದರೆಗಳ ಹೊರಹಾಕಲು ಮುಮ್ಮಡಿ ತಾಪಕನು
ನಿನ್ನ 'ಶೀ'ಯ ಬೇಡುವನು.

ನಿನ್ನ ಗುಲ್ಮವು ನೀ ತಿಂದುದನ್ನೆಲ್ಲ ಕರಗಿಸಲು,
ಎಲ್ಲ ನಾಲ್ಕು ಋತುಗಳಲ್ಲೂ ದೀರ್ಘ ಉಸಿರಾಡು
ಮತ್ತದಕ್ಕಿಂತ ಮಿಗಿಲಾಗಿ, ಶಬ್ದಗೈಯುತ ಉಸಿರ
ನೀ ಹೊರಬಿಡದಿರು; ನಿನ್ನ ಕರ್ಣಗಳಿಗೂ ಅದು ಕೇಳದಿರಲಿ.
ಅಭ್ಯಾಸವಿದತ್ಯುತ್ತಮ, ಜತೆಗೆ ನಿನ್ನ
ದೈವೀ ಸಂಜೀವಿನಿಯ ಕಾಪಿಡಲೂ ಇದನುಕೂಲಕರ.

ಈ ಅಧ್ಯಾಯದಲ್ಲಿ ನಾವು ಪರಿಚಯಿಸಿರುವ ಎಲ್ಲಾ ಪೌರ್ವಾತ್ಯ ಸಂಪ್ರದಾಯಗಳನ್ನು ತೋರಿಸುವುದು ಸ್ವಲ್ಪ ಮಟ್ಟಿಗೆ ಗೊಂದಲಮಯ ಎಂಬ ಭಾವ ಬರಬಹುದು. ಇದರ ಒಟ್ಟರ್ಥ ಅಥವಾ ನಾವು ತೆಗೆದುಕೊಳ್ಳಬೇಕಾದ ಮುಖ್ಯಾಂಶವೆಂದರೆ, ನಮ್ಮ ಉಸಿರಾಟದ ಬಗೆಗಿನ ಅರಿವು ಇರಿಸಿಕೊಳ್ಳುವುದರ ಜೊತೆಗೆ ದೈಹಿಕ ವ್ಯಾಯಾಮದ ಎಲ್ಲವನ್ನೂ ಅವು ಸಂಯೋಗಗೊಂಡಿವೆ ಎಂಬುದೇ ಆಗಿದೆ. ಈ ಎರಡು ಘಟಕಗಳು ನಮ್ಮ ಬುದ್ಧಿ ದೈನಂದಿನ ಮನಃಕ್ಲೇಶಗಳ ಸಾಗರದಲ್ಲಿ ಕೊಚ್ಚಿಹೋಗಲು ಬಿಡುವುದರ ಬದಲಾಗಿ – ಅಂದರೆ ಒಂದು ಅಂಗಾಂಗಗಳ ಚಲನೆ, ಮತ್ತೊಂದು ಉಸಿರಾಟ – ನಮ್ಮ ಶರೀರದ ದಾರಿಗೇ ತರಲು ಸಹಾಯ ಮಾಡುತ್ತವೆ, ಹೆಚ್ಚಿನ ವೇಳೆ, ನಾವು ನಮ್ಮ ಉಸಿರಾಟ ಕ್ರಮದ ಬಗ್ಗೆಯೇ ಸಾಕಷ್ಟು ಅರಿವುಳ್ಳವರಾಗಿರುವುದಿಲ್ಲ – ಅದೊಂದು ಯಾಂತ್ರಿಕ ಕ್ರಿಯೆಯಾಗಿಬಿಟ್ಟಿರುತ್ತದೆ.

೬

ಪುಟಿದೇಳುವುದು ಮತ್ತು ವಬಿ - ಸಬಿ

ಒತ್ತಡ ಮತ್ತು ಮನಃಕ್ಲೇಶಗಳು ನಿಮಗೆ ವಯಸ್ಸಾಗುವಂತೆ ಮಾಡಲು ಬಿಡದೆ ಜೀವನದ ಸವಾಲುಗಳನ್ನು ಎದುರಿಸುವುದು ಹೇಗೆ

ಪುಟಿದೇಳುವುದು ಎಂದರೇನು?

ಸ್ಪಷ್ಟವಾಗಿ ನಿರೂಪಿಸಿದ ಇಕಿಗಾಯ್ ಪಡೆದಿರುವ ಪ್ರತಿಯೊಬ್ಬನೂ ಸಾಮಾನ್ಯವಾಗಿ ಹೊಂದಿರುವ ವಿಷಯವೆಂದರೆ ಏನಾದರಾಗಲಿ, ಅವರು ತಮ್ಮ ಇಷ್ಟದ ಸಂಗತಿಯನ್ನು/ ಗೀಳನ್ನು ಬೆನ್ನತ್ತಿಯೇ ಹತ್ತುತ್ತಾರೆ. ಅವರಿಗೆ ಎಂತಹ ಅಡ್ಡಿ ಆತಂಕಗಳು ಎದುರಾದರೂ ಎಲ್ಲ ಪರಿಸ್ಥಿತಿಗಳು ಪ್ರತಿಕೂಲವಾಗಿದ್ದರೂ ಕೂಡ ಒಂದು ಅಡಚಣೆಯ ನಂತರ ಮತ್ತೊಂದು ಅಡಚಣೆಯು ಬಂದು ಮುಂದೆ ನಿಂತಾಗಲೂ ಅವರು ಸೋಲೊಪ್ಪುವುದೇ ಇಲ್ಲ.

ನಾವೀಗ ಮಾತನಾಡುತ್ತಿರುವುದು ಪುಟಿದೇಳುವುದರ (resilience) ಕುರಿತು, ಯಾವುದು ಮನಃಶಾಸ್ತ್ರಜ್ಞರ ನಡುವೆ ಬಹುಪ್ರಭಾವೀ ಪರಿಕಲ್ಪನೆಯಾಗಿದೆಯೋ ಅದರ ಕುರಿತು.

ಆದರೆ ಪುಟಿದೇಳುವುದೆಂದರೆ ಬರೇ ಸುಮ್ಮನೆ ಪಟ್ಟು ಹಿಡಿದು ಒಂದು ಕೆಲಸವನ್ನು ಸಾಧಿಸುವ ಸಾಮರ್ಥ್ಯ ಮಾತ್ರವೇ ಅಲ್ಲ. ಈ ಅಧ್ಯಾಯದಲ್ಲಿ ನಾವು ಮುಂದೆ ನೋಡುವಂತೆ, ಯಾವುದು ಬಹಳ ತುರ್ತಿನದು ಎನ್ನುವುದಕ್ಕಿಂತ ಹೆಚ್ಚಾಗಿ, ಬಹಳ ಮುಖ್ಯ ವಿಷಯಗಳ ಮೇಲೆ ಕೇಂದ್ರೀಕೃತರಾಗಿ ಉಳಿಯುವಂತೆ ನಾವು ಕಲಿತುಕೊಳ್ಳುವುದಿದೆಯಲ್ಲ ಅದೂ ಒಂದು ಮೇಲ್ನೋಟವಾಗುತ್ತದೆ, ಮತ್ತು ಋಣಾತ್ಮಕ ಭಾವೋತ್ಕರ್ಷಗಳಿಂದ ಕೊಚ್ಚಿ ಹೋಗುವುದರಿಂದ ನಮ್ಮನ್ನು ನಾವೇ ದೂರವಿರಿಸಿಕೊಳ್ಳಬಹುದು.

ಈ ಅಧ್ಯಾಯದ ಕೊನೆಯ ಭಾಗದಲ್ಲಿ, ಅಸೂಕ್ಷ್ಮತೆ ಅಥವಾ ಅನಶ್ವರತೆ (Antifragility) ಯನ್ನು ಬೆಳೆಸಿಕೊಳ್ಳಲು ಪುಟಿದೇಳುವ ಮನೋಸ್ಥಿತಿಯಿಂದಲೂ

ಆಚೆಗೆ ಕರೆದೊಯ್ಯುವ ತಂತ್ರಗಳನ್ನು ನಾವು ಅನ್ವೇಷಿಸುತ್ತೇವೆ.

ಇಂದೋ ಅಥವಾ ನಾಳೆಯೋ ಅಂತೂ ನಾವೆಲ್ಲರೂ ಒಂದಲ್ಲ ಒಂದು ದಿನ ಕಷ್ಟದ / ಆತಂಕದ ಕ್ಷಣಗಳನ್ನು ಎದುರಿಸಲೇ ಬೇಕಾಗುತ್ತದೆ, ಮತ್ತು ಅದನ್ನು ನಾವು ಯಾವ ರೀತಿ ಮಾಡಬಲ್ಲೆವು ಎಂಬುದು ನಮ್ಮ ಜೀವನದ ಗುಣಾತ್ಮಕತೆಗೆ ಬಹಳ ದೊಡ್ಡ ವ್ಯತ್ಯಾಸ ಮಾಡಬಲ್ಲುದು. ಜೀವನದ ಏಳುಬೀಳುಗಳನ್ನು ಎದುರಿಸಲು ನಮ್ಮ ಮನಸ್ಸು, ಶರೀರ ಮತ್ತು ಭಾವೋತ್ಕರ್ಷದ ಪುಟಿದೇಳುವಿಕೆಗೆ ಕ್ರಮಬದ್ಧವಾದ ತರಬೇತಿಯ ಅಗತ್ಯವಿದೆ.

'ನಾನ ಕೊರೊಬಿ ಯ ಒಕಿ' : 七転び八起き
'ಏಳು ಸಲ ಬೀಳು, ಎಂಟು ಸಲ ಏಳು'.

ಜಪಾನೀ ಗಾದೆ.

ಪುಟಿದೇಳುವುದೆಂದರೆ ಹಿನ್ನಡೆಗಳನ್ನು ನಿರ್ವಹಿಸುವ ನಮ್ಮ ಸಾಮರ್ಥ್ಯ ಎಂದೂ ಅರ್ಥೈಸಬಹುದು. ನಾವು ಪುಟಿದೇಳುವ ಸಾಮರ್ಥ್ಯವನ್ನು ಹೆಚ್ಚು ಬೆಳೆಸಿಕೊಂಡಿದ್ದೇ ಆದರೆ ನಮಗೆ ನಾವೇ ಮೇಲೆದ್ದು ನಮ್ಮ ಬಾಳಿಗೆ ಯಾವುದು ಅರ್ಥನೀಡುತ್ತದೋ ಅದರತ್ತ ಮುಖಮಾಡುವುದು ಅಷ್ಟೇ ಸುಲಭವಾಗುತ್ತದೆ.

ಈ ರೀತಿಯ ಚೇತರಿಕೆಯ ಗುಣವುಳ್ಳ ಜನರು ನಿರುತ್ತೇಜನದತ್ತ ಮನಸ್ಸಿತ್ತು, ಕುಸಿದು ಹೋಗದೆ, ತಮ್ಮ ಉದ್ದೇಶಗಳ ಮೇಲೆ, ತಮ್ಮ ವಿಷಯಗಳ ಮೇಲೆ ಹೇಗೆ ಕೇಂದ್ರೀಕೃತರಾಗಿರಬೇಕೆಂಬುದನ್ನು ತಿಳಿದಿರುತ್ತಾರೆ. ಅವರ ಈ ಮೆದುವಾಗುವಿಕೆ ಅಥವಾ ಬಾಗುವಿಕೆಯ ಸ್ವಭಾವವೇ ಅವರ ಶಕ್ತಿ ಸಾಮರ್ಥ್ಯದ ಮೂಲ ಬದಲಾವಣೆಗೆ ಮತ್ತು ಅದೃಷ್ಟದ ಏರುಪೇರುಗಳಿಗೆ ಹೇಗೆ ಹೊಂದಿಕೊಳ್ಳಬೇಕೆಂದು ಅವರು ತಿಳಿದಿರುತ್ತಾರೆ. ತಾವು ನಿಯಂತ್ರಿಸಬಹುದಾದ ವಿಷಯಗಳ ಮೇಲೆ ಮಾತ್ರ ಅವರು ಏಕಾಗ್ರತೆ ಹೊಂದುತ್ತಾರೆ ಮತ್ತು ತಮ್ಮ ನಿಯಂತ್ರಣಕ್ಕೆ ಸಿಗದ ವಿಷಯಗಳ ಬಗ್ಗೆ ಅವರು ತಲೆ ಕೆಡಿಸಿಕೊಳ್ಳುವುದೇ ಇಲ್ಲ.

ಬಹಳ ಪ್ರಸಿದ್ಧವಾದ ತಮ್ಮ 'ಪ್ರಶಾಂತತೆಯ ಪ್ರಾರ್ಥನೆ' ಎಂಬ ಪದ್ಯದಲ್ಲಿ ರೀನ್‌ಹೋಲ್ಡ್ ನೀಯ್‌ಬಹ್ (೧೮೯೨-೧೯೭೧, ಅಮೆರಿಕಾ, ೨೦ನೇ ಶತಮಾನದ ಪ್ರಮುಖ ನೀತಿಶಾಸ್ತ್ರಜ್ಞರ ಮತ್ತು ದೇವತಾಶಾಸ್ತ್ರಜ್ಞ) ರವರು ಹೇಳಿದ್ದಾರೆ:

"ದೇವರೆ, ಬದಲಿಸಲಾಗದ ವಿಷಯಗಳನ್ನು
ಪ್ರಶಾಂತತೆಯಿಂದ ಹೇಗಿದೆಯೋ ಹಾಗೇ ಸ್ವೀಕರಿಸುವ ವರ,
ಬದಲಾಯಿಸಲೇ ಬೇಕಾದ ವಿಷಯಗಳನ್ನು ಬದಲಾಯಿಸುವ ಧೈರ್ಯ,
ಮತ್ತು ಇವೆರಡರ ನಡುವಣ ವ್ಯತ್ಯಾಸವನ್ನು ಗುರುತಿಸುವ ವಿವೇಕ ಇವುಗಳನ್ನು ನೀಡು".

ಬೌದ್ಧಧರ್ಮ ಮತ್ತು ಜಿತೇಂದ್ರಿಯ ತತ್ವಗಳ ಮುಖಾಂತರ ಭಾವೋತ್ಕರ್ಷದ ಪುಟಿದೇಳುವಿಕೆ

ಸಿದ್ಧಾರ್ಥ ಗೌತಮನು (ಬುದ್ಧ) ನೇಪಾಳದ ಕಪಿಲವಸ್ತುವಿನ ರಾಜಕುಮಾರನಾಗಿ ಜನಿಸಿ ಸುಖದ ಸುಪ್ಪತ್ತಿಗೆಯ ನಡುವೆ ಅರಮನೆಯಲ್ಲೇ ಬೆಳೆದ. ಹದಿನಾರನೆಯ ವಯಸ್ಸಿಗೇ ವಿವಾಹಿತನಾಗಿ ಒಂದು ಮಗುವಿನ ತಂದೆಯೂ ಆದ.

ತನ್ನ ಮನೆತನದ ಸಂಪತ್ತಿನಿಂದಷ್ಟೇ ಸಂತುಷ್ಟನಾಗದೆ, ತನ್ನ ಇಪ್ಪತ್ತೊಂಬತ್ತನೆಯ ವಯಸ್ಸಿನಲ್ಲಿ ಬೇರೆ ರೀತಿಯ ಜೀವನಶೈಲಿಯನ್ನು ಪ್ರಯತ್ನಿಸಲು ತೀರ್ಮಾನಿಸಿ ಅರಮನೆಯಿಂದ ಪಲಾಯನಹೊಂದಿ ವಿರಕ್ತ ಜೀವನ ಬದುಕಲು ಆರಂಭಿಸುತ್ತಾನೆ. ಆದರೆ ಅವನು ಅರಸುತ್ತಿದ್ದುದು ಸನ್ಯಾಸಾಶ್ರಮವನಲ್ಲ; ಅವನು ಹುಡುಕುತ್ತಿದ್ದ ಸಂತಸ ಮತ್ತು ಮನೋಯೋಗಕ್ಷೇಮವನ್ನು ಅದು ಅವನಿಗೆ ನೀಡಲಿಲ್ಲ. ಇತ್ತ ಸಂಪತ್ತಾಗಲೀ ಅತ್ತ ಅತಿ ಕಾಠಿಣ್ಯದ ಸನ್ಯಾಸಾಶ್ರಮವಾಗಲೀ ಅವನಿಗೆ ಬೇಕಾಗಿದ್ದುದನ್ನು ಒದಗಿಸಲಿಲ್ಲ. ಒಬ್ಬ ವಿವೇಕವಂತನಾದ ಮನುಷ್ಯ ಜೀವನದ ಸಂತಸಗಳನ್ನು ಕಡೆಗಣಿಸಬಾರದೆಂದು ಅವನಿಗೆ ಆಗ ಮನವರಿಕೆಯಾಯಿತು. ಒಬ್ಬ ವಿವೇಕವಂತನಾದ ಮನುಷ್ಯ ಈ ಸುಖ-ಸಂತಸಗಳ ಜತೆಗೆ ಬದುಕಬಲ್ಲ ಆದರೆ ಆತ ಅವುಗಳಿಗೆ ದಾಸನಾಗುವುದು, ಎಷ್ಟೊಂದು ಸುಲಭಸಾಧ್ಯ ಎಂಬುದರ ಬಗ್ಗೆ ಅವನು ಸದಾ ಪ್ರಜ್ಞಾಶೀಲನಾಗಿರಬೇಕು ಅಷ್ಟೆ.

ಕಿಟಿಯಮ್‌ನ ಜ಼ಿನೊ (೩೩೪-೨೬೨ ಕ್ರಿಪೂ, ಸೈಪ್ರಸ್ (ಹುಟ್ಟು), ಅಥೆನ್ಸ್ (ಸಾವು), ಗ್ರೀಕ್ ಸಂಸ್ಕೃತಿಯ ತತ್ತ್ವಶಾಸ್ತ್ರಜ್ಞ, ಜಿತೇಂದ್ರಿಯ ಪಂಥದವನು) ಎಂಬಾತ ತನ್ನ ಅಧ್ಯಯನವನ್ನು ಸಿನಿಕರ ಜತೆಗೆ ಆರಂಭಿಸುತ್ತಾನೆ. (ಸಂಪತ್ತು ಮತ್ತು ಸುಖಸಂತಸಗಳನ್ನು ಉಪೇಕ್ಷಿಸುವ ಪುರಾತನ ಗ್ರೀಕ್ ತತ್ತ್ವಶಾಸ್ತ್ರಕಾರರ ಒಂದು ಪಂಥದ ಸದಸ್ಯನಿಗೆ Cynic-ಸಿನಿಕ್ ಎನ್ನುತ್ತಾರೆ. ಇವರು ಎಲ್ಲದರಲ್ಲೂ ತಪ್ಪು ಹಿಡಿಯುವ ಸ್ವಭಾವದವರು, ಅಲ್ಲದೆ ಸರ್ವ ತಿರಸ್ಕಾರಿಗಳು) ಈ ಸಿನಿಕರು ಪ್ರಾಪಂಚಿಕವಾದ ಎಲ್ಲ ಸುಖಸಂತಸಗಳನ್ನು ತ್ಯಜಿಸಿ ಸನ್ಯಾಸಿ ಜೀವನವನ್ನು ನಡೆಸಿದರು. ಅವರು ರಸ್ತೆಗಳಲ್ಲೂ ವಾಸಿಸಿದರು, ಮತ್ತು ಅವರು ತಮ್ಮದೆಂದು ಹೊಂದಿದ್ದ ಒಂದೇ ಒಂದು ವಸ್ತುವೆಂದರೆ ಅವರ ಮೈ ಮೇಲಿನ ಬಟ್ಟೆ ಮಾತ್ರ.

ಈ ಸಿನಕವಾದವೂ (Cynicism) ಸಹ ತನಗೆ ಬೇಕಾದ ಮನೋನೆಮ್ಮದಿಯ ಪ್ರಜ್ಞಾಭಾವವನ್ನು ನೀಡದ್ದನ್ನು ಕಂಡ ಜ಼ಿನೊ ಅದರಲ್ಲಿ ಕಲಿತದ್ದೆಲ್ಲವನ್ನೂ ತೊರೆದು ಜಿತೇಂದ್ರಿಯ ತತ್ತ್ವ ಪಂಥವನ್ನು (Stoicism) ಸ್ಥಾಪಿಸುತ್ತಾನೆ. ಈ ಮತ ತತ್ತ್ವದ ಮನೋಗತವು, ನೀವು ಜೀವನದ ಸುಖ-ಸಂತೋಷಗಳನ್ನು ಅನುಭವಿಸುತ್ತಿರು ವಾಗಲೂ ಎಲ್ಲಿಯವರೆಗೂ ಅವುಗಳು ನಿಮ್ಮ ಜೀವನವನ್ನು ತಮ್ಮ ನಿಯಂತ್ರಣಕ್ಕೆ ತೆಗೆದುಕೊಳ್ಳುವುದಿಲ್ಲವೋ ಆವರೆಗೂ ಜೀವನದ ಸುಖ ಸಂತಸಗಳನ್ನು ಅನುಭವಿಸುವುದರಲ್ಲಿ ತಪ್ಪೇನೂ ಇಲ್ಲ ಎಂಬುದರ ಸುತ್ತಲೇ ಗಿರಕಿ ಹೊಡೆಯುತ್ತದೆ. ಅಂತಹ ಸುಖಸಂತಸಗಳು ಕಾಣೆಯಾಗುವಂತಾದರೂ ಅದಕ್ಕೂ ನೀವು ಸಿದ್ಧರಿರಬೇಕು.

ಸಿನಿಕವಾದದಲ್ಲಿರುವಂತೆ, ಎಲ್ಲ ಭಾವನೆಗಳನ್ನೂ ಮತ್ತು ಎಲ್ಲ ಸುಖ-ಸಂತಸಗಳನ್ನೂ ನಮ್ಮ ಬಾಳಿನಿಂದ ತ್ಯಜಿಸುವುದು ಅಥವಾ ಆಚೆ ಒಗೆಯುವುದೇ ಗಮ್ಯವಲ್ಲ, ಆದರೆ ಋಣಾತ್ಮಕವಾದ ಭಾವೋತ್ಕರ್ಷಗಳನ್ನು ತ್ಯಜಿಸುವುದು ಎಂದು.

ಅವುಗಳು ಹುಟ್ಟಿದಾಗಿನಿಂದಲೂ, ಬೌದ್ಧಧರ್ಮ ಮತ್ತು ಜಿತೇಂದ್ರಿಯ ತತ್ತ್ವ ಈ ಎರಡರ ಮುಖ್ಯ ಧ್ಯೇಯಗಳಲ್ಲಿ ಒಂದು ಎಂದರೆ ಸಂತಸ, ಭಾವೋತ್ಕರ್ಷ ಮತ್ತು ಇಚ್ಛೆಗಳನ್ನು ನಿಯಂತ್ರಣದಲ್ಲಿರಿಸುವುದು. ಎರಡೂ ತತ್ತ್ವಗಳು ಅಥವಾ ದರ್ಶನಗಳು ಪೂರಾ ಬೇರೆ ಬೇರೆಯಾದರೂ, ಎರಡೂ ಗುರಿ ಇರಿಸಿಕೊಂಡಿರುವುದು ನಮ್ಮ ಅಹಂನ್ನು (ego) ಹತೋಟಿಯಲ್ಲಿರಿಸುವುದು ಮತ್ತು ನಮ್ಮ ಋಣಾತ್ಮಕ ಭಾವೋತ್ಕರ್ಷಗಳನ್ನು ನಿಯಂತ್ರಿಸುವುದು.

ಜಿತೇಂದ್ರಿಯ ತತ್ತ್ವ ಮತ್ತು ಬೌದ್ಧಧರ್ಮ ಎರಡೂ ತಮ್ಮ ಮೂಲದಲ್ಲಿ, ಯೋಗಕ್ಷೇಮ ಅಭ್ಯಾಸ ಮಾಡುವುದಕ್ಕೋಸ್ಕರ ಇರುವ ವಿಧಾನಗಳೇ.

ಜಿತೇಂದ್ರಿಯ ತತ್ತ್ವದನುಸಾರ ನಮ್ಮ ಸುಖ ಸಂತಸಗಳು ಮತ್ತು ಇಚ್ಛೆಗಳು ನಮ್ಮ ಸಮಸ್ಯೆ ಅಲ್ಲವೇ ಅಲ್ಲ. ಎಲ್ಲಿಯವರೆಗೆ ಅವುಗಳು ನಮ್ಮನ್ನು ನಿಯಂತ್ರಿಸುವುದಿಲ್ಲವೋ ಅಲ್ಲಿಯವರೆಗೂ ನಾವು ಅವುಗಳನ್ನು ಅನುಭವಿಸಬಲ್ಲೆವು. ತಮ್ಮ ಭಾವೋತ್ಕರ್ಷಗಳನ್ನು ನಿಯಂತ್ರಿಸಲು ಯಾರು ಸಮರ್ಥರಾದರೋ ಅವರನ್ನು ಜಿತೇಂದ್ರಿಯವಾದಿಗಳು ಗುಣವಂತ / ಸದ್ಗುಣಿಗಳು ಎಂದು ಕಂಡರು.

ತುಂಬಾ ಕೆಟ್ಟದ್ದೆಂದರೆ ಏನು ಮಹಾ ಘಟಿಸಬಹುದು?

ಕೊನೆಗೂ ನಾವು ನಮ್ಮ ಕನಸಿನ ಹುದ್ದೆಯೊಂದಕ್ಕೆ ಮುಟ್ಟಿದ್ದೇವೆನ್ನೋಣ, ಆದರೆ ಸ್ವಲ್ಪವೇ ಸಮಯದಲ್ಲಾಗಲೇ ನಾವು ಅದಕ್ಕಿಂತ ಉತ್ತಮವಾದೊಂದು ಕೆಲಸದ ಬೇಟೆಯಲ್ಲಿ ತೊಡಗಿರುತ್ತೇವೆ. ನಮಗೊಂದು ಲಾಟರಿ ಬಹುಮಾನ ಬರುತ್ತದೆ ಮತ್ತು ನಾವೊಂದು ಚಂದದ ಕಾರು ಕೊಳ್ಳುತ್ತೇವೆ. ಆದರೆ ಆಗಲೇ ತೀರ್ಮಾನಿಸಿರುತ್ತೇವೆ ಒಂದು ಹಾಯಿದೋಣಿ (sail boat) ಇಲ್ಲದ್ದು ಅದೆಂತಹ ಜೀವನ ಎಂದು. ನಾವು ಸದಾ ಹಂಬಲಿಸುತ್ತಿರುವ ಹುಡುಗ / ಹುಡುಗಿಯ ಹೃದಯವನ್ನು ಕಡೆಗೂ ಗೆದ್ದೆವೆನ್ನಿ; ಮತ್ತಾಗ ನಮಗೆ ತಕ್ಷಣ ಕಾಣುತ್ತದೆ ನಮ್ಮದು ಹುಡುಕಾಟದ ಕಣ್ಣು ಎಂದು.

ಜನರ ತೃಷೆಯು ನೀಗುವಂತಹುದಲ್ಲ.

ಜಿತೇಂದ್ರೀಯವಾದಿಗಳು ನಂಬಿದ್ದೆಂದರೆ ಈ ರೀತಿಯ ಇಚ್ಛೆಗಳು ಮತ್ತು ಮಹಾತ್ವಾಕಾಂಕ್ಷೆಗಳು ಬೆನ್ನತ್ತಲು ಯೋಗ್ಯವಾದವುಗಳಲ್ಲ ಎಂದು. ಸದ್ಗುಣಿಗಳ ಧ್ಯೇಯವೆಂದರೆ ಪ್ರಶಾಂತ, ನಿರಾಕುಲ (ಅಂದರೆ apatheia ಸ್ಥಿತಿ: ವಿಚಲಿತನಾಗದ ಮನೋಸ್ಥಿತಿ. ಇದನ್ನು ಔದಾಸೀನ್ಯ' ಅಥವಾ 'ಉಪೇಕ್ಷೆ' ಎಂಬುದಕ್ಕಿಂತ ಹೆಚ್ಚಾಗಿ 'ಸಮಚಿತ್ತತೆ' ಎಂದು ಪರಿವರ್ತಿಸಿ ಹೇಳುವುದೇ ಅತ್ಯುತ್ತಮವೇನೋ) ಸ್ಥಿತಿಯನ್ನು ತಲುಪುವುದು: ಅಂದರೆ ನಕರಾತ್ಮಕ ಭಾವನೆಗಳಾದ ಆತಂಕ ಭಯ, ಸಿಗ್ಗು, ಜಂಭ ಮತ್ತು ಕೋಪ ಮುಂತಾದವುಗಳ ಇಲ್ಲದಿರುವಿಕೆ ಮತ್ತು ಧನಾತ್ಮಕ ಭಾವನೆಗಳಾದ ಸಂತೋಷ, ಪ್ರೀತಿ, ಪ್ರಶಾಂತತೆ ಮತ್ತು ಕೃತಜ್ಞತೆ ಮುಂತಾದವುಗಳ ಇರುವಿಕೆ.

ತಮ್ಮ ಮನಸ್ಸನ್ನು ಸದ್ಗುಣಗಳ ಆಗರವಾಗಿರಿಸಿಕೊಳ್ಳಲು, ಜಿತೇಂದ್ರೀಯರು ಋಣಾತ್ಮಕ ದೃಗ್ಗೋಚರತೆ ಎಂಬುದೊಂದನ್ನು ಅಭ್ಯಾಸ ಮಾಡುತ್ತಿದ್ದರು. ಕೆಲವೊಂದು ಸೌಲಭ್ಯಗಳು ಮತ್ತು ಸುಖ–ಸಂತಸಗಳನ್ನು ಅವರಿಂದ ಒಂದು ವೇಳೆ ಕಸಿದುಕೊಂಡ ಪಕ್ಷದಲ್ಲಿ ತಾವು ಯಾವ ರೀತಿ ಅದಕ್ಕೆ ತಯಾರಿರಬೇಕೆಂಬುದಕ್ಕಾಗಿ, ಅವರು ಬಹಳ ಕೆಟ್ಟದ್ದೆಂದರೆ ಏನಾಗಬಹುದೆಂದು ಕಲ್ಪಿಸಿಕೊಳ್ಳುತ್ತಿದ್ದರು.

ಋಣಾತ್ಮಕ ದೃಗ್ಗೋಚರತೆಯನ್ನು (negative visualization) ಅಭ್ಯಾಸ ಮಾಡಲು ನಾವು ನಕಾರಾತ್ಮಕ ಘಟನೆಗಳ ಕುರಿತು ಪುನರಾವಲೋಕನ ಮಾಡಿಕೊಳ್ಳಬೇಕು, ಆದರೆ ಅವುಗಳ ಬಗ್ಗೆ ತಲೆಕೆಡಿಸಿಕೊಳ್ಳಬಾರದು ಅಷ್ಟೇ.

ಪುರಾತನ ರೋಮ್ ನಗರದಲ್ಲಿ ಸೆನೆಕಾ (೦೪ಬಿಸಿ–೬೫ ಎಡಿ, ರೋಮ್‌ನ ಜಿತೇಂದ್ರಿಯವಾದಿ ತತ್ತ್ವಜ್ಞಾನಿ, ಮುತ್ಸದ್ಧಿ, ನಾಟಕಕಾರ) ಅತಿ ಶ್ರೀಮಂತರಲ್ಲಿ ಒಬ್ಬ, ಬಹಳ

ಐಷಾರಾಮದ ಜೀವನ ನಡೆಸಿದ್ದ, ಆದರೆ, ಹಾಗಿದ್ದರೂ ಕೂಡ ಅವನೊಬ್ಬ ಸಕ್ರಿಯ ಜಿತೇಂದ್ರಿಯನಾಗಿದ್ದ. ಪ್ರತಿದಿನ ರಾತ್ರಿ ಮಲಗುವ ಮುನ್ನ ಋಣಾತ್ಮಕ ದೃಗ್ಗೋಚರತೆಯನ್ನು (negative visualisation) ಅಭ್ಯಾಸ ಮಾಡಲು ಅವನು ಶಿಫಾರಸ್ಸು ಮಾಡುತ್ತಿದ್ದ. ಸತ್ಯ ಸಂಗತಿ ಎಂದರೆ ಇಂತಹ ನಕಾರಾತ್ಮಕ ಸನ್ನಿವೇಶಗಳನ್ನು ತಾನು ಕಲ್ಪಿಸಿಕೊಳ್ಳುತ್ತಿದ್ದುದು ಮಾತ್ರವಲ್ಲ, ಪ್ರಸ್ತುತ ತಾನೇ ಅವುಗಳನ್ನು ರೂಢಿಗೆ ತರುತ್ತಿದ್ದ – ಉದಾಹರಣೆಗಾಗಿ, ಒಂದು ವಾರದ ಕಾಲ ಯಾವೊಬ್ಬ ಸೇವಕನೂ ಇಲ್ಲದೆ ಜೀವನ ನಡೆಸುವದು, ತಾನೊಬ್ಬ ಶ್ರೀಮಂತ ವ್ಯಕ್ತಿಯಾಗಿ ಸೇವಿಸುತ್ತಿದ್ದ ತಿಂಡಿ ತೀರ್ಥಗಳನ್ನು ತ್ಯಜಿಸುವುದು. ತತ್ಪರಿಣಾಮವಾಗಿ, "ತುಂಬಾ ಕೆಟ್ಟದ್ದೆಂದರೆ ಏನು ಮಹಾ ಘಟಿಸಬಹುದು" ಎಂಬ ಪ್ರಶ್ನೆಗೆ ಉತ್ತರ ನೀಡಲು ಸಮರ್ಥನಿದ್ದ.

ಆರೋಗ್ಯಕರ ಭಾವೋತ್ಕರ್ಷಗಳಿಗಾಗಿ ಧ್ಯಾನ ಮಾಡುವುದು

ಋಣಾತ್ಮಕ ದೃಗೋಚರತೆಯ ಜತೆಗೆ, ನಕಾರಾತ್ಮಕ ಭಾವೋತ್ಕರ್ಷಗಳಿಗೆ ಶರಣಾಗದಿರುವುದಕ್ಕಿರುವ ಜಿತೇಂದ್ರಿಯ ತತ್ತ್ವದ ಇನ್ನೊಂದು ಪ್ರಧಾನತತ್ತ್ವವೆಂದರೆ ಪ್ರಶಾಂತತೆಯ ಪ್ರಾರ್ಥನೆಯಲ್ಲಿ ನಾವು ನೋಡುವಂತೆ (ಈ ಪುಸ್ತಕದ ಪುಟ ೧೭೧ : ರೇನ್‌ಹೋಲ್ಡ್ ನೀಯಿಬಹ್ರ್) "ನಾವು ಯಾವುದನ್ನು ನಿಯಂತ್ರಿಸಬಲ್ಲೆವು ಮತ್ತು ಯಾವುದನ್ನು ನಾವು ನಿಯಂತ್ರಿಸಲಾರೆವು ಎಂಬುದನ್ನು ಅರಿಯವುದು"

ನಮ್ಮ ನಿಯಂತ್ರಣ ಮೀರಿದ ವಿಷಯಗಳಿಗೆ ನಾವು ತಲೆ ಕೆಡಿಸಿಕೊಳ್ಳುವುದರಿಂದ ನಾವು ಏನನ್ನೂ ಸಾಧಿಸಿದಂತಾಗುವುದಿಲ್ಲ. ನಾವು ಏನನ್ನು ಬದಲಾಯಿಸಬಲ್ಲೆವು, ಮತ್ತು ಏನನ್ನು ಬದಲಾಯಿಸಲಾರೆವು ಎಂಬ ಸ್ಪಷ್ಟ ಪ್ರಜ್ಞೆಯನ್ನು ನಾವು ಹೊಂದಿರಲೇ ಬೇಕು. ಆ ರೀತಿಯ ಸ್ಪಷ್ಟ ಅರಿವು ನಮಗಿದ್ದರೆ ಅದು ಮುಂದೆ ನಮ್ಮನ್ನು ಅಂತಹ ಋಣಾತ್ಮಕ ಭಾವೋತ್ಕರ್ಷಕ್ಕೆ ಬಲಿಬೀಳುವುದಕ್ಕೆ ಅವಕಾಶ ನೀಡುವುದಿಲ್ಲ.

ಎಪಿಕ್ಟೇಸ್‌ನ (೫೦–೧೩೫ ಕ್ರಿ.ಶ. ಗ್ರೀಕ್ ತತ್ತ್ವಶಾಸ್ತ್ರಜ್ಞ; ಜಿತೇಂದ್ರಿಯವಾದಿ stoicism) ಮಾತುಗಳಲ್ಲಿಯೇ ಹೇಳುವುದಾದರೆ "ನಿಮ್ಮೊಂದಿಗೆ ಏನು ಘಟಿಸುತ್ತದೆ ಎಂಬುದಲ್ಲ, ಆದರೆ ನೀವು ಅದಕ್ಕೆ ಹೇಗೆ ಪ್ರತಿಕ್ರಿಯಿಸುತ್ತೀರಿ ಎಂಬುದೇ ಮಹತ್ವದ್ದಾಗುತ್ತದೆ".

ಝೆನ್ ಬೌದ್ಧಮತದಲ್ಲಿ, ನಮ್ಮ ಇಚ್ಛೆಗಳು ಮತ್ತು ಭಾವೋತ್ಕರ್ಷಗಳಿಗೆ ನಾವು ಅರಿವು ಮೂಡಿಸಿಕೊಳ್ಳುವ ಒಂದು ಮಾರ್ಗವೇ ಧ್ಯಾನ ಮತ್ತು ಆ ಮೂಲಕ ನಾವು ಅವುಗಳಿಂದ ಮುಕ್ತರಾಗುವೆವು. ಅದು ಕೇವಲ ಮನಸ್ಸನ್ನು ವಿಚಾರಗಳಿಂದ ಮುಕ್ತವಾಗಿರಿಸುವ ಪ್ರಶ್ನೆಯಷ್ಟೇ ಅಲ್ಲ, ಆದರೆ ಅದಕ್ಕೆ ಬದಲಾಗಿ ಅವುಗಳಿಂದ ಕೊಚ್ಚಿಹೋಗದೆ, ಅವುಗಳಿಗೆ ಮರುಳಾಗದೆ, ನಮ್ಮ ವಿಚಾರಗಳು ಮತ್ತು ಭಾವೋತ್ಕರ್ಷಗಳನ್ನು ಗಮನಿಸುತ್ತಿರುವುದನ್ನು ಒಳಗೊಂಡಿದೆ. ಈ ರೀತಿಯಾಗಿ, ಕೋಪ, ಹೊಟ್ಟೆಕಿಚ್ಚು, ಅಥವಾ ಅಸಮಾಧಾನ, ಮುನಿಸುಗಳಿಂದ ತೂರಿ ಹೋಗದಂತೆ ನಮ್ಮ ಮನಸ್ಸುಗಳನ್ನು ಪಳಗಿಸಬೇಕು.

ಬೌದ್ಧ ಮತದಲ್ಲಿ ಸರ್ವೇಸಾಮಾನ್ಯವಾಗಿ ಬಳಸುವ ಮಂತ್ರಗಳಲ್ಲಿ ಒಂದು ಮಂತ್ರವು ಋಣಾತ್ಮಕ ಭಾವೋತ್ಕರ್ಷಗಳನ್ನು ನಿಯಂತ್ರಿಸುವುದನ್ನೇ ಕೇಂದ್ರೀಕರಿಸುತ್ತದೆ, ಅದೆಂದರೆ "ಓಂ ಮಣಿ ಪದ್ಮೇ ಹಮ್". ಇದರಲ್ಲಿ 'ಓಂ' ಎಂಬುದು ಅಹಂಕಾರವನ್ನು ಪುನೀತಗೊಳಿಸುವ ಔದಾರ್ಯ, 'ಮ' ಎಂದರೆ ಹೊಟ್ಟೆಕಿಚ್ಚನ್ನು ಪುನೀತ ಗೊಳಿಸುವ ನೈತಿಕಾಂಶ 'ಣಿ' ಎಂದರೆ ವ್ಯಸನ ಮತ್ತು ಇಚ್ಛೆಯನ್ನು ಪುನೀತಗೊಳಿಸುವ ತಾಳ್ಮೆ, 'ಪದ್' ಎಂದರೆ ಪಕ್ಷಪಾತವನ್ನು

ಪುನೀತಗೊಳಿಸುವ ನಿಖರತೆ/ನಿಷ್ಪಕ್ಷಪಾತತೆ, 'ಮೇ' ಎಂಬುದು ದುರಾಸೆಯನ್ನು ಪುನೀತಗೊಳಿಸುವ ಶರಣಾಗತಿ ಮತ್ತು 'ಹಮ್' ಎಂಬುದು ದ್ವೇಷವನ್ನು ಪುನೀತಗೊಳಿಸುವ ವಿವೇಕ. ಈ ಒಂದು ಸಾಲಿನ ಮಂತ್ರ "ಓಂ ಮಣಿ ಪದ್ಮೇ ಹಮ್" ನಲ್ಲಿ ಎಷ್ಟು ಅರ್ಥತುಂಬಿದೆ, ಅಬ್ಬಾ!

'ಇಲ್ಲಿ' ಮತ್ತು 'ಈಗ' ಎಂಬ ಪರಿಕಲ್ಪನೆ ಮತ್ತು ವಿಷಯಗಳ ಅಶಾಶ್ವತತೆ. ಪುಟಿದೇಳುವುದನ್ನು ಬೆಳೆಸಿಕೊಳ್ಳುವುದರ ಇನ್ನೊಂದು ಕೀಲಿಕೈ ಎಂದರೆ ಯಾವ ಕಾಲಮಾನದಲ್ಲಿ – ಅಂದರೆ ಭೂತದಲ್ಲೋ, ಭವಿಷ್ಯತ್‌ನಲ್ಲೋ, ವರ್ತಮಾನದಲ್ಲೋ – ಬದುಕಬೇಕೆಂಬುದನ್ನು ತಿಳಿದಿರುವುದು. ಬೌದ್ಧ ಧರ್ಮ ಮತ್ತು ಜಿತೇಂದ್ರಿಯ ತತ್ತ್ವಗಳೆರಡೂ ನಮಗೆ ಜ್ಞಾಪಕ ಮಾಡುವುದೇನೆಂದರೆ ಅಸ್ತಿತ್ವದಲ್ಲಿರುವುದು ಕೇವಲ ವರ್ತಮಾನ ಮಾತ್ರ, ಮತ್ತು ಅದೊಂದೇ ವಿಷಯ ಮಾತ್ರ ನಾವು ನಿಯಂತ್ರಣದಲ್ಲಿರಿಸಲಾಗವುದೂ ಕೂಡ. ಭೂತಕಾಲ ಅಥವಾ ಭವಿಷ್ಯತ್ ಕಾಲದ ಬಗ್ಗೆ ತಲೆಕೆಡಿಸಿಕೊಳ್ಳುವುದರ ಬದಲಾಗಿ, ನಾವು ವಿಷಯಗಳನ್ನು ಈ ಕ್ಷಣದಲ್ಲಿ ಹೇಗಿದೆಯೋ ಮತ್ತು ಈಗ ಹೇಗಿವೆಯೋ ಹಾಗೆಯೇ ಮೆಚ್ಚಬೇಕು.

ವಿಯಟ್ನಾಮಿನ ಬೌದ್ಧಭಿಕ್ಷುವಾದ ಟಿಕ್ ನ್ಹೇಟ್ ಹ್ಯಾನ್‌ರು (ಬಿ. ೧೯೨೬) ಗಮನಿಸಿರುವಂತೆ, "ನೀವು ನಿಜವಾಗಿಯೂ ಜೀವಂತವಾಗಿರಬಲ್ಲ ಒಂದೇ ಕ್ಷಣವೆಂದರೆ ಅದು ಈಗಿನ ಪ್ರಸಕ್ತ ಕ್ಷಣ.

'ಇಲ್ಲಿ'ನದರಲ್ಲಿ ಮತ್ತು 'ಈಗಿ'ನದರಲ್ಲಿ ಬದುಕುವುದರ ಜತೆಗೆ, ನಮ್ಮ ಸುತ್ತಮುತ್ತಲಿರುವ ವಸ್ತುವಿಷಯಗಳ ಅಶಾಶ್ವತೆಯ ಮೇಲೂ ಪುನರಾವಲೋಕನ ಮಾಡಿಕೊಳ್ಳಬೇಕೆಂದು ಜಿತೇಂದ್ರಿಯರು ಶಿಫಾರಸ್ಸು ಮಾಡುತ್ತಾರೆ.

ರೋಮ್‌ನ ಚಕ್ರವರ್ತಿ ಮಾರ್ಕಸ್ ಆರಿಲಿಯಸ್ (೧೨೧–೧೮೦ ಕ್ರಿ.ಶ. ಜಿತೇಂದ್ರಿಯವಾದಿ; ತತ್ತ್ವಶಾಸ್ತ್ರಜ್ಞ) ಹೇಳುವಂತೆ ನಾವು ಪ್ರೀತಿಸುವ ವಸ್ತು ವಿಷಯಗಳೆಂದರೆ ಅವು ಒಂದು ಮರದ ಎಲೆಗಳಿದ್ದಂತೆ: ರಭಸವಾಗಿ ಗಾಳಿ ಬೀಸಿದಾಗ ಅವು ಯಾವಾಗ ಬೇಕಾದರೂ ಉದುರಬಲ್ಲವು. ಅವನು ಮುಂದುವರಿದು ಹೇಳುತ್ತಾನೆ, ನಮ್ಮ ಸುತ್ತಮುತ್ತಲಿನ ಪ್ರಪಂಚ ಬದಲಾವಣೆಗಳು ಕೇವಲ ಆಕಸ್ಮಿಕವಲ್ಲ. ಆದರೆ ಮಿಗಿಲಾಗಿ ಅದು ವಿಶ್ವದ ಸಾರದ ಒಂದು ಭಾಗವಾಗಿದೆ – ನಿಜವೆಂದರೆ ಬಹುಮಟ್ಟಿಗೆ ಇದನ್ನು ಒಂದು ಬೌದ್ಧಕಲ್ಪನೆ ಎನ್ನಬಹುದು.

ಒಂದು ಘಟ್ಟದಲ್ಲಿ ನಮ್ಮಲ್ಲಿರುವುದೆಲ್ಲವೂ ಮತ್ತು ನಾವು ಪ್ರೀತಿಸುವ ಜನರೆಲ್ಲರೂ ಕಣ್‌ಮರೆಯಾಗುತ್ತದೆ / ಮರೆಯಾಗುತ್ತಾರೆ ಎಂಬುದನ್ನು ನಾವು ಎಂದಿಗೂ ಮರೆಯಬಾರದು. ಇಂಥದೊಂದನ್ನು ನಾವು ಯಾವಾಗಲೂ ಮನಸ್ಸಿನಲ್ಲಿರಿಸಿರಬೇಕು, ಆದರೆ ಅದು ನಿರಾಶಾವಾದಕ್ಕೆ ಎಡೆಕೊಡಬಾರದು. ವಸ್ತು–ವಿಷಯಗಳ ಕುರಿತಂತೆ ಅಶಾಶ್ವತೆಯ (impermanence) ಅರಿವಿರುವುದೆಂದರೆ ಅದು ನಮ್ಮನ್ನು ದುಃಖಕ್ಕೆ ಈಡು ಮಾಡಬೇಕೆಂದಲ್ಲ; ನಾವು ವರ್ತಮಾನ ಕ್ಷಣವನ್ನೂ ಮತ್ತು ನಮ್ಮ ಸುತ್ತಮುತ್ತಲಿನವರನ್ನೂ ಪ್ರೀತಿಸುವಂತೆ ಮಾಡಲು ಅದು ನಮಗೆ ಸಹಾಯಮಾಡಬೇಕು.

ಸೆನೆಕ ನಮಗೆ ಹೇಳುತ್ತಾರೆ, "ಮಾನವ ಎಂದೆನ್ನುವ ಎಲ್ಲ ವಿಷಯಗಳೂ ಅಲ್ಪಾಯುಷ್ಯ ಉಳ್ಳವು ಮತ್ತು ನಾಶವಾಗುವಂತಹವು."

ಬೌದ್ಧಧರ್ಮದ ಪ್ರತಿಯೊಂದು ಅಧ್ಯಯನ ಶಾಖೆಯಲ್ಲೂ ಪ್ರಪಂಚದ ತಾತ್ಕಾಲಿಕ, ಅಲ್ಪಾಯುಷ್ಯ ಮತ್ತು ಅಶಾಶ್ವತ ಸ್ವಭಾವವೇ ಮುಖ್ಯಕೇಂದ್ರವಾಗಿರುತ್ತದೆ. ಇದನ್ನು ಯಾವಾಗಲೂ ಮನಸ್ಸಿನಲ್ಲಿರಿಸಿಕೊಳ್ಳುವುದರಿಂದ ಜೀವನದ ಏರುಪೇರುಗಳಿಂದಾಗುವ ಲುಕ್ಸಾನುಗಳ ಸಮಯಗಳಲ್ಲಿ ಉಂಟಾಗುವ ಅತೀವ ನೋವನ್ನು ತಪ್ಪಿಸಿಕೊಳ್ಳಲು ಸಹಾಯವಾಗುತ್ತದೆ.

ವಬಿ – ಸಬಿ ಮತ್ತು ಇಚಿ–ಗೊ ಇಚಿ – ಇ

ವಬಿ – ಸಬಿ ಎಂಬುದು ಒಂದು ಜಪಾನಿ ಪರಿಕಲ್ಪನೆಯಾಗಿದ್ದು, ಅದು ಜಾರಿಹೋಗುವ, ಕ್ಷಣಭಂಗುರುವಾದ, ಚಪಲತೆಯುಳ್ಳ ಮತ್ತು ಅಪರಿಪೂರ್ಣವಾದ ನಮ್ಮ ಸುತ್ತಮುತ್ತಲಿನ ಜಗತ್ತಿನ ಸೌಂದರ್ಯವನ್ನು ನಮಗೆ ತೋರಿಸುವಂತಹದ್ದು. ಪರಿಪೂರ್ಣತೆಯಲ್ಲಿ ಸೌಂದರ್ಯವನ್ನು ಅರಸುವ ಬದಲು, ಅರೆಕೊರೆಯಾಗಿರುವ ಮತ್ತು ದೋಷಪೂರ್ಣವಾಗಿರುವ ವಸ್ತು–ವಿಷಯಗಳಲ್ಲಿಯೇ ಅದನ್ನು ನಾವು ಕಾಣಬೇಕು.

ಇದಕ್ಕಾಗಿಯೇ ಜಪಾನಿಯರು, ಇಂತಹದರ ಮೇಲೆಯೇ ಹೆಚ್ಚು ಮೌಲ್ಯವಿರಿಸುತ್ತಾರೆ, ಉದಾಹರಣೆಗೆ, ಅನಿಯತಾಕಾರದ ಅಥವಾ ಬಿರುಕು ಬಿಟ್ಟಿರುವ ಒಂದು ಚಹಾದ ಬಟ್ಟಲೆನ್ನಿ. ಯಾವ ವಸ್ತುಗಳು ಅಪರಿಪೂರ್ಣ, ಅರೆಕೋರೆ, ಮತ್ತು ಅಲ್ಪಾಯುಷಿಗಳಾಗಿರುತ್ತವೆಯೋ ಅಂತಹ ವಸ್ತುಗಳೇ ನಿಜಕ್ಕೂ ಸುಂದರವಾಗಿರಬಲ್ಲುವು, ಏಕೆಂದರೆ ಅಂತಹ ವಸ್ತುಗಳು ಮಾತ್ರವೇ ಸ್ವಭಾವಿಕ ಜಗತ್ತನ್ನು ಹೋಲುತ್ತವೆ ಅಥವಾ ಅದಕ್ಕೆ ಸಾದೃಶ್ಯವಾಗಿರುತ್ತವೆ.

ಇದಕ್ಕೆ ಪೂರಕವಾದ ಜಪಾನೀ ಪರಿಕಲ್ಪನೆ ಎಂದರೆ 'ಇಚಿ–ಗೊ' ಇಚಿ–ಇ'; ಇದನ್ನು "ಈ ಕ್ಷಣ ಈಗ ಮಾತ್ರ ಅಸ್ತಿತ್ವದಲ್ಲಿದೆ ಮತ್ತು ಅದು ಮತ್ತೆ ಬರುವುದಿಲ್ಲ" ಎಂದು ಭಾಷಾಂತರಿಸಬಹುದು. ಸಾಮಾಜಿಕ ಕೆಳೆಕೂಟಗಳಲ್ಲಿ ಪ್ರತಿಯೊಂದು ಭೇಟಿಯೂ ಅನುಪಮವಾದದು ಮತ್ತು ಅದು ಪುನರಾವರ್ತನೆಯಾಗದು ಎಂಬುದನ್ನು ಜ್ಞಾಪಿಸುವಂತೆ ನಾವು ಇದನ್ನು ಆಗಾಗ ಹೆಚ್ಚು ಕೇಳುತ್ತೇವೆ. (ವಬಿ–ಸಬಿ: ನಶ್ವರತೆ ಮತ್ತು ಅಪರಿಪೂರ್ಣತೆಗಳನ್ನು ಒಪ್ಪಿಕೊಳ್ಳುವುದರ ಸುತ್ತ ಇದರ ಪ್ರಾಪಂಚಿಕ ದೃಷ್ಟಿಯು ಗಿರಕಿ ಹೊಡೆಯುತ್ತದೆ. ರಸಾಭಿಜ್ಞತೆಯನ್ನು ಕೆಲವು ಸಲ ಅಪರಿಪೂರ್ಣ, ಅಶಾಶ್ವತ ಮತ್ತು ಅರೆಕೊರೆಯಾದ ಸೌಂದರ್ಯದಿಂದ ಕೂಡಿದ್ದೆಂದು ವರ್ಣಿಸಲಾಗಿದೆ: ಈ ಪಂಥದ ಹರಿಕಾರ ಸೆನ್, ನೊ ರಿಕ್ಯು; (೧೫೨೨–೧೫೯೧): ಒಸಕಾ, ಜಪಾನ್) ಅದರರ್ಥವೆಂದರೆ ನಾವು ಪ್ರತಿ ಗಳಿಗೆಯನ್ನೂ ಅನುಭವಿಸಬೇಕು ಮತ್ತು ಭೂತಕಾಲದ ಅಥವಾ ಭವಿಷ್ಯತ್ತಿನ ಚಿಂತೆಗಳಲ್ಲಿ ತಲೆಕೆಡಿಸಿಕೊಂಡು ನಾವು ಅದರಲ್ಲೇ ಕಳೆದು ಹೋಗಬಾರದು.

ಈ ಮನೋಗತ ಅಥವಾ ಪರಿಕಲ್ಪನೆಯನ್ನು ಚಹಾ ಸಮಾರಂಭಗಳಲ್ಲಿ; ಝೆನ್ ಧ್ಯಾನಸಭೆಗಳಲ್ಲಿ, ಮತ್ತು ಜಪಾನೀ ಸಮರ ಕಲೆಗಳಲ್ಲಿ ಸಾಮಾನ್ಯವಾಗಿ ಬಳಸಲಾಗುತ್ತದೆ, ಏಕೆಂದರೆ ಈ ಎಲ್ಲವೂ ಈ ಕ್ಷಣಕ್ಕೆ, ಅಂದರೆ ಈಗಿನ ಬದುಕಿಗೆ, ಅಂದರೆ ಈ ಹೊತ್ತಿನ ಜೀವಂತಿಕೆಗೆ, ಈ ಗಳಿಗೆಯ ಇರುವಿಕೆಗೆ ಒತ್ತು ನೀಡುತ್ತವೆ.

ಪಶ್ಚಿಮ ದೇಶಗಳಲ್ಲಿ ಶಾಶ್ವತವೆನಿಸಿಕೊಂಡಿರುವ ಕಲ್ಲು ಕಟ್ಟಡಗಳಿಗೆ ಮತ್ತು ಯುರೋಪಿನ ಬಿಷಪ್ಪರ ಆರಾಧನಾ ಮಂದಿರಗಳಿಗೆ ಸಾಂಪ್ರದಾಯಿಕವಾಗಿ ಒಗ್ಗಿಕೊಂಡು ನಾವು ಬೆಳೆದುಬಿಟ್ಟಿದ್ದೇವೆ. ಹಾಗಾಗಿ ಅವುಗಳು ನಮಗೆ ಕೆಲವು ಸಲ ಒಂದು ರೀತಿಯ ಯಾವುದೂ ಬದಲಾಗದು ಎಂಬ ಪ್ರಜ್ಞೆಯನ್ನು ತಂದಿತ್ತದ್ದಲ್ಲದೆ, ಕಾಲವು ಜಾರುತ್ತಿರುತ್ತದೆ ಎಂಬ ವಾಸ್ತವಾಂಶವನ್ನೇ ಮರೆಯುವಂತೆ ಮಾಡಿದೆ ಕೂಡ. ಗ್ರೀಕೋ–ರೋಮನ್ ವಾಸ್ತುಶಿಲ್ಪವು

ಪರಸ್ಪರಾನುರೂಪತೆ, ಢಾಳಾದ ಗೆರೆಗಳು, ಎದ್ದುಕಾಣುವ ಪ್ರಭಾವೀ ಮುಖಭಾಗಗಳು, ಮತ್ತು ಶತಮಾನಗಳಿಗೂ ಮಿಕ್ಕು ಬಾಳಿಕೆ ಬರುವ ಕಟ್ಟಡಗಳು ಮತ್ತು ದೈವಗಳ ವಿಗ್ರಹಗಳು ಇವುಗಳನ್ನು ಆರಾಧಿಸುತ್ತದೆ.

ಆದರೆ, ಅದೇ, ಇನ್ನೊಂದು ಕೈಯಲ್ಲಿ, ಜಪಾನೀ ವಾಸ್ತುಶಿಲ್ಪವು, ಪ್ರಭಾವಯುತವಾಗಿರಲು ಅಥವಾ ಪರಿಪೂರ್ಣವಾಗಿರಲು ಪ್ರಯತ್ನಿಸುವುದಿಲ್ಲ, ಏಕೆಂದರೆ ಅದನ್ನು 'ವಬಿ–ಸಬಿ' ಎಂಬ ಪರಿಕಲ್ಪನೆಯ ಹುಮ್ಮಸ್ಸಿನಲ್ಲಿ ಕಟ್ಟಲಾಗಿದೆ. ಮರಗಳನ್ನು ಉಪಯೋಗಿಸಿ ಕಟ್ಟಡಗಳನ್ನು ಕಟ್ಟುವ ಸಂಪ್ರದಾಯವೇ ಅವುಗಳ ಅಶಾಶ್ವತತೆಯನ್ನು ಮತ್ತು ಮುಂದಿನ ತಲೆಮಾರಿನವರು ಅವುಗಳನ್ನು ಭವಿಷ್ಯದಲ್ಲಿ ಮತ್ತೆ ಕಟ್ಟಬೇಕಾಗುತ್ತದೆ ಎಂಬುದನ್ನು ಮುಂಭಾವಿಸುತ್ತದೆ. ಮಾನವ ಜೀವಿಯ ಕ್ಷಣಭಂಗುರತೆಯನ್ನು ಮತ್ತು ನಾವು ಸೃಷ್ಟಿಸುವ ಎಲ್ಲದರ ಕ್ಷಣಿಕತೆಯನ್ನು ಜಪಾನೀ ಸಂಸ್ಕೃತಿಯು ಒಪ್ಪುತ್ತದೆ. ಉದಾಹರಣೆಗೆ ಐಸ್‌ನ ಮಹಾ ದೇವಮಂದಿರವನ್ನು ಶತಶತಮಾನಗಳಿಂದಲೂ ಪ್ರತಿ ಇಪ್ಪತ್ತು ವರ್ಷಗಳಿಗೊಮ್ಮೆ ಪುನರ್ ನಿರ್ಮಾಣ ಮಾಡಲಾಗುತ್ತಿದೆ (ಜಪಾನಿನ ಮಿಯಿ ಎಂಬ ಪ್ರಾಂತದಲ್ಲಿ ನಿರ್ಮಿಸಲಾಗಿರುವ ಇದು ಐಸ್ ಎಂಬ ಸ್ಥಳದಲ್ಲಿದೆ, ಸೂರ್ಯ ದೇವತೆಯಾದ 'ಅಮಟೆರಸು' ಗೆ ಇದನ್ನು ಮುಡಿಪಾಗಿಸಿದೆ. ಇದನ್ನು ಅಧಿಕೃತವಾಗಿ 'ಜುಂಗು' ಎಂದು ಕರೆದರು. ಇದು ಶಿಂಟೋ ಪಂಥದ ದೇವಳವಾಗಿದೆ) ಬಹಳ ಮುಖ್ಯ ಸಂಗತಿಯೆಂದರೆ ತಲೆ ತಲಾಂತರಕ್ಕೂ ಅದೇ ಕಟ್ಟಡವನ್ನು ಉಳಿಸುವುದಿಲ್ಲ, ಆದರೆ ಅದರ ಪದ್ಧತಿಗಳು ಮತ್ತು ಸಂಪ್ರದಾಯಗಳನ್ನು ಕಾಪಿಡಲಾಗುವುದು – ಅಂದರೆ ಮಾನವ ಕೈಗಳಿಂದ ನಿರ್ಮಿತವಾದ ಕಟ್ಟೋಣಗಳಿಗಿಂತಲೂ ಉತ್ತಮವಾಗಿ, ಜಾರುವ ಕಾಲನ ಹೊಡೆತವನ್ನು ತಾಳಬಲ್ಲ ಸಂಪ್ರದಾಯ ಮತ್ತು ಸಂಗತಿಗಳು.

ಇದರ ಒಟ್ಟರ್ಥ ಅಥವಾ ಕೀಲಿಕೈ ಎಂದರೆ, ಕೆಲವು ಸಂಗತಿಗಳು ಹೀಗಿರುತ್ತವೆ – ಅವುಗಳ ಮೇಲೆ ನಮಗೆ ಏನೇನೋ ನಿಯಂತ್ರಣವಿರುವುದಿಲ್ಲ – ಜಾರುವ ಕಾಲದಂತೆ ಮತ್ತು ನಮ್ಮ ಸುತ್ತಮುತ್ತಲಿರುವ ಅಲ್ಪಾಯುಷ್ಯ (ಕ್ಷಣಭಂಗುರ) ಸ್ವಭಾವದ ಜಗತ್ತಿನಂತೆ.

'ಇಚಿ–ಗೊ ಇಚಿ–ಇ' ಎಂಬುದು ವರ್ತಮಾನದ ಮೇಲೆ ಕೇಂದ್ರೀಕರಿಸುವುದನ್ನು ನಮಗೆ ಕಲಿಸುತ್ತದೆ ಮತ್ತು ಅಂತೆಯೇ ಜೀವನವು ನಮ್ಮತ್ತ ತರುವ ಪ್ರತಿಯೊಂದು ಗಳಿಗೆಯನ್ನೂ ಅನುಭವಿಸಲೂ ಸಹ. ಇದರಿಂದಾಗಿಯೇ, ನಮ್ಮ ಇಕಿಗಾಯ್‌ನ್ನು ಪತ್ತೆಹಚ್ಚಿ ಅದರ ಹಿಂದೆ ಬೀಳುವುದು ಮುಖ್ಯವಾಗುತ್ತದೆ.

ಬೆಳವಣಿಗೆಗಾಗಿನ ಒಂದು ಅವಕಾಶವಾಗಿ ಅಪರಿಪೂರ್ಣತೆಯ ಸೌಂದರ್ಯವನ್ನು ಮೆಚ್ಚುವುದನ್ನು 'ವಬಿ–ಸಬಿ'ಯು ನಮಗೆ ಕಲಿಸುತ್ತದೆ,

ಪುಟಿದೇಳುವುದರ ಆಚೆಗೆ : ಅಸೂಕ್ಷ್ಮತೆ

ಪುರಾಣದಲ್ಲಿ ಬರುವಂತೆ, ಮೊದಲಬಾರಿಗೆ ಹೈಡ್ರಾ ಜತೆ (ಹೈಡ್ರಾ: ಮರು ಹುಟ್ಟಿನ ಕಥೆ: ಕತ್ತರಿಸುವ ತನ್ನ ಒಂದೊಂದು ತಲೆಗೂ ಹೈಡ್ರಾ ಎಂಬ ಎರಡೆರಡು ತಲೆಗಳನ್ನು ಸೃಷ್ಟಿಸಿಕೊಳ್ಳುತ್ತದೆ, ಹೆರಾಕಲ್ಸ್ ಎಂಬ ವೀರ ಅದರ ಎಲ್ಲ ತಲೆಗಳನ್ನು ಕತ್ತರಿಸಿ ಹಾಕಲು ಮತ್ತು ಅದರ ಕತ್ತನ್ನು ಕತ್ತಿ ಹಾಗೂ ಬೆಂಕಿ ಉಪಯೋಗಿಸಿ ಸುಟ್ಟು ಹಾಕಲು ತನ್ನ ಸೋದರಳಿಯ 'ಲೋಲಾವುಸ್'ನ ಸಹಾಯ ಪಡೆಯುತ್ತಾನೆ. ಇದು ಗ್ರೀಕ್ ಪುರಾಣದ ಕತೆ, ಹೈಡ್ರಾ ರಕ್ಕಸ ಟೈಫ್ಲೂನ್ ಮತ್ತು ಎಖಿಡ್ನಾರ ಸಂತಾನ. ಅದಕ್ಕೆ ವಿಷಪೂರಿತ ರಕ್ತ ಮತ್ತು ಉಸಿರು ಇರುತ್ತದೆ, ಹಾಗಾಗಿ ಅದರ ವಾಸನೆಯೇ ವಿನಾಶಕಾರಿಯಾದದ್ದು) ಹರ್ಕ್ಯುಲೆಸ್ (ರೋಮನ್‌ರ

ವೀರ ಮತ್ತು ದೈವ. ಗ್ರೀಕರ ವೀರ ದೈವವಾದ ಹೆರಾಕಲ್ಸ್‌ನಂತೆ, ಇವನು ರೋಮನ್ನರಿಗೆ) ಹೈಡ್ರಾದ ಮುಖಾಮುಖಿಯಾದಾಗ ಅದರ ಒಂದು ತಲೆಯನ್ನು ಕತ್ತರಿಸಿದರೆ ಬದಲಿಯಾಗಿ ಆ ಜಾಗದಲ್ಲಿ ಎರಡು ತಲೆಗಳು ಹುಟ್ಟಿಕೊಳ್ಳುತ್ತಿದ್ದುದನ್ನು ಕಂಡಾಗ ಅವನಿಗೆ ಮೊದಲಿಗೆ ಭಾರೀ ನಿರಾಶೆಯಾಯಿತು. ಈ ರೀತಿ ಆ ಪ್ರಾಣಿಯು ಪ್ರತಿ ಗಾಯಕ್ಕೂ ಹೆಚ್ಚು ಹೆಚ್ಚು ಬಲಿಷ್ಠವಾಗುತ್ತಾ ಹೋಗುವುದೆಂದರೆ ಅವನು ಅದನ್ನು ಎಂದೆಂದಿಗೂ ಸಾಯಿಸುವ ಪ್ರಶ್ನೆಯೇ ಇಲ್ಲ. ಆ್ಯಂಟಿ ಫ್ರಜೈಲ್": ಥಿಂಗ್ಸ್ ದಟ್ ಗೇಯ್ನ್ ಫ್ರಮ್ ಡಿಸ್‌ಆರ್ಡರ್" ಎಂಬ ತನ್ನ ಪುಸ್ತಕದಲ್ಲಿ ನಸ್ಸೀಮ್ ನಿಕೊಲಾಸ್ ಟಲೆಬ್ (ಜನನ: ೧೯೬೦, ಲೆಬನಾನ್- ಅಮೆರಿಕನ್ ಪ್ರಬಂಧಕಾರ, ಪಂಡಿತ, ಸಂಖ್ಯಾಶಾಸ್ತ್ರಜ್ಞ, ಪ್ರಸಿದ್ಧ ಪುಸ್ತಕ 'Black Swan'ನ ಕರ್ತೃ (೨೦೦೭), ಅಶಾಶ್ವತಾ ವಿರೋಧಿ ತಜ್ಞ) ವಿವರಿಸಿರುವಂತೆ ನಾವು ಜನಗಳು, ವಸ್ತುಗಳು, ಮತ್ತು ಸಂಸ್ಥೆಗಳಿಗೆ ತೊಂದರೆಯಾದಾಗ ದುರ್ಬಲಗೊಂಡರೆ ಅವುಗಳನ್ನು ವರ್ಣಿಸುವಾಗ ನಾವು 'ಸೂಕ್ಷ್ಮ' ಎಂಬ ಪದ ಬಳಸುತ್ತೇವೆ, ಮತ್ತು ದುರ್ಬಲಗೊಳ್ಳದೆ ತೊಂದರೆಯನ್ನು ತಡೆದುಕೊಳ್ಳುವಂತಹ ಸಾಮರ್ಥ್ಯವಿರುವ ವಸ್ತುಗಳನ್ನು ವರ್ಣಿಸುವಾಗ ನಾವು 'ಚೈತನ್ಯ ದಾಯಕ', 'ಪ್ರಗಲ್ಭ' ಮತ್ತು 'ಪುಟಿದೇಳುವಂತಹ' ಎಂಬ ಪದಗಳನ್ನು ಬಳಸುತ್ತೇವೆ, ಆದರೆ ತೊಂದರೆ ನೀಡುತ್ತಿದ್ದಾಗ್ಯೂ ಇನ್ನೂ ಬಲಶಾಲಿಯಾಗುವ ವಸ್ತುಗಳಿಗಾಗಿ ವರ್ಣಿಸಲು ನಮ್ಮ ಬಳಿ ಪದವೇ ಇಲ್ಲ (ಒಂದು ಘಟ್ಟದ ವರೆಗೆ).

ಲೆರ್ನ್ನಾದ ಹೈಡ್ರಾ ಹೊಂದಿದ್ದಂತಹ ರೀತಿಯ ಶಕ್ತಿಯನ್ನು ಉಲ್ಲೇಖಿಸುವಾಗಲಾಗಲೀ, ತೊಂದರೆ ನೀಡುತ್ತಿದ್ದಾಗ್ಯೂ ತಾವು ಗಟ್ಟಿಗೊಳ್ಳುತ್ತಾ ಹೋಗುವ ವಸ್ತು-ವಿಷಯಗಳ ಕುರಿತು ಮಾತನಾಡುವಾಗಲಾಗಲೀ, ಟಾಲೆಬ್ ಅವರು ಅಸೂಕ್ಷ್ಮ ಎಂಬ ಪದದ ಪ್ರಸ್ತಾಪ ಮಾಡುತ್ತಾರೆ: ಅಸೂಕ್ಷ್ಮತೆ ಎಂಬುದು ಪುಟಿದೇಳುವುದು ಅಥವಾ ಪ್ರಗಲ್ಭತೆಗೂ ಆಚೆ ಇರುವಂಥದ್ದು. ಪುಟಿದೇಳುವುದು ಎಂಬುದು ಆಘಾತಗಳನ್ನು ಪ್ರತಿರೋಧಿಸುತ್ತದೆ ಮತ್ತು ಅದು ಅದಾಗಿಯೇ ಉಳಿಯುತ್ತದೆ; ಅಸೂಕ್ಷ್ಮವೂ ಉತ್ತಮಗೊಳ್ಳುತ್ತದೆ.

ವಿಪತ್ತುಗಳು ಮತ್ತು ಅಸಾಧಾರಣ ಸಂದರ್ಭಗಳು ಅಸೂಕ್ಷ್ಮತೆಯನ್ನು ವಿವರಿಸಲು ಒಳ್ಳೆಯ ಮಾದರಿಗಳನ್ನು ಒದಗಿಸುತ್ತವೆ. ೨೦೧೧ರಲ್ಲಿ ಜಪಾನಿನ ಟೊಹೊಕು ಪ್ರಾಂತಕ್ಕೆ ಟ್ಸುನಾಮಿಯು ಅಪ್ಪಳಿಸಿ, ಅಲ್ಲಿನ ಕರಾವಳಿಯುದ್ದಕ್ಕೂ ಡಜನ್‌ಗಟ್ಟಲೆ ನಗರಗಳು ಮತ್ತು ಪಟ್ಟಣಗಳಿಗೆ, ಅದರಲ್ಲೂ ಬಹುಪ್ರಸಿದ್ಧವಾಗಿ ಫುಕುಶಿಮಾಕ್ಕೆ ಅತಿ ಭೀಕರ ಲುಕ್ಸಾನು ಮಾಡಿತು.

ಈ ಭೀಕರ ಅನಾಹುತವಾದ ಎರಡು ವರ್ಷಗಳ ತರುವಾಯ ನಾವು ಈ ಸಂತ್ರಸ್ತ ಕರಾವಳಿ ಭಾಗಕ್ಕೆ ಭೇಟಿ ನೀಡಿದಾಗ, ಬಿರುಕುಬಿಟ್ಟ ಹೆದ್ದಾರಿಗಳ ಮೇಲೆ ಹಲವಾರು ಖಾಲಿ ಅನಿಲ ನಿಲ್ದಾಣಗಳನ್ನು (Gas stations) ಒಂದಾದ ಮೇಲೆ ಒಂದನ್ನು ಹಾಯ್ದು ಗಂಟೆಗಟ್ಟಲೆ ಚಲಿಸುತ್ತಾ, ನಾವು ಅಳಿದುಳಿದ ಮನೆಯ ಅವಶೇಷಗಳು, ಕಾರುಗಳ ರಾಶಿ ರಾಶಿ ಗುಡ್ಡೆಗಳು, ಮತ್ತು ಖಾಲಿ ಖಾಲಿ ಇದ್ದ ರೈಲು ನಿಲ್ದಾಣಗಳಿಂದ ತುಂಬಿದ ಪ್ರೇತಕಳೆ ಹೊತ್ತ ಹಲವಾರು ಪಟ್ಟಣಗಳನ್ನು ದಾಟಿದೆವು. ಈ ಪಟ್ಟಣಗಳೆಂದರೆ ನಿಜವಾದ ಅರ್ಥದಲ್ಲಿ ಸರ್ಕಾರ ಪೂರ್ತ ಮರೆತಿರುವ ಮತ್ತು ಅವುಗಳೇ ತಾವೇ ತಾವಾಗಿ ಸಾವರಿಸಿಕೊಂಡು ಮೇಲೇಳುವ ತಾಕತ್ತಿಲ್ಲದ ನಶ್ವರ ಖಾಲಿ ಜಾಗಗಳಷ್ಟೆ.

ಹಲವು ಮಂದಿಯ ಸತತ ದುಡಿತದ ಕೃಪೆಯಿಂದಾಗಿ, ಬಹು ವ್ಯಾಪಕ ಲುಕ್ಸಾನು ಅನುಭವಿಸದ್ದ ಇತರೆ ಜಾಗಗಳಾದ, ಇಶಿನೊಮಕಿ ಮತ್ತು ಕೆಸೆನ್ನುಮ ಇತ್ಯಾದಿ ಊರುಗಳು,

ಅಂತಹ ಭೀಕರ ಅನಾಹುತದ ನಂತರವೂ ಅವುಗಳು ಹೇಗೆ ಕೆಲವೇ ವರ್ಷಗಳಲ್ಲಿ ಪುನರ್‌ನಿರ್ಮಾಣಗೊಂಡವು ಎಂದು ನೋಡಬಹುದು.

ಟ್ಸುನಾಮಿಗೆ ಕಾರಣವಾದ ಭೂಕಂಪವು ಫುಕುಶಿಮಾದ ಪರಮಾಣು ಶಕ್ತಿ ಉತ್ಪನ್ನ ಸ್ಥಾವರವನ್ನು ಜಖಂಗೊಳಿಸಿತ್ತು. ಅಲ್ಲಿಯ ಸ್ಥಾವರದಲ್ಲಿ ಕಾರ್ಯವೆಸಗುತ್ತಿದ್ದ "ದಿ ಟೋಕ್ಯೋ ಪವರ್ ಕಂಪೆನಿ"ಯ ಎಂಜಿನಿಯರ್‌ಗಳು ಆಗಿದ್ದ ಆ ಮಟ್ಟದ ಲುಕ್ಸಾನಿನಿಂದ ಮತ್ತೆ ಚೇತರಿಸಿಕೊಂಡು ಸಾವರಿಸಿಕೊಳ್ಳಲು ಸಿದ್ಧರಿರಲಿಲ್ಲ. ಫುಕುಶಿಮಾದ ಆ ಪರಮಾಣು ಶಕ್ತಿ ಉತ್ಪನ್ನ ಸೌಲಭ್ಯಕೇಂದ್ರವು ಈಗಲೂ ಅದೇರೀತಿ 'ತುರ್ತುಪರಿಸ್ಥಿತಿ'ಯಲ್ಲೇ ಇದೆ ಮತ್ತು ಮುಂದಿನ ಹಲವು ದಶಕಗಳ ಕಾಲ ಅದು ಹಾಗೆಯೇ ಇರುತ್ತದೆ ಕೂಡ. ಹಿಂದೆಂದೂ ಕಂಡು ಕೇಳರಿಯದ ಭೀಕರ ಅನಾಹುತದ ಎದುರು ಅದು ತನ್ನ ನಶ್ವರತೆಯನ್ನು ಪ್ರದರ್ಶಿಸಿತು.

ಭೂಕಂಪವಾದ ಕೆಲವೇ ನಿಮಿಷಗಳಲ್ಲಿ ಜಪಾನಿನ ಹಣಕಾಸು ಮಾರುಕಟ್ಟೆಯು ಮುಚ್ಚಿತು. ಈ ಅನಾಹುತವಾದ ತರುವಾಯ ಅಂದರೆ ಅದರ ಫಲವಾಗಿ ಯಾವ ವ್ಯವಹಾರಗಳು ಚೆನ್ನಾಗಿ ಉದ್ಧಾರವಾದುವು? ೨೦೧೧ರಿಂದ ಈಚೆಗೆ ದೊಡ್ಡ ದೊಡ್ಡ ಕಟ್ಟಡ ನಿರ್ಮಾಣ ಕಂಪೆನಿಗಳ ಬಂಡವಾಳವು (Stock) ನಿಧಾನವಾಗಿ ಏರಿಕೆ ಕಾಣುತ್ತಿದೆ, ಟೊಹೊಕುದ ಕರಾವಳಿಯ ಉದ್ದಕ್ಕೂ ಅದರ ಪೂರ್ಣ ಭಾಗವನ್ನು ಪುನರ್ ನಿರ್ಮಾಣ ಮಾಡುವ ಅಗತ್ಯವು ಬರಲಾಗಿ ಕಟ್ಟಡ ನಿರ್ಮಾಣ ಕಂಪೆನಿಗಳಿಗೆ ಅದು ವರದಾನವಾಯಿತು. ಈ ಪ್ರಕರಣದಲ್ಲಿ, ಜಪಾನಿನ ನಿರ್ಮಾಣ ಕಂಪೆನಿಗಳು ಅಸೂಕ್ಷ್ಮ ಅಥವಾ ಅನಶ್ವರ ಎನ್ನಬಹುದು, ಏಕೆಂದರೆ ಈ ಭೀಕರ ಅನಾಹುತದಿಂದಾಗಿ ಅವುಗಳು ಅಪರಿಮಿತ ಪ್ರಯೋಜನಗಳನ್ನು ಪಡೆದುವು.

ಈಗ ನಾವು ಈ ಪರಿಕಲ್ಪನೆಯನ್ನು ನಮ್ಮ ದೈನಂದಿನ ಜೀವನಕ್ಕೆ ಹೇಗೆ ಅನ್ವಯ ಮಾಡಿಕೊಳ್ಳಬಹುದೆಂದು ಪರಿಶೀಲಿಸೋಣ. ನಾವು ಹೇಗೆ ಹೆಚ್ಚು ಹೆಚ್ಚು ಅಸೂಕ್ಷ್ಮರು ಅಥವಾ ಅನಶ್ವರರಾಗಬಲ್ಲೆವು?

ಹೆಜ್ಜೆ – ೧: ಹೆಚ್ಚು ಆಯ್ಕೆಗಳನ್ನು ಸೃಷ್ಟಿಸಿ.

ಸಂಬಳ ಒಂದರ ಮೇಲೆ ಅಥವಾ ಒಂದೇ ಆದಾಯದ ಮೇಲೆ ಅವಲಂಬಿತರಾಗುವುದರ ಬದಲು, ಬೇರೆ ಹವ್ಯಾಸಗಳಿಂದಲೋ ಬೇರೆ ಉದ್ಯೋಗಗಳಿಂದಲೋ ಅಥವಾ ನಿಮ್ಮ ಸ್ವಂತ ವ್ಯಾಪಾರ ವ್ಯವಹಾರ ಪ್ರಾರಂಭಿಸುವುದರಿಂದಲೋ ಹಣ ಮಾಡಲು ಪ್ರಯತ್ನಿಸಿರಿ. ನೀವು ಸಂಬಳ ಒಂದನ್ನೇ ಅಥವಾ ಒಂದೇ ಆದಾಯ ಮೂಲವನ್ನೇ ನಂಬಿಕೊಂಡಿದ್ದ ಪಕ್ಷದಲ್ಲಿ, ನಿಮ್ಮ ಉದ್ಯೋಗದಾತ ಕಷ್ಟಕ್ಕೆ ಸಿಲುಕಿಕೊಂಡ ಕಾಲಕ್ಕೆ ನಿಮ್ಮ ಬಳಿ ಏನೂ ಉಳಿಯದೇ ಹೋಗಬಹುದು, ಆಗ ಅದು ನಿಮ್ಮನ್ನು ಸೂಕ್ಷ್ಮತೆಯ (fragile) ಸ್ಥಿತಿಗೆ ದೂಡುವುದು. ಅದರ ಬದಲು, ನಿಮ್ಮ ಬಳಿ ಹಲವಾರು ಆಯ್ಕೆಗಳಿದ್ದ ಪಕ್ಷದಲ್ಲಿ ಮತ್ತು ಆಗ ನೀವು ನಿಮ್ಮ ಮೂಲ ಕೆಲಸವನ್ನು ಕಳೆದುಕೊಂಡರೂ ಆಗ ನಿಮಗೆ ಹೆಚ್ಚು ಏನಾಗಬಹುದೆಂದರೆ ನಿಮ್ಮ ಎರಡನೆಯ ಕೆಲಸಕ್ಕೆ ಹೆಚ್ಚು ಸಮಯ ವಿನಿಯೋಗಿಸುವುದರಲ್ಲಿ ಕೊನೆಯಾಗಬಹುದು, ಮತ್ತು ಅದರಲ್ಲಿ ಹೆಚ್ಚಿನ ಹಣವನ್ನು ಗಳಿಸಲೂಬಹುದು. ಅಂದರೆ ಆಗ ನೀವು ದುರಾದೃಷ್ಟದ ಗಳಿಗೆಯನ್ನು ಹೊಡೆದು ಓಡಿಸುತ್ತೀರಲ್ಲದೆ, ಆಗ ಅಸೂಕ್ಷ್ಮತೆಯನ್ನೂ ಅಂದರೆ ಅಭೇದ್ಯತೆಯನ್ನೂ ಸಾಧಿಸುತ್ತೀರಿ.

ಒಗಿಮಿಯಲ್ಲಿ ನಾವು ಸಂದರ್ಶಿಸಿದ ನೂರಕ್ಕೆ ನೂರರಷ್ಟು ಹಿರಿಯರೂ ಮೊದಲನೆಯ

ಮತ್ತು ಎರಡನೆಯ, ಹೀಗೆ ಎರಡೆರಡು ಕಸುಬುಗಳನ್ನು ಹೊಂದಿದ್ದರು. ಅವರಲ್ಲಿ ಹೆಚ್ಚಿನವರು ತರಕಾರಿ ತೋಟಗಳನ್ನು ಎರಡನೆಯ ಕಸುಬಾಗಿ ಹೊಂದಿದ್ದರು, ಮತ್ತು ಸ್ಥಳೀಯ ಮಾರುಕಟ್ಟೆಯಲ್ಲಿ ತಮ್ಮ ತೋಟದ ಉತ್ಪನ್ನಗಳನ್ನು ಮಾರಾಟಮಾಡುತ್ತಿದ್ದರು.

ಇದೇ ಮನೋಗತವು ಸ್ನೇಹಕ್ಕೂ ಮತ್ತು ವೈಯಕ್ತಿಕ ಹಿತಾಸಕ್ತಿಗಳಿಗೂ ಅನ್ವಯವಾಗುತ್ತದೆ. ಅನುಭವದ ಮಾತು ಹೇಳುವಂತೆ, ಇದರ ತಾತ್ಪರ್ಯವೆಂದರೆ, ನಿಮ್ಮ ಎಲ್ಲಾ ಮೊಟ್ಟೆಗಳನ್ನು (ತತ್ತಿ) ಒಂದೇ ಬುಟ್ಟಿಯಲ್ಲಿಡಬೇಡಿ ಎಂದು.

ಭಾವನಾತ್ಮಕ ಸಂಬಂಧಗಳ ವಲಯದಲ್ಲೂ ಸಹ, ಕೆಲವರಿರುತ್ತಾರೆ, ಅವರು ಹೇಗೆಂದರೆ ತಮ್ಮ ಎಲ್ಲ ಶಕ್ತಿಯನ್ನು ತಮ್ಮ ಸಂಗಾತಿಯ ಮೇಲೆ ಕೇಂದ್ರೀಕರಿಸುತ್ತಾರೆ ಮತ್ತು ಅವನನ್ನೇ / ಅವಳನ್ನೇ ತನ್ನ ಇಡೀ ಜಗತ್ತು ಮಾಡಿಕೊಳ್ಳುತ್ತಾರೆ. ಒಂದು ವೇಳೆ ಆ ಸಂಬಂಧ ಸರಿಯಾಗಿ ಊರ್ಜಿತವಾಗದಿದ್ದ ಪಕ್ಷದಲ್ಲಿ ಅವರು ಎಲ್ಲವನ್ನೂ ಕಳೆದುಕೊಳ್ಳುತ್ತಾರೆ, ಅದಕ್ಕೆ ವಿರುದ್ಧವಾಗಿ, ಅವರು ತಮ್ಮ ಜೀವನ ಪಥದಲ್ಲಿ ಬಲವಾದ ಸ್ನೇಹ ಸಂಬಂಧಗನ್ನು ರೂಢಿಸಿಕೊಂಡಿದ್ದೇ ಆಗಿದ್ದರೆ, ಒಂದು ಸಂಬಂಧವು ಮುಗಿದು ಹೋದ ನಂತರವೂ ಕೂಡ ಏನೂ ಆಗಿಲ್ಲವೇನೋ ಎಂಬಂತೆ ಮುಂದಕ್ಕೆ ಚಲಿಸುವ ಉತ್ತಮ ಸ್ಥಿತಿಯಲ್ಲಿ ಅವರಿರುತ್ತಾರೆ.

ಈಗ, ಈ ಗಳಿಗೆಯಲ್ಲಿ ನೀವು ವಿಚಾರ ಮಾಡುತ್ತಿರಬಹುದು, "ನನಗೆ ಒಂದಕ್ಕಿಂತ ಹೆಚ್ಚು ಸಂಬಳದ ಅಗತ್ಯವಿಲ್ಲ, ಮತ್ತು ಯಾವಾಗಲೂ ನನ್ನ ಜತೆಗಿರುವ ಸ್ನೇಹಿತರ ಜತೆಯೇ ನಾನು ಸಂತಸದಿಂದಿದ್ದೇನೆ, ನಾನದಕ್ಕೆ ಹೊಸದಾಗಿ ಬೇರೇನನ್ನಾದರೂ ಯಾಕೆ ಸೇರಿಸಲಿ?" ಎಂದು. ನಮ್ಮ ಜೀವಗಳಿಗೆ ವೈವಿಧ್ಯವನ್ನು ಸೇರಿಸುವುದು ಕಾಲವ್ಯರ್ಥದ ಕೆಲಸವೆಂದು ತೋರಬಹುದು, ಏಕೆಂದರೆ ಅಸಾಮಾನ್ಯ ವಿಷಯಗಳು ಸಾಮಾನ್ಯವಾಗಿ ಘಟಿಸುವುದಿಲ್ಲ. ನಾವು ನಮ್ಮ ನೆಮ್ಮದಿಯ ವಲಯಕ್ಕೆ ಜಾರುವೆವು, ಆದರೆ ಅನಿರೀಕ್ಷಿತವಾದುದು ಯಾವಾಗಲೂ ಘಟಿಸಿಯೇ ತೀರುತ್ತದೆ, ಇಂದೋ, ಮುಂದೋ, ಎಂದಾದರೂ.

ಹೆಜ್ಜೆ – ೨: ನಿರ್ದಿಷ್ಟ ಕ್ಷೇತ್ರದಲ್ಲಿ ಸಾಂಪ್ರದಾಯಕವಾಗಿ ಅಂದರೆ ಹಿಡಿತವಿಟ್ಟುಕೊಂಡು ಆಡಿರಿ ಮತ್ತು ಉಳಿದವುಗಳಲ್ಲಿ ಹಲವು ಪುಟ್ಟ ಪುಟ್ಟ ಅಪಾಯಗಳಿಗೆ ಮಾತ್ರ ತಲೆ ಕೊಡಿ.

ಈ ಪರಿಕಲ್ಪನೆಯನ್ನು ವಿವರಿಸುವಲ್ಲಿ ಹಣಕಾಸಿನ ಜಗತ್ತು ಬಹಳ ಉಪಯೋಗಕಾರಿಯಾಗಿ ಕಂಡು ಬರುತ್ತದೆ. ನೀವು ೧೦,೦೦೦ಡಾಲರ್‌ಗಳನ್ನು ಉಳಿತಾಯ ಮಾಡಿದ್ದೀರೆಂದುಕೊಳ್ಳೋಣ. ಅದರಲ್ಲಿ ೯೦೦೦ಡಾಲರ್‌ಗಳನ್ನು ಮ್ಯೂಚುವಲ್ ಫಂಡ್ ಅಥವಾ ನಿಗದಿತ ಅವಧಿಯ ನಿಧಿಯಲ್ಲಿ ಹಾಕಿದ್ದೀರಿ, ಮತ್ತು ಉಳಿಕೆ ೧೦೦೦ಡಾಲರ್‌ಗಳನ್ನು ಅತಿಯಾಗಿ ಬೆಳೆಯಲು ಅವಕಾಶವಿರುವ ಹತ್ತು ಹೊಸ ಉದ್ಯಮಗಳಲ್ಲಿ ತೊಡಗಿಸಿದ್ದೀರೆಂದುಕೊಳ್ಳೋಣ – ಪ್ರತಿಯೊಂದರಲ್ಲೂ ನೂರು ನೂರು ಡಾಲರ್‌ಗಳಂತೆ.

ಸಾಧ್ಯವಿರುವ ಒಂದು ಚಿತ್ರವೆಂದರೆ, ಆ ಹತ್ತು ಹೊಸ ಉದ್ಯಮಗಳ ಪೈಕಿ ಮೂರು ಕಂಪೆನಿಗಳು ಸೋಲುತ್ತಿವೆ (ಅಂದರೆ ನೀವು ೩೦೦ಡಾಲರ್ ಕಳೆದುಕೊಂಡಿರಿ), ಉಳಿದ ಮೂರು ಕಂಪೆನಿಗಳ ಒಟ್ಟಾರೆ ಮೌಲ್ಯ ಕೆಳಗಿಳಿಯುತ್ತದೆ (ನೀವು ಮತ್ತೊಂದು ೧೦೦ ಅಥವಾ ೨೦೦ ಡಾಲರ್‌ಗಳನ್ನು ಕಳೆದುಕೊಂಡಿರಿ), ಮತ್ತೊಂದು ಮೂರು ಕಂಪೆನಿಗಳ ಮೌಲ್ಯ ಮೇಲೆರುತ್ತದೆ (ನೀವು ೧೦೦ ಅಥವಾ ೨೦೦ ಡಾಲರ್‌ಗಳಿಸಬಹುದು), ಮತ್ತು ಆ ಹತ್ತರಲ್ಲಿ ಉಳಿದ ಒಂದು ಕಂಪೆನಿಯ ಮೌಲ್ಯ ಇಪ್ಪತ್ತು ಪಟ್ಟು ಹೆಚ್ಚಾಗುತ್ತದೆ (ಆಗ ನೀವು ಅದರಲ್ಲಿ ಹತ್ತಿರ ಹತ್ತಿರ ೨೦೦೦ ಡಾಲರ್ ಅಥವಾ ಅದಕ್ಕೂ ಹೆಚ್ಚು ಹಣ ಮಾಡುತ್ತೀರಿ).

ಮೂರು ಕಂಪೆನಿಗಳ ವ್ಯವಹಾರವು ಅಂಗಾತ ಮಲಗಿ ಪೂರಾ ಮುಳುಗಿ ಹೋದರೂ, ಆಗಲೂ ನೀವು ಹಣ ಮಾಡಿರುತ್ತೀರಿ, ಹಿಂದೆ ಉಲ್ಲೇಖಿಸಿದ ಬಹುತಲೆಯ ಹೈಡ್ರಾದ ಕಥೆಯಂತೆ ಲುಕ್ಸಾನಿನಲ್ಲಿಯೂ ನೀವು ಪ್ರಯೋಜನ ಹೊಂದಿದಿರಿ ಎಂದಾಯ್ತು.

ಅಭೇದ್ಯವಾಗುಳಿಯಲು ಇರುವ ಕೀಲಿಕೈ ಎಂದರೆ ನಮ್ಮನ್ನು ಪೂರಾ ಮುಳುಗಿಸಿ ಬಿಡುವಂತಹ ಅಪಾಯಗಳಿಗೆ ನಮ್ಮನ್ನು ನಾವು ಪೂರಾ ತೆರೆದುಕೊಳ್ಳದೆ, ಅಥವಾ ನಾವು ದಿನಪತ್ರಿಕೆಯೊಂದರಲ್ಲಿ ನೋಡದ ಪ್ರಶ್ನಾರ್ಹವಾದ ಅಪಕೀರ್ತಿಯುತ "ನಿಧಿ"ಯೊಂದರಲ್ಲಿ ಒಟ್ಟಿಗೆ ೧೦,೦೦೦ ಡಾಲರ್‌ಗಳನ್ನು ತೊಡಗಿಸುವ ಹುಚ್ಚುತನ ಮಾಡದೆ, ಮಹತ್ತರ ಕೊಡುಗೆಗಳತ್ತ ಕರೆದೊಯ್ಯಬಹುದಾದ ಸಣ್ಣ ಸಣ್ಣ ಅಪಾಯಗಳಿಗೆ ತಲೆ ಕೊಡುವುದು ಎಂದು ವೇದ್ಯವಾಗುತ್ತದೆ.

ಹೆಜ್ಜೆ – ೩: ನಿಮ್ಮನ್ನು ಭೇದ್ಯ ಮಾಡುವಂತಹ ಪೀಡಕ ವಿಷಯಗಳನ್ನು ತೊಡೆದು ಹಾಕುವುದು.

ಈ ಅಭ್ಯಾಸಕ್ಕಾಗಿ ನಾವು ನಕರಾತ್ಮಕ ಮಾರ್ಗವನ್ನು ಹಿಡಿಯುತ್ತಿದ್ದೇವೆ. ನಿಮಗೆ ನೀವೇ ಕೇಳಿಕೊಳ್ಳಿ: ಏನು ಅಥವಾ ಯಾವುದು ನನ್ನನ್ನು ಭೇದ್ಯ ಮಾಡುತ್ತದೆ? ಕೆಲವು ನಿರ್ದಿಷ್ಟ ಮಂದಿ, ಕೆಲವು ನಿರ್ದಿಷ್ಟ ವಿಷಯ ಮತ್ತು ಲುಕ್ಸಾನು ಹುಟ್ಟುಹಾಕುವ ಕೆಲವು ಅಭ್ಯಾಸಗಳು ನಮ್ಮನ್ನು ಭೇದ್ಯರನ್ನಾಗಿ ಮಾಡುತ್ತವೆ ಮತ್ತು ನಮ್ಮನ್ನು ದುರ್ಬಲರನ್ನಾಗಿಸುತ್ತವೆ. ಅವರು ಮತ್ತು ಅವುಗಳು ಯಾರು, ಏನು?

ನಾವು ನಮ್ಮ ಹೊಸ ವರ್ಷದ ನಿರ್ಣಯಗಳನ್ನು ಮಾಡುವಾಗ ನಮ್ಮ ಬದುಕಿಗೆ ಹೊಸ ಸವಾಲುಗಳನ್ನು ಸೇರಿಸಿಕೊಳ್ಳಲು ಒಲವು ನೀಡುವುದರತ್ತಲೇ ವಾಲುತ್ತೇವೆ. ಈ ರೀತಿಯ ಧ್ಯೇಯವನ್ನಿರಿಸಿಕೊಳ್ಳುವುದು ಒಳ್ಳೆಯದೇ ಸರಿ, ಆದರೆ ಸುಲಭವಾಗಿ ನಿವಾರಿಸಿಕೊಳ್ಳಬಹುದಾದ (good riddance) ಜಾತಿಗೆ ಸೇರಿದ ಗಮ್ಯಗಳು ನಾವಂದುಕೊಂಡುದ್ದಕ್ಕಿಂತಲೂ ಹೆಚ್ಚಿನ ಪರಿಣಾಮವನ್ನು ತರಬಲ್ಲವರಾಗಿರುತ್ತವೆ. ಉದಾಹರಣೆಗೆ:

* ನಿಯಮಿತ ಊಟ ತಿಂಡಿಗಳ ನಡುವೆ ಕುರುಕು ತಿಂಡಿ ತಿನ್ನುವುದನ್ನು ನಿಲ್ಲಿಸುವುದು.
* ವಾರಕ್ಕೊಮ್ಮೆ ಮಾತ್ರ ಸಿಹಿತಿನಿಸು ತಿನ್ನುವುದು.
* ನಿಧಾನವಾಗಿ ಎಲ್ಲ ಸಾಲಗಳನ್ನು ತೀರಿಸುವುದು.
* ದುಷ್ಟ ಜನರ ಜತೆ ಕಾಲಹರಣ ಮಾಡುವುದನ್ನು ತಪ್ಪಿಸುವುದು.
* ನಾವು ಅವುಗಳನ್ನು ಮಾಡಲೇ ಬೇಕಾದ ಹಂಗಿನಲ್ಲಿದ್ದೇವೆಂಬ ಕಾರಣಕ್ಕಾಗಿ ನಾವು ಹರ್ಷಿಸದೇ ಇರುವ ಕೆಲಸಗಳನ್ನು ಮಾಡುವುದನ್ನು ತಪ್ಪಿಸುವುದು.
* ಫೇಸ್‌ಬುಕ್ (ಮುಖ ಹೊತ್ತಗೆ) ಮೇಲೆ ದಿನವೊಂದಕ್ಕೆ ಇಪ್ಪತ್ತು ನಿಮಿಷಗಳಿಗಿಂತ ಹೆಚ್ಚು ವ್ಯಯ ಮಾಡದಿರುವುದು.

ನಮ್ಮ ಬದುಕಿನಲ್ಲಿ ಪುಟಿದೇಳುವ ಶಕ್ತಿಯನ್ನು ಬೆಳೆಸಿಕೊಳ್ಳುವಾಗ, ನಾವು ಯಾವುದೇ ಸಂಕಷ್ಟಕ್ಕೆ ಹೆದರಬಾರದು, ಏಕೆಂದರೆ ಪ್ರತಿಯೊಂದು ಹಿನ್ನಡೆಯೂ ಸಹ ಬೆಳವಣಿಗೆಗಾಗಿನ ಒಂದು ಅವಕಾಶ. ನಾವು ಅಭೇದ್ಯ ಭಾವವನ್ನು ಅಳವಡಿಸಿ ಕೊಂಡರೆ ಪ್ರತಿಯೊಂದು ವಿಪತ್ತಿನ ಜತೆಗೆ ನಮ್ಮ ಜೀವನ ಶೈಲಿಯನ್ನು ಮತ್ತಷ್ಟು ನಾಜೂಕು ಮಾಡಿಕೊಂಡು ಮತ್ತು

ನಮ್ಮ ಇಕಿಗಾಯ್ ಮೇಲೆಯೇ ಕೇಂದ್ರೀಕೃತವಾಗಿದ್ದುಕೊಂಡು ನಾವು ಮತ್ತಷ್ಟು ಬಲವಾಗಲು / ಶಕ್ತಿಶಾಲಿಗಳಾಗಲು ದಾರಿ ಕಾಣುತ್ತೇವೆ.

ಒಂದೆರಡು ಹೊಡೆತಗಳು ನಮಗೆ ಬೀಳುವುದನ್ನು, ನಾವು ನಮ್ಮ ದುರಾದೃಷ್ಟ ಎಂದೂ ನೋಡಬಹುದು, ಅಥವಾ ಅದನ್ನು ಒಂದು ಅನುಭವವಾಗಿ ತೆಗೆದುಕೊಂಡು, ಅದನ್ನೇ ನಮ್ಮ ಬದುಕಿನ ಎಲ್ಲ ಕ್ಷೇತ್ರಗಳಿಗೂ ಅನ್ವಯಿಸಿಕೊಳ್ಳಲೂ ಬಹುದು. ಏಕೆಂದರೆ ನಾವು ಸತತವಾಗಿ ತಿದ್ದುಪಡಿ ಮಾಡಿಕೊಳ್ಳುತ್ತಿರುತ್ತೇವೆ ಮತ್ತು ಹೊಸದಾದ ಹಾಗೂ ಉತ್ತಮ ಗುರಿಗಳನ್ನು ನಿಗದಿಪಡಿಸಿಕೊಳ್ಳುತ್ತಿರುತ್ತೇವೆ. 'ಅಭೇದ್ಯ'(antifragile), ಎಂಬ ತಮ್ಮ ಪುಸ್ತಕದಲ್ಲಿ ಟಲೆಬ್‌ರವರು ಬರೆದಿರುವಂತೆ, "ನಮಗೆ ಅಡ್ಡಾದಿಡ್ಡಿತನ, ಅವ್ಯವಸ್ಥೆ, ಸಾಹಸಗಳು, ಅನಿಶ್ಚಿತತೆ, ಸ್ವ-ಅನ್ವೇಷಣೆ, ಗಾಯ – ನೋವುಗಳಿಂದಾದ ರೋಗಸ್ಥಿತಿಯ ಒತ್ತಡದಿಂದಾದ ನಡುಕಸ್ಥಿತಿಯ ಘಟನಾವಳಿಗಳ ಆಲಿಸುವಿಕೆ (to hear traumatic episodes), ಇವೆಲ್ಲವೂ ನಮ್ಮ ಜೀವನವನ್ನು ಬದುಕಲು ಯೋಗ್ಯ ಮಾಡುತ್ತವೆ". "ಅಭೇದ್ಯತೆ" ಎಂಬ ಪರಿಕಲ್ಪನೆಯಲ್ಲಿ ಆಸಕ್ತಿ ಇರುವವರು ನಸ್ಸೀಮ್ ನಿಕೋಲಾಸ್ ಟಲೆಬ್ ಅವರ "ಆ್ಯಂಟಿಫ್ರಜೈಲ್" ಎಂಬ ಪುಸ್ತಕ ಓದಲೆಂದು ಉತ್ತೇಜಿಸುತ್ತೇವೆ.

ವಬಿ-ಸಬಿ ತತ್ತ್ವಶಾಸ್ತ್ರ ನಮಗೆ ಬೋಧಿಸಿದಂತೆ ಜೀವನವು ಅಪ್ಪಟ ಅಪರಿಪೂರ್ಣತೆ, ಮತ್ತು ಕಾಲ ಕಳೆಯುತ್ತಿದ್ದಂತೆ ನಮಗೆ ವಿಧಿತವಾಗುವುದೇನೆಂದರೆ ಪ್ರತಿಯೊಂದೂ ಕ್ಷಣಿಕ, ಆದರೆ ನೀವು ನಿಮ್ಮ ಇಕಿಗಾಯ್‌ನ ಸ್ಪಷ್ಟ ಪ್ರಜ್ಞೆ ಹೊಂದಿದ್ದೇ ಆದರೆ, ಪ್ರತಿಗಳಿಗೆಯೂ ಹೆಚ್ಚೂ ಕಡಿಮೆ ಶಾಶ್ವತತೆಯೇ ಹೌದೇನೋ ಎಂದು ತೋರುವಷ್ಟರ ಮಟ್ಟಿಗೆ ಅನೇಕಾನೇಕ ಸಾಧ್ಯತೆಗಳನ್ನು ತುಂಬಿಕೊಂಡಿದೆ.

ಉಪ ಸಂಹಾರ

ಇಕಿಗಾಯ್ : ಬದುಕುವ ಕಲೆ

ಮತ್ಸುವೊ ಅಯಿಡಾ (೧೯೨೪–೧೯೯೧, ತೊಚಿಗಿ, ಜಪಾನ್, ಜಪಾನೀ ಕವಿ, ಝೆನ್‌ಕವಿ ಮತ್ತು ಅಂದಾಕ್ಷರ ಬರಹಗಾರ (Calligrapher)) ಎಂಬುವವರು ಇಪ್ಪತ್ತನೆಯ ಶತಮಾನದ ಪ್ರಮುಖ ಅಂದಾಕ್ಷರ ಬರಹಗಾರ ಹಾಗೂ ಹಯಕು ಕವಿ (ಹದಿನೇಳು ಅಕ್ಷರಾಂಶಗಳಿಂದ ಕೂಡಿದ ಒಂದು ಕವಿತಾ ರಚನಾಕಾರ)ಗಳಲ್ಲಿ ಒಬ್ಬರು. ಒಂದು ನಿರ್ದಿಷ್ಟ ಇಕಿಗಾಯ್‌ಗೆಂದು ತನ್ನ ಜೀವನವನ್ನು ಮುಡಿಪಿಟ್ಟು ಜಪಾನಿನ ಒಬ್ಬ ವ್ಯಕ್ತಿಗೆ ಮತ್ತೊಂದು ಉದಾಹರಣೆಯೆಂದರೆ ಇವರು: ಶೊಡೋ ಕ್ಯಾಲಿಗ್ರಫಿಯ ಕುಂಚವೊಂದನ್ನು ಬಳಸಿಕೊಂಡು ಹದಿನೇಳು ಅಕ್ಷರಾಂಶಗಳ ಪದ್ಯಗಳೊಂದಿಗೆ ಭಾವನೆಗಳನ್ನು ಸಂವಹನೆ ಮಾಡುವುದು.

‘ಆಯಿಡಾ’ರ ಹಲವು ಹಯಕುಗಳು ಸದ್ಯದ ಈ ಕ್ಷಣದ ಮಹತ್ವದ ಬಗ್ಗೆ ಮತ್ತು ಕಾಲ ಜಾರುವುದರ ಬಗ್ಗೆ ತಾತ್ವಿಕ ದರ್ಶನ ನೀಡುತ್ತವೆ. ಈ ಕೆಳಗೆ ಉದ್ಧರಿಸಲಾಗಿರುವ ಪದ್ಯವನ್ನು ಸ್ವಲ್ಪಹೆಚ್ಚು ಕಡಿಮೆ “ಇಲ್ಲಿಯ ಮತ್ತು ಈಗಿನದರಲ್ಲಿ, ನನ್ನ ಜೀವನದಲ್ಲಿನ ಒಂದೇ ವಿಷಯವೆಂದರೆ ಅದು ನಿನ್ನ ಜೀವನ” ಎಂದು ಭಾಷಾಂತರಿಸಬಹುದು.

いまここにしかないわたし
のいのちあなたのいのち

ಇನ್ನೊಂದು ಪದ್ಯದಲ್ಲಿ ಅಯಿಡಾರು ಕೇವಲ “ಇಲ್ಲಿ ಈಗ” ಎಂದಷ್ಟೇ ಬರೆಯುತ್ತಾರೆ. “ಮೊನೊ ನೊ ಅವೆರೆ” (ನಶ್ವರತೆಯ ಕುರಿತ ಒಂದು ದುಮ್ಮಾನದ ಮೆಚ್ಚುಗೆ) ಎಂಬ ಭಾವನೆಗಳನ್ನು ಎಬ್ಬಿಸುವಂತೆ ಕೋರುವ ಒಂದು ಕಲಾಕೃತಿಯಿದು.

いまここ

ಈ ಕೆಳಗಿನ ಪದ್ಯವಂತೂ ನಮ್ಮೆಲ್ಲರ ಜೀವಗಳೊಳಕ್ಕೆ ಇಕಿಗಾಯ್‌ನ್ನು ತರುವ ರಹಸ್ಯಗಳಲ್ಲೊಂದನ್ನು ಸ್ಪರ್ಶಿಸುತ್ತದೆ: "ಸುಖವನ್ನು ಯಾವಾಗಲೂ ನಿಮ್ಮ ಹೃದಯ ನಿರ್ಧರಿಸುತ್ತದೆ".

しあわせはいつも自分の心がきめる

ಈ ಕೊನೆಯದು, ಒಂದು, ಅದೂ ಆಯಿಡಾರದೇ, ಹೇಳುತ್ತದೆ, ಮುನ್ನಡೆಯುತ್ತಿರು; ನಿನ್ನ ಪಥ ಬದಲಾಯಿಸದಿರು".

そのままでいいがな

ಒಮ್ಮೆ ನೀವು ನಿಮ್ಮ ಇಕಿಗಾಯ್‌ನ್ನು ಅನಾವರಣ ಮಾಡಿಕೊಂಡಿರೆಂದರೆ ಅದರ ಬೆನ್ನತ್ತುವುದು ಮತ್ತು ಪ್ರತಿನಿತ್ಯವೂ ಅದನ್ನು ಪೋಷಿಸುವುದು ನಿಮ್ಮ ಜೀವನಕ್ಕೆ ಅರ್ಥ ತರುತ್ತದೆ. ಒಬ್ಬ ಸುಂದರಾಕ್ಷರ ಬರಹಗಾರ ತನ್ನ ಭಿತ್ತಿಯಲ್ಲಿ ಅಕ್ಷರಗಳನ್ನು ಮೂಡಿಸುವಂತೆ ಅಥವಾ ಅರ್ಧಶತಮಾನದ ನಂತರವೂ ಬಾಣಸಿಗನೊಬ್ಬ, ತನ್ನ ಆಶ್ರಯದಾತರಿಗೆ ಪ್ರೀತಿಯಿಂದ "ಸುಶಿ" ಮೀನಿನ ಅಡಿಗೆ ತಯಾರಿಸಿ ಬಡಿಸುವಂತೆ, ನಿಮ್ಮ ಜೀವನದ ಉದ್ದೇಶ ಇದು ಎಂದು ನೀವು ತಿಳಿದಾಕ್ಷಣ, ನೀವು ಮಾಡುವ ಪ್ರತಿಯೊಂದರಲ್ಲೂ ಸುಖದ ಹರಿವಿನ ಸ್ಥಿತಿಯನ್ನು ನೀವು ಸಾಧಿಸಿಯೇ ಸಾಧಿಸುವಿರಿ.

ಸಮಾಪ್ತಿ

ನಾವು ಪ್ರತಿಯೊಬ್ಬರಿಗೂ ನಮ್ಮ ನಮ್ಮ ಇಕಿಗಾಯ್ ಬೇರೆ ಬೇರೆಯೇ ಇರುತ್ತದೆ, ಆದರೆ ನಮ್ಮೆಲ್ಲರಲ್ಲಿನ ಸಾಮಾನ್ಯ ಅಂಶವೆಂದರೆ, ನಾವೆಲ್ಲರೂ ಅದರ ಅರ್ಥಕ್ಕಾಗಿ ಹುಡುಕಾಟ ನಡೆಸಿದ್ದೇವೆ. ನಾವು ನಮಗೆ ಯಾವುದು ಅರ್ಥಪೂರ್ಣ ಎಂದು ಭಾವಿಸಿ ಅದಕ್ಕೆ ಹೊಂದಿಕೊಂಡು ಯಾವಾಗ ನಾವು ದಿನಗಳನ್ನು ಕಳೆಯುತ್ತೇವೋ ಆಗ ನಾವು ಬದುಕನ್ನು ಪೂರ್ಣವಾಗಿ ಬದುಕಬಹುದು, ಆದರೆ ಯಾವಾಗ ನಾವು ಈ ಸಂಬಂಧ ಅಥವಾ ಕೂಡುವಿಕೆಯನ್ನು ಕಳೆದುಕೊಳ್ಳುವೆವೋ ಆಗ ನಾವು ನಿರಾಶಾಭಾವ ಹೊಂದುತ್ತೇವೆ.

ಆಧುನಿಕ ಜೀವನವು ನಮ್ಮ ನಿಜ ಸ್ವಭಾವದಿಂದ ನಮ್ಮನ್ನು ಹೆಚ್ಚು ಹೆಚ್ಚು ದೂರ ಸರಿಸುತ್ತಿದೆ, ಬದಲಾಗಿ ಅರ್ಥಹೀನ ಬದುಕು ನಡೆಸಲು ಅದು ನಮಗೆ ಅತಿ ಸುಲಭ ಮಾಡಿಕೊಡುತ್ತಿದೆ. ಬಲಿಷ್ಠ ಶಕ್ತಿಗಳು ಮತ್ತು ಉತ್ತೇಜಕಗಳು (ಹಣ, ಅಧಿಕಾರ, ಲಕ್ಷ್ಯ, ಯಶಸ್ಸು) ದೈನಂದಿನ ಆಧಾರದ ಮೇಲೆ ನಮ್ಮನ್ನು ವಿಚಲಿತಗೊಳಿಸುತ್ತವೆ; ಅದು ನಿಮ್ಮ ಜೀವನದ ಮೇಲೆ ಸವಾರಿ ಮಾಡಲು ಬಿಡಬೇಡಿ. ನಮ್ಮ ಅಂತರ್ದೃಷ್ಟಿ ಮತ್ತು ಕುತೂಹಲ ಇವುಗಳು ನಮ್ಮನ್ನು ಇಕಿಗಾಯ್ ಜತೆ ಸಂಪರ್ಕವಿರಿಸಲು ಸಹಾಯ ಮಾಡುವ ಅತಿ ಶಕ್ತಿಯುತ ಆಂತರಿಕ ಉತ್ತರಮುಖಿ.

ನೀವು ಹರ್ಷಪಡುವ ವಿಷಯಗಳನ್ನು ಅನುಸರಿಸಿ ಸಂತೋಷ ಪಡಿ, ಮತ್ತು ನೀವು ಇಷ್ಟಪಡದಿರುವಂತಹವುಗಳನ್ನು ಬದಲಾಯಿಸಿ ಅಥವಾ ಅಂತಹವುಗಳಿಂದ ದೂರವಿರಿ. ನಿಮ್ಮ ಕುತೂಹಲಕಾರಿ ಮನಸ್ಸು ಹೇಳಿದಂತೆ ಕೇಳಿ, ಅರ್ಥಬದ್ಧವಾದ ಹಾಗೂ ಸಂತೋಷ ತುಂಬುವ

ಕೆಲಸ ವಿಷಯಗಳನ್ನು ಮಾಡುವುದರಲ್ಲಿ ನಿರತರಾಗಿ. ಅದೊಂದು ದೊಡ್ಡ ವಿಷಯವೇ ಆಗಬೇಕೆಂದಿಲ್ಲ: ಒಳ್ಳೆಯ ತಂದೆ-ತಾಯಿಗಳಾಗುವುದರಲ್ಲೂ ನಾವು ಅರ್ಥಕಾಣಬಹುದು ಅಥವಾ ನಮ್ಮ ನೆರೆಯವರಿಗೆ ಸಹಾಯ ಮಾಡುವುದರಲ್ಲೂ ಆಗಬಹುದು.

ನಮ್ಮ ಇಕಿಗಾಯ್ ಜತೆ ನಾವು ಕೂಡಿಕೊಳ್ಳುವುದೆಂದರೆ ಅದಕ್ಕೆ ಒಂದು ಇಂತಹುದೇ ಎಂಬ ಪರಿಪೂರ್ಣ ರಣತಂತ್ರ (strategy) ಎಂಬುದಿಲ್ಲ, ಆದರೆ ಒಕಿಗಾವನ್ನರಿಂದ ನಾವು ಕಲಿತಿದ್ದೇನೆಂದರೆ ಅದನ್ನು ಕಂಡು ಹಿಡಿಯುವುದಕ್ಕೆಂದೇ ನಾವು ಹೆಚ್ಚು ತಲೆ ಕೆಡಿಸಿಕೊಂಡು ಚಿಂತಿತರಾಗಿ ಕೂರಬಾರದು.

ಜೀವನವೆಂಬುದು ಬಿಡಿಸಬೇಕಾದ ಒಂದು ಸಮಸ್ಯೆಯಲ್ಲ. ನಿಮ್ಮ ಸುತ್ತಮುತ್ತ ನಿಮ್ಮನ್ನು ಪ್ರೀತಿಸುವ ಜನರಿರುವಾಗ ನಿಮಗಿಷ್ಟವಾದ ಯಾವುದಾದರೊಂದನ್ನು ಮಾಡುತ್ತಾ ಸದಾ ನಿರತರಾಗಿರುವುದನ್ನು ನೆನಪಿನಲ್ಲಿಟ್ಟುಕೊಳ್ಳಿ.

ಇಕಿಗಾಯ್‌ನ ಹತ್ತು ನಿಯಮಗಳು

ಒಗಿಮಿಯ ದೀರ್ಘಾಯು ನಿವಾಸಿಗಳ ವಿವೇಕದಿಂದ ನಾವು ಭಟ್ಟಿ ಇಳಿಸಿದ ಹತ್ತು ನಿಯಮಗಳ ಪಟ್ಟಿಮಾಡುವುದರೊಂದಿಗೆ ಈ ಪಯಣವನ್ನು ಸಮಾಪ್ತಿಗೊಳಿಸೋಣ:

೧. **ಚಟುವಟಿಕೆಯಿಂದಿರಿ; ನಿವೃತ್ತರಾಗದಿರಿ:** ಯಾರು ತಾವು ಮಾಡಲು ಪ್ರೀತಿಸುವ ಕೆಲಸಗಳನ್ನು ಮತ್ತು ಚೆನ್ನಾಗಿ ಮಾಡುವ ಕೆಲಸಗಳನ್ನು ಬಿಟ್ಟು ಬಿಡುತ್ತಾರೋ ಅವರು ತಮ್ಮ ಜೀವನದ ಉದ್ದೇಶವನ್ನೇ ಕಳೆದುಕೊಳ್ಳುವರು. ಆದಕಾರಣ, ನೀವು ನಿಮ್ಮ ಅಧಿಕೃತ ವೃತ್ತಿ ಚಟುವಟಿಕೆ ಮುಗಿದ ನಂತರವೂ ಮೌಲ್ಯಯುತವಾದ ಕೆಲಸಗಳನ್ನು ಮಾಡುವುದು, ಪ್ರಗತಿ ಸಾಧಿಸುವುದು, ಪರರಿಗೆ ಉಪಯುಕ್ತತೆ ತರುವುದು ಅಥವಾ ಅವರ ಬದುಕನ್ನು ಸುಂದರಗೊಳಿಸುವುದು, ಕಷ್ಟದಲ್ಲಿರುವವರಿಗೆ ಸಹಾಯ ಹಸ್ತ ಚಾಚುವ, ಮತ್ತು ನಿಮ್ಮ ಸುತ್ತಮುತ್ತಲಿನ ಜಗತ್ತನ್ನು ಸುಂದರವಾಗಿರಿಸುವ ಕೆಲಸಗಳನ್ನು ಮಾಡುತ್ತಲೇ ಇರುವುದು ಅತಿ ಮುಖ್ಯವೆನಿಸುತ್ತದೆ.

೨. **ಎಲ್ಲವನ್ನೂ ಸಮಾಧಾನವಾಗಿ, ನಿಧಾನವಾಗಿ ತೆಗೆದುಕೊಳ್ಳಿ:** ಯಾವಾಗಲೂ ಆತಾತುರವಾಗಿರುವುದು ಗುಣಮಟ್ಟದ ಜೀವನ ಶೈಲಿಗೆ ವಿಲೋಮ ಅನುಪಾತದ ವಿಷಯವಾಗಿರುತ್ತದೆ. "ನಿಧಾನವಾಗಿ ಹೆಜ್ಜೆ ಹಾಕು ಆಗ ನೀನು ಬಹುದೂರ ಸಾಗುವೆ". ಯಾವಾಗ ನಾವು ಅವಸರ ಅಥವಾ ಜರೂರನ್ನು ಹಿಂದೆ ಬಿಡುತ್ತೇವೋ, ಆಗ ಜೀವನ ಮತ್ತು ಕಾಲ ಎರಡೂ ಹೊಸ ಅರ್ಥ ಪಡೆದುಕೊಳ್ಳುತ್ತವೆ.

೩. **ನಿಮ್ಮ ಹೊಟ್ಟೆಯನ್ನು ಪೂರಾ ತುಂಬಬೇಡಿ:** ದೀರ್ಘ ಜೀವನದ ವಿಷಯ ಬಂದಾಗ ನಾವು ಕಡಿಮೆ ತಿಂದರೂ ಅದು ಹೆಚ್ಚೆಂದೇ ಅನ್ನಿಸುತ್ತದೆ. ಶೇಕಡ ೮೦ ನಿಯಮದನುಸಾರ ದೀರ್ಘ ಕಾಲ ಆರೋಗ್ಯವಂತ ರಾಗುಳಿಯಲು ನಮ್ಮೊಳಕ್ಕೆ ಅಂದರೆ ನಮ್ಮ ಉದರದೊಳಕ್ಕೆ ಸಿಕ್ಕಿದ್ದೆಲ್ಲವನ್ನು ತುರುಕಿಕೊಳ್ಳುವ ಬದಲಾಗಿ ನಮ್ಮ ಹಸಿವು ಬೇಡುವುದಕ್ಕಿಂತಲೂ ನಾವು ಕಡಿಮೆಯೇ ತಿನ್ನಬೇಕು.

೪. **ಒಳ್ಳೆಯ ಸ್ನೇಹಿತರಿಂದ ನೀವು ಸುತ್ತುವರಿದಿರಿ:** ಸ್ನೇಹಿತರೇ ಉತ್ತಮ ಔಷಧ, ಅವರಿರುವುದೇ ನಾವು ನಮ್ಮ ತಾಪತ್ರಯಗಳನ್ನು ಅವರಲ್ಲಿ ತೋಡಿಕೊಳ್ಳಲು, ಒಳ್ಳೆಯ

ಮಾತುಕತೆಯ ಜತೆಗೆ ನಿಮ್ಮ ದಿನವನ್ನು ಉಲ್ಲಾಸಭರಿತವಾಗಿಸಲು, ಕಥೆಗಳನ್ನು ಹಂಚಿಕೊಳ್ಳಲು ಕನಸು ಕಾಣಲು, ಹೀಗೆ ಇತ್ಯಾದಿ... ಬೇರೆ ರೀತಿ ಹೇಳುವುದಾದರೆ, ಬದುಕಿರಲು.

೫. **ನಿಮ್ಮ ಮುಂದಿನ ಹುಟ್ಟುಹಬ್ಬದ ವೇಳೆಗೆ ಒಂದು ಆಕಾರಕ್ಕೆ ಬನ್ನಿ:** ನೀರು ಹರಿಯುತ್ತದೆ. ಅದು ಹರಿಯುತ್ತಿರುವಾಗಲೇ ಅತ್ಯುತ್ತಮ ಮತ್ತು ತಾಜಾ ಇರುತ್ತದೆ. ಅದು ಆಗ ನಿಂತು ನಾರುವುದಿಲ್ಲ. ಜೀವನ ಪೂರ್ತಿ ಚಲನಶೀಲವಾಗಿರಬೇಕಾದ ನಿಮ್ಮ ಶರೀರವೂ ಸಹ ದೈನಂದಿನ ಆಧಾರದ ಮೇಲೆ ಒಂದಿಷ್ಟು ನಿರ್ವಹಣೆ ಕೇಳುತ್ತದೆ. ಜೊತೆಗೆ ನಮ್ಮನ್ನು ಸಂತಸದಲ್ಲಿರಿಸುವಂತಹ ಚೋದಕಗಳನ್ನು ವ್ಯಾಯಾಮವು ಬಿಡುಗಡೆಗೊಳಿಸುತ್ತದೆ.

೬. **ನಗುತ್ತಿರಿ, ಮಂದಹಾಸ ಬೀರುತ್ತೀರಿ:** ಹರ್ಷಚಿತ್ತದ ಮನೋಭಾವವು ಕೇವಲ ಮನಸ್ಸು – ದೇಹಗಳ ಸಡಿಲಿಕೆ ಮಾತ್ರವಲ್ಲ, ಅದು ಸ್ನೇಹಿತರನ್ನು ಗಳಿಸಲೂ ಸಹಾಯಮಾಡುತ್ತದೆ. ಅಷ್ಟೊಂದು ಮಹತ್ವವಲ್ಲದ ಸಂಗತಿಗಳನ್ನು ಗುರುತಿಸಿ, ಮನ್ನಣೆ ನೀಡುವುದು ಒಳ್ಳೆಯದು, ಆದರೆ ವಿಪುಲ ಸಾಧ್ಯತೆಗಳಿರುವ ಈ ಲೋಕದಲ್ಲಿ "ಇಲ್ಲಿ ಮತ್ತು ಈಗ" ಎಂಬ ಸ್ಥಿತಿ/ ಅವಸ್ಥೆಯಲ್ಲಿ ಇರುವುದು ಎಂತಹ ಸುಯೋಗ ಎಂಬುದನ್ನು ಮರೆಯಬಾರದು.

೭. **ಪ್ರಕೃತಿಯ ಜತೆ ಮರು–ಸಂಬಂಧ ಬೆಳೆಸಿ:** ಇಂದಿನ ದಿನಮಾನಗಳಲ್ಲಿ ಬಹಳಷ್ಟು ಜನರು ನಗರಗಳಲ್ಲೇ ವಾಸಿಸುತ್ತಿದ್ದರೂ, ಮಾನವ ಜೀವಿಗಳು ಪ್ರಾಕೃತಿಕ ಪ್ರಪಂಚದ ಒಂದು ಭಾಗವಾಗಿಯೇ ಇದ್ದಾರೆಂಬುದು ನಿಜ. ನಾವು ಆಗಾಗ ಪ್ರಕೃತಿಯತ್ತ ಮರಳಿ ನಮ್ಮ ವಿದ್ಯುತ್ ಕೋಶವನ್ನು (Battery) ಅಂದರೆ ಚೈತನ್ಯವನ್ನು ಮರುಪೂರಣ ಮಾಡಿಕೊಳ್ಳಬೇಕು.

೮. **ವಂದನೆ ಸಲ್ಲಿಸಿ:** ನಿಮ್ಮ ಪೂರ್ವಜರಿಗೆ, ಉಸಿರಾಡುವ ಗಾಳಿ, ನೀರು ಮತ್ತು ಹೊಟ್ಟೆ ತುಂಬಿಸಲು ಅನ್ನ ನೀಡುವ ಪ್ರಕೃತಿಗೆ, ನಿಮ್ಮ ಸ್ನೇಹಿತರು ಮತ್ತು ಕುಟುಂಬವರ್ಗಕ್ಕೆ, ನಿಮ್ಮ ದಿನಗಳನ್ನು ಉಲ್ಲಾಸದಾಯಕ ವಾಗಿರಿಸಿರುವ ಎಲ್ಲದಕ್ಕೂ ಮತ್ತು ನೀವು ಬದುಕಿರುವ ಅದೃಷ್ಟಶಾಲಿ ಎಂಬ ಭಾವನೆ ಬರಿಸುವ ಎಲ್ಲದಕ್ಕೂ ವಂದನೆ ಸಲ್ಲಿಸಿ. ಪ್ರತಿದಿನವೂ ವಂದನೆ ಸಲ್ಲಿಸಲು ಒಂದು ಕ್ಷಣ ಕಳೆಯಿರಿ, ಮತ್ತಾಗ ನೀವು ಗಮನಿಸುತ್ತೀರಿ – ನಿಮ್ಮ ಸಂತಸದ ದಾಸ್ತಾನು ಸಂಗ್ರಹ ಬೆಳೆಯುವುದನ್ನು.

೯. **ಆ ಕ್ಷಣದಲ್ಲಿ ಬದುಕಿರಿ:** ಕಳೆದು ಹೋದ ಕಾಲಕ್ಕಾಗಿ ಮರುಗುವುದು ಮತ್ತು ಬರಲಿರುವ ಭವಿಷ್ಯತ್‌ಕಾಲಕ್ಕಾಗಿ ಭಯಪಡುವುದು ಎರಡನ್ನೂ ನಿಲ್ಲಿಸಿ. ಈ ದಿನವೇ ನಿಮಗೆ ಎಲ್ಲ ಅದರ ಹೆಚ್ಚಿನ ಲಾಭ ಪಡೆಯಿರಿ. ಅದು ಹೆಚ್ಚು ಜ್ಞಾಪಕದಲ್ಲಿರಲು ಯೋಗ್ಯವಾಗುವಂತೆ ಮಾಡಿಕೊಳ್ಳಿ.

೧೦. **ನಿಮ್ಮ ಇಕಿಗಾಯ್‌ನ್ನು ಅನುಸರಿಸಿ:** ನಿಮ್ಮೊಳಗೆ ಒಂದು ಇಷ್ಟದ, ಆಸಕ್ತಿದಾಯಕ, ಸ್ಫೂರ್ತಿದಾಯಕ ಸಂಗತಿ / ಗೀಳು ಇದೆ, ಒಂದು ಅನುಪಮ ಹುಟ್ಟು ಸಾಮರ್ಥ್ಯವಿದೆ. ಅದು ನಿಮ್ಮ ದಿನಗಳಿಗೆ ಅರ್ಥನೀಡುತ್ತದೆ ಮತ್ತು ನಿಮ್ಮಲ್ಲಿರುವ ಉತ್ತಮವಾದುದ್ದನ್ನು ಹಂಚಿಕೊಳ್ಳಲು ಕೊನೆಯವರೆಗೂ ನಿಮ್ಮನ್ನು ಮುಂದೊಯ್ಯುತ್ತದೆ. ನಿಮ್ಮ ಇಕಿಗಾಯ್ ಏನೆಂದು ನಿಮಗೆ ಇನ್ನೂ ತಿಳಿದಿಲ್ಲ ಎಂದರೆ ವಿಕ್ಟರ್ ಫ್ರಾಂಕ್ಲ್ ಹೇಳುವಂತೆ, ನಿಮ್ಮ ಗುರಿ ಏನೆಂದರೆ ಅದನ್ನು ಅನ್ವೇಷಿಸುವುದು.

ಈ ಪುಸ್ತಕದ ಲೇಖಕರು ನಿಮಗೆ ದೀರ್ಘ, ಉಲ್ಲಾಸಮಯ ಹಾಗೂ ಉದ್ದೇಶಪೂರ್ಣ ಬದುಕನ್ನು ಹಾರೈಸುತ್ತಾರೆ.

ನಮ್ಮ ಜೊತೆ ಸೇರಿದ್ದಕ್ಕೆ ನಿಮಗೆ ವಂದನೆಗಳು

ಹೆಕ್ಟರ್ ಗಾರ್ಸಿಯಾ ಮತ್ತು ಫ್ರಾನ್ಸಿಸ್ಕ್ ಮಿರಾಯೆಸ್.

*** **ಶುಭಂ** ***

ಪರಿಶಿಷ್ಟ

ವಾವ್ (WOW) ಪ್ರಕಾಶನದ ಇತರ ಕನ್ನಡ ಪುಸ್ತಕಗಳು

೧. ಇಕಿಗಾಯ್ ಪಯಣ
೨. ಬದುಕಿನ ಅರ್ಥದ ಹುಡುಕಾಟದಲ್ಲಿ ಮನುಷ್ಯ
೩. ವಿಚಾರ ನಿಯಮ – ದಿ ಪಾವರ್ ಆಫ್ ಹ್ಯಾಪ್ಪಿ ಥಾಟ್ಸ್
೪. ಸ್ವಸಂವಾದ–ಒಂದು ಜಾದು : ನಿಮ್ಮ ರಿಮೋಟ್ ಕಂಟ್ರೋಲನ್ನು ಹೇಗೆ ಪಡೆದುಕೊಳ್ಳುವುದು
೫. ಸ್ವಯಂ ಜೊತೆ ಸಮರ – ಹರ್ಕ್ಯುಲಿಸ್‌ನ ಆಂತರಿಕ ಶೋಧ
೬. ಸಂಪೂರ್ಣ ಲಕ್ಷ್ಯ – ಸಂಪೂರ್ಣ ವಿಕಾಸವನ್ನು ಹೇಗೆ ಕೈಗೊಳ್ಳುವುದು
೭. ಸ್ವೀಕಾರದ ಜಾದು – ತ್ವರಿತ ಆನಂದವನ್ನು ಪಡೆಯುವುದು ಹೇಗೆ
೮. ಮೃತ್ಯು ನಂತರದ ಜೀವನ – ಮಹಾಜೀವನ
೯. ಜಾಗೃತಿ ಮೂಡಿಸುವ ಉತ್ತರಗಳು
೧೦. ಆಲಸ್ಯದಿಂದ ಮುಕ್ತಿಗೆ ೧೪ ಹೆಜ್ಜೆಗಳು
೧೨. ಕ್ಷಮೆಯ ಜಾದು
೧೩. ಅಭ್ಯಾಸ ಬಲ
೧೪. ದ ಮ್ಯಾಜಿಕ್ ಆಫ್ ಗಾಡ್ ಬ್ಲೆಸ್ ಯು
೧೫. ಭಾವನೆಗಳ ಮೇಲೆ ವಿಜಯ
೧೬. ಇಚಿಗೊ ಇಚಿಯೆ– ಪ್ರತಿಯೊಂದು ಕ್ಷಣವನ್ನು ಜೀವಂತವಾಗಿಸುವ ಜಪಾನಿಯರ ಕಲೆ
೧೭. ವಾಬಿ ಸಾಬಿ – ಅಪರಿಪೂರ್ಣತೆಯಲ್ಲಿನ ವಿವೇಕ
೧೮. ಕಾನ್ಸಂಟ್ರೇಶನ್ – ಏಕಾಗ್ರ ಮನಸ್ಸಿನ ಚಮತ್ಕಾರ
೧೯. ಜನ್ಮಜನ್ಮಾಂತರದ ಪಾಠಗಳು ಮತ್ತು ಸ್ಮೃತಿಗಳ ಉಪಚಾರ
೨೦. ಇಕಿಗಾಯ್ ಹದಿಹರೆಯದವರಿಗಾಗಿ
೨೧. ಡೀಪ್ ವರ್ಕ್

ವಾವ್ (WOW) ಪ್ರಕಾಶನದ ಸರಶ್ರೀ ವಿರಚಿತ ಕನ್ನಡ ಸಾಹಿತ್ಯ

ವಿಚಾರ ನಿಯಮ–ನಿಮ್ಮ ಯಶಸ್ಸಿನ ರಹಸ್ಯ

ದ ಪಾವರ್ ಆಫ್ ಹ್ಯಾಪ್ಪಿ ಥಾಟ್ಸ್

Also available in Hindi, Marathi, English, Gujarati, Odia, Punjabi, Telugu, Tamil and Malayalam

ವಿಚಾರ ನಿಯಮ ಪುಸ್ತಕದ ಮುಖಾಂತರ. ನಾವು –

– ನಮ್ಮ ಆಂತರಿಕ ಹಾಗು ಬಾಹ್ಯ ಜೀವನದಲ್ಲಿ ಸಾಮರಸ್ಯ ತರಬಹುದು.

– ನಮಗೆ ಬೇಕೆಂದಾಗಲೆಲ್ಲಾ ನಾವು ಶಾಂತವಾಗಿರಬಹುದು.

– ವಿಚಾರಗಳ ಆಚೆ ಹೋಗಿ ನಮ್ಮ ನಿಜವಾದ ಅಸ್ತಿತ್ವವನ್ನು ಗುರುತಿಸಬಹುದು.

– ವಿಚಾರ ನಿಯಮಗಳನ್ನು ನಮ್ಮ ಜೀವನದಲ್ಲಿ ಅಳವಡಿಸಿಕೊಂಡು ಉತ್ತಮ ಸಂಭಾವ್ಯದೆಡೆಗೆ ಸಹಜತೆಯಿಂದ ಮುನ್ನಡೆಯಬಹುದು.

– ಮೌನಾಯಾಮದ ಅವಸ್ಥೆಯಲ್ಲಿದ್ದುಕೊಂಡು ಪ್ರೇಮ, ಆನಂದ, ಕರುಣೆ ಹಾಗು ರಚನಾತ್ಮಕತೆಯಂತಹ ಗುಣಗಳನ್ನು ನಮ್ಮೊಳಗಿನಿಂದ ಪ್ರಕಟಗೊಳ್ಳಲು ಅವಕಾಶ ಕೊಡಬಹುದು.

ಬನ್ನಿ, ವಿಚಾರಗಳ ೭ ಶಕ್ತಿಶಾಲಿ ನಿಯಮಗಳ ಮತ್ತು ೭ ಮೌನ ಮಂತ್ರಗಳ ಮುಖಾಂತರ ಆಂತರಿಕ ಶಾಂತಿ ಮತ್ತು ಹೊರಜಗತ್ತಿನ ಸಫಲತೆಯನ್ನು ಪಡೆದ ಐವತ್ತು ಲಕ್ಷಕ್ಕೂ ಹೆಚ್ಚಿನ ಓದುಗರ ಸಮೂಹವನ್ನು ಸೇರಿರಿ.

ಸ್ವಸಂವಾದ – ಒಂದು ಜಾದೂ

ನಿಮ್ಮ ರಿಮೋಟ್ ಕಂಟ್ರೋಲನ್ನು ಹೇಗೆ ಪಡೆದುಕೊಳ್ಳುವುದು

ಸ್ವಸಂವಾದದ ಮೂಲಕ ಓದುಗರು ಸುಖ–ದುಃಖದ ರಹಸ್ಯ, ವಿಚಾರಗಳ ದಿಕ್ಕು, ಸ್ವಸಂವಾದದ ಸಂದೇಶ, ರೋಗ ನಿವಾರಣೆ, ಸೆಲ್ಫ್ ರಿಮೋಟ್ ಕಂಟ್ರೋಲ್, ದ್ವೇಷದಿಂದ ಮುಕ್ತಿ ಹಾಗೂ ಹೊಸ ವಿಚಾರಗಳನ್ನು ಪಡೆದುಕೊಳ್ಳುವ ಉಪಾಯವನ್ನು ಅರಿತುಕೊಳ್ಳಬಹುದು.

ಮೃತ್ಯು ನಂತರದ ಜೀವನ

ಮಹಾಜೀವನ

ಈ ಪುಸ್ತಕವು ಮೃತ್ಯುವಿನ ಬಗೆಗಿನ ಎಲ್ಲ ಮಾನ್ಯತೆಗಳನ್ನು, ತಪ್ಪುಕಲ್ಪನೆಗಳನ್ನು ತೊಡೆದುಹಾಕಿ ನಿಮ್ಮಲ್ಲಿನ ಮೃತ್ಯುವಿನ ಭಯವನ್ನು ಹೋಗಲಾಡಿಸುತ್ತದೆ. ಮೃತ್ಯು ಎಂಬ ಗಹನವಾದ ವಿಷಯವನ್ನು ಪಂಚಾಧಾರ ಸಹಿತ (ವಿಜ್ಞಾನವು ಇದರಲ್ಲಿ ಒಂದು ಮಹತ್ವಪೂರ್ಣವಾದ ಆಧಾರ) ಬಹಳ ಸರಳವಾಗಿ ಇಲ್ಲಿ ನಿರೂಪಿಸಲಾಗಿದೆ. ಮೃತ್ಯು ನಂತರದ ಜೀವನವನ್ನು ಭೂಮಿಯ ಮೇಲೆ ಇರುವಾಗಲೇ ತಿಳಿದುಕೊಳ್ಳುವ ಮಹತ್ವವನ್ನು ತಿಳಿಸಲಾಗಿದೆ. ಈ ಜ್ಞಾನವು ನಮ್ಮ ಈಗಿನ ಜೀವನವನ್ನು ಪರಿವರ್ತಿಸುತ್ತದೆ ಹಾಗು ಸುಂದರಗೊಳಿಸುತ್ತದೆ, ನಮ್ಮ ಜೀವನವನ್ನು ಅರ್ಥಪೂರ್ಣವಾಗಿಸುತ್ತದೆ.

ಸಂಪೂರ್ಣ ಲಕ್ಷ್ಯ

ಸಂಪೂರ್ಣ ವಿಕಾಸವನ್ನು ಹೇಗೆ ಕೈಗೊಳ್ಳುವುದು

ಜೀವನದಲ್ಲಿ ಗುರಿಯನ್ನು, ಲಕ್ಷ್ಯವನ್ನು ನಿರ್ಧರಿಸಿಕೊಳ್ಳುವುದು ತುಂಬಾ ಮುಖ್ಯ. ಗುರಿ ನಿರ್ಧಾರಿತಗೊಂಡಾಕ್ಷಣ ನಿಮ್ಮ ಭವಿಷ್ಯವಷ್ಟೇ ಅಲ್ಲ ನಿಮ್ಮ ವರ್ತಮಾನವೂ ಸಹ ಬದಲಾಗುತ್ತದೆ. ವರ್ತಮಾನದಲ್ಲಿ ನೀವು ಮಾಡುತ್ತಿರುವ ಕಾರ್ಯಗಳೂ ನಿಮ್ಮ ಗುರಿಗನುಸಾರವಾಗಿ ಬದಲಾಗುತ್ತವೆ. ಗುರಿಯಿಲ್ಲದ ಬದುಕಿನಲ್ಲಿ ಯಾವ ಕಾರ್ಯಗಳಿಗೆ ನೀವು ಪ್ರಾಮುಖ್ಯತೆಯನ್ನು ನೀಡುತ್ತಿರುವಿರೋ ಅವೆಲ್ಲ ಗುರಿ ನಿರ್ಧಾರಿತಗೊಂಡಾಕ್ಷಣ ಬದಲಾಗುವವು.

ಗುರಿ ನಿರ್ಧಾರದೊಂದಿಗೆ ನಿಮ್ಮ ದಿನಚರ್ಯೆಯೇ ಸಂಪೂರ್ಣವಾಗಿ ಬದಲಾಗಿ ಹೋಗಬಹುದು.

ಸಂಪೂರ್ಣ ವಿಕಾಸವೇ ಮಾನವ ಜೀವನದ ಗುರಿಯಾಗಿದೆ. ಗುರಿ ಪ್ರಾಪ್ತವಾದ ಬಳಿಕವೇ ಮನುಷ್ಯ ಆನಂದ ಹಾಗೂ ಸಂತೃಪ್ತಿಯನ್ನು ಪಡೆಯುತ್ತಾನೆ. ಸಂಪೂರ್ಣ ವಿಕಾಸವೇ ಪ್ರತಿಯೊಂದು ಗುರಿಯ ಹಿಂದಿರುವ ಮೂಲಭೂತ ಗುರಿಯಾಗಿದೆ (Aim Beyond Aim). ಸಂಪೂರ್ಣ ವಿಕಾಸದಲ್ಲಿ ಮನುಷ್ಯನ ಪರಿಪೂರ್ಣ ವಿಕಾಸದೊಂದಿಗೆ ಅವನ ಅಭಿವ್ಯಕ್ತಿಯೂ ನಡೆಯುತ್ತದೆ. ಸಂಪೂರ್ಣ ವಿಕಾಸದಲ್ಲಿ ಶತ್ರುಗಳಿಂದ (ದುರ್ಗುಣಗಳು) ಮುಕ್ತಿ ದೊರಕುತ್ತದೆ ಅಲ್ಲದೇ ಮಿತ್ರರು (ಸದ್ಗುಣಗಳು) ವೃದ್ಧಿಸುತ್ತಾರೆ. ಇದರ ಹೊರತಾಗಿ ಜೀವನದ ಶಾರೀರಿಕ, ಮಾನಸಿಕ, ಆರ್ಥಿಕ, ಸಾಮಾಜಿಕ ಮತ್ತು ಆಧ್ಯಾತ್ಮಿಕ ಹೀಗೆ ಈ ಐದೂ ಆಯಾಮಗಳ ವಿಕಾಸವಾಗುತ್ತದೆ.

ಈ ಪುಸ್ತಕದಲ್ಲಿ ಹೇಳಲಾದಂತಹ ಮೂವತ್ತು ಸೂತ್ರಗಳು ಮತ್ತು ಐದು ವಿಭಾಗಗಳ ಕುರಿತು ಕಾರ್ಯಾನ್ವಿತರಾಗಿ ಅವುಗಳನ್ನು ಜೀವನದಲ್ಲಿ ಅಳವಡಿಸಿಕೊಂಡು ಸಂಪೂರ್ಣ ಲಕ್ಷ್ಯವನ್ನು ಪ್ರಾಪ್ತಿಸಿಕೊಳ್ಳಬಹುದು.

ವಿಶ್ವದಲ್ಲಿ ಮೊದಲ ಬಾರಿ ೪೫ ನಗರಗಳಲ್ಲಿ,
೯ ಭಾಷೆಗಳಲ್ಲಿ, ಏಕಕಾಲಕ್ಕೆ ಪ್ರಕಟಗೊಂಡ ಪುಸ್ತಕ

ಜಾಗೃತಿ ಮೂಡಿಸುವ ಉತ್ತರಗಳು

ಜೀವನದ ೧೧೧ ಜಿಜ್ಞಾಸೆಗಳ ಸಮಾಧಾನ

ಈ ಪುಸ್ತಕವು ಉತ್ತರಗಳ ಉಪನಿಷತ್ತಿನಂತಿದೆ. ಕಾರಣ ಇದರಲ್ಲಿ ಸತ್ಯಾನ್ವೇಷಿಗಳಿಗೋಸ್ಕರ ಜೀವನದ ೧೧೧ ಜಿಜ್ಞಾಸೆಗಳ ಉತ್ತರಗಳನ್ನು ಕೊಡಲಾಗಿದೆ. ಈ ಉತ್ತರಗಳು ನಿಮ್ಮಲ್ಲಿರುವ ಅಹಂಭಾವವನ್ನು ನಷ್ಟಗೊಳಿಸಬಲ್ಲವು, ನಿಮ್ಮನ್ನು ಮನನದ ಎಷ್ಟೊಂದು ಆಳಕ್ಕೆ ಕರೆದೊಯ್ಯಬಲ್ಲವೆಂದರೆ ನಿಮಲ್ಲಿರುವ ಎಲ್ಲ ಕೆಟ್ಟ ಪ್ರವೃತ್ತಿಗಳು ಹಾಗು ತಪ್ಪು ನಂಬಿಕೆಗಳು ಕಳಚಿ ಹೋಗುವವು.

ನಮ್ಮ ಅಸ್ತಿತ್ವದಿಂದ ಹಿಡಿದು ಜೀವನದ ಇತರ ಕ್ಷೇತ್ರಗಳಲ್ಲಿ ಏಳುವಂಥ ಪ್ರಶ್ನೆಗಳನ್ನು ಈ ಪುಸ್ತಕದಲ್ಲಿ ಸಮಾವೇಶಗೊಳಿಸಲಾಗಿದೆ. ಪುಸ್ತಕದಲ್ಲಿ ಆಧುನಿಕ ಜೀವನಕ್ಕೆ ಸಂಬಂಧಪಟ್ಟ ಪ್ರಶ್ನೆಗಳಷ್ಟೇ ಅಲ್ಲ ಪ್ರಾಚೀನ ಕಾಲದಿಂದಲೂ ನಡೆದು ಬಂದಂಥ ಪ್ರಶ್ನೆಗಳೂ ಸಮಾವೇಶಗೊಂಡಿವೆ. ಪುಸ್ತಕದಲ್ಲಿ ಕೊಟ್ಟಂತಹ ಗೂಢ, ಆಧ್ಯಾತ್ಮಿಕ ಮತ್ತು ಸನಾತನ ಉತ್ತರಗಳನ್ನು ಓದಿ ಶೂನ್ಯವನ್ನು ಅನುಭವಿಸಬಹುದಾಗಿದೆ. ಹಾಗಾಗಿ ಈ ಪುಸ್ತಕದ ಪೂರ್ಣಲಾಭವನ್ನು ಪಡೆದು ನಿಮ್ಮ ಜೀವನವನ್ನು ಸಾರ್ಥಕಗೊಳಿಸಿ.

ವಿಶ್ವದಲ್ಲಿ ಮೊದಲಬಾರಿ ಏಕಕಾಲಕ್ಕೆ ೫೦ ಶಹರುಗಳಲ್ಲಿ,
೧೦ ಭಾಷೆಗಳಲ್ಲಿ ಪ್ರಕಟಗೊಂಡ ಪುಸ್ತಕ

ಸ್ವಯಂ ಜೊತೆ ಸಮರ

ಹರ್ಕ್ಯುಲಿಸ್‌ನ ಆಂತರಿಕ ಶೋಧ

ಇವತ್ತಿನವರೆಗೆ ನೀವು 'ಸ್ವಯಂನ ವಿಚಾರಣೆ' ಕುರಿತಾಗಿ ಸಾಕಷ್ಟು ಪುಸ್ತಕಗಳನ್ನು ಓದಿರಬಹುದು, ಸ್ವಯಂನ ವಿಚಾರಣೆಯನ್ನು ಯಾವ ರೀತಿಯಾಗಿ ನಡೆಸಬೇಕು ಎಂಬುದನ್ನು ನೀವು ಅರಿತಿರಬಹುದು. ಆದರೆ ಈ ಪುಸ್ತಕದಲ್ಲಿ ಒಂದು ನೂತನ, ಅಸಾಮಾನ್ಯ ಪದ್ಧತಿಯಿಂದ ಆತ್ಮಪರೀಕ್ಷಣೆ ಮತ್ತು ಆತ್ಮದರ್ಶನವನ್ನು ಮಾಡಿಸಲಾಗಿದೆ. ಅಂದರೆ, ಇತರರ ಕುರಿತಾಗಿ ಇರುವ ದೂರು, ತಕರಾರುಗಳ ಮೂಲವು ನಮ್ಮೊಳಗಾದರೂ ಅಡಗಿಲ್ಲ ತಾನೆ? ಎಂಬ ಮಹತ್ವದ ಅಂಶದ ಮೇಲೆ ಬೆಳಕನ್ನು ಚೆಲ್ಲುತ್ತ ಚಿಕ್ಕ-ಚಿಕ್ಕ ಕಥೆಗಳ ಮೂಲಕ ಓದುಗರ ಎದುರಿಗೆ ಸತ್ಯವನ್ನು ಪ್ರಸ್ತುತ ಪಡಿಸಲಾಗಿದೆ. ಜೀವನದಲ್ಲಿ ನಡೆಯುವ ಸಾಧಾರಣ ಘಟನೆಗಳಲ್ಲಿ(ದುಃಖ ನೀಡುವಂಥ) ಯಾವ ರೀತಿ ಶೋಧವನ್ನು ನಡೆಸಬೇಕು ಎಂಬುದನ್ನು ಭಿನ್ನ-ಭಿನ್ನ ಪಾತ್ರಗಳ ಮೂಲಕ ತೋರಿಸಿಕೊಡಲಾಗಿದೆ. ಯಾವ ಘಟನೆಗಳಿಂದ ಮನುಷ್ಯ ಪ್ರತಿನಿತ್ಯ ದುಃಖಿತನಾಗುತ್ತಾನೆ, ಚಿಂತಿತಗೊಳ್ಳುತ್ತಾನೆ, ಅಂಥ ಸಂಗತಿಗಳಿಂದ ಕೂಡಲೇ ಹೇಗೆ ಮುಕ್ತವಾಗುವುದು ಮತ್ತು ಒತ್ತಡರಹಿತವಾದ ಬದುಕನ್ನು ಹೇಗೆ ಬಾಳಬೇಕು ಎಂಬುದರ ಬಗ್ಗೆ ಆಳವಾದ ಅರಿವನ್ನು ಮೂಡಿಸುತ್ತದೆ ಈ ಪುಸ್ತಕ.

ತೇಜಜ್ಞಾನ ಫೌಂಡೇಶನ್ ಮೂಲಕ ಪ್ರಸ್ತುತ ಸೋಶಿಯಲ್ ಮೀಡಿಯಾ

You Tube ಮುಖಾಂತರ ಪ್ರಾರ್ಥನೆ:

Good Morning Prayer: 6.15am-6.25am IST

Dhyan Prarthana Beej: 3.30pm-3.45pm & 9pm-9.15pmIST

You Tube ಮುಖಾಂತರ ಸರ್‌ಶ್ರೀಯವರ ಪ್ರವಚನಗಳ ಲಾಭವನ್ನು ಪಡೆಯಲು ಇಂದೇ ಯೂ ಟ್ಯೂಬ್ ಚೆನಲ್‌ಗಳಿಗೆ ಶಬ್ಸ್ಕ್ರಾಯಿಬ್ ಮಾಡಿ

YouTube channels

1. Happy Thoughts -Param Gyan(Hindi)
2. Happy Thoughts -Tejgyan(Hindi)
3. Sirshree - Tejgyan(Hindi)
4. Happy Thoughts-Sirshree (English)
5. Youth Win Energy-Happy Thoughts(Hindi)
6. Youth Win Energy-Happy Thoughts(English)

Happy Thoughts App

Contact No. : 9921008060/75

happy thoughts... The Tej Gyan

For Android For Apple

Discover self-learning, personal development, and guided programs at your fingertips.

Guided Meditations, Tejgyan Bhajans, Guided Programs, Daily Inspirations, Track Progress, Upcoming Shivirs, Annual Subscription.

Download the Happy Thoughts App today and embark on a journey of self-discovery, inner peace, and personal growth.

Follow Us

Facebook -hindi | Instagram -hindi | LinkedIn | Pinterest | Twitter

Join our Whatsapp Channel for updates
Happy thoughts - Tejgyan

Instagram- English

E-mail - mail@tejgyan.com

ತೇಜಜ್ಞಾನ ಫೌಂಡೇಷನ್ - ಮುಖ್ಯ ಶಾಖೆಗಳು

ಪುಣೆ (ರೆಜಿಸ್ಟರ್ಡ್ ಆಫೀಸ್): ವಿಕ್ರಾಂತ ಕಾಂಪ್ಲೆಕ್ಸ್, ತಪೋವನ ಮಂದಿರದ ಹತ್ತಿರ, ಪಿಂಪರಿ, ಪುಣೆ-411017. ದೂರವಾಣಿ-020-27411240, 27412576

ಮನನ ಆಶ್ರಮ: ಸರ್ವೆ ನಂ.43, ಸನಸ್ ನಗರ, ನಾಂದೋಶಿ ಹಳ್ಳಿ, ಕಿರ್ಕಿಟವಾಡಿ ತಿರುವು, ತಾಲೂಕ-ಹವೇಲಿ, ಜಿಲ್ಲೆ-ಪುಣೆ-411024. ದೂರವಾಣಿ: 09921008060

ಮಹಾಆಸಮಾನಿ ಪರಮ ಜ್ಞಾನ

ಶಿಬಿರದ ಪರಿಚಯ ಮತ್ತು ಲಾಭಗಳು(ನಿವಾಸಿ)

Self Development to Self Realization
Towards Self Stabilization

ನೀವು ಉಚ್ಚತಮ ಆನಂದವನ್ನು ಪಡೆಯಬಯಸುವಿರೆ? ಯಾವುದೇ ಕಾರಣದ ಮೇಲೆ ಅವಲಂಬಿತವಾಗಿರದ, ಸಮಯದೊಂದಿಗೆ ಹೆಚ್ಚುತ್ತಲೇ ಹೋಗುವ ಆ ಆನಂದ, ಅದು ನಿಮ್ಮದಾಗಬೇಕೆ? ನೀವು ಇದೇ ಜೀವನದಲ್ಲಿ ಪ್ರೇಮ, ವಿಶ್ವಾಸ, ಶಾಂತಿ, ಸಮೃದ್ಧಿ ಪರಮ ಸಂತುಷ್ಟಿ ಪಡೆಯಬಯಸುವಿರೆ? ನೀವು ಶಾರೀರಿಕ, ಮಾನಸಿಕ, ಆರ್ಥಿಕ, ಸಾಮಾಜಿಕ ಹಾಗು ಆದ-ಾತ್ಮಿಕ ಸ್ತರಗಳಲ್ಲಿ ಸಫಲರಾಗಬೇಕೆನ್ನುವಿರೆ? ನೀವು 'ನಾನು ಯಾರು' ಈ ಪ್ರಶ್ನೆಯ ಉತ್ತರವನ್ನು ಅನುಭವದಿಂದ ಪಡೆಯಬಯಸುವಿರೆ?

ಒಂದುವೇಳೆ ನಿಮ್ಮಲ್ಲಿ ಈ ಎಲ್ಲ ಪ್ರಶ್ನೆಗಳ ಉತ್ತರವನ್ನು ಪಡೆಯುವ ಮತ್ತು 'ಅಂತಿಮ ಸತ್ಯ'ವನ್ನು ಪಡೆಯಬೇಕೆಂಬ ತೀವ್ರ ಹಂಬಲವಿದ್ದರೆ ತೇಜಜ್ಞಾನ ಫೌಂಡೇಶನ್ ಮುಖಾಂತರ ಆಯೋಜಿಸಲಾದ 'ಮಹಾಆಸಮಾನಿ ಶಿಬಿರ್'ನಲ್ಲಿ ನಿಮಗೆ ಸ್ವಾಗತವಿದೆ. ಈ ಶಿಬಿರ ಪೂರ್ಣತಃ ಸರಶ್ರೀಯವರ ಶಿಕ್ಷಣವನ್ನು ಆಧರಿಸಿದೆ.

ಮಹಾಆಸಮಾನಿ ಪರಮಜ್ಞಾನ ಶಿಬಿರದ ಉದ್ದೇಶ:

ಈ ಶಿಬಿರಿನ ಉದ್ದೇಶವೇನೆಂದರೆ, 'ವಿಶ್ವದ ಪ್ರತಿಯೊಬ್ಬ ಮನುಷ್ಯ ನಾನು ಯಾರು? ಈ ಪ್ರಶ್ನೆಯ ಉತ್ತರವನ್ನು ಅರಿತು ಸರ್ವೋಚ್ಚ ಆನಂದದಲ್ಲಿ ಸ್ಥಾಪಿತವಾಗಲಿ ಎಂದು. ಅವನಿಗೆ ಪ್ರತಿಕ್ಷಣ ವರ್ತಮಾನದಲ್ಲಿ ಇರುವ ಕಲೆಯನ್ನು ತಿಳಿಹೇಳುವ ಜ್ಞಾನವು ಲಭಿಸಲಿ. ಭೂತಕಾಲದ ಭಾರ ಹಾಗೂ ಭವಿಷ್ಯದ ಚಿಂತೆ ಇವೆರಡರಿಂದಲೂ ಅವನು ಮುಕ್ತಿಯನ್ನು ಪಡೆಯಲಿ. ಪ್ರತಿಯೊಬ್ಬ ಮನುಷ್ಯನ ಜೀವನದಲ್ಲಿ ಸ್ಥಿರವಾದ ಖುಷಿ, ಸರಿಯಾದ ತಿಳುವಳಿಕೆ ಮತ್ತು ಸಮಸ್ಯೆಗಳನ್ನು ಕರಗಿಸುವ/ವಿಲೀನಗೊಳಿಸುವ ಕಲೆಯು ಬರಲಿ. ಮನುಷ್ಯ ಜೀವನದ ಉದ್ದೇಶ ಪೂರ್ಣಗೊಳ್ಳಲಿ. ನಾನು ಯಾರು? ನಾನು ಇಲ್ಲಿ ಏಕಿದ್ದೇನೆ? ಮೋಕ್ಷವೆಂದರೇನು? ಮೋಕ್ಷವು ಇದೇ ಜನ್ಮದಲ್ಲಿ ಪ್ರಾಪ್ತವಾಗಬಹುದೇ? ಈ ಪ್ರಶ್ನೆಗಳು ನಿಮ್ಮಲ್ಲಿದ್ದರೆ ಬನ್ನಿ ಮಹಾಆಸಮಾನಿ ಪರಮಜ್ಞಾನ ಶಿಬಿರ ಇದರ ಉತ್ತರವಾಗಿದೆ.

www.ingramcontent.com/pod-product-compliance
Lightning Source LLC
Chambersburg PA
CBHW031326230926
51848CB00001B/109
9789390607105